AF529206

ഗ്രീൻ ബുക്സ്

എനിക്കും പറയാനുണ്ടൊരു പ്രണയകഥ

രവീന്ദർ സിംഗ്

പ്രശസ്തനായ ഇന്ത്യൻ ഇംഗ്ലീഷ് എഴുത്തുകാരൻ. 1982 ഫെബ്രുവരി 4ന് ഒറീസയിലെ ബർലയിൽ ജനനം. 'ഐ റ്റൂ ഹാഡ് എ ലൗ സ്റ്റോറി' (എനിക്കും പറയാനുണ്ടൊരു പ്രണയകഥ) എന്ന പുസ്തകം ആയിരങ്ങളുടെ ഹൃദയം കീഴടക്കി. അതിന്റെ തുടർച്ചയായി പുറത്തിറക്കിയ Can Love Happen Twice?, Love Stories that Touched my Heart, Like it Happened Yesterday, Your Dreams Are Mine Now എന്നിവ ഏറ്റവും കൂടുതൽ വായിക്കപ്പെടുന്ന പുസ്തകങ്ങളുടെ കൂട്ടത്തിലുൾപ്പെട്ടതാണ്. ചാണ്ഡിഗഡിൽ സ്ഥിര താമസം. ഇന്ത്യയിലെ പ്രമുഖ ഐ.ടി. കമ്പനിയിൽ ജോലി ചെയ്ത രവീന്ദർ ഇപ്പോൾ ഹൈദരാബാദിലെ ഇന്ത്യൻ സ്കൂൾ ഓഫ് ബിസിനസിൽ എം.ബി.എ. ചെയ്യുന്നു. പഞ്ചാബി ഗാനങ്ങളും നൃത്തങ്ങളും കൂടുതൽ ഇഷ്ടപ്പെടുന്ന അദ്ദേഹം ഒഴിവ് സമയം സ്നൂക്കർ കളിക്കാൻ താത്പര്യപ്പെടുന്നു.
ഭാര്യ: കുശ്ബു ചൗഹാൻ.

ഉബൈദ്: മലപ്പുറം ജില്ലയിലെ പട്ടിക്കാട് സ്വദേശി. കാലിക്കറ്റ് യൂണിവേഴ്സിറ്റി, മൗലാനാ ആസാദ് നാഷനൽ ഉറുദു യൂണിവേഴ്സിറ്റി, ഹൈദരാബാദ് എന്നിവിടങ്ങളിൽ പഠനം പൂർത്തിയാക്കി. സോഷ്യോളജിയിൽ ബിരുദവും സോഷ്യൽ സയൻസിൽ ബി.എഡും ഇംഗ്ലീഷിലും അറബിയിലും ബിരുദാനന്തര ബിരുദവുമുണ്ട്.

എനിക്കും
പറയാനുണ്ടൊരു പ്രണയകഥ

രവീന്ദർ സിംഗ്

പരിഭാഷ

ഉബൈദ്

ഗ്രീൻ ബുക്സ്

green books private limited
gb building, civil lane road, ayyanthole,
thrissur- 680 003, kerala, ph: +91 487-2381066, 2381039
website: www.greenbooksindia.com
e-mail: info@greenbooksindia.com

branches:
thrissur 8589095302
thiruvananthapuram 8589095301
calicut 8589095307

original title
(english)
i too had a love story
by
ravinder singh

published in english by
penguin books india pvt ltd, 2012

malayalam
enikkum parayanundoru pranayakatha
novel
by
ravinder singh

translated by
ubaid

first published june 2015
reprinted february 2018

from cover photograph © getty images
cover design by saurav das
author photograph by amit kumar chockalingam

printed in india
repro india ltd

isbn : 978-81-8423-410-7

₹ 280.00
GBPL/657/2015

മുഖക്കുറി

ഈ നോവൽ ആർദ്രമായ ഒരു വായനയിൽ നമ്മെ മയക്കിക്കിടത്തുന്നു. സ്നേഹം പങ്കിടുന്നവർക്കും സ്നേഹിക്കപ്പെടാൻ കൊതിക്കുന്നവർക്കും ഒരിക്കലും മറക്കാനാവാത്ത ഒരു വായനാനുഭവം പകർന്നുതരുന്നു. പരസ്പരം കാണാതിരുന്നിട്ടും ഊണിലും ഉറക്കത്തിലും വേർപിരിയാനാവാത്തവിധം അവർ അടുത്തു. ചൂടുള്ള ചുംബനങ്ങൾ 'ഒരുപാട് ടവറുകളിലൂടെ പാറിപ്പാറി' സഞ്ചരിച്ചു. കമിതാക്കളുടെ നേർത്ത മാനസിക വ്യാപാരങ്ങൾപോലും മനോഹരമായി അവതരിപ്പിച്ചു ഇന്ത്യൻ ഇംഗ്ലീഷിലുള്ള ഈ ന്യൂജനറേഷൻ നോവൽ. നവീന കാലത്തിന്റെ തുടിപ്പും ആവേശവും നവയൗവനത്തിന്റെ സംത്രാസങ്ങളും യുവചാപല്യങ്ങളെക്കുറിച്ചുള്ള കൃത്യമായ മനഃശാസ്ത്രധാരണകളും ഭംഗിയായി അടയാളപ്പെടുത്തിയിരിക്കുന്നു. എല്ലാംകൊണ്ടും ആഘോഷപൂർവ്വം വായിക്കപ്പെടേണ്ട ഒരു നോവൽത്തന്നെ! ഒരാളെ പ്രണയിച്ചുതുടങ്ങിയാൽ ആ സൗന്ദര്യത്തിനു മുന്നിൽ മറ്റെല്ലാ സൗന്ദര്യവും ഒന്നുമല്ലാതായിത്തീരുമെന്ന പ്രണയമാനസത്തിന്റെ മാനിഫെസ്റ്റോ ഹൃദയസ്പർശിയായി അവതരിപ്പിക്കപ്പെട്ടിരിക്കുന്നു. കാമുകീകാമുകന്മാരെ ഈ നോവൽ പൊട്ടിച്ചിരിപ്പിക്കും. പൊട്ടിക്കരയിപ്പിക്കുകയും ചെയ്യും. നമ്മുടെയെല്ലാവരുടെയുള്ളിലും ഒരു പൈങ്കിളി ഹൃദയമുണ്ടല്ലോ.

കൃഷ്ണദാസ്

മാനേജിങ് എഡിറ്റർ

സമർപ്പണം

ഒരുപാട് പ്രണയിച്ചിട്ടും ഒന്നിക്കാനാവാതെ പോയ
'സ്നേഹ'ത്തിന്റെ ആർദ്രമായ ഓർമകൾക്കായി...
തേരെ ജാനെ കാ അസർ കുച്ച് ഐസാ ഹുവാ മുജ് പർ
തുജെ ഡൂൺഡതേ ഡൂൺഡതേ, മൈനേ ഖുദാ കോ പാ ലിയാ.
....കവി

പ്രിയേ, നീ ഇല്ലായിരുന്നെങ്കിൽ എന്നിലെ
എഴുത്തുകാരനെ എനിക്ക് കണ്ടെത്താനാകുമായിരുന്നില്ല.

ഈ പുസ്തകം എഴുതുന്നതിൽ എനിക്ക്
സർവ്വ പിന്തുണയും നൽകിയവർക്ക്
മനസ്സ് നിറഞ്ഞ നന്ദി രേഖപ്പെടുത്തുന്നു.

ഈ പുസ്തകം ആദ്യം തന്നെ വായിച്ച്
എഡിറ്റ് ചെയ്ത് തന്ന കുശിയുടെ അച്ഛന്...

ഉഡുപ്പിയിലെ വൈകുന്നേരങ്ങളിൽ
ഞങ്ങളുടെ കാമ്പസിലിരുന്ന് ഇതിന്റെ
കൈയെഴുത്തിനായി സമയം തെറ്റാതെ എന്നും
എത്തിച്ചേർന്നിരുന്ന എന്റെ സഹപാഠിയും
പ്രിയ സ്നേഹിതയുമായ പ്രിയങ്കാ രതിക്ക്...

ഏതൊരു എഴുത്തുകാരന്റേയും മോഹമായ
നല്ല വായനക്കാരിയായ
എന്റെ പ്രിയ സ്നേഹിത അറോറയ്ക്ക്...
പുസ്തകം പുറത്തിറക്കാനായി ഏത് സമയത്തും
എനിക്ക് ആവശ്യമായ പ്രോത്സാഹനങ്ങൾ നൽകിയ
എന്റെ പ്രിയ കൂട്ടുകാരിക്ക്....

പകലുകൾ ഓടി മറയും; എങ്ങനെയെങ്കിലും
പക്ഷേ, രാത്രികൾ വേദനയുടെ വാഗണുകളാണ്.
കാലങ്ങളിൽ മുറിവുണങ്ങുമെങ്കിലും
കളങ്കമായ് നില്പൂവെന്നും മറുകുകൾ.

റീയൂനിയൻ

ആ ദിവസം ഞാൻ ശരിക്കും ഓർക്കുന്നുണ്ട്. മെയ് നാല് 2006. ഞാനന്ന് കൊൽക്കത്തയിലാണ്. ഹാപ്പിയുടെ വീട്ടിലേക്കുള്ള യാത്രയിലാണ്. രാവിലെ മുതൽക്കേ ഞാനാകെ ഉത്ക്കണ്ഠയിലായിരുന്നു. കാരണം ഞങ്ങൾ നാൽവർ സംഘം മൂന്നു വർഷത്തിനുശേഷം കാണാൻ പോകുന്നു. എഞ്ചിനീയറിംഗ് പഠനത്തിനുശേഷം ഞങ്ങളെല്ലാവരും.. മൻപ്രീത്, അമർദീപ്, ഹാപ്പി, പിന്നെ ഞാനും - ആദ്യമായി ഒത്തുചേരാൻ പോകുന്നു.

ഹോസ്റ്റലിൽ ഞങ്ങളുടെ ആദ്യവർഷം ഹാപ്പിയും ഞാനും Bloack A യിലെ fourth floor-ൽ തന്നെയായിരുന്നെങ്കിലും റൂമുകൾ വ്യത്യസ്തമായി രുന്നു. അറിയാമെങ്കിലും അടുത്ത് പരിചയപ്പെട്ടിട്ടില്ല. മാർക് ലിസ്റ്റിലെ ചുവപ്പുകളും കൈയിലിരിപ്പും കണ്ട് ഞാനൊരിക്കലും അവനൊരു 'നല്ല പയ്യനാ'ണെന്ന് കരുതിയിരുന്നില്ല. തൊട്ടടുത്ത വർഷം എന്തോ ഞാനെ ത്താൻ വൈകി. വന്നപ്പോഴേക്കും മിക്ക മുറികളും നിറഞ്ഞ് കഴിഞ്ഞിരുന്നു. അതോടെ ഹാപ്പിയുടെ റൂംമേറ്റാവാതെ എനിക്ക് നിർവാഹമില്ലാതെയായി. അതായിരുന്നു എന്റെ ജീവിതത്തെ മാറ്റിമറിച്ചതും. അതോടെ ഞങ്ങൾ അടുത്ത കൂട്ടുകാരായി മാറി.

റീയൂനിയൻ ഞങ്ങൾ തീരുമാനിച്ചപ്പോൾ അവൻ ഇന്റർനാഷണൽ കമ്പനിയായ ടി.സി.എസിൽ ജോയിൻ ചെയ്തിട്ട് രണ്ട് വർഷമായിരുന്നു. ഈ സമയത്ത് ലണ്ടനിലെ സൈറ്റിലുമായിരുന്നു. ആറടി പൊക്കമുള്ള ആകാരം ഹാപ്പിക്ക് ഒരു ലുക്ക് തന്നെയായിരുന്നു. ഹാപ്പി എന്നും ഹാപ്പി യുമായിരുന്നു.

എം.പി. എന്ന് ചെറുതാക്കി ഞങ്ങൾ വിളിക്കുന്ന മൻപ്രീത് സുന്ദര നായിരുന്നു. അവനായിരുന്നു ഞങ്ങളുടെ കൂട്ടത്തിൽ ആദ്യമായി ഹോസ്റ്റ ലിൽ കമ്പ്യൂട്ടർ കൊണ്ടുവന്നത്. അത് ഒട്ടനവധി ഗെയിംസുകളുടെ കല വറയായിരുന്നു. സത്യത്തിൽ അതായിരുന്നു ഞാനും ഹാപ്പിയും അവനോട് കൂട്ടുകൂടാനുള്ള കാരണവും.

എം.പി. ഒരു ബുദ്ധിരാക്ഷസൻ തന്നെയായിരുന്നു. സ്കൂൾ പഠന കാലത്ത് 'മാത്സ് ഒളിംപ്യാഡ്' അവൻ നേടിയിട്ടുണ്ട്. അത് പറഞ്ഞ് എപ്പോഴും അഹങ്കരിക്കാറുമുണ്ടായിരുന്നു. അവന്റെ ജന്മദേശം മോഡി നഗറാണ്. പക്ഷേ, റീയൂനിയൻ സമയത്ത് അവൻ വരുന്നത് ജോലിസ്ഥല മായ ബാംഗ്ലൂരിലെ ഒക്വാനിൽ നിന്നായിരുന്നു.

അമർദീപിന്, രാംജി എന്ന വിളിപ്പേര് നൽകിയത് എം.പിയായിരുന്നു. എന്നു മുതലാണ് അവനത് കിട്ടിയത് എന്നറിയില്ല, എങ്ങനെയാണെന്നും. ഒരുപക്ഷേ അവന്റെ പാവത്താൻ സമീപനരീതികൾകൊണ്ടായിരിക്കാം. ഞങ്ങളുടെ കൂട്ടത്തിൽ അവന്റെ റൂമിലെ ലൈറ്റ് എപ്പോഴും പതിനൊന്ന് മണിയാകുമ്പോഴേക്കും അണയും. ചില സമയത്ത് ഞാനും ഹാപ്പിയും എംപിയും പതിനൊന്നാകാൻ സമയത്ത് അവന്റെ റൂമിന്റെ വെളിയിൽ നിന്ന് എണ്ണിത്തുടങ്ങും, 10 9 8 7 6 5 4 3 2 1. അതോടെ രാംജി കിടന്നു കാണും.

അമർദീപിനെ കുറിച്ച് അറിയാത്തതായി ഒരൊറ്റ കാര്യമാണുണ്ടായി രുന്നത്. അവൻ എല്ലാ ഞായറാഴ്ചകളിലും സൈക്കിളിൽ എങ്ങോട്ടോ പോകും. ഒരിക്കലും ഞങ്ങളോട് എങ്ങോട്ടാണെന്നു പറഞ്ഞില്ല. അവനറി യാതെ അവനെ പിന്തുടരാൻ ശ്രമിക്കുമ്പോഴെല്ലാം അവനത് മനസ്സിലാക്കും. ഞങ്ങളെ കളിപ്പിക്കാനായി റൂട്ട് മാറ്റുകയും ചെയ്യും. ഇന്നും ഞങ്ങളിൽ ആർക്കും അതിന്റെ സത്യാവസ്ഥയറിയില്ല.

അവനിൽ ഏറ്റവും ബെസ്റ്റ് അവന്റെ ലാളിത്യം തന്നെയായിരുന്നു. അവനായിരുന്നു ഞങ്ങളുടെ കൂട്ടത്തിൽ ലാസ്റ്റ് സെമസ്റ്ററിന് ഒന്നാംറാങ്ക്. അവനാണ് ഞങ്ങളുടെ ഗ്യാങ്ങിനെ ഇത്രയും നന്നാക്കിയത്. അവൻ ബറേലിക്കാരനാണ്. Evalveserve-ൽ ജോലിയിലിരിക്കുമ്പോഴാണ് അവൻ കൊൽക്കത്തയ്ക്കു വരുന്നത്, അതും എംപിക്കൊപ്പം.

കോളേജ് ലൈഫിനുശേഷം എല്ലാവരും അവരവരുടെ യാന്ത്രികജീവിത ത്തിലായിരുന്നു. ഒരു ദിവസം ഹാപ്പി ലണ്ടനിൽനിന്ന് രണ്ടാഴ്ചയ്ക്ക് ലീവിന് വരുന്നുണ്ടെന്നറിഞ്ഞു. എല്ലാവർക്കും ഒന്നു കാണാനാഗ്രഹമുണ്ടായിരുന്നു. അങ്ങനെ ഞങ്ങൾ തീരുമാനിച്ചു. കൊൽക്കത്തയിലെ ഹാപ്പിയുടെ വീട്. മെയ് നാല് 2006.

അവസാനം നിശ്ചയിച്ച ദിവസത്തിൽ ഞാൻ ഹാപ്പിയുടെ അപ്പാർട്ട്മെന്റി ലേക്ക് കയറുന്നു. ഓരോ കാലടിയിലും രണ്ടു സ്റ്റെപ്പ് വീതം. സമയം ഉച്ച കഴിഞ്ഞ് 12.30 ആയിരുന്നു ഞാൻ വാതിൽ തട്ടുമ്പോൾ. അവന്റെ അമ്മ വാതിൽ തുറന്ന് എന്നെ സ്വീകരിച്ചു. ഞാൻ പലപ്പോഴും അവിടെ പോയി രുന്നതിനാൽ അവർക്ക് എന്നെ ശരിക്കും അറിയാം. എനിക്ക് ഹാപ്പിയുടെ കുടുംബത്തിൽ കൂടുതൽ ഫോർമാലിറ്റി കാണിക്കേണ്ടതുമില്ല. ഹാപ്പി വീട്ടി ലില്ല എന്നും ഫോൺ സ്വിച്ച് ഓഫ് ആണെന്നും അവർ പറയുമ്പോൾ ഞാൻ വെള്ളം കുടിക്കുകയായിരുന്നു.

"വോ! എന്നോട് നേരം വൈകരുതെന്ന് പറഞ്ഞിട്ട്...", ഞാൻ മന്ത്രിച്ചു.

കുറച്ചുകഴിഞ്ഞ് വാതിലിൽ മറ്റൊരു തട്ടുകൂടെ. തുറക്കാനായി ഞാൻ കസേരയിൽ നിന്ന് എഴുന്നേറ്റു. ഹാപ്പിയുടെ അമ്മ അടുക്കളയിലായിരുന്നു. ഞാൻ വാതിൽ തുറന്നു.

"ഹോ... ബാ... ഹേ... ഹുവാ... ഹുവാ..."

അല്ല, അത് ഹാപ്പിയല്ല. എം.പിയും അമർദീപും.

മൂന്ന് വർഷത്തിനുശേഷം കോളേജ് ഫ്രണ്ട്സിനെ കാണുകയാണ്. വളരെ എക്സൈറ്റ്മെന്റ്. മറ്റൊരാളുടെ വീട്ടിലാണെന്നും മര്യാദക്കാരനാകണമെന്നതുമൊക്കെ ആരും മറന്നുപോകും. ഈ റീ യൂണിയൻ കൊണ്ട് ഞങ്ങൾ ആ കോളേജ് കാലം ഓർത്തെടുക്കുകയായിരുന്നു. തുടക്കം ഏതായാലും കേമമായി. ഡ്രോയിംഗ് റൂമിലെ സോഫയിൽ ഞങ്ങൾ ഇരുന്നപ്പോൾ എം.പി ഹാപ്പിയെ അന്വേഷിച്ചു.

"അവൻ സ്വന്തം വീട്ടിലും സമയത്ത് എത്തില്ല." എം.പിയെ നോക്കി ഞാൻ പറഞ്ഞു. എന്തോ ഓർത്ത് ഞങ്ങൾ വീണ്ടും ചിരിച്ചു.

അടുത്ത അരമണിക്കൂറോളം ഞങ്ങൾ മൂന്നുപേരും സംസാരിച്ചിരുന്നു. ചിരിച്ചു തമാശിച്ചു. മമ്മ തയ്യാറാക്കിയ ലഞ്ച് ഹാപ്പിയില്ലാതെ ഞങ്ങൾ കഴിച്ചുതുടങ്ങി. വീട്ടുകാരനില്ലാതെ ഭക്ഷണം കഴിക്കുന്നത് മാന്യതയല്ല; പക്ഷേ, ഞങ്ങൾക്ക് കാരണമുണ്ടായിരുന്നു. ഒരാൾക്കും അവൻ എപ്പോഴാ എത്തുക എന്ന് പറയാനാവില്ല. അതിനാൽ അവനെ കാത്തുനിൽക്കുന്നതിൽ അർത്ഥവുമില്ല.

കുറച്ച് കഴിഞ്ഞ് വാതിലിൽ വീണ്ടും മുട്ട്. ഹാപ്പിയുടെ മമ്മ വാതിൽ തുറന്നു.

"ഹാപ്പീ വീീർ....' എം.പി ഒച്ചയെടുത്തു. കഴിക്കുന്നിടത്ത് നിന്ന് എഴുന്നേറ്റ് അവന്റെ അരികിലേക്ക് ഓടി.

അമർദീപും ഞാനും കണ്ണോട് കണ്ണ് നോക്കി. എം.പി ഹാപ്പിയെ ആലിംഗനം ചെയ്തപ്പോൾ അവന്റെ കണ്ണിൽ വെള്ളം നിറഞ്ഞപോലെ തോന്നിച്ചു. അവരുടെ സെന്റിമെന്റ് കണ്ടുകൊണ്ടുതന്നെ ഞങ്ങൾ, ഞാനും അമർദീപും, വിഷ് ചെയ്ത് വീണ്ടും ഭക്ഷണം തുടർന്നു.

ഹാപ്പിയും ഞങ്ങൾക്കൊപ്പം കൂടി. അന്നത്തെ ഭക്ഷണത്തിന് രുചിയേറെയായിരുന്നു. ഒരുപാട് കാലത്തിനുശേഷമാണ് ഞങ്ങളെല്ലാവരും കാണുന്നതും ഒരുമിച്ചിരുന്ന് ഭക്ഷണം കഴിക്കുന്നതും. ഭക്ഷണശേഷം ഞങ്ങൾ അടുത്ത ഫ്ളാറ്റിലേക്ക് പോയി; അതേ ബിൽഡിംഗിലെ മുകൾനിലയിലേക്ക്. ഇതും ഹാപ്പിയുടെ ഫാമിലി ഫ്ളാറ്റായിരുന്നു. ഞങ്ങളെപ്പോലുള്ള ബന്ധുക്കൾ വരുമ്പോൾ കൊടുക്കാനുള്ളതായിരുന്നു അത്. അങ്ങോട്ട് പോകുമ്പോൾ എം.പിയുടെ വളിച്ച തമാശകേട്ട് എല്ലാവരും ചിരിച്ചു.

ഡ്രോയിംഗ് റൂമിലെ സോഫാസെറ്റിൽ ചിരിച്ചുകൊണ്ടുതന്നെയാണ് ഞങ്ങൾ ചെന്നുവീണതും. കൈയും കാലും വിടർത്തിവെച്ച് മുകളിലേക്ക് നോക്കി ഞങ്ങൾ നിറഞ്ഞ സന്തോഷത്തോടെ അങ്ങനെ കിടന്നു.

കുറച്ചുനേരത്തേക്ക് ആരും ഒന്നും മിണ്ടിയില്ല. വീണ്ടും ഹാപ്പിയുടെ ചിരിയിൽ തുടങ്ങി. രാംജിയുമായി ബന്ധപ്പെട്ട എന്തെങ്കിലും അവൻ ഓർത്തുകാണും.

ആ വൈകുന്നേരം ഞങ്ങൾ നാലുപേർക്കും ഒരു വിശേഷദിവസം തന്നെയായിരുന്നു. പൊയ്പോയ കാലത്തിന്റെ സുന്ദരഓർമകൾ ഞങ്ങളുടെ സംസാരത്തിൽ വന്നിരുന്നു. കോളേജിൽ കാണാൻ കൊള്ളാത്ത പെണ്ണുങ്ങളെക്കുറിച്ച്, കംപ്യൂട്ടറിൽ ഞങ്ങൾ കണ്ട സെക്സിനെക്കുറിച്ച്, വിദേശ അനുഭവങ്ങൾ അങ്ങനെ അങ്ങനെ പലതും.

"നിനക്ക് ഏതോ കൂടുതൽ ഇഷ്ടം? അമേരിക്കയോ യൂറോപ്പോ?"

എഴുന്നേറ്റ് ഹാപ്പി ചോദിച്ചു.

"യൂറോപ്പ്." നിലത്തു കിടന്ന് മച്ചിലേക്കു നോക്കുന്നതിനിടയിൽ ഞാൻ മറുപടി നൽകി.

"കാരണം?" അമർദീപ് ചോദിച്ചു. അവനെപ്പോഴും എല്ലാത്തിന്റേയും കാരണം കണ്ടെത്താൻ ശ്രമിക്കാറുണ്ടായിരുന്നു. (എങ്കിലും ഹോസ്റ്റൽ താമസക്കാലത്ത് ഞായറാഴ്ചകളിൽ അവൻ എങ്ങോട്ടാണ് പോയിരുന്നതെന്നതിന് ഒരു കാരണവും ഒരിക്കലും പറഞ്ഞിരുന്നുമില്ല.)

"യൂറോപ്പിന് ഒരു ചരിത്രമുണ്ട്. നമ്മൾ ഒരു രാജ്യത്ത് നിന്ന് മറ്റൊരു രാജ്യത്ത് എത്തുന്നതോടെ ഭാഷകൾ മാറി മാറി വരുന്നു. ഭക്ഷണം, കല, വാസ്തുവിദ്യ, പൊതുഗതാഗതം, പ്രകൃതി, സൗന്ദര്യം. യൂറോപ്പിൽ എല്ലാം ഒരു സംഭവമാണ്." ഞാൻ വിശദീകരിക്കാൻ ശ്രമിച്ചു.

"ഇതെല്ലാം യു.എസിലും നീ കണ്ടതല്ലേ?"

"ചിലത് മാത്രം. പൊതുഗതാഗതംപോലുള്ള കാര്യങ്ങൾ യൂറോപ്പുമായി തട്ടിച്ചുനോക്കുമ്പോൾ അത്ര നല്ലതല്ല. സ്റ്റേറ്റിൽ നിങ്ങൾക്ക് സ്വന്തം കാറ് തന്നെയാ ശരണം. അതിൽ ന്യൂയോർക്ക് മാത്രമുണ്ട് ഒരു വ്യത്യാസം. യൂറോപ്പിൽ കേൾക്കുന്നപോലെ ഒരുപാട് ഭാഷകൾ നിങ്ങൾക്കിവിടെ കേൾക്കാനാവില്ല. യു.എസ് വികസിത രാഷ്ട്രം തന്നെയാണ്. പക്ഷേ, യു.എസിനേക്കാൾ എനിക്കിഷ്ടം യൂറോപ്പാണ്."

അമർദീപ് തലയാട്ടി. അവന്റെ ചോദ്യം അവസാനിച്ചു.

"അമർദീപ് ഇതാണേ ഐ.ടി. ജോലിയുടെ പ്രത്യേകത. നമ്മുടെ കോളേജ് കാലത്ത് സ്വപ്നംപോലും കാണാത്ത നാടുകളെ നാം കാണുന്നു, സന്ദർശിക്കുന്നു." എം.പി അമർദീപിനോട് പറഞ്ഞു. കോളേജ് കഴിഞ്ഞ് ഞാനും എം.പിയും ഹാപ്പിയും ഐ.ടി കമ്പനിയിൽ ചേർന്നപ്പോൾ

അമർദീപ് കെ.പി.ഒ. ഇൻഡസ്ട്രിയിലാണ് ചേർന്നത്. അവനൊരിക്കലും ഈ സോഫ്റ്റ് വെയർ ലോകം ഇഷ്ടപ്പെട്ടിരുന്നില്ല.

വീണ്ടും ഒരുമിച്ചു കൂടാൻ പറ്റിയതിൽ ഞങ്ങളൊക്കെയും സന്തുഷ്ട രായിരുന്നു. കോളേജിലെ അവസാന രാത്രിക്കു ശേഷം ഞങ്ങൾ ഒരുപാട് നേരം സംസാരിച്ചിരുന്നു. അന്നു വൈകിട്ട്, പുറത്ത് ചുറ്റിക്കറങ്ങാൻ ഞങ്ങൾ തീരുമാനിച്ചു. പക്ഷേ, കലശയായ യാത്രാക്ഷീണം കാരണം കുറച്ച് റെസ്റ്റ് എടുക്കൽ അത്യാവശ്യമായിരുന്നു. ആരാണ് അന്ന് ആദ്യം ഉറങ്ങിയതെന്ന് എനിക്കോർമയില്ല.

“ബോയ്സ് എഴുന്നേൽക്കൂ.... ഇപ്പൊത്തന്നെ 8.30” ആരോ ഞങ്ങളെ സ്വപ്നത്തിന്റെ മായാലോകത്തുനിന്ന് വിളിച്ചുണർത്തുന്നു. ഹോസ്റ്റൽ കാലത്ത് അമർദീപായിരുന്നു ആദ്യം എഴുന്നേറ്റിരുന്നത്. അവനാണ് മറ്റുള്ളവരെ വിളിച്ചുണർത്തിയിരുന്നതും. ആ വിളി കേട്ടതോടെ ഒരു കാര്യം ഞങ്ങൾക്ക് മനസ്സിലായി. അത് ഞങ്ങളുടെ പുലർക്കാലപൂങ്കുയിൽ അമർ ദീപ് തന്നെ...

അല്ലെങ്കിലും ആർക്കാ ഉറങ്ങുമ്പോൾ വാതിലിൽ തട്ടിവിളിക്കുന്നത് ഇഷ്ടമുണ്ടാകുക? നമ്മൾ മനുഷ്യർക്ക് ഒരു വിചിത്ര സ്വഭാവമുണ്ട്. ഉറക്ക ത്തിൽ നിന്നുണർത്തുന്നവനോട് നമുക്ക് വെറുപ്പ് തോന്നും. ഉണർന്ന് കഴി ഞ്ഞാൽ നാമവനെ ഇഷ്ടപ്പെടുകയും ചെയ്യും. അവൻ ചെയ്തത് ശരിയാ ണെന്ന് നമ്മളും അംഗീകരിക്കും. ഏതായാലും അമർദീപ് തന്റെ പരിശ്രമ ത്തിൽ വിജയിച്ചു. അപ്പോൾ സമയം ഏഴു മണി.

അമർദീപും എം.പിയും ആദ്യമായാണ് നഗരത്തിൽ വരുന്നത്. അവർക്ക് കൊൽക്കത്ത നഗരവും വീഥികളും കാണിച്ചുകൊടുക്കാൻ തീരുമാനിച്ചു. ഭാഗ്യത്തിന് ഞങ്ങളുടെ ആതിഥേയന് രണ്ട് ബൈക്കുണ്ടായിരുന്നു. അവന്റെ പൾസറും അനിയന്റെ സ്പ്ലെന്ററും. ഞങ്ങൾ റെഡിയായി. ഗാരേ ജിൽ നിന്ന് വണ്ടിയെടുത്തു. എം.പിയും ഞാനും സ്പ്ലന്ററും ഹാപ്പിയും അമർദീപും പൾസറും സ്റ്റാർട്ട് ചെയ്തു.

വിദ്യാസാഗർ സേതുവിലൂടെ ഞങ്ങൾ ഹൂഗ്ലി മുറിച്ച്കടന്നു. അങ്ങോട്ടു മിങ്ങോട്ടും ഒച്ചവച്ച് ഉച്ചത്തിൽ സംസാരിച്ച് സ്പീഡിൽ തന്നെയായിരുന്നു ഞങ്ങളുടെ പോക്ക്. ഹമ്പുകളൊന്നും ഞങ്ങളുടെ ബൈക്കിന്റെ സ്പീഡ് കുറച്ചില്ല. എവിടെയായിരുന്നു ഞങ്ങൾ? ആകാശലോകത്ത്. ഒരുപാട് കാലത്തിനുശേഷം അടുത്ത ഫ്രണ്ട്സ് ഒപ്പം കൂടിയാൽ വികാരഭരിത രാകും. അതിലേറെ സന്തോഷവും. ഞങ്ങൾ വിക്ടോറിയ മ്യൂസിയ ത്തിലേക്കും മറ്റു ചില സ്ഥലങ്ങളിലേക്കും പോയി.

ജ്യൂസ് കുടിക്കാനായി ചില സ്റ്റാളുകൾക്കു മുമ്പിൽ നിർത്തി. കൊൽ ക്കത്ത സ്പെഷ്യൽ സ്നാക്സും സ്വീറ്റ്സും കഴിക്കാനും പലയിടത്തും

നിർത്തി. മൂത്രമൊഴിക്കാൻ ഒരാൾക്ക് തോന്നിയപ്പോഴും ഞങ്ങൾ നിർത്തി. ആ ശങ്ക ഒരാളിൽ നിന്ന് മറ്റൊരാളിലേക്ക് പടരുകയും ചെയ്തു.

എവിടെനിന്നോ മൺപാത്രത്തിൽ ഐസ് ടീ കുടിക്കുമ്പോഴാണ് എം.പി ചോദിച്ചത് "എപ്പോഴാ നാം വീട്ടിലേക്കു മടങ്ങുന്നത്?" അപ്പോൾ സമയം രാത്രി 10.30.

"ടെൻഷനടിക്കേണ്ട. മുകൾനിലയുടെ താക്കോൽ എന്റെയടുക്കലുണ്ട്. നമുക്ക് തോന്നുമ്പോ പോയാ മതി. ഏതായാലും ഒരു മണിക്ക് മുമ്പ് നമ്മൾ മടങ്ങാൻ പോകുന്നില്ല." ഹാപ്പി പറഞ്ഞു. അവൻ ചായക്കോപ്പയിലെ അവസാനതുള്ളിയും കുടിച്ചു.

"അതുവരെ നമ്മൾ എവിടെപ്പോകും?" അമർദീപ് ആശങ്കപ്പെട്ടു. അമർ ദീപും അവന്റെ ഉറക്കസമയം പതിനൊന്ന് മണിയേയും ഞാനോർത്തു. പക്ഷേ, ആരും അവനെ ശ്രദ്ധിച്ചില്ല; ഗൗനിച്ചതുമില്ല. മറുപടിയും പറഞ്ഞില്ല. ഹാപ്പി എന്നെ നോക്കി ചെറുചിരിയോടെ ചോദിച്ചു.

"അവിടേക്കു തന്നെ പോയാലോ?"

"ഹേ... അവിടേക്കോ...!!!?"

എം.പി. കൂടുതൽ കടന്നുചിന്തിക്കും മുമ്പ് ഞാൻ കാര്യം വ്യക്തമാക്കി ക്കൊടുത്തു.

"ഫ്രണ്ട്സ്... നാമിപ്പോൾ വളരെ ശാന്തമായ ഒരു സ്ഥലത്ത് പോകുക യാണ്. നിങ്ങൾക്ക് രണ്ടാൾക്കും അത് കാത്തിരുന്ന് കാണാം..."

എം.പി ഇടയ്ക്കു കയറി എന്തോ പറയാൻ തുടങ്ങിയതോടെ ഞാൻ മിണ്ടാതിരുന്നു.

"യാ... യെസ്. യെസ്... ആ... ചന്ദ്രമുഖി ബംഗാളി സ്വദേശിനിയാ ണെന്ന് ഞാൻ കേട്ടിട്ടുണ്ട്. ഗെയ്സ് നമ്മൾ...!!!?" അവന്റെ വളിഞ്ഞ ചിരിയും തരികിട കണ്ണുകളും ചോദ്യം പൂർത്തിയാക്കിത്തന്നു.

"നീയൊരു തരികിടതന്നെയാണ്." ഹാപ്പി ചിരിച്ചുകൊണ്ട് പറഞ്ഞു.

"കൂടുതൽ കടന്ന് അങ്ങ്ട് ചിന്തിക്കണ്ട എം.പി... മിണ്ടാതെ ഞങ്ങ ളോടൊപ്പം പോന്നാൽ മതി." ഞാൻ കൂട്ടിച്ചേർത്തു.

കൂടുതൽ ഒന്നും പറയാതെ ഞങ്ങൾ ബൈക്കിൽ കയറി ലക്ഷ്യസ്ഥാന ത്തേക്കു നീങ്ങി.

ഞങ്ങളവിടെ എത്തുമ്പോൾ അർദ്ധരാത്രിയായിട്ടില്ലായിരുന്നു. കാറ്റിന് ചെറിയ തണുപ്പുണ്ട്. ആദ്യനോട്ടത്തിൽ ഞങ്ങൾ ഒരു ചേരിയിലിയാ ണെന്നു തോന്നി. അടഞ്ഞുകിടക്കുന്ന ഒരു ഷട്ടർ. ഏതാനും ലോറികൾ അവിടവിടം പാർക്ക് ചെയ്തിരിക്കുന്നു. ഡ്രൈവർമാരൊക്കെ ഉറങ്ങുകയാ യിരിക്കും. ഒരു ലോറിക്കരികിലായി ഞങ്ങൾ ബൈക്ക് നിർത്തി. ഗാരേ ജിന്റെ വലതുവശത്തുകൂടെ പോകുന്ന ചെറിയ നിരത്തിലൂടെ ഞങ്ങൾ

നടന്നു. അവിടമാകെ മങ്ങിയ പ്രകാശമുണ്ടായിരുന്നു. തികഞ്ഞ നിശ്ശബ്ദതയും.

ഞങ്ങളുടെ കലപില ശബ്ദവും പാദപതനവും വലിയ ശബ്ദമുണ്ടാക്കി. ചീവിടിന്റെ ശബ്ദം അതിന് ശക്തി നൽകി. അടുത്തെവിടെയോ നായ്ക്കൾ നിർത്താതെ കുരയ്ക്കുന്ന ശബ്ദം എം.പി. കേട്ടുവെന്ന് പറഞ്ഞു. അവനത് ശരിക്കും കേട്ടിരുന്നോ... അതെനിക്കറിയില്ല. ഒരുപക്ഷേ, അതാ പാവം നെഞ്ചിന്റെ ശബ്ദമാവാം.

"ശ്ശ്ശ്... അവരൊക്കെ എഴുന്നേൽക്കും." വിരൽ ചുണ്ടിൽ വെച്ച് ഹാപ്പി പതിയെ പറഞ്ഞു.

"ആര്!!?" അമർദീപ് മന്ത്രിച്ചു.

"ഇവിടെ ഈ നിരത്തിൽ മനുഷ്യർ ഉറങ്ങുന്നുണ്ട്. നിങ്ങളുടെ സ്റ്റപ്പ് ശ്രദ്ധിക്കണം." ഹാപ്പി പറഞ്ഞു.

"മനുഷ്യർ?!!! റോഡിൽ ഉറങ്ങുകയോ?!!" അമർദീപ് നിന്നു.

അവർ പാവം മുക്കുവരായിരുന്നു.

ചിലർ സുഖമായി ഉറങ്ങുന്നു. മറ്റു ചിലർ നാടൻകള്ളിന്റെ മൂപ്പിലും.

ആ നിരത്ത് മരത്തടിയുള്ള ഒരു സ്ഥലത്ത് അവസാനിച്ചു. സ്റ്റയർ കെയ്സ്സ്റ്റെപ് പോലെ താഴോട്ട് പോകുന്നു. ഒരു ചെറിയ ശബ്ദം കേൾക്കുന്നുണ്ട്. വെള്ളം തീരത്ത് ചെന്നടിക്കുന്നതുപോലെ, ചീവീടു ശബ്ദങ്ങൾ പിറകിലാക്കി ഞങ്ങളിവിടെ ആ മരക്കുടിലിനരികിൽ നിന്നു.

ഏതാനും നിമിഷത്തിനുള്ളിൽ ഞങ്ങൾ ലക്ഷ്യത്തിലെത്തിയിരിക്കുന്നു.

അത് ഹൂഗ്ലി നദിയായിരുന്നു. അതിന്റെ ഉൾവലിഞ്ഞിരിക്കുന്ന ഒരു ഭാഗത്താണ് ഞങ്ങൾ നിൽക്കുന്നത്. അമർദീപിന്റേയും എം.പിയുടേയും പേടി അദ്ഭുതമായി, ആഹ്ലാദമായി.

"ഇതാ ഇവിടെയാണ് ലോഞ്ച് ഘട്ട്. നാമിപ്പോൾ ഹൗറയിലാണ്. ഇവിടെ നിന്നാണ് അക്കരയ്ക്ക്, കൊൽക്കത്ത സിറ്റിയിലേക്ക് ബോട്ട് കയറാനുള്ളത്." ദൂരെ പുഴയ്ക്കപ്പുറത്തേക്ക് ചൂണ്ടി ഹാപ്പി പറഞ്ഞു.

ആവേശത്തോടെ ഞങ്ങൾ ആ മരത്തടിയിലേക്ക് ചാടിക്കയറി. മൂന്നു ഭാഗത്താലും വെള്ളം നിറഞ്ഞുനിൽക്കുന്ന കാഴ്ച മനോഹരമായിരുന്നു. തലയ്ക്കു മീതെ പൂർണചന്ദ്രൻ, തെളിഞ്ഞുനിൽക്കുന്ന നക്ഷത്രങ്ങൾ. സുന്ദരമായ ആകാശത്തിന് കീഴെ ഞങ്ങൾ നാലുപേരും!

ഹാർബറിലുണ്ടായിരുന്ന പഴകിയ ഒരു നങ്കൂരത്തിനരികിൽ ഞങ്ങൾ ഇരുന്നു. ബംഗാൾ ഉൾക്കടലിൽ എത്തിച്ചേരാനായി. നദി കാറ്റിനോട് മത്സരിക്കുന്നുണ്ട്. ആ നിശ്ശബ്ദതയിലും കരയിലടിക്കുന്ന വെള്ളത്തിന്റെ

ശബ്ദം വ്യക്തമായിരുന്നു. ഈ നദിക്കപ്പുറമാണ് കൊൽക്കത്ത. ഉയർന്നു നിൽക്കുന്ന കെട്ടിടങ്ങളും മങ്ങിയ ലൈറ്റുകളും എന്നെ ന്യൂയോർക്ക് ഓർമിപ്പിച്ചു. പക്ഷേ, ഇതാണ് അതിലും മികച്ചത്. കാരണം ഞാൻ എന്റെ കൂട്ടുകാർക്കൊപ്പമാണ്.

ഞങ്ങൾ കൈ വിരിച്ച് ആ തണുത്ത സുഖകരമായ കാറ്റിനെ നെഞ്ചോടു ചേർത്ത് ആശ്വാസത്തോടെ ശ്വാസമെടുത്തു. അപ്പോഴാണ് ഹാപ്പി സംസാരിച്ചു തുടങ്ങിയത്.

"പിന്നെ?" അമർദീപിനെ നോക്കി അവൻ ചോദിച്ചു.

"എന്ത്?" അമർദീപ് തിരിച്ച് ചോദിച്ചു. എന്താണ് ഹാപ്പിയുടെ "പിന്നെ" അർത്ഥമാക്കുന്നത് എന്നറിയാതെ.

"പിന്നെ... എങ്ങനെയുണ്ട് ഈ സ്ഥലം. ഫക്... ഡാമിറ്റ്..."

"ആ... ഈ സ്ഥലം? ഇതിനേക്കാളും നല്ലൊരു സ്ഥലം എനിക്ക് ചിന്തിക്കാൻ പോലുമാകുന്നില്ല. സ്വർഗമാണിത്."

ഞങ്ങളെല്ലാവരേയും അദ്ഭുതപ്പെടുത്തി പിന്നെയും പിന്നെയും തണുത്ത ഇളംകാറ്റ് അടിച്ചുവീശി. എല്ലാവരും ഹാർബറിൽ മലർന്നു കിടന്നു.

അവിടെനിന്നാണ് ആ ചർച്ച ആരംഭിച്ചത്. സീരിയസ് ചർച്ച! എന്റെ ജീവിതം തന്നെ മാറ്റിമറിച്ച ചർച്ച. അതു തുടങ്ങിയത് മറ്റൊരു "പിന്നെ" യായിരുന്നു.

"പിന്നെ" അമർദീപാണ് ഇപ്രാവശ്യം അത് ചോദിച്ചത്. ഹാപ്പിയെ നോക്കി.

"എന്ത്?" തലയുയർത്തി ഹാപ്പി തിരിച്ചു ചോദിച്ചു.

"ഇനിയെന്താ അടുത്ത പ്രോഗ്രാം?" അമർദീപ് ചോദിച്ചു.

"ഡിന്നറാണോ നീ ഉദ്ദേശിച്ചത്?" എം.പി. ചാടിയെഴുന്നേറ്റു.

"അല്ല. നമ്മുടെ ജീവിതത്തിൽ ഇനിയെന്താ അടുത്ത പ്രധാന പരിപാടി എന്നാ ഞാൻ ഉദ്ദേശിച്ചേ... സ്കൂൾ കഴിഞ്ഞു. എഞ്ചിനീയറിംഗ്, അതും കഴിഞ്ഞു. നല്ലൊരു ജോലി, അതും കിട്ടി. വിദേശത്തേക്ക് പോവുക. അതുംകഴിഞ്ഞു. ബാങ്ക് ബാലൻസ് അതങ്ങനെ കൂടിക്കൂടി വരുന്നു. ഇനിയെന്ത്?"

"ആ... ഇപ്പോ എനിക്ക് മനസ്സിലായി, നീ എന്താ ഉദ്ദേശിക്കുന്നതെന്ന്." ഹാപ്പി തലകുലുക്കി. "ഇവനോട് ചോദിക്ക്" അവൻ എന്റെ നേരെ ചൂണ്ടി പറഞ്ഞു.

എല്ലാവരും എന്നെ നോക്കി.

"നിങ്ങളുടെ മനസ്സിലും കുടുംബത്തിലും നടക്കുന്നത് എന്താണെന്നെനിക്കറിയില്ല. പക്ഷേ, എന്റെ അമ്മയും അപ്പയും അങ്ങനെ എന്തൊക്കെയോ

കരുതുന്നുണ്ട്. അവരെന്റെ പിറകെയാ. നിങ്ങൾക്കൊരിക്കലും വിശ്വസിക്കാനാകാത്ത രൂപത്തിൽ... എന്താപ്പോ ഞാൻ കല്യാണം കഴിച്ചില്ലേൽ.. ഹേ...?" ഞാൻ ചോദിച്ചു.

"അതുതന്നെയാ എല്ലാവർക്കുമുള്ള പ്രശ്നം... നാമൊക്കെ പാവം അവിവാഹിതരാണെടാ" എം.പി. തമാശിച്ചു.

"എം.പി... ഞാൻ കാര്യമായി ചോദിച്ചതാണെടാ." അമർദീപ് പറഞ്ഞു.

"പിന്നെ നീയോ നിന്റെ ഫാമിലിയോ വല്ലതും തീരുമാനിച്ചിട്ടുണ്ടോ?" ഞാനവനോടു ചോദിച്ചു.

"ഇല്ല. ഞാനും നിങ്ങളെപ്പോലെത്തന്നെയാ. പക്ഷേ, സത്യമായിട്ടും നമുക്കൊക്കെ ഒരു ദിവസം സെറ്റിലാവേണ്ടേടാ, ഒരു പങ്കാളിക്കൊപ്പം. എത്ര കാലം നാം അച്ഛനമ്മമാരെ എതിർത്ത് നിൽക്കും? അവർക്കുമുണ്ടാകില്ലെ പ്രതീക്ഷകൾ, നമ്മെക്കുറിച്ചുള്ള ആഗ്രഹങ്ങളും സ്വപ്നങ്ങളുമൊക്കെ."

"മനസ്സിലായെടാ. അമർദീപ്, ഒരു പരിചയവുമില്ലാത്ത ഒരാൾക്കൊപ്പം ഒരായുസ്സ് മുഴുവൻ പങ്കിടാൻ നീ തയ്യാറാണോ? നമ്മുടെ ഹോസ്റ്റൽ കാലത്ത് പരസ്പരം പലപ്പോഴും നമുക്ക് അഡ്ജസ്റ്റ് ചെയ്യേണ്ടിവന്നിരുന്നു. പക്ഷേ, ഇത് ജീവന്റെ അവസാനം വരേക്കുള്ളതല്ലേ?" ഹാപ്പി പറഞ്ഞു.

"പക്ഷേ, പെട്ടെന്നോ അല്ലെങ്കിൽ കുറച്ച് കഴിഞ്ഞോ വേണ്ടതല്ലേ ഇതൊക്കെ?" അമർദീപ് ചോദിച്ചു.

"ഇങ്ങനെതന്നെ നിന്നാൽ എന്താ നമുക്ക് കുഴപ്പം" എം.പി. ചോദിച്ചു.

"നീയൊന്ന് ആലോചിച്ചേ. അറുപതാം വയസ്സിൽ ഒറ്റയ്ക്ക് ജീവിക്കുന്നത്. ജീവിതം അത്ര എളുപ്പമാവില്ല. അതൊരു യാത്രയാണ്. അത് ശരിയായി പൂർത്തീകരിക്കപ്പെടണമെങ്കിൽ ഒരു പങ്കാളി കൂടിയേ തീരൂ" അമർദീപ് പറഞ്ഞു.

ആ രാത്രി, ആ നദീതീരത്ത്, ഞങ്ങൾ നാലുപേരും അതിനെക്കുറിച്ച് കൂലങ്കഷമായിത്തന്നെ ചിന്തിച്ചു. ആദ്യമായി...

ഇതിനെക്കുറിച്ചൊക്കെ സംസാരിക്കാൻ ഞങ്ങൾ 'തികഞ്ഞിരിക്കുന്നു'വെന്ന് എല്ലാവർക്കും തോന്നിയ ആദ്യസമയവും അതായിരിക്കാം. ഒരുപാട് ചോദ്യങ്ങളും ഒരുപാട് എന്തെങ്കിലുകളും പക്ഷേകളും ഉയരുകയും ഉത്തരം പറയുകയും അംഗീകരിക്കുകയുമൊക്കെ ചെയ്തു ആ രാത്രിയിൽ. ഒരുപാട് കാര്യങ്ങളെക്കുറിച്ച് ഞങ്ങളന്ന് ചർച്ചചെയ്തു. ഞങ്ങളിൽ ആരും കല്യാണത്തിന് എതിരല്ലായിരുന്നു. പക്ഷേ, അതിന്റെ ലാഭനഷ്ടങ്ങളെ കുറിച്ചായിരുന്നു ഞങ്ങളുടെ ചർച്ചയൊക്കെയും. അമർദീപും ഞാനും കല്യാണം വേണമെന്ന് നേരത്തെ തീരുമാനിച്ചവരായിരുന്നു. ഈ തുറന്ന ചർച്ചയിലൂടെ ഹാപ്പിയും എം.പിയും കൂടി സീരിയസ്സായി ചിന്തിക്കുകയും ചെയ്തു. പൂർണമായ തീരുമാനത്തിലെത്തിക്കാനായില്ലെങ്കിലും ശരി.

“പക്ഷേ, അപ്പോ ഒരു പ്രശ്നമുണ്ട്. ലവ് മാര്യേജോ അറേൻജ്ഡ് മാര്യേജോ? മാതാപിതാക്കളുടെ താത്പര്യമോ അതോ നമ്മുടേതോ?” ഹാപ്പി ചോദിച്ചു.

“അത് വൈയക്തികമാണ്. നാം സ്വതന്ത്രരാണ്. നമ്മുടെ മാതാപിതാക്കൾ നമ്മെ എതിർക്കുമെന്ന് എനിക്ക് തോന്നുന്നില്ല” അമർദീപ് പറഞ്ഞു. ഇതുകേട്ട ഹാപ്പി മിണ്ടാതിരുന്നു.

“പക്ഷേ, അമർദീപ് നമ്മെ നോക്ക്. നാമെല്ലാവരും ഉത്തരേന്ത്യക്കാരാണ്. ദൂരെ സ്ഥലങ്ങളിൽ ജോലിചെയ്യുന്നവർ. മനസ്സിനിണങ്ങിയ ഒരാളെ കണ്ടെത്താൻ വളരെ പ്രയാസമാണ്. നമ്മുടെ ജോലിയുടെ സ്വഭാവംകൊണ്ട് തന്നെ കൂടുതൽ ആളുകളുമായി കൂട്ടുകൂടാൻപോലും സാധിക്കുന്നില്ല. എല്ലാത്തിനും പുറമെ നമ്മളാരും അച്ഛനമ്മമാർ കണ്ടെത്തുന്ന ഒരു കുട്ടിയെ കെട്ടാനും കരുതുന്നില്ല.” എം.പി പറഞ്ഞു.

“നീ അവസാനം പറഞ്ഞത് ശരിയാണെന്ന് എനിക്ക് തോന്നുന്നില്ല. എല്ലാ കാര്യങ്ങളും നീ തന്നെയല്ലേ തീരുമാനിക്കേണ്ടത്.” അമർദീപ് പ്രതിവചിച്ചു.

“എം.പി പറഞ്ഞത് ഒരു സത്യമാണ്. എന്റെ കാര്യത്തിൽ എനിക്കിഷ്ടമുള്ള ഒരുവളെ കല്യാണം കഴിക്കാനാ ഞാൻ കരുതുന്നത്. പക്ഷേ, കഴിഞ്ഞ വർഷം ഞാൻ വിദേശത്തായിരുന്നു. ഒരുപക്ഷേ അടുത്ത ഏതാനും വർഷം ഞാൻ ഇവിടെ ഇന്ത്യയിലുണ്ടാകും. അതും എന്റെ ഇഷ്ടത്തിലുള്ള കല്യാണവും എങ്ങനെ ഒത്തുപോകും. എന്നെപ്പോലത്തെ ഒരാൾക്ക് ഇന്ത്യക്കാരിയല്ലാത്ത ഒരാൾക്കൊപ്പം സെറ്റിൽ ചെയ്യാനും കഴിയില്ല. ഇന്ത്യക്കാരിയെന്നല്ല അവൾ പഞ്ചാബി തന്നെയാകണം.” ഞാൻ പറഞ്ഞു.

“നീ എങ്ങനെയാ ഇൻഫോസിസിൽ ജോലിക്ക് അപ്ലൈ ചെയ്തത്?” വിഷയം മാറ്റിക്കൊണ്ട് അമർദീപ് ചോദിച്ചു.

“വെബ്സൈറ്റിലൂടെ.” ഞാൻ പറഞ്ഞു.

“ഹാപ്പി! നീ എങ്ങനെയാ ലണ്ടനിൽ നിന്ന് നിന്റെ പാരന്റ്സിന് പണമയക്കുന്നത്?”

“ഇന്റർനെറ്റ് ബാങ്കിംഗ് വഴി. അത് വളരെ ഫാസ്റ്റാ.” അവൻ പറഞ്ഞു.

“നോക്ക് അത് തന്നെ... ലോകം ഇന്റർനെറ്റിന്റെ കൈപ്പിടിയിലാ. സത്യത്തിൽ നാമൊക്കെയും ഐ.ടി. ബിരുദക്കാരും. മിക്ക സമയത്തും നാമെല്ലാവരും നെറ്റിലാകും. എന്തുകൊണ്ട് നമ്മുടെ കല്യാണക്കാര്യത്തിനും അതേ നെറ്റ് തന്നെ ഉപയോഗിച്ചുകൂടാ?”

“മാട്രിമോണിയൽ സൈറ്റുകളെ കുറിച്ചാണോ നീ പറയുന്നത്. ശാദി. കോം പോലത്തെ?” ഹാപ്പി ചോദിച്ചു.

“അതെ.”

"അതൊക്കെ ശരിക്കും ഉപകാരപ്പെടുമോ? എനിക്കങ്ങനെ തോന്നുന്നില്ല." എം.പി. തന്റെ ഭാഗം വ്യക്തമാക്കി.

"ഒരു ഭക്ഷണം സ്വാദുള്ളതോ, കയ്പുള്ളതോ എന്നറിയാൻ ആദ്യം നീയത് നോക്കണം. അത് മാത്രമാ അതിനെക്കുറിച്ച് ശരിക്കും അറിയാനുള്ള മാർഗം." അമർദീപ് പറഞ്ഞു.

"അതിലും നല്ലത് രുചിച്ചറിഞ്ഞ ഒരാളോട് ചോദിക്കുന്നതാ."

"എന്തിനാ വെറുതെ ഒരു പരീക്ഷണം?" ഞങ്ങളെ ചിരിപ്പിക്കാനെന്നോണം ഹാപ്പി പറഞ്ഞു.

"രാംജി അങ്ങനത്തെ വല്ല സൈറ്റും നോക്കിയിട്ടുണ്ടോ?" ഞാൻ ചോദിച്ചു.

"ഇതുവരെ നോക്കിയിട്ടില്ല. നോക്കണമെന്നുണ്ട്."

ഞങ്ങളൊന്നും പറയാതെ മിണ്ടാതിരുന്നപ്പോൾ അവൻ വിശദീകരിച്ചു തുടങ്ങി.

"ഇതിൽ ഏറ്റവും രസകരമായത് ഒറ്റയിരുപ്പിൽത്തന്നെ ഒരുപാട് പ്രൊഫൈലുകൾ കാണാമെന്നതാണ്. നമുക്കേറ്റവും ചേർന്നത് കണ്ടെത്തുവാനും വളരെ എളുപ്പമാ. നിങ്ങൾക്ക് താത്പപര്യമുള്ളവരോട് കോണ്ടാക്റ്റ് ചെയ്യാനും കഴിയും. എല്ലാം സിസ്റ്റമാറ്റിക്കാ. എല്ലാറ്റിനുമപ്പുറം നിങ്ങൾക്കൊരിക്കലും സ്ഥലത്തെക്കുറിച്ച് ആകുലപ്പെടേണ്ടവരില്ല എന്നതാണ്"

അമർദീപ് അതിനെക്കുറിച്ച് ചില കാര്യങ്ങൾ വിശദീകരിച്ചു. ഞങ്ങൾ കൂടുതലായി അതിനെക്കുറിച്ചൊന്നും ചർച്ച ചെയ്തിട്ടില്ലായിരുന്നു.

"ഓ.കെ. ഇതു നടക്കുമെന്ന് എനിക്കു തോന്നുന്നില്ല. ഒന്ന് ശ്രമിച്ചു നോക്കാം. ആർക്കറിയാം...?" എം.പി. പോലും വീണുപോയി.

അപ്പോൾ സമയം രാവിലെ 1.30 ഞങ്ങളുടെ ഒഴിഞ്ഞ വയർ ചില സൂചനകൾ നൽകിത്തുടങ്ങി.

അമർദീപ് പറഞ്ഞു. "ഇപ്പൊത്തന്നെ ഒരുപാട് വൈകിയിരിക്കുന്നു. ഭയങ്കര വിശപ്പുണ്ട്. നമുക്ക് വീട്ടിൽ പോകാം." ഊരയ്ക്ക് കൈ കൊടുത്ത് അവൻ എഴുന്നേറ്റു.

"അപ്പോ ആരാ ആദ്യം?" ഞങ്ങളെല്ലാവരും ഡ്രസ് ശരിയാക്കുമ്പോൾ എം.പി ചോദിച്ചു.

"ആദ്യം വിവാഹിതനാകുന്നതോ? അതോ സൈറ്റിൽ ആദ്യം പ്രൊഫൈൽ ഉണ്ടാക്കുന്നവനോ?" ചിരിച്ചുകൊണ്ട് ഹാപ്പി ചോദിച്ചു.

"രണ്ടും."

"എനിക്ക് തോന്നുന്നു ഇവനാണെന്ന്." അവൻ എന്നെ ചൂണ്ടി. അവനെന്താണങ്ങനെ ചെയ്തത് എന്ന് എനിക്കറിയില്ല.

പുലർച്ചെ, നാലു മണിയായിക്കാണും ഞങ്ങൾ ഭക്ഷണം കഴിച്ച് കിടന്നപ്പോൾ. ഒരുപാട് കാലത്തിന് ശേഷം ഞങ്ങൾ ഹോസ്റ്റലിലെന്നപോലെ ആഘോഷത്തോടെ ഉറങ്ങി. ആ ദിവസം ഞങ്ങളുടെ ജീവിതത്തിലെ വളരെ മനോഹരമായ ദിവസങ്ങളിലൊന്നായിരുന്നു.

കൊൽക്കത്തയിലെ പ്രധാന സ്ഥലങ്ങളിലൂടെ അടുത്ത ദിവസം ഞങ്ങൾ ചുറ്റിക്കറങ്ങി. വൈകിട്ട് ലോഞ്ച്ഘട്ടിലേക്ക് പിന്നെയും പോയി. സിറ്റിയുടെ അങ്ങേ തീരത്തേക്കു പോകാനായി ഞങ്ങൾ കാത്തു നിന്നു. നിങ്ങൾ എന്നെ വിശ്വസിക്കില്ല... ഞാനിനി പറയാൻ പോകുന്നത് കേട്ടാൽ. എന്നാലും വിശ്വസിച്ചേ പറ്റൂ. 1912-ലെ ടൈറ്റാനിക്കിൽ പോകുന്നതു പോലുള്ള ഒരു അനുഭവമായിരുന്നു അത്. അടുത്ത കൂട്ടുകാർക്കൊപ്പം പ്രത്യേകിച്ചും. ഞങ്ങൾ തിന്നും കുടിച്ചും മിണ്ടിപ്പറഞ്ഞും ആ രാവ് ശരിക്കും ആഘോഷിച്ചു. അതും എൽസ് എന്നു പറയുന്ന ബാറിൽ വെച്ച്.

അതായിരുന്നു ഞങ്ങളുടെ റീയൂനിയന്റെ അവസാന രാത്രി. അവർ മൂന്നുപേരും എന്നെ ഹൗറ സ്റ്റേഷനിൽ യാത്രയാക്കാൻ വന്നിരുന്നു. ഞങ്ങളുടെ കോളേജ്‌വാസത്തിന്റെ അവസാന ദിവസത്തിൽ പണ്ട് ഹൈദ്രാബാദ് സ്റ്റേഷനിൽ വെച്ച് ചെയ്തിരുന്നതുപോലെ തന്നെ. ഒരിക്കൽക്കൂടി ഞങ്ങൾ നാലു പേരും കെട്ടിപ്പിടിച്ചു.

“ആരാ ആദ്യം കരയാൻ പോകുന്നത്?” എം.പി ചോദിച്ചു.

ആ മണ്ടൻചോദ്യം കേട്ട് ഞങ്ങളൊക്കെയും പൊട്ടിച്ചിരിച്ചു.

ട്രെയിൻ അവസാന ഹോൺ മുഴക്കി. ഞാൻ ബോഗിയിൽ കയറി. ട്രെയിൻ പ്ലാറ്റ്ഫോം വിടുന്നതുവരെയും അവർക്ക് കൈകാണിച്ചുകൊണ്ട് വാതിൽക്കലിൽ തന്നെ നിന്നു. പിറ്റേന്ന് രാവിലെ ഞാൻ ഭുവനേശ്വറിൽ എത്തി. അന്നു രാവിലെത്തന്നെ അമർദീപും എംപിയും അവരവരുടെ നാട്ടിലേക്ക് വിമാനം കയറിയിരുന്നു. കുറച്ച് ദിവസത്തിനുള്ളിൽ ഹാപ്പിയും തിരിച്ച് ലണ്ടനിലേക്കു പറന്നു.

കുശി

മൂന്നാഴ്ചയ്ക്കുശേഷം ഞാനെന്റെ ഓഫീസിലായിരുന്നു. മറ്റേതൊരു ദിവസം പോലെതന്നെ. കാര്യമായ പണിയൊന്നുമില്ല. റീ യൂനിയന്റെ അന്ന് എം.പി എടുത്ത ഫോട്ടോകൾ കാണുകയായിരുന്നു. അവൻ അതൊക്കെ എല്ലാവർക്കും ഇ-മെയിൽ ചെയ്തിട്ടുണ്ടായിരുന്നു. അത് കണ്ടുകൊണ്ടിരിക്കെ എന്റെ യാഹു ഇൻബോക്സിൽ ഒരു പരസ്യം മുകൾ ഇടതു ഭാഗത്തായി ബ്ലിങ്ക് ചെയ്യുന്നത് ഞാൻ ശ്രദ്ധിച്ചു.

അതൊരു മാട്രിമോണിയൽ സൈറ്റായിരുന്നു. ശാദി.കോം. സുന്ദരിയായ ഒരു പെൺകുട്ടിയുടെ ഫോട്ടോ അതിൽ നിറഞ്ഞുനിൽക്കുന്നുണ്ടായിരുന്നു. ആ സുന്ദരിയുടെ ഫോട്ടോ സൈറ്റിന് തികച്ചും യോജിച്ചതായിരുന്നു.

ഞങ്ങളുടെ റീയൂനിയൻ ചർച്ച ഓർമിച്ചുകൊണ്ട് ഞാൻ അതിൽ ക്ലിക്ക് ചെയ്തു. അതെന്നെ ആ സൈറ്റിൽ എത്തിച്ചു. ആവശ്യമായത് പൂരിപ്പിച്ച് ഞാൻ സെർച്ച് ചെയ്തു. താമസിയാതെ ഒരുപാട് പെൺകുട്ടികളുടെ ഫോട്ടോ എനിക്ക് മുമ്പിൽ തുറന്ന് വന്നു. ഹാവൂ... ചിലർ അതിസുന്ദരികളായിരുന്നു. ഞാനാ സൈറ്റ് മുഴുവൻ ചെക്ക് ചെയ്യാൻ തീരുമാനിച്ചു. പക്ഷേ 6-ാമത്തെ പേജ് തുറന്നപ്പോൾ സൈറ്റിൽ രജിസ്റ്റർ ചെയ്യണമെന്ന പ്രോംപ്റ്റ് വന്നു. രജിസ്റ്റർ ചെയ്യാതെ എനിക്ക് കൂടുതൽ പ്രൊഫൈലുകൾ കാണാനൊക്കില്ല. 'ട്രെയ്‌ലർ' കഴിഞ്ഞിരിക്കുന്നു. 'സിനിമ' മുഴുവൻ കാണണമെങ്കിൽ രജിസ്റ്റർ ചെയ്യണം

'...എനിക്ക് ഒരു പണിയുമില്ല എന്നാണോ നിങ്ങളൊക്കെ കരുതുന്നത്? ഏതായാലും രജിസ്റ്റർ ചെയ്യാൻ എന്നെ കിട്ടില്ല. സൈറ്റിൽ എന്റെ പ്രൊഫൈൽ ഉണ്ടാക്കാനുമൊക്കെ വേറെ ആളെ നോക്കണം...' അന്ന് ഇതായിരുന്നു ഹാപ്പിയോടു പറയാൻ കരുതിയിരുന്നത്. പക്ഷേ, കാര്യങ്ങളൊക്കെ ആകെ കുഴഞ്ഞുമറിഞ്ഞു. ആ സുന്ദരമുഖങ്ങൾ എന്നെ വീണ്ടും വീണ്ടും പ്രലോഭിപ്പിച്ചു, തിരക്കുള്ള ആ സമയത്തും. ഒരു ക്ലയന്റിന് കൊടുക്കാനുള്ള ഒരു പ്രൊജക്ടിന്റെ തിരക്കിലാണ്. അടുത്ത ദിവസം തന്നെ അത് കൊടുക്കേണ്ടതുണ്ട്. എന്നിട്ടും എനിക്ക് ഒരു സമാധാനവുമുണ്ടായില്ല.

ആരോ പറഞ്ഞതുപോലെ "മൂന്നു വസ്തുക്കൾ, സമ്പത്ത്, സ്ത്രീ (മൂന്നാമത്തേത് ഞാൻ എപ്പോഴും മറക്കും) കൊണ്ട് ലോകത്തെന്തും എത്തിപ്പിടിക്കാൻ സാധിക്കും."

അവസാനം എന്റെ പ്രൊഫൈലും സൈറ്റിലെത്തി. നല്ലൊരു ഫോട്ടോ തന്നെ ഞാൻ അപ്‌ലോഡ് ചെയ്തു. എന്നെ തിരയുന്നവർക്ക് കാണാനാവശ്യമായതൊക്കെയും ഞാനാ സൈറ്റിൽ ചെയ്തു വെച്ചു. യൂറോപ്പിലേക്കും യു.എസിലേക്കും ഞാൻ നടത്തിയ യാത്രയെക്കുറിച്ച് ഞാൻ പ്രത്യേകം സൂചിപ്പിച്ചു.

രജിസ്റ്റർ ചെയ്ത ശേഷം ഞാൻ പഞ്ചാബി പെൺകുട്ടിക്കായി സെർച്ച് ചെയ്തു. എന്റെ പ്രൊഫൈലിനോട് യോജിച്ച മൂന്നു പേജുകൾ തുറന്നു വന്നു. പക്ഷേ, അതിൽ നിന്നും അമ്പത് പ്രൊഫൈൽ കണ്ടപ്പോഴേക്കും എന്റെ കണ്ണുകൾ ക്ഷീണിച്ചു. എനിക്ക് മടുത്തുതുടങ്ങി. അവയിലും ഞാൻ കോൺടാക്റ്റ് കരുതിയവരുണ്ടായിരുന്നു.

പക്ഷേ, എനിക്കതിന് കഴിയുംമുമ്പേ എന്നെ ആകെ നിരാശനാക്കിയ ഒരു കാര്യമുണ്ടായി. അവരോട് സംസാരിക്കണമെങ്കിൽ ഞാൻ പണമൊടുക്കേണ്ടിയിരിക്കുന്നു. അതൊന്നും ഫ്രീയല്ലെന്ന്. നാശം!

ആകെ ഫ്രീയായി കിട്ടുന്നത് ശേഷമുള്ള പേജുകളിലും എനിക്ക് താത്പര്യമുള്ളത് തിരയുകമാത്രമായിരുന്നു. ഒരു മെസേജ് ഇൻബോക്സിലേക്ക് അയക്കാൻ എനിക്കാകും. അവർ എന്റെ താത്പര്യത്തിന് യെസ് മൂളിയാലും അവരെ ബന്ധപ്പെടണമെങ്കിൽ പണമൊടുക്കിയെ മതിയാകൂ. അവർ ചോദിക്കുന്ന കാശ് എത്രയാണെന്ന് ഞാൻ നോക്കി.

"ഒരു വർഷത്തേക്ക് 3000 ബക്സ്!!!??. നടപ്പില്ല!" ഞാൻ മനസ്സിൽ പറഞ്ഞു.

പിന്നെ ഞാൻ ചിന്തിച്ചു. നല്ലത് കിട്ടിയാൽ മാത്രം ഞാൻ പണമൊടുക്കും. അവരുടെ പോസിറ്റീവ് മറുപടി വന്നാൽ മാത്രം. അതുവരെ പണം ഞാൻ അടയ്ക്കില്ല. പറ്റിയവരുണ്ടെങ്കിൽ ഇങ്ങോട്ട് വരട്ടെ... എനിക്ക് തോന്നുമ്പോഴൊക്കെ എന്റെ പ്രൊഫൈലിനോട് യോജിക്കുന്ന പെൺകുട്ടികളെ ഞാൻ തിരഞ്ഞുകൊണ്ടിരുന്നു.

ശാദി.കോമുമായുള്ള എന്റെ പരിചയത്തിന്റെ തുടക്കം അങ്ങനെയായിരുന്നു. ചെയ്തുതീർക്കാനുള്ള പ്രോജക്ട് കൂടി തീർന്നതോടെ ഞാൻ പൂർണമായും അതിലായി.

ഹാപ്പിക്കും അമർദീപിനും എം.പിക്കുമൊഴികെ മറ്റാർക്കും എന്റെ പ്രൊഫൈലിനെക്കുറിച്ചറിയില്ലായിരുന്നു, എന്റെ മാതാപിതാക്കൾക്കുപോലും. വിവാഹത്തെക്കുറിച്ച് ചിന്തിക്കുന്നുണ്ടെന്ന് അവരെ അറിയിക്കുന്നതുപോലും വളരെ മോശമായി എനിക്കു തോന്നി. അത് അവരറിയുന്ന സമയം അവരുടെ പരിചയക്കാരിൽ നിന്ന് ഒരു താടകയെ ലോകത്തെവിടെ നിന്നാണെങ്കിലും കണ്ടെത്തി വരും- ദൈവമേ ഞാനത് വെറുക്കുന്നു!

ഏതാനും ദിവസങ്ങൾക്കു ശേഷം എനിക്ക് മറുപടികൾ വന്നുകൊണ്ടിരുന്നു. ഓരോ സമയത്തും ഞാനെന്റെ ഇൻബോക്സ് തുറക്കുമ്പോൾ അറിയാതെ ഒരു ഉത്കണ്ഠ എന്നെ പിടികൂടാൻ തുടങ്ങി. പക്ഷേ, ആ താത്പര്യം കൂടുതൽ കാലം നിലനിന്നില്ല. പലരും എന്നെ റിജക്റ്റ് ചെയ്തു. ഭൂരിപക്ഷം പേരും എന്നെ അവഗണിച്ചു. ഒരാൾ മാത്രം എനിക്ക് ശരിയായ താത്പര്യമറിയിച്ചു. പക്ഷേ, അവളെ പിന്നെ കണ്ടതുമില്ല. "ഈ സൈറ്റ് കൊണ്ട് ഒരുപകരവുമില്ല" ഞാൻ സ്വയം പറഞ്ഞു. ഞാൻ ജയിംസ് ബോണ്ടായിരുന്നേൽ ലോകത്തെ സകല പെൺകുട്ടികളും എനിക്കായി ക്യൂ നിൽക്കുമായിരുന്നു... ഇതിപ്പോ...

അതോടെ ശാദി.കോമിനെ ഞാൻ അവഗണിച്ചുതുടങ്ങി. ദിവസങ്ങൾ കടന്നുപോയി. രണ്ടോ മൂന്നോ ആഴ്ച കൂടുമ്പോൾ മാത്രമായി എന്റെ സൈറ്റ് നോക്കൽ. തുറക്കുമ്പോൾ വലിയ പ്രതീക്ഷയൊന്നുമില്ലാതെ ഞാൻ ഇഷ്ടപ്പെട്ടതിൽ ക്ലിക്ക് ചെയ്തുകൊണ്ടിരുന്നു. പലരും എന്നെ തള്ളി. ചിലരെ ഞാനും. ചിലയാളുകൾക്ക് വിദ്യാഭ്യാസയോഗ്യതയില്ലായിരുന്നു. ചിലർ എന്റെ മൊബൈലിലേക്ക് വിളിച്ചു. ചിലർക്ക് ഞാൻ എസ്.എം.എസ് അയച്ചു. അവരിൽ പലരും വിദേശത്ത് പോകാനാണ് ആഗ്രഹം പ്രകടിപ്പിച്ചത്. പക്ഷേ, ഇന്ത്യയിൽ ജീവിക്കുന്നതിനേക്കാൾ മികച്ചതായി ഞാനൊന്നും കാണുന്നുണ്ടായിരുന്നില്ല.

ജോലിയുടെ ഭാഗമായുള്ള യു.എസ്. ട്രിപ്പിനിടയിൽ എന്നോട് സംസാരിക്കണമെന്ന് നിർബന്ധം പിടിച്ച ഒരുവൾക്കു വേണ്ടി ഞാൻ ഒരു വർഷത്തെ പേമെന്റ് ചെയ്യേണ്ടിവന്നു. നാശം... അത് മൊത്തം നഷ്ടത്തിലായിത്തീരുകയും ചെയ്തു. ആർക്ക് വേണ്ടിയാണോ ഞാൻ മൂവായിരം ബക്സ് ചിലവാക്കിയത് അവളെയെനിക്ക് കാണാൻപോലും കിട്ടിയില്ല. അതും കൂടിയായപ്പോൾ എന്റെ സൈറ്റിലുള്ള എല്ലാ താത്പര്യവും അസ്തമിച്ചു.

ഒരു വൈകുന്നേരം എന്റെ ഫോണിൽ ഒരു മെസേജ് ലഭിച്ചു.

'ഹായ് ഞാൻ കുശി,

നിങ്ങളുടെ മെസേജ് കിട്ടി.

എന്റെ മറ്റൊരു ഫോണിൽ.

നിങ്ങൾക്ക് ഇപ്പൊ എന്നെ വിളിക്കാമോ.'

അത് ജൂലായ് 20, 2006. ഞാൻ യു.എസ് ക്ലയന്റുമായി കോൺഫ്രൻസ് കാളിലായിരുന്നു.കഴിഞ്ഞാഴ്ച എനിക്ക് വന്ന ഒരു പ്രൊഫൈലും അതിലെ മെയിൽ ഐ.ഡിയും ഫോൺ നമ്പറും ഞാൻ പെട്ടെന്ന് ഓർത്തു. തിരിച്ച് ഞാൻ ഒരു എസ്.എം.എസ് അയച്ചു.

"ഞാനിപ്പോ ഒരു കോൺഫ്രൻസ് കാളിലാ.

അരമണിക്കൂറിനുള്ളിൽ വിളിക്കാം."

തൊട്ടടുത്ത നിമിഷം എന്റെ സെല്ലിൽ പുതിയ ഒരു മെസേജ് ഫ്ളാഷ് ചെയ്തു.

'എനിക്കും കോൺഫ്രൻസ് കാൾ കംപ്ലീറ്റ് ചെയ്യാനുണ്ടായിരുന്നു.

ഇപ്പഴാ കഴിഞ്ഞത്. നിങ്ങളുടേത് കഴിയട്ടെ ഞാൻ കാത്തിരിക്കാം...

അതുവരെ..'

എന്റെ കാൾ അവസാനിപ്പിച്ചു കഴിഞ്ഞതിനു ശേഷം ഞാനവളുടെ നമ്പർ ഡയൽ ചെയ്തു. പക്ഷേ, അതിന്റെ മുമ്പ് ഞാനവളുടെ പ്രൊഫൈ ലിലൂടെ ഒരു ഓട്ടപ്രദിക്ഷണം നടത്തിക്കഴിഞ്ഞിരുന്നു.

"ഹലോ!" മറുഭാഗത്തുനിന്ന് സുന്ദരമായ ഒരു കിളിനാദം.

"ഹായ്! ഞാൻ രവീൺ."

"ഞാൻ കുശി" സന്തോഷവും ആത്മവിശ്വാസവും തുളുമ്പുന്ന ശബ്ദ ത്തിൽ അവൾ പറഞ്ഞു.

"ഹും ഞാനത് മെസേജിൽ വായിച്ചു. സോറി ഞാൻ നിന്നോട് കാത്തി രിക്കാൻ പറഞ്ഞതിന്. ഞാൻ ഒരു ക്ലയന്റുമായി പ്രധാനപ്പെട്ട കാളിലായി രുന്നു. സോറി."

"നോ പ്രോബ്ലം. എനിക്കുമുണ്ടായിരുന്നു തീർക്കാൻ ഇത്തിരി."

ഔപചാരികമായാണ് ഞങ്ങളുടെ സംസാരം തുടങ്ങിയതെങ്കിലും പെട്ടെന്നുതന്നെ അത് സാധാരണരീതിയിലേക്ക് എത്തി. എന്തോ...

"1982 ഫെബ്രുവരിയിലാണ് നിങ്ങൾ ജനിച്ചത് അല്ലേ... ഞാൻ വായിച്ചു..." അവൾ പറഞ്ഞു.

"അതെ, ഫെബ്രുവരി 4-ന്. എന്തേ?" ഞാൻ അദ്ഭുതപ്പെട്ടു.

അവളുടെ പ്രൊഫൈലിൽ നിന്നും വല്ലതും ഓർത്തെടുക്കാൻ ഞാനും ശ്രമിച്ചു. പക്ഷേ അപ്പോഴൊക്കെയും എനിക്ക് ഓർമ വന്നത് അവളുടെ സുന്ദരമുഖം മാത്രമായിരുന്നു.

"ഞാൻ ജനിച്ച വർഷവും മാസവും അതുതന്നെയാ... നിങ്ങളും അത് ശ്രദ്ധിച്ചിട്ടില്ലേ...??!!"

"അതെ ഫെബ്രുവരി 22-ന്. ഞാനത് കണ്ടിട്ടുണ്ട്."

അവളുടെ സൈറ്റിലെ പ്രൊഫൈൽ പെട്ടെന്നുതന്നെ നോക്കി ഞാൻ പറഞ്ഞു. "നീ ജനിച്ചത് ഫരീദാബാദിൽ..."

"അല്ല... ഞാൻ ജനിച്ചത് കൊൽക്കത്തയിലാ. എന്റെ അച്ഛൻ ഡിഫൻസ് സർവീസിലായിരുന്നു. ആ സമയത്ത് അച്ഛൻ കൊൽക്കത്തയിലായിരുന്നു. അവിടെ കുടുംബസമേതം."

"സത്യം?????!!!! നീയിത് വിശ്വസിക്കില്ല." എന്റെ ശബ്ദം ഉയർന്നു.

അടുത്തുണ്ടായിരുന്നവർ എന്നെ നോക്കി.

"എന്ത്?"

"ഊഹിച്ച് നോക്ക്." ഞാൻ പറഞ്ഞു. ഞാൻ സംസാരിച്ചുകൊണ്ട് സ്റ്റെയർകെയ്സ് കയറി. മറ്റുള്ളവരുടെ ശല്യമില്ലാതെ അവളോട് സംസാരിക്കാൻ.

"നീയും ജനിച്ചത് അവിടെയാണെന്ന് പറയല്ലേ..."

അവൾക്ക് പറഞ്ഞത് മുഴുമിക്കാനാവുന്നതിന് മുമ്പ് ഞാൻ ഒച്ചയെടുത്തു.

"അതെ...!!!"

"പക്ഷേ, എങ്ങനെ?"

"അതെന്റെ അമ്മയുടെ നാടാണ്..."

എന്തുകൊണ്ടാണ് ഞങ്ങൾ വലിയവായിൽ ചിരിച്ചത് എന്ന് എനിക്കറിയില്ലായിരുന്നു. ആയിരക്കണക്കിനാളുകൾ ഒരേ വർഷത്തിൽ ഒരേ സമയത്ത് ഒരേ സ്ഥലത്ത് നമ്മുടെ രാജ്യത്തിന്റെ കണക്കിൽപ്പെട്ട് ജനിക്കുന്നു. ഞങ്ങളെന്തിനാ എന്നിട്ടും ഇങ്ങനെ റിയാക്റ്റ് ചെയ്യുന്നത്...!!

"നമുക്ക് രണ്ടുപേർക്കും പൊതുവായി കാണുന്ന ചില ഗുണങ്ങൾ കൂടിയുണ്ട് - ശാസ്ത്രീയസംഗീതം. സിതാർ വായിക്കാൻ നിനക്കറിയാമല്ലേ?" ഞാൻ പറഞ്ഞു.

"നിങ്ങൾക്ക് തബല വായിക്കാനും അറിയും അല്ലേ?"

"അതെ. സത്യമായിട്ടും. നാല് വർഷമായി ഞാനത് പഠിച്ചിട്ട്. സത്യത്തിൽ എനിക്കത് ഇഷ്ടമുണ്ടായിരുന്നില്ല. അച്ഛൻ നിർബന്ധിച്ചിട്ടാ പഠിച്ചത്."

"ഹാ... നിങ്ങൾക്കറിയോ? അതുകൊണ്ട് മാത്രമാ ഞാൻ കോൺടാക്റ്റ് ചെയ്തതും."

"മനസ്സിലായില്ല?!!" ഞാൻ പതിയെ പറഞ്ഞു.

"ഹോബി സെക്ഷനിൽ നിങ്ങൾക്ക് തബല വായിക്കാൻ അറിയുമെന്ന് എഴുതിക്കണ്ടിരുന്നു. ശാസ്ത്രീയ സംഗീതത്തിലുള്ള നിങ്ങളുടെ താത്പര്യമാണ് മറ്റുള്ളവരിൽ നിന്ന് വ്യത്യസ്തനാക്കുന്നതും സംസാരിക്കാൻ എനിക്കു തോന്നിയതും." അവൾ വ്യക്തമാക്കി.

അപ്പൊ അതാണ് കാര്യം! ഒരു തബലയ്ക്ക് ഒരു പെൺകുട്ടിയെ ആൺകുട്ടിയോട് സംസാരിപ്പിക്കാൻ കഴിയും. ഒരു പെണ്ണിനെ മനസ്സിലാക്കാൻ ഒരാൾക്കും കഴിയുകയില്ല. തബല വായന പഠിക്കാൻ നിർബന്ധിച്ച എന്റെ അച്ഛനെ ആലിംഗനം ചെയ്യാൻ തോന്നി.

"നാല് വർഷത്തെ പഠനം കഴിഞ്ഞിട്ട് പ്രയാഗ് യൂണിവേഴ്സിറ്റിയിൽ നിന്നാണ് ഡിഗ്രി പൂർത്തിയാക്കിയത്. നമ്മൾ രണ്ടുപേരും ഐ.ടി. മേഖലയിലുമാണ്." ഞങ്ങളിൽ പൊതുവായ മറ്റു പല കാര്യങ്ങളും അവൾ ഓർമ്മിപ്പിച്ചു.

''ഹോ അതെ! നീ നോയിഡയിലെ ഐ.ടി. കമ്പനിയിലാണ് ജോലി ചെയ്യുന്നത്... അല്ലേ?" അവളുടെ പ്രൊഫൈലിൽ നോക്കിയാണ് ഞാനി തെല്ലാം പറയുന്നത്.

"അതെ, ഞാൻ അവിടെയാണ്... മറ്റെന്തെങ്കിലും പറ. എന്റെ കൂട്ടുകാർ പറയുന്നു ഇൻഫോസിസുകാരൊക്കെ നല്ല പഠിപ്പുകാരും റാങ്കുകാരു മാണ് എന്നൊക്കെ. അത് ശരിയാണോ?"

"ഞാൻ അല്ല എന്ന് പറയും എന്ന് നീ കരുതുന്നുണ്ടോ?"

അവൾ ചിരിച്ചു. ഞാനും...

അന്നായിരുന്നു ഞാൻ ജീവിതത്തിൽ ആദ്യമായി ഒരു പെൺകുട്ടി യോട് മനസ്സ് തുറന്നത്. അപ്പോൾ തന്നെ പല കാര്യങ്ങളും ഞങ്ങൾ സംസാരിച്ചു. ഞങ്ങൾ പുതുതായി കണ്ട സിനിമ, ഞങ്ങളുടെ ബെസ്റ്റ് ഫ്രണ്ട്സ്, അവളുടെ കുടുംബം, എന്റെ കുടുംബം, ഞങ്ങളുടെ കോളേജ് കാലം, സംഗീതം മറ്റു പലതും.

"നിങ്ങളുടെ കുടുംബവും ഭുവനേശ്വറിലാണോ?"

"അല്ല എന്റെ നാട് ബർലായാ. ചെറിയ ഗ്രാമമാണ്. സാംബൽപൂരി നടുത്ത്. അച്ഛനും അമ്മയും അവിടെയാ. ഞാനും എന്റെ അനിയനും ഇവിടെ ഭുവനേശ്വറിൽ. രണ്ടാളും ഇൻഫോസിസിൽ ജോലിക്കാരാണ്. ഒരു വാടക ഫ്ളാറ്റിലാണ് ഞങ്ങളുടെ താമസം. മറ്റു രണ്ടു പേരുമുണ്ട്. ഞങ്ങൾ മാറി മാറി ഓരോ ആഴ്ചയിലും വീട്ടിൽ പോകാറുമുണ്ട്. ഭുവനേശ്വറിൽ നിന്ന് ഒരു രാത്രിയുടെ ദൂരം മാത്രമേയുള്ളൂ ബർലയിലേക്ക്."

ഒരു മണിക്കൂറോളം ഞങ്ങൾ സംസാരിച്ചു. ഫോൺ ചൂടായി എന്റെ ചെവി കരിയുമെന്ന് തോന്നിത്തുടങ്ങി. ബാറ്ററിയാണേൽ അവസാന പുള്ളി യിലും. എന്നിട്ടും അവളോട് സംസാരിച്ചിരിക്കാനാണ് എനിക്ക് തോന്നിയത്. അവസാനം എനിക്ക് പറയേണ്ടി വന്നു....

"നോക്ക്. എന്റെ ബാറ്ററി ഇപ്പൊ തീരും, നമ്മളിനിയും കാണണം."

"നിന്റെ ബാറ്ററിയോ..!!!??" അവൾ ചിരിച്ചു.

"എന്റെ മൊബൈലിന്റെ..." ഞാൻ ചിരിച്ചു.

"തമാശ പറഞ്ഞതാട്ടോ."

"ഹും. നമുക്ക് തുടർന്നും സംസാരിക്കണം."

അവൾ പറഞ്ഞു. "നീ നിർത്തുന്നതിന് മുമ്പ് എന്തെങ്കിലും നല്ല ഒരു കാര്യംകൂടി പറയണം."

നല്ല കാര്യം? ഇനിയെന്താ ഞാൻ പറയാ, നല്ല കാര്യമായി? തലേ ദിവസം ഞാൻ ഒരു സിനിമ കണ്ടിരുന്നു. താങ്ക് ഗോഡ്... ഞാനതിൽ നിന്ന് ഒരു ഡയലോഗ് എടുത്ത് കാച്ചി, "ബിസലിന്റ സന്ദേശമാണ് നാളെ ലാഹോറിൽ നിന്ന് വരുന്ന ട്രെയിൻ നാം കൊള്ളയടിക്കും. കിട്ടി യതുകൊണ്ട് നാം ആയുധങ്ങൾ വാങ്ങും"

ഞാൻ ഒന്നു മിണ്ടാതിരുന്നു ശ്വാസമെടുത്ത് കാത്തിരുന്നു... അവൾ പെട്ടെന്ന് പൊട്ടിച്ചിരിച്ചു. ഞാൻ ഇപ്പോഴും ചിന്തിക്കുന്നത് അതൊരു നല്ല വരി തന്നെയായിരുന്നു എന്നാണ്. പക്ഷേ, എന്താണവളെ ചിരിപ്പിച്ചത് എന്ന് എനിക്കറിയില്ല. ഏതായാലും ഞാനും അവളുടെ ചിരിയിൽ ചേർന്നു. തമാശ ഉൾക്കൊള്ളാനാകാത്ത ഒരു പോഴത്തക്കാരനായി എന്നെ തോന്നാതിരിക്കാൻ വേണ്ടി.

“ഓകെ! എന്റെ മൊബൈലിന്റെ ബീപ് അടിക്കാൻ തുടങ്ങിയിട്ടുണ്ട്. നിന്നോട് സംസാരിക്കാൻ കഴിഞ്ഞതിൽ സന്തോഷമുണ്ട് കുശി. നമുക്ക് ഇനിയും ഒരുപാട് സംസാരിക്കാൻ കഴിയട്ടെ.”

“എനിക്കും. നിങ്ങളോട് സംസാരിക്കാൻ സാധിച്ചതിൽ വളരെ സന്തോഷമുണ്ട്. സീ യു.”

“യാ ബൈ.”

“ബൈ എന്നതിനു പകരം സീ യു പറ. അതാ നല്ലത്. അതിനർത്ഥം നാമിനിയും കാണണമെന്ന്.” അവൾ പറഞ്ഞു, അത് എന്റെ ഹൃദയം തൊട്ടു. അവളുടെ ആ തുറന്ന മനസ്സും സമീപനവും അവളുടെ സംസാര രീതിയും എന്റെ മനസ്സിൽ മായാതെ നിന്നു.

“സീ യു’ ഞാൻ കട്ട് ചെയ്യുന്നതിന് മുമ്പ് പറഞ്ഞു.

ആ രാത്രി കിടക്കയിൽ കിടക്കുമ്പോൾ ആ സംസാരം എന്റെ ഓർമയിൽ പിന്നെയും പിന്നെയും തെളിഞ്ഞുവന്നു. ഞാൻ അത്ഭുതപ്പെട്ടു. ഇനിയും തമാശക്കാരനാവാൻ എനിക്ക് കഴിയുമോ... അവളെ കൂടുതൽ അടുപ്പിക്കാനാവുമോ... അതോ ഇങ്ങനെത്തന്നെ മതിയോ.. അത് എങ്ങനെയായിരുന്നു? അവളും അതിനെക്കുറിച്ച് റൂമിലിരുന്ന് ചിന്തിക്കുന്നുണ്ടാകുമോ?

എന്തുകൊണ്ടാണ് അവളോട് ഇനിയും സംസാരിക്കാൻ തോന്നുന്നതെന്ന് എനിക്കറിയില്ല. ആഗ്രഹം അടക്കാൻ കഴിയുന്നില്ല. പക്ഷേ, ഒതുക്കണം. അവളെ ശല്യം ചെയ്യാനും ഞാൻ ഉദ്ദേശിച്ചില്ല. അതും തുടക്കത്തിൽത്തന്നെ. അതും രാത്രി 11.30ന്. “നല്ലതല്ല” എന്ന് ഉറക്കെ പറഞ്ഞു. ലൈറ്റ് ഓഫ് ചെയ്ത് ഞാൻ ബെഡ്ഡിലേക്കമർന്നു. ഒറ്റയ്ക്ക് എന്റെ റൂമിൽ. ഞാൻ പുഞ്ചിരിച്ചു. ആരും സംസാരിക്കാനില്ല. പക്ഷേ, എന്റെ ഉള്ളിലുള്ള ആശങ്കകളും ആഗ്രഹങ്ങളും ഉറക്കെ ചിരിക്കാൻ തുടങ്ങി. ഞാൻ ഉറങ്ങി. അടുത്ത ദിവസം അവളുടെ ശബ്ദം കേൾക്കാനാകുമെന്ന പ്രതീക്ഷയോടെ.

അടുത്ത ദിവസം, ഞാനവളുടെ വിളിക്കായി കാത്തിരുന്നു. അവൾ വിളിക്കുമെന്ന് ഞങ്ങൾ നേരത്തെ തീരുമാനിച്ചിട്ടില്ലെങ്കിലും ഞാനങ്ങനെ വാശിപിടിച്ചു. അവൾ വിളിക്കട്ടെ. പത്ത് മണിയായതോടെ ഞാൻ ഓഫീസിൽ തിരക്കിലായി. ഞാനവളുടെ ശബ്ദം കേൾക്കാൻ കൊതിച്ചു. അതേസമയത്ത് അവളെന്നെ വിളിക്കണമെന്ന വാശിയുമുണ്ടായിരുന്നു.

പെൺകാര്യത്തിൽ ഹാപ്പിയാണ് എനിക്കീ ടിപ്പ് നൽകിയത്. ഒരിക്കലും നീ അവളുടെ പുറകെയാണെന്ന് തോന്നിപ്പിക്കരുത്. കുറച്ച് കാത്തിരിക്കുക, അവൾ നിന്നെ തേടി ഇങ്ങോട്ടു വരും.

പതിനൊന്ന് മണിയായപ്പോഴേക്കും ഹാപ്പിക്ക് തെറ്റുപറ്റിയെന്ന് ഞാൻ മനസ്സിലാക്കി. ഞാൻ അവൾക്ക് 'ഗുഡ് മോണിംഗ്' അയച്ചു. ആ വിഷിനുള്ള സമയം കഴിഞ്ഞ് തുടങ്ങിയിരുന്നുവെങ്കിലും എനിക്ക് ഒരു മറുപടിയും ലഭിച്ചില്ല. ആരാണ് യഥാർത്ഥത്തിൽ പിണങ്ങിയത് എന്ന് ഞാൻ ചിന്തിച്ചുതുടങ്ങി...

ആ ദിവസം ഞാനാകെ അസ്വസ്ഥനായിരുന്നു. എന്റെ ഹൃദയഭാഷണമാണോ എന്റെ തലച്ചോർ പറയുന്നതാണോ കേൾക്കേണ്ടത്? രണ്ടും വിരുദ്ധമായാണ് വഴി കാണിക്കുന്നത്. ബ്രെയിൻ ഈഗോ കാണിക്കുന്നു. അവളെന്താ തന്നെക്കുറിച്ച് കരുതിയിരിക്കുന്നത്? അതേസമയം ഹൃദയം അവളുടെ ശബ്ദം കേൾക്കാൻ കൊതിക്കുകയും ചെയ്തു.

എന്റെ ഈഗോയെ തകർക്കാൻ തോന്നിയെന്ന് പറയാം. ഞാനെന്റെ ഹൃദയം പറഞ്ഞത് കേട്ടു. ആളുടെ നമ്പർ ഡയൽ ചെയ്തു.

"ഹോയ്, ഹായ് ഹൗ ആർ യൂ?" കുശി ഫോണെടുത്തു.

"ഒരു ഗുഡ് മോണിംഗ് പറയുമ്പൊ അയക്കുന്നവൻ തിരിച്ചും അങ്ങനത്തെ ഒന്ന് പ്രതീക്ഷിക്കുന്നുണ്ട്. ഐ ആം ഫൈൻ."

"ഞാൻ ഓഫീസിലേക്ക് പോകുമ്പോൾ മറുപടി അയക്കാനിരിക്കായിരുന്നു."

"അപ്പൊ നീ ഇപ്പഴും വീട്ടിലാണോ?"

"ആ.. റിയലി, ഞങ്ങൾക്ക് നൈറ്റ് ഷിഫ്റ്റാണ്. യു.കെ കസ്റ്റമർക്കാണ് ഞങ്ങൾ സർവീസ് ചെയ്യുന്നത്" അവൾ തിരക്കിലായിരുന്നു. അമ്മയോട് ബൈ പറഞ്ഞ് അവളിറങ്ങി. ഡോർ ക്ലോസ് ചെയ്യുന്ന ശബ്ദവും കാറിലെ ഫ്രണ്ട്സിനോടുള്ള ഹായ്‌യും ഞാൻ കേട്ടു. അവൾ കയറിയതിന് ശേഷം ഞങ്ങളുടെ സംസാരം തുടർന്നു.

"പിന്നെ എന്തൊക്കെയുണ്ട്?" ഞാൻ ചോദിച്ചു.

"അമി ചേച്ചിയുണ്ട് ഇവിടെ വീട്ടിൽ... ഇന്നു രാവിലെയാ എത്തിയത്." അവൾ പറഞ്ഞു. കഴിഞ്ഞ സാസാരത്തിലെ അവൾ പറഞ്ഞ പല പേരുകളും ഞാൻ ഓർത്തെടുത്തുനോക്കി. പക്ഷേ, എനിക്കാ പേര് ഓർത്തെടുക്കാനായില്ല.

"അമി ചേച്ചി..." ഓർത്തെടുക്കാൻ ശ്രമിച്ചുകൊണ്ട് ഞാൻ മന്ത്രിച്ചു.

"എനിക്ക് മൂന്നു സഹോദരിമാരും ഒരു സഹോദരനുമാണുള്ളത്. മിശ ചേച്ചി മൂത്തത്. ലുധിയാനയിൽ താമസിക്കുന്നു. അവർക്കൊരു കൊച്ചുണ്ട്, ഡാൻ. നഴ്സറിയിൽ പഠിക്കുന്നു. അമി ചേച്ചി രണ്ടാമത്തവൾ. അവളും വിവാഹിതയാണ്. നോയിഡയിൽ താമസിക്കുന്നു. നമ്മുടെ വീട്ടിൽ നിന്ന്

ഒരു മണിക്കൂർ ദൂരം. അവൾക്ക് ബി.പി.ഒ.യിൽ ജോലിയുണ്ട്. ദീപു എന്റെ സഹോദരൻ. എന്നെക്കാളും രണ്ട് വയസ്സ് ഇളയത്. എം.എൻ.സി.യിൽ വർക്ക് ചെയ്യുന്നു, ആസാമിൽ. എണ്ണക്കിണറും അതുമായി ബന്ധപ്പെട്ട ജോലിയാണ്. പിന്നെ നീറു. അവളാണ് ഏറ്റവും ചെറുത്. എന്റെ സുന്ദരി കുഞ്ഞുപെങ്ങൾ." കൂടപ്പിറപ്പുകളെക്കുറിച്ച് അവൾ എനിക്ക് ഒരിക്കൽ ക്കൂടി വിശദീകരിച്ച് തന്നു. യാതൊരു പരാതിയോ ചോദ്യമോ ഇല്ലാതെ, എന്താ ഇത്ര പെട്ടന്ന് മറന്നോ എന്നുപോലും ചോദിക്കാതെ.

അവൾ തുടർന്നു. "ഇതിനൊക്കെ പുറമെ മമ്മിയും ഡാഡിയും ഞങ്ങൾ ക്കൊപ്പമാണ്. നിന്റെ ഫാമിലിയിൽ നിന്റെ മമ്മ, ഡാഡി, നീ, നിന്റെ ചെറിയ സഹോദരൻ ടിങ്കു ഇൻഫോസിൽ സോഫ്റ്റ്വെയർ എഞ്ചിനീയർ. അവന്റെ ഓഫീസും നിന്റെ അതേ ബിൽഡിങ്ങിൽത്തന്നെ. അവന്റേത് താഴത്തെ നിലയിലും നിന്റേത് രണ്ടാംനിലയിലുമാണെന്നു മാത്രം. എന്താ ശരിയല്ലേ?"

ഞാനാകെ തരിച്ചു. അല്പനേരം നിശ്ശബ്ദനായി ഇരുന്നു. എന്റെ കുടുംബത്തെക്കുറിച്ച് അവൾ എല്ലാം ഓർത്തുവെക്കുന്നു. അവസാനം എനിക്ക് പറയേണ്ടിവന്നു. "ഹും... 10-ൽ 10 മാർക്ക്." ചിരിച്ചു, പക്ഷേ, ഞാൻ മാത്രം.

"അപ്പൊ ഞാൻ പറഞ്ഞുവന്നത് അമി ചേച്ചിയുണ്ടായിരുന്നു ഇന്ന് രാവിലെ ഇവിടെ. രാത്രി ഷിഫ്റ്റ് കഴിഞ്ഞ് അവൾ നേരെ ഫരീദാബാദി ലേക്കാ വന്നത്. അവൾ ആഴ്ചയിൽ ഒന്നോ രണ്ടോ പ്രാവശ്യം വരാറുണ്ട്." ഈ കാൾ മുഴുവനും അവളുടെ കുടുബത്തെക്കുറിച്ചായിപ്പോയി. രണ്ടാളു കളെ കൂടി കൂടുതലായി ഞാനറിഞ്ഞു. ദവീന്ദർ അളിയൻ. മിശാ ചേച്ചി യുടെ ഭർത്താവ്. പുഷ്കർ, അമി ചേച്ചിയുടെ ഭർത്താവ്. പുഷ്കറും അമി ചേച്ചിയും ഒരേ കമ്പനിയിലാണ് ജോലി ചെയ്തിരുന്നത്. അവൾ രണ്ട് പേരും കണ്ടു, ഇഷ്ടപ്പെട്ടു, പ്രണയിച്ചു. അത് കുശിയുടെ അച്ഛന് അത്ര ഇഷ്ടപ്പെട്ടില്ല. അവരുടെ പ്രണയകഥയും ബോളിവുഡ് സിനിമാക്കഥകളിൽ നിന്ന് വ്യത്യസ്തമായിരുന്നില്ല. പുഷ്കർ ഒരു ഹിന്ദു കുടുംബവും അമി ചേച്ചി ഒരു സിക്ക് കുടുംബവും. പുഷ്കറിന്റെ മദ്യസേവയും നോൺവെജും കുശിയുടെ ഫാമിലിക്ക് സ്വീകാര്യമായിരുന്നില്ല. ചില സിനിമകളിൽ നാം കാണുന്നതുപോലെ പ്രണയം എല്ലാത്തിനെയും മറികടക്കുന്നു. എല്ലാത്തി നോടും പ്രതിരോധിച്ചു നിൽക്കുകയും ചെയ്യുന്നു. ഇവിടെയും അങ്ങനെ ത്തന്നെ സംഭവിച്ചു. കുശിയുടെ കുടുംബത്തിലെ ചെറിയ അംഗങ്ങളെല്ലാം ചേർന്ന് അച്ഛനെക്കൊണ്ട് സമ്മതിപ്പിച്ചു.

ആ വിളിയിൽ അവൾ ഓഫീസ് വിടുന്ന സമയം ഏകദേശം രാത്രി 9.30നും വീട്ടിലെത്തുക പതിനൊന്നു മണിക്കുമെന്ന് സൂചിപ്പിച്ചിരുന്നു. രാത്രി ആ സമയത്ത്, എനിക്ക് വിളിക്കാൻ തോന്നിയ സമയത്ത് അവൾ ഉണർന്നിരിക്കുകയാകുമെന്നർത്ഥം. ആ സമയത്ത് അവളെ വിളിച്ച് സംസാ രിക്കാൻ കഴിയുമെന്നർത്ഥം.

അങ്ങനെയാണ് ഞങ്ങൾ പരസ്പരം വിളിച്ചും പറഞ്ഞും തുടങ്ങിയത്. മെസേജുകൾ അയച്ചു. 'ഗുഡ്നൈറ്റു'കളും 'ഗുഡ്മോണിംഗു'കളും അയച്ചു. പക്ഷേ, ഞങ്ങളുടെ ആദ്യകാളുകളിൽ ഒരിക്കലും ഈ കോൺടാക്ടിന്റെ പ്രധാന ലക്ഷ്യത്തെ സൂചിപ്പിക്കുകകൂടി ചെയ്തിരുന്നില്ല - 'കല്യാണം...'

ഒരു ദിവസം അവൾ തന്നെയാ അക്കാര്യം പറഞ്ഞുതുടങ്ങിയത്. കാരണക്കാരൻ ഞാനാണെന്ന് മാത്രം. ഞാനവൾക്കൊരു ഫോട്ടോ ആൽബം അയച്ചുകൊടുത്തിരുന്നു. എന്റെ ബെൽജിയം യാത്രയുടേയും ഫ്രാൻസ് യാത്രയുടെയും ഫോട്ടോസിന്റെ ഒരു ഇ-ആൽബം. അത് കണ്ടുകഴിഞ്ഞതിനു ശേഷം അവൾ എനിക്ക് വിളിച്ചു.

"ഒരു ചിത്രം ഞാൻ പ്രത്യേകം ശ്രദ്ധിച്ചൂട്ടോ. 'പബിൽ റെഡ് വൈൻ ആസ്വദിക്കുന്നു' എന്ന അടിക്കുറിപ്പുള്ള ആ ഫോട്ടോ..." അവൾ പറഞ്ഞു.

"ആ... അത് ബെൽജിയത്തിലെ ഒരു ഈവനിംഗ് പാർട്ടിയാ..."

"ഒരു മദ്യപാനിയാണോ?"

"ഹും... അല്ല... അല്ല... എന്നാലും... ആ... ചെറുതായി രണ്ടോ മൂന്നോ മാസത്തിൽ ഒരിക്കലൊക്കെ. ഫ്രണ്ട്സിനൊപ്പമാകുമ്പോൾ കമ്പനി നൽകണമെന്ന് അവർ വാശി പിടിക്കുമ്പോൾ മാത്രം." ഞാൻ തുറന്നുപറഞ്ഞു.

"ഓകെ. ഇതിനോട് നീ എങ്ങനെ പ്രതികരിക്കും എന്ന് എനിക്കറിയില്ല. ഞാൻ എപ്പോഴും ഇതൊന്നും ഇല്ലാത്ത ഒരു പങ്കാളിയേയാണ് ആഗ്രഹിക്കുന്നത്."

ഞാൻ അറിയാതെ മനസ്സിൽ തന്നെ ചോദിച്ചുപോയി. ഇവൾ മറ്റൊരാളെ അന്വേഷിക്കാൻ പോകുന്നുവെന്ന് പറയുകയാണോ? എനിക്കുറപ്പില്ലായിരുന്നു. പക്ഷേ, ഉറപ്പുള്ള ഒരു കാര്യമുണ്ടായിരുന്നു, അവസാനം വിവാഹവുമായി ബന്ധപ്പെട്ട കാര്യങ്ങളാണ് ഞങ്ങൾ പറയുന്നത് എന്ന്.

അവൾ തുടർന്നു, "എല്ലാവർക്കുമുണ്ടാകും ഇഷ്ടങ്ങളും അനിഷ്ടങ്ങളും. കല്യാണത്തെക്കുറിച്ച് നാം പറയുമ്പോൾ അതു രണ്ടുപേരുടെയും വിചാരങ്ങളെ മാനിക്കലും കൂടിയാണ്. അത് വിശ്വാസമാണ്, കുറച്ച് കൂടുതൽ പരസ്പരം അറിയലും കൂടിയാണ്. നിങ്ങൾ എന്റെ ജീവിത പങ്കാളിയാകാൻ പോകുന്നവനാണെങ്കിൽ ഞാൻ ആത്മാർത്ഥമായി ആഗ്രഹിക്കുകയാണ് മദ്യമില്ലാത്ത ഒരു ലൈഫ് തുടങ്ങണമെന്ന്."

അവളാണ് ആദ്യം പറഞ്ഞത്, "നിങ്ങളെന്റെ ജീവിതപങ്കാളിയാകാൻ പോകുന്നവനാണെങ്കിൽ..." അവളുടെ ഈ വാക്കുകളിൽ എന്തോ ഒരു മാസ്മരികതയുണ്ടായിരുന്നു, മാന്ത്രികതയുണ്ടായിരുന്നു.

ആ മാന്ത്രികവാക്കുകൾ എന്റെ ബോധമനസ്സിനെക്കൊണ്ട് തന്നെ പറയിപ്പിച്ചു. "ഇതൊരു മാന്യന്റെ വാക്കാണ് നീയെന്റെ ജീവിത പങ്കാളിയാകുന്നവളാണെങ്കിൽ നിനക്കിഷ്ടമായ കാലം വരേക്കും ഞാനിനി

മദ്യപിക്കില്ല. അതുതന്നെ." ഞാനവിടെ നിർത്തിയില്ല. പിന്നേയും തുടർന്നു. "എനിക്കതിനാകും. കാരണം ഞാനൊരിക്കലും മദ്യത്തിന്, ലഹരിക്ക് അടിമയായിട്ടില്ല. നൂറു ദിവസത്തിലൊരിക്കൽ മദ്യപിക്കുന്നതുകൊണ്ട് കുഴപ്പമുണ്ടെന്ന് കരുതുന്നവനുമല്ല ഞാൻ. അതും കൂട്ടുകാർക്ക് കമ്പനി നൽകാനായി മാത്രം. അപ്പോഴും ഞാനൊരിക്കലും എന്റെ ലിമിറ്റ് കട ന്നിട്ടില്ല. കുടിയനുമായിട്ടില്ല. ഇതുപോലും എന്റെയും എന്റെ പങ്കാളി യുടെയും ഇടയിൽ ഒരു പ്രശ്നമാകുമെങ്കിൽ സന്തോഷത്തോടെ ഞാനിതാ ഒഴിവാക്കുന്നു."

"വാക്കുകൾ പാലിക്കപ്പെടാനുള്ളതാണ്..." അവൾ കയറി പറഞ്ഞു. അവൾ ചിരിച്ചിട്ടുമുണ്ടാകും അപ്പോൾ.

"തീർച്ചയായും!" എന്റെ ഉള്ളിലെ മാന്യൻ അപ്പോഴും നിർത്താതെ പറഞ്ഞുകൊണ്ടിരിക്കുകയായിരുന്നു "നീ എന്റേത് മാത്രമായിത്തീരുന്ന ദിവസം ആറുമാസത്തിന് ശേഷമോ പത്തോ ഒരുപക്ഷേ ഒരു വർഷത്തിനു ശേഷം.

-അന്ന് ചെറിയ തോതിലുള്ള മദ്യപാനം മോശമായ ഒന്നല്ല എന്ന് നീ മനസ്സിലാക്കുന്ന ദിവസം നീ തന്നെ ഫ്രണ്ട്സിനൊപ്പം മദ്യപിക്കാൻ എന്നെ അനുവദിക്കും. അങ്ങനെ പറയാൻ ഞാനൊരിക്കലും നിർബന്ധിക്കില്ല."

ഇതും ഞങ്ങളുടെ ബന്ധത്തിന് കൂടുതൽ ശക്തി പകർന്നു. അവൾക്ക് എന്നോട് സംസാരിക്കാൻ കൂടുതൽ കഴിയുന്നതായി എനിക്ക് തോന്നി ത്തുടങ്ങി.

മൂന്നിലെ രണ്ടാമത്തെ കാര്യം (സ്വത്ത്, സ്ത്രീ - മൂന്നാമത്തേത് എനി ക്കപ്പോഴും ഓർമയില്ല) എന്റെ ജീവിതത്തിൽ എന്തെല്ലാം മാറ്റങ്ങൾ ഉണ്ടാക്കുമെന്ന് എനിക്കപ്പോൾ അറിയില്ലായിരുന്നു ഇപ്പോഴും അറിയില്ല. എന്നെ അലോസരപ്പെടുത്തിയ ഒരേയൊരു കാര്യം അടുത്ത പ്രാവശ്യം റീയൂനിയൻ സമയത്ത് റെഡ് വൈൻ അടിക്കുമ്പോൾ ഹാപ്പിയോടും അമർദീപിനോടുമൊക്കെ ഞാനെന്തു പറയും എന്ന് മാത്രമായിരുന്നു.

"ഗയ്സ് സോറി. എനിക്ക് കമ്പനി കൂടാൻ സാധിക്കില്ല. ഇനി മദ്യ പിക്കില്ലെന്ന് ഞാനൊരു പെൺകുട്ടിക്ക് വാക്ക് കൊടുത്തുപോയിട്ടുണ്ട്. ഒരാഴ്ച ക്കാലത്തേക്ക് മാത്രം. അതും ഫോണിൽ മാത്രം സംസാരിച്ച ഒരു വൾക്ക്. അതെ, വെറും ഒരാഴ്ചയാണെങ്കിലും വർഷങ്ങളോളം ഒപ്പം താമസിച്ചതുപോലെയാ ഞങ്ങൾക്ക്."

ആ വാഗ്ദാനം നല്ലതോ ചീത്തയോ അത് എനിക്കറിയില്ലായിരുന്നു. പക്ഷേ വിശ്വാസവും തിരിച്ചറിവും സൂക്ഷിക്കുകയെന്നത് അത്യാവശ്യവു മായിരുന്നു. ഇത് വെറുമൊരു തുടക്കം മാത്രം. ഒരു കാൾ... അപ്പോഴേക്കും ഒരുപാട് കാലത്തേക്ക് അവൾ എനിക്ക് വേണമെന്ന് തോന്നിത്തുടങ്ങി, അല്ല എക്കാലത്തേക്കും.

അരികെ

"എന്ത്? ഇതുവരെ അച്ഛനോടും അമ്മയോടും പറഞ്ഞിട്ടില്ലെന്നോ? ഷോണാ..! ഇപ്പോൾത്തന്നെ അത് പറയുമെന്ന് നീ വാക്ക് തന്നതല്ലായിരുന്നോടാ?"

ആരാണീ പുതിയ അവതാരം എന്ന് നിങ്ങൾ കരുതുന്നുണ്ടാകും. ഷോണാ! അത് ഞാനാണ്. അതും പറഞ്ഞ് എന്നോട് ഒച്ചയെടുക്കുന്നത് എന്റെ കുശിയും. അതെ, അവളിപ്പോൾ എന്റെയാ.

ഞങ്ങൾ സ്നേഹത്തിലാണ്. കാലങ്ങളായിട്ട്... അദ്ഭുതം തോന്നുന്നുണ്ടോ...?

കോളേജിൽ ഒപ്പം പഠിച്ചപ്പോഴാണോ പ്രണയം തുടങ്ങിയത്?

ഒരിക്കലുമല്ല. അവൾ ആയിരം മൈൽ അപ്പുറത്തായിരുന്നു.

ആദ്യകാഴ്ചയിലെ പ്രണയമായിരുന്നോ?

ഒരിക്കലുമല്ല. ഇതുവരെ ഞങ്ങൾ കണ്ടിട്ടുപോലുമില്ല.

എന്റെ കൂട്ടുകാർ ചോദിക്കാനിരിക്കുന്ന ചോദ്യങ്ങൾ. ഞാനവർക്ക് നൽകാൻ പോകുന്ന ഉത്തരങ്ങളും. പക്ഷേ, എല്ലാവരുടേയും അവസാന ചോദ്യം ഇതായിരിക്കും.

"നീയെന്താ തനി മണ്ടനാണോ?"

"എനിക്കറിയില്ല...."

ഒരാളെ പ്രണയിക്കുന്നതോടെ നിങ്ങൾ മണ്ടത്തരം കാണിച്ചില്ലെങ്കിലേ അദ്ഭുതമുള്ളൂ. പ്രണയിച്ചവനെത്തന്നെ ഒരുകാലത്ത് വരിക്കാൻ തീരുമാനിക്കുന്നത് അതിലും അദ്ഭുതകരം. വിദൂരമായി എന്റെ സ്വപ്നങ്ങളിൽപോലും ഒരിക്കലും വരാത്ത ഒന്നായിരുന്നു ഒരു പ്രണയകാലം. അതും ഇതുപോലത്തെ ഒന്ന്. സത്യത്തിൽ ഞാനൊരിക്കലും ഒരു പ്രണയജീവിതം ചിന്തിച്ചിട്ടുപോലുമില്ലായിരുന്നു. പക്ഷേ, ഇപ്പോൾ ഞാൻ മാറിയിരിക്കുന്നു. ഒരുപാട്. കുറച്ചുകാലം മുമ്പുണ്ടായിരുന്ന ഞാനല്ല ഇപ്പോഴത്തെ ഞാൻ.

എന്നിലും എന്റെ ചുറ്റിലും ഒരുപാട് മാറ്റങ്ങളുണ്ടായിരിക്കുന്നു. അവൾക്ക് വിളിക്കാനായി പലപ്പോഴും ഞാനെന്റെ ഫ്രണ്ട്സുകളെ ഒഴിവാക്കിത്തുടങ്ങി. ഉറക്കം കുറഞ്ഞു. അവളോടുള്ള സംസാരം ദീർഘിച്ചു. എന്റെ ഫോൺ ബിൽ തുക മാസാന്ത്യചെലവുകളിൽ മികച്ചു നിന്നു. ചില മാസങ്ങളിൽ വീട്ടുവാടകയേക്കാളും വളരെ കൂടുതലായി തുടങ്ങി. പാർക്കിലും മറ്റും ഇരിക്കുമ്പോൾ അല്ല വെറുതെ നിൽക്കുമ്പോൾ പോലും അരികിലൂടെ കടന്നുപോകുന്ന ഇണകളെ ശ്രദ്ധിക്കാൻ തുടങ്ങി. അവർ രണ്ടുപേരും ഗാർഡനിൽ ഇരിക്കുന്നത് എങ്ങനെയാണെന്ന്; കൈകോർത്ത്. പെൺകുട്ടി അവളുടെ ബോയ് ഫ്രണ്ടിനെ ബൈക്കിലിരുന്ന് പിടിക്കുന്നത് എങ്ങനെയാണ് എന്നൊക്കെ നിരീക്ഷിക്കാൻ തുടങ്ങിയിരിക്കുന്നു. ഞാൻ കാണാൻ എങ്ങനെയാണ് എന്ന ചിന്തയും എന്നിൽ ഉണരാൻ തുടങ്ങി.

ഓർക്കൂട്ടിൽ സ്റ്റാറ്റസ് സിംഗിൾ എന്ന സ്ഥാനത്ത് കമ്മിറ്റഡ് എന്നായിത്തീർന്നിരിക്കുന്നു. പല ഇന്റർനെറ്റ് പ്രോഗ്രാമിന്റേയും പാസ്‌വേർഡ് അവളായിത്തീർന്നിരിക്കുന്നു. തനിയെ എന്റെ ഓഫീസിലിരുന്ന് ചിരിക്കാനും സംസാരിക്കാനും തുടങ്ങിയിരിക്കുന്നു. ആരോടെന്നില്ലാതെ.

പ്രണയം നിറഞ്ഞിരിക്കുന്നു എല്ലായിടത്തും.

ഞങ്ങളുടെ കഥയ്ക്ക് ഒരു വ്യത്യാസമുണ്ട്. 21-ാം നൂറ്റാണ്ടിലെ ആധുനികകാല പ്രണയമാണത്. അവളോട് സംസാരിക്കാൻ സാധിച്ചത് ഫോണിലൂടെയാണ്. ഗ്രഹാംബെല്ലിന് നന്ദി. അതിലൂടെയാണ് ഞാനവളെ പരിചയപ്പെട്ടതും അറിഞ്ഞതും അവളെ ഇഷ്ടപ്പെട്ടതും.

ഇന്റർനെറ്റിനും ശാദി. കോമിനും നന്ദി. അതാണ് എനിക്ക് അവളെ കൊണ്ടുതന്നത്. ഈ പ്രണയകഥയിൽ നല്ലൊരു സോഫ്റ്റ്‌വെയർ എഞ്ചിനീയർ ആകാൻതന്നെ ശ്രമിച്ചു. എന്തുതന്നെയായിരുന്നാലും ഞങ്ങൾ പ്രണയിക്കുകയായിരുന്നു. അഗാധമായിത്തന്നെ.

അവൾ എന്നോട് ഒച്ചയെടുത്തതിനെക്കുറിച്ച് പറഞ്ഞില്ലല്ലോ. ഞാനൊരു വാഗ്ദാനം ചെയ്തിരുന്നു. അത് പൂർത്തിയാക്കാൻ എനിക്ക് കഴിഞ്ഞിരുന്നില്ല. മദ്യപാനത്തിന്റേതല്ലാട്ടോ. മറ്റൊന്നാണ്.

ഞങ്ങളുടെ ആദ്യകാൾ മുതൽ തന്നെ അവളുടെ കുടുംബത്തിലെ എല്ലാവർക്കും എന്നെക്കുറിച്ച് അറിയാം. പക്ഷേ, എന്റെ കുടുംബത്തിലങ്ങനെയല്ല. അവളെക്കുറിച്ച് എന്റെ കുടുംബത്തിലെ ആർക്കും അറിയില്ല. അവരോട് ഇതുവരെ ഞാനൊന്നും പറഞ്ഞിട്ടുമില്ല. നെറ്റിലെ ഏതെങ്കിലും മാട്രിമോണിയൽ സൈറ്റിൽ അവരുടെ മകന്റെ പ്രൊഫൈൽ ഉണ്ടോ എന്നുപോലും അവർക്കാർക്കുമറിയില്ല. ഇക്കാര്യത്തിൽ അവൾക്ക് പേടിയുമുണ്ടായിരുന്നു. ഞങ്ങൾ ഒരു ഉറച്ച തീരുമാനം എടുത്തിട്ടു പോലും.

ഓരോ ദിവസവും അത്നെചൊല്ലിയുള്ള അന്വേഷണം വർധിച്ചു കൊണ്ടിരുന്നു. ഞാൻ പറയുന്നില്ല എന്ന ഒറ്റ കാരണംകൊണ്ടുതന്നെ അവൾ അസ്വസ്ഥയാകാനും തുടങ്ങി. അതുകൊണ്ടുതന്നെ കഴിഞ്ഞാഴ്ച ഞാൻ അവൾക്ക് വാക്കുകൊടുത്തിരുന്നു. അടുത്ത ആഴ്ച ഏതായാലും പറയുമെന്ന്. നിർഭാഗ്യം അല്ലാതെന്ത്, എനിക്ക് അന്നും പറയാനായില്ല. ആ ദിവസം തന്നെ ആയിരുന്നു ഐ.എം.എസ്സിലെ എക്സാം, (ഐ.എം.എസ്. അതും ഞങ്ങളിലെ ഒരുമയായിരുന്നു. ഞങ്ങൾ രണ്ടു പേരും എം.ബി.എയ്ക്ക് ചേരാൻ ആഗ്രഹിക്കുന്നവരും അതിന്റെ കോച്ചിങ്ങിന് പോകുന്നവരുമായിരുന്നു. അതും ഒരേ സെന്ററിൽ. തൊട്ടടുത്ത സിറ്റിയിലായി എന്നു മാത്രം.)

"എനിക്ക് കഴിഞ്ഞാഴ്ച ബർലയിൽ പോകാൻ പറ്റിയില്ലടാ... ഐ.എം.എസ്സിൽ ക്ലാസ് ടെസ്റ്റായിരുന്നു." ഞാൻ അവളെ ആശ്വസിപ്പിക്കാൻ ശ്രമിച്ചു.

"പക്ഷേ, നീ വാക്ക് തന്നിരുന്നല്ലോ ഷോണാ..." കുരച്ച് ചാടിയിരുന്ന എന്റെ പെണ്ണ് ആകെ വികാരഭരിതയായിരുന്നു. ആ പേര് വിളിച്ചവൾ എന്നെ കൊല്ലും. സ്നേഹത്തോടെ അവൾ പല പേരും വിളിക്കാറുണ്ട്. പക്ഷേ, ഇത് അവയിൽ നിന്നൊക്കെ വ്യത്യസ്തമായിരുന്നു. ഷോണാ.... അവൾ അത് വിളിക്കുന്ന രീതിയിലാണ് അതിന്റെ രസം. അതിലൊരു അവകാശമുണ്ട്, ആശയുണ്ട്. എരിവും പുളിയും തണുപ്പും ചൂടുമുണ്ട്.

"ഈ ആഴ്ച സത്യമായിട്ടും. ഇതല്ലാതെ മറ്റൊന്നും ഇനി എനിക്ക് ചെയ്യാനില്ല." ഞാനവളോട് പറഞ്ഞു.

അതോടെ എന്റെ ഷിനോമിനി തണുത്തു. ഷിനോമിനി, ഞാനവൾക്ക് നൽകിയ പേരാണത്. സുന്ദരിയും സുശീലയും എന്നാണതിനർത്ഥം. ഷോണാ എന്നതിന്റെ സ്ത്രീപദം.

അടുത്ത ആഴ്ച വീട്ടിൽ. ഞാൻ ആകെ അസ്വസ്ഥനായിരുന്നു. അച്ഛനമ്മമാരോട് എന്റെ വിവാഹക്കാര്യം ചർച്ച ചെയ്യാൻ പോകുന്നു. അവർക്ക് ഏതായാലും സന്തോഷമായിരിക്കും.

ഞങ്ങൾ ബർലയിലേക്ക് പോകുന്നതിനു മുമ്പത്തെ രാത്രിയിൽത്തന്നെ ഞാൻ ടിങ്കുവിനെ കൂട്ടിന് പിടിച്ചിരുന്നു. അവന് നേരത്തെതന്നെ തോന്നിയിരുന്നു, എനിക്ക് ഏതോ ഒരു പെൺകുട്ടിയുമായി എന്തോ കണക്ഷൻ ഉണ്ടെന്ന്. രാത്രി വൈകിയിട്ടുള്ള ഫോൺ കാളുകൾ കണ്ടതോടെ അത് അവൻ ഉറപ്പിക്കുകയും ചെയ്തിരുന്നു. പക്ഷേ, ഇതൊക്കെ തുടങ്ങിയത് ഒരു മാട്രിമോണിയൽ സൈറ്റിൽ നിന്നാണെന്ന് അവൻ ഒരിക്കലും കരുതിയില്ലായിരുന്നു. ഏതായാലും അവന്റെ മൂത്ത സഹോദരനായ ഞാൻ മമ്മയോടും പപ്പയോടും ഇക്കാര്യം സംസാരിക്കുമ്പോൾ എന്റെ കൂടെ നിൽക്കാമെന്ന് പറഞ്ഞ് സമ്മതിപ്പിച്ചിരുന്നു.

ബർലയിലെ വീട്ടിലെത്തിയ ഞാൻ എന്തൊക്കെയോ ചെയ്തുകൂട്ടി. പരസ്പരബന്ധമില്ലാത്ത കാര്യങ്ങൾ പറയാനും ചെയ്യാനും തുടങ്ങി. അങ്ങോട്ടുമിങ്ങോട്ടും നടക്കുന്നു. കാര്യം പറയാൻ വരും. പക്ഷേ, പറയാൻ കഴിയില്ല. പറ്റിയ സമയം കാത്തിരിക്കാനും എനിക്കറിയില്ലായിരുന്നു.

ഞാൻ ഒരുപാട് ചിന്തിച്ചു. സാധാരണ ഏതൊരു തലയും ചിന്തിക്കുന്നതിനേക്കാൾ കൂടുതലായി തന്നെ. ഞാനിപ്പൊ പറയണോ? ഒരു പതിനഞ്ച് മിനുട്ട് കൂടി കഴിഞ്ഞിട്ട് മതിയോ? പക്ഷേ, എത്ര മണിക്കൂറുകൾ കഴിഞ്ഞാലും ഞാൻ പറയാതെ അതേ നിൽപ്പ് തുടരും.

ഞാൻ പറയാൻ നിൽക്കുമ്പോഴേക്കും എന്തെങ്കിലും പെട്ടെന്ന് ഇടയിൽ വരും. അല്ലേൽ എന്തെങ്കിലും അവിചാരിതമായി സംഭവിക്കും; ഒന്നെങ്കിൽ ഫോൺ ബെല്ലടിക്കും. അല്ലെങ്കിൽ ആരെങ്കിലും വാതിലിൽ മുട്ടും. അതൊന്നുമില്ലെങ്കിൽ കുക്കർ വിസിലടിക്കും, അപ്പോൾ അമ്മയ്ക്ക് അടുക്കളയിലേക്ക് തിരിച്ച് പോകേണ്ടിയും വരും. അങ്ങനെ ഒന്നുമില്ലാത്തപ്പോഴോ എനിക്ക് പറയാനുമായില്ല.

“ഇന്ന് ഞാനത് പറഞ്ഞില്ലേൽ അവൾ കരയും. അത് ഉറപ്പാ.” ഞാൻ സ്വയം പറഞ്ഞു.

ഉച്ചയൂണിന് ശേഷം ആത്മവിശ്വാസം വീണ്ടെടുത്തു. കാര്യം പറയാതെ പറ്റില്ലല്ലോ... അപ്പോൾ എനിക്ക് തോന്നി അച്ഛനും അമ്മയും എങ്ങനെയാണ് ആദ്യം പരസ്പരം കണ്ടുമുട്ടിയതെന്നും കല്യാണം കഴിച്ചതെന്നും ചോദിക്കാം. അതല്ലാതെ ഈ വിഷയം കൊണ്ടുവരാൻ മറ്റൊരു വഴിയില്ല.

“അമ്മാ ഒരു കാര്യം ചോദിക്കട്ടെ... നിങ്ങൾ എങ്ങനെയാ പരസ്പരം കണ്ടതും കല്യാണം കഴിച്ചതും.” ഞാൻ ചോദിച്ചു.

അവർ രണ്ടുപേരും പരസ്പരം നോക്കി. എന്നെ നോക്കി ഒന്ന് പുഞ്ചിരിച്ചു. മാതാപിതാക്കൾ എന്നും അതിബുദ്ധിമാന്മാരാണ്. മക്കളുടെ മനസ്സിലൂടെ കടന്നുപോകുന്ന പലതും പറയാതെ അവർക്കറിയാനാകും. എന്റെ മനസ്സിലും എന്താണെന്ന് അവർ മനസ്സിലാക്കിക്കാണും.

എന്നിട്ടും അവർ അവരുടെ കഥ പറഞ്ഞുതന്നു. അത് കഴിഞ്ഞ ഉടൻ അമ്മ ചോദിച്ചു. “അപ്പൊ എങ്ങനെയാ നിന്റെ കഥ തുടങ്ങിയത്?” ഞാനാകെ തരിച്ചിരുന്നു. ഞാൻ ഒഴിഞ്ഞുമാറാൻ ശ്രമിച്ചു.

“എന്റെ കഥയോ...? എനിക്കൊന്നുമില്ല.”

എന്റെ തലച്ചോർ എനിക്ക് വാർണിംഗ് തന്നു. “ഉള്ള കാര്യങ്ങൾ തുറന്നു പറയാൻ പറ്റിയ ഏറ്റവും നല്ല സമയമാ... വെറുതെ കളയല്ലേ... പറയാൻ ശ്രമിക്കാം... ഇതിനേക്കാൾ നല്ലൊരു സമയം ഇനി കിട്ടില്ല.”

ഭാഗ്യമെന്നു പറയാം. ധൈര്യം സംഭരിച്ച് ഞാൻ എന്റെ കഥ പറഞ്ഞു. അവർക്ക് അവളുടെ ഫോട്ടോയും കാണിച്ചുകൊടുത്തു. അവർ എന്തെങ്കിലും, അത് ഇത് എന്നൊക്കെ പറയുമെന്ന് ഞാൻ കരുതിയെങ്കിലും

അതൊന്നും തന്നെ ഉണ്ടായില്ല. ടിങ്കു പോലും എന്റെ അച്ഛനമ്മമാർ ചോദിച്ചതിൽക്കൂടുതൽ ചോദ്യങ്ങൾ ചോദിച്ചിരുന്നു.

അമ്മ സന്തോഷിച്ചു. കാരണം അവരുടെ മകൻ കല്യാണത്തെക്കുറിച്ച് ആലോചിച്ചു തുടങ്ങിയിരിക്കുന്നു. ഡാഡിയും സന്തോഷവാനായിരുന്നു. കാരണം കല്യാണത്തിലെ ഏറ്റവും പ്രയാസമേറിയ കാര്യം വധുവിനെ കണ്ടെത്തുക എന്നതാണ്, അതും കഴിഞ്ഞിരിക്കുന്നു. അവരൊക്കെ ആശ്വസിച്ചു. ഞാനും സന്തോഷവാനായിരുന്നു. അവസാനം എന്റെ ഹൃദയച്ചെപ്പിനപ്പുറത്ത് എല്ലാവരുമായി ഞാൻ എന്റെ പ്രണയം വെളിപ്പെടുത്തിയിരിക്കുന്നു. ടിങ്കു എല്ലാവരെയും നിരീക്ഷിക്കുകയായിരുന്നു. അവനെ അങ്ങനെ പെട്ടെന്ന് മനസ്സിലാക്കാനാവില്ല. അതാണ് അവന്റെ സ്വഭാവം.

അമ്മയും അച്ഛനും ഏതാനും ചോദ്യങ്ങൾ ചോദിച്ചു. അതിനൊക്കെ ഞാൻ ആത്മവിശ്വാസത്തോടെ മറുപടിയും പറഞ്ഞു. ഇത്രേം വലിയ ഭാരം ഇത്ര പെട്ടെന്ന് ഒഴിഞ്ഞുപോകുമെന്ന് ഞാൻ ഒരിക്കലും വിചാരിച്ചിരുന്നില്ല.

ഞായറാഴ്ച രാത്രി ഭുവനേശ്വറിലേക്ക് ഞങ്ങൾ തിരിക്കുംമുമ്പ് ബസ്സ്റ്റോപ്പിൽ വെച്ച് അച്ഛൻ പറഞ്ഞു, “ഞങ്ങൾ ഒന്ന് ആലോചിക്കട്ടെ. ഏതായാലും നീ കല്യാണത്തെക്കുറിച്ച് കാര്യമായി ആലോചിച്ചുതുടങ്ങിയത് നന്നായി.”

“സാരമില്ല, നിങ്ങൾ പറഞ്ഞത് മനസ്സിലായി.” ഞാൻ പറഞ്ഞു. ഉള്ളിൽ ഞാൻ പറയുന്നുണ്ടായിരുന്നു. “പപ്പാ ആര് നോക്കുന്നു!”

തിങ്കൾ. രാവിലെ ഞാൻ ഭുവനേശ്വറിലെ വീട്ടിലെത്തി. കട്ടിലിൽ കിടന്ന് ഞാൻ കുശിക്ക് വിളിച്ചു.

“മിഷൻ കംപ്ലീറ്റഡ്.” അവളെ ഉണർത്തിക്കൊണ്ട് ഞാൻ പറഞ്ഞു. ആ രണ്ട് വാക്കുകൾ... എല്ലാ കാര്യങ്ങളും അവൾക്ക് മനസ്സിലായി. എന്താ ഒരു മറുപടിയും കിട്ടാത്തത്? ഒരു ചുംബനപരമ്പരയായിരുന്നു പിന്നീട്. അവസാനത്തേത്... അതായിരുന്നു ഏറ്റവും മനോഹരം. അതായിരുന്നു അവളുടെ ആദ്യ കിസ്സും; അതും ഫോണിൽ.

“മുത്തേ! ഇത്രേം ഉച്ചത്തിൽ? ആരും അടുത്തില്ലേടാ?” ഞാൻ ചോദിച്ചു.

അവളെന്റെ ചോദ്യത്തിനു മറുപടിയൊന്നും പറഞ്ഞില്ല. അവൾ പറഞ്ഞു “നിന്നെ ഞാൻ എന്റെ ബെഡ്ഡിലേക്ക് വലിച്ചിട്ട് ചുംബിച്ച് കൊല്ലുന്നപോലെ തോന്നാണ് കുട്ടാ”.

ഹാവൂ... അവൾ ഒരുപാട് ആഹ്ലാദിക്കുന്നു. ഞാൻ എന്റെ ഫാമിലിയോട് അവളെക്കുറിച്ച് പറഞ്ഞത് അവളെ അത്രയധികം സന്തോഷിപ്പിക്കുന്നു.

ഞങ്ങളുടെ പ്രണയകഥയിൽ ഒരു നാഴികക്കല്ലുകൂടി ഞങ്ങൾ മറികടന്നു. ഇപ്പോൾ ഞങ്ങളുടെ ബന്ധത്തെക്കുറിച്ച് രണ്ട് കുടുംബത്തിനും

അറിയാം. എന്റെ മുത്ത് സന്തോഷവതിയാണെന്നതുകൊണ്ടുതന്നെ ഞാൻ സന്തോഷവാനായിരുന്നു.

ഒരു ദിവസം ഞാനവളെ കരയിപ്പിച്ചു. ഞാനും കരഞ്ഞു. കാരണം അവൾ കരഞ്ഞിരിക്കുന്നു.

വീക്കെൻഡിൽ ഞാൻ ബർലയിലായിരുന്നു. വീട്ടിലെ വരാന്തയിലിരുന്ന് എന്തോ വായിക്കുകയായിരുന്നു. സെൽഫ് എക്സാം ചെയ്ത് നോക്കിയപ്പോൾ എല്ലാത്തിലും തോറ്റു. ആകെ അസ്വസ്ഥനായി ഇരിക്കുകയായിരുന്നു. പരീക്ഷ അടുത്തിരിക്കുന്നു. ഇത് ക്ലിയർ ചെയ്യാനായില്ലെങ്കിൽ എന്റെ പഠനം മുടങ്ങും. എന്ത് ചെയ്യും???

അടുത്തഭാഗം നോക്കാൻ തുടങ്ങുമ്പോഴാണ് അവൾ വിളിച്ചത്.

"ഹേയ് ഹ..." ഞാൻ താത്പര്യമില്ലാതെ പറഞ്ഞു.

"എന്താ ഷോണാ പ്രോഗ്രാം." അവൾ ചോദിച്ചു.

അവളുടെ സുന്ദരമായ ആ ശബ്ദത്തിൽ ഷോണാ എന്ന് വിളിക്കുന്നത് ഞാൻ എപ്പോഴും ഒരുപാട് ഇഷ്ടപ്പെട്ടിരുന്നു. അതിൽ അവളെന്നെ എത്ര കെയർ ചെയ്യുന്നുണ്ടെന്ന് വ്യക്തമായിരുന്നു.

"ഈ ആർ.സി. പാഠം നിന്റെ മുത്തിനെയാകെ പണിയാക്കിയിരിക്കുന്നു. ഭയങ്കര ടഫ്... ഞാനാകെ ടെൻഷനിലാ. ഒരു ഉഷാറില്ല."

"എന്നാ എന്നോട് കുറച്ച് നേരം മിണ്ടിക്കോ. എല്ലാ ടെൻഷനും പോകും. ഉഷാർ കിട്ടേം ചെയ്യും ന്തേ?"

"വേണ്ട പൊന്നെ. ഞാനൊരു പുതിയ പാഠം നോക്കട്ടെ. മാർക്ക് സ്കോർ ചെയ്യണം. അതുമാത്രമേ എന്റെ മൂഡ് മാറ്റൂ. നമുക്ക് രാത്രി സംസാരിക്കാം... പ്ലീസ്?"

"ഹും... ഓ.കെ. എന്നാ പിന്നെ കാണാം. കട്ടാകുന്നതിനു മുമ്പ് എന്തെങ്കിലും ഒരു നല്ല കാര്യം പറ."

കുശിയെ പറ്റി ഇനിയും ഒരുപാട് വ്യക്തമാക്കാനുണ്ട്. ഫോൺ കട്ടാക്കുന്നതിന് മുമ്പ് ഒരു നല്ല വാർത്ത കേൾക്കാൻ ഇഷ്ടപ്പെടുന്നത് പോലെയുള്ള നിസ്സാരകാര്യങ്ങൾ പോലും അവൾ വലിയ കാര്യമായി കണ്ടു. പക്ഷേ, ആ സമയത്ത് അതിനെക്കുറിച്ച് ചിന്തിക്കാൻ പോലും എനിക്കാകുമായിരുന്നില്ല.

"കുശി... ഒന്ന് മനസ്സിലാക്ക്. എനിക്കൊന്നിനും തോന്നുന്നില്ല. എന്റെ മൈൻഡ് ഔട്ട് ഓഫ് ഓർഡറിലാ. ഇപ്പോ ഒന്നും ചിന്തിക്കാൻ തോന്നുന്നില്ല. രാത്രി സംസാരിക്കുമ്പോൾ നല്ല കാര്യം രണ്ടെണ്ണം പറഞ്ഞുതരാം. ഓകെ?"

"ഓകെ. യു ടെയ്ക് കെയർ..."

“ബൈ.”

“ബൈ അല്ല... സീ യൂ.” അവൾ പിന്നെയും എന്നെ തിരുത്തി.

“ആ. യെസ്... സീ യൂ.” ഞാൻ ഫോൺ ഓഫാക്കി. അപ്പോഴും ആകെ അപ്സെറ്റായിരുന്നു.

ഏകദേശം പതിനഞ്ച് മിനുട്ട് കഴിഞ്ഞിട്ടുണ്ടാകും എന്റെ ഫോൺ പിന്നെയും ബെല്ലടിക്കുന്നു. അത് അവൾ തന്നെയായിരുന്നു.

“ഇനിയെന്താ?” എന്റെ ശബ്ദം അല്പം ഉയർന്നു.

“ഞാൻ നേരത്തെ എന്തിനാ വിളിച്ചത് എന്നറിയുമോ?”

“ഓഹോ...എന്താ?” ഞാൻ അസ്വസ്ഥനായിരുന്നു.

“ഇവിടെ മഴ പെയ്യുന്നുണ്ട്. ഈ മഴയത്ത് നിന്റെ കൈയും പിടിച്ച് ഡാൻസ് ചെയ്യുന്നതുപോലെ തോന്നി.”

“കുശി...!” എന്റെ ശബ്ദം അല്പംകൂടി ഉയർന്നു.

“ഓ കെ. ബൈ. സോറി... സീ യൂ ലേറ്റർ.” അവൾ ശാന്തയായി പറഞ്ഞു. അവൾ കട്ടാക്കാൻ നിൽക്കുമ്പോഴാ ഞാൻ ഓർത്തത് എന്താ ഞാൻ ചെയ്തത് എന്ന്.

“ഹേയ് നിൽക്ക്. നമുക്ക് കുറച്ചുനേരം സംസാരിക്കാം. എനിക്ക് ഒരു ബ്രേക്ക് വേണം.”

അവൾക്ക് സന്തോഷമായി.

അല്പസമയത്തിനുള്ളിൽത്തന്നെ സംസാരം മഴയിൽ നിന്ന് ഞങ്ങളുടെ വാഗ്ദാനങ്ങളിലേക്കും മറ്റും കയറിപ്പോയി. ആവശ്യമുള്ളതും ഞങ്ങൾ ഒഴിവാക്കേണ്ടതുമായ കാര്യങ്ങളും സംസാരിച്ചു. അവൾക്ക് ഇഷ്ടമുള്ള കാലംവരെ മദ്യം ഞാൻ തൊടില്ല. ഒരു സസ്യഭുക്കാകാനുള്ള ശ്രമം ഞാൻ നടത്തും (വീട്ടിലെങ്കിലും). ഞങ്ങൾ സംസാരിച്ചു. ഞങ്ങളുടെ ഫാമിലികളിൽ പാലിക്കേണ്ടതായ ചില കാര്യങ്ങളാണ് ഞാൻ അവളോടും അവളെന്നോടും പറഞ്ഞത്. (അവൾ പഠിച്ചതും ഇഷ്ടപ്പെടുന്നതും ഹിന്ദിയാണ്. എനിക്ക് ഇഷ്ടം പഞ്ചാബി സംസാരിക്കുന്നതും.)

ഏതായാലും ഒരാളുടെ ആഗ്രഹങ്ങൾ മറ്റെയാൾക്കുമേലെ അടിച്ചേല്പിക്കാൻ രണ്ടുപേരും ശ്രമിച്ചതുമില്ല. അത് ഒരു തിരിച്ചറിയലായിരുന്നു. പരസ്പരം അറിഞ്ഞ് മനസ്സിലാക്കി. എന്തുതന്നെയായാലും ഞങ്ങളൊന്നിച്ച് ജീവിക്കാൻ തീരുമാനമെടുത്തിരിക്കുന്നു.

ഞാനവളോട് ചോദിച്ചു. “ഹേയ് നിനക്ക് പഞ്ചാബിയിൽ സംസാരിച്ചൂടെ. എന്റെ ആഗ്രഹമാണത്. അതോ കല്യാണം കഴിഞ്ഞാലേ നീയത് പറയുള്ളൂ.”

“കല്യാണത്തിനുശേഷവും ഞാനങ്ങനെ പറയില്ല. അപ്പോ യൂ എന്തു ചെയ്യും.” അവൾ എന്നെ കളിയാക്കി ചിരിച്ചു. അവൾ കട്ടിലിൽ ചാടി

എഴുന്നേറ്റ് ജനാലയ്ക്കരികിൽ ചെന്ന് മഴത്തുള്ളിക്കായി കൈനീട്ടുന്നത് ഞാൻ സങ്കല്പിച്ചു.

"അങ്ങനെ വന്നാ ഞാൻ നിന്നെ നിന്റെ വീട്ടിൽ ഫരീദാബാദിൽ കൊണ്ടാക്കി തിരിച്ചുപോരും."

അവൾ ഇതുമാത്രമേ അതിനു മറുപടിയായി പറഞ്ഞുള്ളൂ. "ഷോണാ...?"

ജനലിന്റെ പുറത്ത് നിലത്തേക്ക് വലിയ ശബ്ദത്തോടെ വന്നുവീഴുന്ന മഴത്തുള്ളിക്കിലുക്കം ഞാൻ കേൾക്കുന്നുണ്ടായിരുന്നു. ഞാൻ പറഞ്ഞത് കുറച്ച് കൂടിപ്പോയിരിക്കുന്നു. ഒരു തമാശയടിക്കാൻ നോക്കിയത് ആകെ കുളമായിരിക്കുന്നു. എന്തു ചെയ്യണമെന്നറിയാതെ ഞാൻ ആകെ പതറി. എന്തെങ്കിലും എനിക്ക് പറയാനാകുന്നതിന് മുമ്പേ അവൾ പറഞ്ഞു:

"ഓ.കെ. ഷോണാ... നടക്കട്ടെ, നിന്റെ പഠനം നടക്കട്ടെ. സീ യൂ ലേറ്റർ." പെട്ടെന്നുതന്നെ അവൾ ഫോൺ ഓഫാക്കി. ഇതിനുമുമ്പ് ഇതുവരെ ചെയ്യാത്ത ഒന്ന്. ഒന്നും പറയാതെ പെട്ടെന്ന് കട്ടാക്കിയിരിക്കുന്നു.

ഞാനാകെ അസ്വസ്ഥനായി, എന്ത് ചെയ്യണമെന്നറിയാതെ. അവൾ കളിയാക്കി പറഞ്ഞതിന് ഞാൻ കൊടുത്ത മറുപടി പിന്നെയും പിന്നെയും ഞാൻ ആലോചിച്ചു. അവൾ കരുതുന്നതല്ല ഞാൻ പറഞ്ഞത് എന്ന് അവളോട് വിളിച്ച് പറയാനോ എന്റെ പാഠങ്ങൾ ശ്രദ്ധിക്കാനോ എനിക്കായില്ല. അടുത്ത പാഠത്തിലെ എല്ലാ ഉത്തരങ്ങളും തെറ്റായിരുന്നു.

വൈകിട്ട് ഏഴ് മണിക്ക് ഞാൻ തൊട്ടടുത്ത എടിഎം കൗണ്ടറിൽ പോയി. ഭുവനേശ്വറിലേക്കുള്ള ടിക്കറ്റ് എടുക്കാനുണ്ടായിരുന്നു. അപ്പോഴേക്കും മഴ തുടങ്ങി. ആ സീസണിലെ ആദ്യ മഴ. അപ്പോ എനിക്ക് ഓർമ വന്നു. അവൾ നേരത്തെ വിളിച്ച ആ നേരം എന്തായിരുന്നുവെന്ന്. എ.ടി. എമ്മിന്റെ മുമ്പിലെ ക്യൂവിൽ നിന്നും പുറത്തു കടന്ന് ഞാൻ അവളുടെ നമ്പർ ഡയൽ ചെയ്തു.

"ഹല്ലോ." അവളുടെ ശബ്ദം വിറയ്ക്കുന്നുണ്ടായിരുന്നു.

"കുശി." ഞാൻ പറഞ്ഞു.

"ഹും... പറ ഷോണാ." അവൾ പതിയെ മന്ത്രിച്ചു. അവൾ മൂക്ക് പിഴിയുന്ന ശബ്ദം ഞാൻ കേട്ടു. അത് മതിയായിരുന്നു അവൾ കരയുകയായിരുന്നു എന്ന് മനസ്സിലാക്കാൻ.

അല്പസമയത്തേക്ക് എനിക്കൊന്നും പറയാനായില്ല. അവളുടെ തേങ്ങൽ കൂടിക്കൊണ്ടിരുന്നു. "ഹേയ്! വേണ്ടാ... കരയല്ലെടാ... പ്ലീസ്. ഞാനങ്ങനെ വേണ്ടാത്തത് പറഞ്ഞതിൽ സോറി... റിയലി സോറി."

അവളുടെ കരച്ചിലിന് കനംവെച്ചു. മഴയത്ത് കൈപിടിച്ച് ഡാൻസ് ചെയ്യാൻ കൊതിച്ച ഒരു പെണ്ണിനെ കരയിപ്പിച്ചതിൽ ഞാനാകെ ലജ്ജിച്ചു. ഞാൻ മഹാപാപം ചെയ്തിരിക്കുന്നു. ഭൂമിയിൽവെച്ച് ഏറ്റവും സുന്ദരിയായ

ഒരു പെൺകുട്ടിയെ അതും എന്റേതു മാത്രമായ ഒരു പെണ്ണിനെ ഞാൻ കരയിപ്പിച്ചിരിക്കുന്നു. എനിക്കെങ്ങനെ കഴിഞ്ഞു അങ്ങനെയൊക്കെ ചെയ്യാൻ? എന്റെ മുമ്പിലായിരുന്ന ചുമരിൽ ഞാൻ ആഞ്ഞടിച്ചു. ക്യൂവിൽ നിൽക്കുകയായിരുന്ന ആളുകൾ എന്നെ നോക്കാൻതുടങ്ങി. റോഡിൽ ലൈറ്റില്ലാത്ത ഒരു ഭാഗത്തേക്ക് ഞാൻ നീങ്ങിനിന്നു.

"അയാം വെരി സോറി... കുശി... അയാം റിയലി സോറി... എന്റെ മണ്ടത്തരംകൊണ്ട് കരയിച്ചതാ..."

നിശ്ശബ്ദത നിറഞ്ഞ ഏതാനും നിമിഷങ്ങൾ...

"എന്തെങ്കിലും പറ എന്തെങ്കിലും. എന്നെ എന്തു വേണമെങ്കിലും ചെയ്തോ. എന്നാലും ഒന്ന് മിണ്ട്."

ഞാനും അതോടെ കരയാൻ തുടങ്ങിയിരുന്നു.

കുറച്ചുകഴിഞ്ഞ് അവൾ പറഞ്ഞു: "ഷോണാ... നീയെന്നെ നിന്റെ വീട്ടിലേക്ക് കൊണ്ടുപോവുകപോലും ചെയ്തിട്ടില്ല. അതിനുമുമ്പ്, എന്നെ തിരിച്ചയയ്ക്കുന്നതിനെക്കുറിച്ചാ പറയുന്നത്."

അവളുടെ നിസ്സാരമായ ആ ചോദ്യത്തിനു മുന്നിൽ ഞാനാകെ പതറി ഒരു വാക്കും മിണ്ടാനാകാതെ നിന്നു. അവൾ കരയുകയായിരുന്നു. ഞാനും കരയുകയായിരുന്നു. ഞങ്ങൾക്കൊപ്പം ആകാശവും കരയുന്നുണ്ടായിരുന്നു. പുറത്ത് കനത്ത മഴയായിരുന്നു.

"നിനക്ക് അങ്ങനെ പറയാൻ ഒരു നിമിഷമേ വേണ്ടിവന്നുള്ളൂ. പക്ഷേ, ഞാനൊരു പെൺകുട്ടിയാ. ഞാനെന്റെ അമ്മയേയും അച്ഛനേയും സോദരസോദരിമാരേയും ഇത്രയുംകാലം ഞാൻ ജീവിച്ച എല്ലാവരേയും എന്റെ വീട്ടിലാക്കിയാ ഒരുപാട് ഓർമകൾ ബാക്കിവെച്ച് നിനക്കായി വരുന്നത്. നീ പറയുന്നു നീ എന്നെ ഉപേക്ഷിക്കുമെന്ന്."

"ഇല്ലടാ... പ്ലീസ്... ഞാൻ മണ്ടത്തരം പറഞ്ഞുപോയതാ... ഞാൻ..." വഴിയരികിലുള്ള കല്ലിൽ ഞാൻ ഇടിച്ചു. എന്റെ ശബ്ദം ഉയർന്നു. ചുറ്റിലുമുള്ള ആരേയും പരിഗണിക്കാതെ ഞാനെന്തൊക്കെയോ ചെയ്തു. ആകാശത്ത് മിന്നലടിച്ചു. ഇടിവെട്ടി മഴപെയ്തു. വലിയ ശബ്ദത്തിൽ തന്നെ. ഞാൻ ആ കലുങ്കിൽ അടിക്കാനും കരയാനും തുടങ്ങി. എനിക്കെന്തോ പറ്റിയിരുന്നു ആ സമയത്ത്. ജീവിതത്തിൽ ഇത്രയുംകാലം ഞാൻ അങ്ങനെ കരഞ്ഞിട്ടില്ലായിരുന്നു.

ഒരു പെണ്ണിന്റെ പ്രകൃതിയാണത്. കരയുന്നവരെ ആശ്വസിപ്പിക്കാനുള്ള അവരുടെ കഴിവ്. അത് അപാരം തന്നെയാണ്. ഈ പ്രശ്നം കാരണം ഞാൻ അവൾക്ക് ചെയ്യേണ്ടത് അവൾ എനിക്ക് ചെയ്തു. അവളാദ്യം എന്റെ കണ്ണീർ തുടച്ചു.

"ഷോണാ... ഷോണാ... പ്ലീസ് മുത്തേ പ്ലീസ്... നീ കരയുന്നത് ഞാൻ കേൾക്കുന്നുണ്ട്... കരയല്ലെടാ പ്ലീസ്... നോക്ക് ഞാൻ നിന്നോട്

സംസാരിക്കുന്നത്... എന്തുതന്നെയായാലും ഞാൻ നിന്റേതാണല്ലോടാ. നോക്ക് എന്നെ സന്തോഷത്തോടെ കാണുന്നതാണ് നിനക്ക് ഇഷ്ടമെങ്കിൽ കരയല്ലെടാ..." വേദനിക്കുന്ന ഒരു ഹൃദയം മറ്റൊരു വേദനിക്കും ഹൃദയത്തെ ആശ്വസിപ്പിക്കുന്നു.

കുറച്ച് കഴിഞ്ഞപ്പോഴേക്കും അവളെന്നെ ചിരിപ്പിക്കുകകൂടി ചെയ്തു. ഞാൻ പറഞ്ഞു. "നിന്നെ വേദനിപ്പിച്ചതിൽ മാപ്പ് മോളെ. ഞാൻ എന്താ പറയാ സോറി."

"ഷോണാ നിനക്കറിയോ? നിന്നെപ്പോലെതന്നെ ഞാനും എന്നും എന്റെ ഫാമിലിക്കൊപ്പം നിൽക്കണമെന്ന് ആഗ്രഹിക്കുന്നവളാ. പക്ഷേ, നമ്മുടെ സാമൂഹ്യരീതിയും സംസ്കാരവും കാരണം എനിക്കവരെ പിരിയേണ്ട തുണ്ട്. ഞാനവരെ പിരിയുകയും ചെയ്യും. കാരണം ഞാൻ നിന്നെ അത്രയധികം ഇഷ്ടപ്പെടുന്നുണ്ട്... നീയാണ് എന്റെ ജീവിതാന്ത്യംവരെയുണ്ടാകുന്നവൻ. നീയാണ് എന്നെ സംരക്ഷിക്കേണ്ടവനും."

"എനിക്കറിയാമെടാ, നല്ലോണം അറിയാം. എന്തിനാ ഞാൻ ഇതൊക്കെ നിന്നോട് പറയുന്നത് എന്നെനിക്കറിയില്ല. ഞാനത് ഒരിക്കലും കരുതാത്ത ഒന്നാണ്. നിനക്കെന്നെ എന്തു വേണേലും ചെയ്യാം, എന്തു ശിക്ഷയും നൽകാം. ഞാൻ സ്വീകരിക്കും. ഞാൻ നിന്നോട് തെറ്റ് ചെയ്തിരിക്കുന്നു."

"ശിക്ഷയോ...?" സുന്ദരമായ ശബ്ദത്തിൽ അവൾ ചോദിച്ചു.

"ആ. എന്തായാലും വേണ്ടീല." ഞാൻ പറഞ്ഞു.

"നീ ഇപ്പോ എവിടെയാ?" അവൾ ചോദിച്ചു. അവളുടെ ശബ്ദം നന്നായി വരുന്നതുപോലെ എനിക്കു തോന്നി.

"ഞാൻ കാശെടുക്കാൻ എ.ടി.എമ്മിൽ വന്നതാണ്. അത് കുറച്ചപ്പുറത്താണ്."

"എ.ടി.എമ്മിന്റെ അരികിൽ ആളുകളുണ്ടോ?"

"ആ അവിടെ വലിയൊരു നീണ്ട ക്യൂ തന്നെയുണ്ട്."

"എങ്കിൽ ക്യൂവിലേക്ക് തിരിച്ചുപോ."

"എന്തേ?"

"അങ്ങോട്ട് പോ. അത് ശിക്ഷയുടെ ഒരു ഭാഗമാ.""

"ഹും." ഞാൻ തിരിച്ച് അവിടെ എത്തി. "ഞാൻ ക്യൂവിലാണ്."

"ഓ.കെ. ഇപ്പോ എനിക്ക് അഞ്ച് കിസ് തരണം."

"എന്ത്?"

"ഷോണാ..." അവൾ ഉറച്ചുതന്നെ. എനിക്കൊരിക്കലും ഒരിക്കലും ഒഴിഞ്ഞുമാറാനാവില്ല.

ഞാനവളെ കുറച്ച് നേരത്തെ കരയിച്ചു. ഇപ്പോഴിതാ അവൾ ആവശ്യപ്പെട്ടത് ചെയ്യാൻ പോകുന്നു. ഞാനന്റെ ചുറ്റുമുള്ള ആളുകളെ മറന്നു.

ഫോണിലൂടെ അഞ്ച് നെടുങ്കൻ ചുംബനങ്ങൾ അവൾക്ക് നൽകി. വരിയിലെ ഏകദേശം അവസാനത്തിലേതായിരുന്നു ഞാൻ. ആളുകളുടെ കണ്ണിൽ നിന്ന് മറയാനായി ഞാനെന്റെ മുഖം താഴ്ത്തി.

അവസാനം അവൾ ചിരിച്ചു. അവളെ ചിരിപ്പിക്കാനായതിൽ ഞാനും സന്തോഷിച്ചു. ഞാനും ചിരിച്ചു. മനസ്സു തുറന്ന്.

അതേസമയം ഒരു പെൺകുട്ടിയുടെ ത്യാഗത്തെക്കുറിച്ച് ഞാൻ ആലോചിച്ചു. അവരുടെ സ്വപ്നത്തിലെ പുരുഷനുവേണ്ടി അവർ ചെയ്യുന്ന ത്യാഗങ്ങൾ. ജീവിതകാലമത്രയും നീണ്ടുനിൽക്കുന്ന ത്യാഗം. മറ്റൊരാൾക്ക് വേണ്ടി, അയാളുടെ ഫാമിലിക്കുവേണ്ടി അവൾ സ്വന്തം സ്വപ്നങ്ങളെ ഒഴിവാക്കുന്നു. അവൾക്കു വേണ്ടി എനിക്കെന്റെ ഫാമിലി ഉപേക്ഷിച്ച് പോകാൻ സാധിക്കുമോ? ഞാൻ സ്വയം ചോദിച്ചുനോക്കി. എന്റെ ഫാമിലി ഉപേക്ഷിച്ച് പോകുന്നതിനെ കുറിച്ച് ചിന്തിക്കാൻ പോലും എനിക്കാവുമോ? എങ്ങനെയാണ് പെൺകുട്ടികൾക്ക് അതിനാകുന്നത്? എന്തിനാണ് അവർ മാത്രം അങ്ങനെ എല്ലാം ഉപേക്ഷിച്ചു പോകുന്നവരാകുന്നത്? എനിക്ക് ഉത്തരമില്ലായിരുന്നു. ഈ കുറഞ്ഞ സമയത്തിനുള്ളിൽ കുശി എന്നെ പലതും പഠിപ്പിച്ചു. സാവധാനം അവൾ എന്നെയും എന്റെ ചിന്തകളേയും മാറ്റിമറിക്കുകയായിരുന്നു.

അന്ന് വൈകിട്ട് ആ എ.ടി.എമ്മിൽ നിന്നും ഞാൻ കാശ് എടുത്തില്ല. ഇതൊക്കെ കഴിഞ്ഞ് ഞാൻ ചുറ്റും നോക്കുമ്പോൾ എന്റെ അയൽവാസിയായ ഒരാൾ എന്നെത്തന്നെ നോക്കിനിൽക്കുന്നുണ്ട്. ഫോണിലൂടെ ഞാൻ നൽകിയ ചുംബനങ്ങളെല്ലാം അയാൾ കണ്ടിരിക്കുന്നു. ഞാനവിടെ നിന്ന് രക്ഷപ്പെട്ടു.

ഒക്ടോബർ. ഞങ്ങളുടെ ബന്ധം തുടങ്ങിയിട്ട് ഏകദേശം മൂന്നു മാസമായിരിക്കുന്നു. അപ്പോഴേക്കും ഞാൻ അവളുടേയും അവൾ എന്റേയും ഫാമിലിയിലുമുള്ള എല്ലാവരോടും സംസാരിച്ചുകഴിഞ്ഞിരുന്നു. പരസ്പരം പരിചയപ്പെടുകയും ചെയ്തിരുന്നു.

സത്യം പറഞ്ഞാൽ ആ സമയത്തിനുള്ളിൽ അവൾ എന്റെ അമ്മയുടെ അടുത്ത കൂട്ടായിക്കഴിഞ്ഞിരുന്നു. എന്റെ പെണ്ണാണെന്ന് മാത്രമല്ല അതിന് മറ്റൊരു കാരണം കൂടിയുണ്ടായിരുന്നു. അമ്മ എന്നും ഒരു പെൺകുഞ്ഞിനെ ആഗ്രഹിച്ചിരുന്നു. പക്ഷേ, ഈ വീട്ടിലുണ്ടായ രണ്ടാളും ആണായിരുന്നല്ലോ. അതിന്റെ പ്രായശ്ചിത്തമായിരുന്നു അമ്മ അവളോട് കാണിച്ചിരുന്നത്. അവരുടെ ബന്ധങ്ങൾക്ക് ശക്തി കൂടിയതോടെ അവർ സങ്കടങ്ങളും സന്തോഷങ്ങളും അവളോട് പങ്കുവെക്കാനും തുടങ്ങി.

അതിൽ എന്റെ കുട്ടിക്കാലവും വാശികളും തരികിടകളും ഇഷ്ടാനിഷ്ടങ്ങളുമൊക്കെ പറഞ്ഞത് എന്നെ ചൊടിപ്പിക്കുകയും ചെയ്തിരുന്നു. 3:1 പ്രകാരം ആൺകോയ്മയുള്ള ഈ വീട്ടിൽ അവർക്കുള്ള സ്ഥാനത്തെ

ക്കുറിച്ചും ഇനി കുശികൂടി വരുമ്പോഴുണ്ടാകുന്ന മാറ്റങ്ങളും അമ്മ അവൾക്ക് പറഞ്ഞുകൊടുത്തിട്ടുണ്ടായിരുന്നു.

എന്റെ അമ്മയെക്കുറിച്ച് എനിക്ക് അറിയാത്ത പല കാര്യങ്ങളുമുണ്ടായിരുന്നു. പക്ഷേ, ആ കാര്യങ്ങളൊക്കെ കുശി എനിക്ക് പറഞ്ഞുതന്നു. ഏതൊരു മകനേക്കാളും കൂടുതലായി ഞാൻ എന്റെ അമ്മയെ സ്നേഹിച്ചിരുന്നു. പക്ഷേ, നമ്മൾ ഈ പുരുഷമേധാവിത്വകുടുംബമാകുമ്പോൾ നമ്മളറിയാതെ പോകുന്ന പല കാര്യങ്ങളുമുണ്ടായിരുന്നു. കുശിയാണ് എനിക്ക് ഒരു പെണ്ണിന്റെ മനസ്സും ആഗ്രഹങ്ങളും മനസ്സിലാക്കിത്തന്നത്.

ഒരോ ആഴ്ചാവസാനവും ഞാൻ വീട്ടിൽ പോകുമ്പോൾ അമ്മയ്ക്ക് മാത്രമായി ചെയ്യേണ്ട കാര്യങ്ങൾ അവൾ എനിക്ക് പറഞ്ഞുതരാൻ തുടങ്ങി. ഓരോ ആഴ്ചയിലും ടിപ്പുകൾ നൽകാൻ തുടങ്ങി. അവൾ പറഞ്ഞ കാര്യങ്ങൾ ഞാൻ ചെയ്തിട്ടില്ലേൽ എന്നോട് കോപിക്കാനും എന്നെ ശകാരിക്കാനും തുടങ്ങി.

എനിക്ക് സന്തോഷം നൽകുന്ന മറ്റൊരു കാര്യംകൂടി അതിലുണ്ടായിരുന്നു. ബന്ധങ്ങളുടെ വില മനസ്സിലാക്കിയവളായിരുന്നു എന്റെ കുശി, അത് എങ്ങനെ ശരിയാക്കിയെടുക്കണമെന്നും ശരിക്ക് അറിയാവുന്നവൾ.

മറ്റൊരു കാര്യം കൂടി ഞാനവൾക്ക് നിർദ്ദേശിച്ചിരുന്നു. രാത്രി പത്ത് മണിക്കു ശേഷം എനിക്ക് വിളിക്കാനോ ഞാൻ എന്തെങ്കിലും കാരണം കൊണ്ട് വിളിച്ചാൽ എടുക്കാനോ എടുത്താൽ തന്നെ സംസാരിക്കാനോ പാടില്ല. .... എക്സാം അടുത്തിരുന്നു. അതിനായി ഞാൻ കഠിനമായി തയ്യാറായിക്കൊണ്ടിരിക്കായിരുന്നു. ഒരു ദിവസം മൂന്നുനാല് മണിക്കൂറെങ്കിലും അതിന് അത്യാവശ്യമാണ്.

അതുകൊണ്ടുതന്നെ ഞങ്ങൾ കണിശമായ ഒരു തീരുമാനത്തിലെത്തി.

"ഐ.എം.എസ്. എക്സാം കഴിയുന്നതുവരെ രാത്രി പത്ത് മണിക്കു ശേഷം നമ്മൾ ഒരിക്കലും സംസാരിക്കാൻ പാടില്ല."

"... അത് സാധാരണ ദിവസത്തിൽ മാത്രം..." അവൾ കൂട്ടിച്ചേർത്തു. "വീക്കെൻഡ് ഡേകളിൽ ഏതായാലും കുറച്ച് കൂടുതൽ സമയം കിട്ടുമല്ലോ... അന്ന് അങ്ങനെ വേണ്ടല്ലോ."

"ഓകെ ബേബി... ഇനി ഞാൻ പറയുന്നത് ഏറ്റുപറഞ്ഞോളൂ..."

"ദൈവനാമത്തിൽ, ഞാൻ രവീൺ..." അവൾക്ക് പറയാനായി ഞാൻ കുറച്ചു സമയം മിണ്ടാതിരുന്നു.

"എന്റെ ഷോണായുടെ ദൈവത്തിന്റെ നാമത്തിൽ ഞാൻ കുശി... " അവൾ എന്റെ ഷോണാ എന്ന് അപ്പോൾ പറഞ്ഞത് എനിക്ക് വല്ലാതെ ഇഷ്ടപ്പെട്ടു. എന്റെ ഉള്ളംകൊണ്ട് അവളെയൊന്നാകെ ചുംബനംകൊണ്ട് മൂടാൻ എനിക്ക് തോന്നിപ്പോയി. പക്ഷേ, പുറമേക്ക് ഭാവമാറ്റമൊന്നും കാണിച്ചില്ല. ഞാൻ പ്രതിജ്ഞാവാചകം പിന്നെയും തുടർന്നു.

"പ്രതിജ്ഞയെടുക്കുന്നു..."

"പ്രതിജ്ഞയെടുക്കുന്നു..."

"സാധാരണ ദിവസങ്ങളിൽ ഞങ്ങൾ പരസ്പരം രാത്രി പത്ത് മണിക്കു ശേഷം വളരെ അത്യാവശ്യ കാര്യങ്ങൾക്കല്ലാതെ ഫോൺ വിളിക്കുന്ന തല്ല."

"സാധാരണ ദിവസങ്ങളിൽ ഞങ്ങൾ പരസ്പരം രാത്രി പത്ത് മണിക്ക് ശേഷം വളരെ അത്യാവശ്യകാര്യങ്ങൾക്കല്ലാതെ ഫോൺ വിളിക്കുന്ന തല്ല..."

"അത്രയ്ക്ക് അത്യാവശ്യമില്ലെങ്കിലും എനിക്ക് ഉറക്കം വന്നില്ലേൽ ഒരു അഞ്ച് മിനിട്ട് നിന്നോട് സംസാരിക്കാൻ ഞാൻ വിളിക്കുന്നതാണ്..."

പ്രതിജ്ഞയിലേക്ക് ഞാൻ പറയാത്ത കാര്യം അവൾ കൂട്ടിച്ചേർത്തു.

"എന്തായിത്...? ഞാൻ ചോദിച്ചു... എനിക്ക് ചിരിപിടിച്ച് നിർത്താനായില്ല... എന്നെ തന്നെയും പിടിച്ച് നിർത്താൻ എനിക്കായില്ല. ഞാനവളെ ചുംബിച്ചു. ഒന്നിന് പിറകെ ഒന്നായി മറ്റൊന്നായി. ചുംബനം കൊണ്ടവളെ മൂടി. ഒരുപാട് ടവറുകളിലൂടെ എന്റെ ചുംബനം പാറി പാറി അവളുടെ അരികിലെത്തിക്കാണും.

എന്റെ ജീവിതം കുശി സന്തോഷിപ്പിച്ചു... ആഹ്ലാദിപ്പിച്ചു... എല്ലാത്തിലും അവളെനിക്ക് കൂട്ടായിത്തീർന്നു.

ഞങ്ങൾ പ്രതിജ്ഞ ചെയ്ത ആ ആഴ്ച കഴിഞ്ഞ് കിട്ടാൻ ഞങ്ങൾ പെട്ട പാട്. അത് ഞങ്ങൾക്കേ അറിയൂ. അത് പാലിക്കുക അത്രയ്ക്ക് ബുദ്ധിമുട്ടായിരുന്നു. എങ്കിലും ഞങ്ങളുടെ നന്മയ്ക്കുവേണ്ടി തീരുമാനത്തിൽ ഉറച്ച് നിൽക്കാൻതന്നെ ഞങ്ങൾ തീർച്ചപ്പെടുത്തി. സത്യം പറയാലോ, ആ പ്രതിജ്ഞയ്ക്കുശേഷം ഞങ്ങൾക്ക് രണ്ടുപേർക്കും സംസാരിക്കാനുള്ള ആഗ്രഹം പ്രത്യേകിച്ചും പത്ത് മണിക്ക് ശേഷം കൂടിക്കൂടി വന്നു. അല്ലെങ്കിലും എല്ലാ മനുഷ്യർക്കുമുള്ള സ്വഭാവമാണത്. നിയമം മൂലം നിരോധിച്ചതിനോട് വല്ലാത്ത ഒരു അഭിനിവേശവും ആഗ്രഹവും. രാവിലെയുള്ള സംസാരങ്ങളിൽ ഞങ്ങളത് തിരിച്ചറിയുകയും ചെയ്തിരുന്നു. അല്ലെങ്കിലും പ്രണയത്തിന് രാത്രിയേക്കാൾ നല്ല ഒരു സമയവുമില്ലല്ലോ.

"രാത്രി സംസാരിക്കുന്നതാ ഒന്നുകൂടെ റൊമാന്റിക് അല്ലേ?" ഒരു ദിവസം ആവശ്യമായ ശബ്ദത്തിൽ അവൾ ചോദിച്ചു.

"ഹും... ശരിയാ... എനിക്കും എന്തോ നഷ്ടമായതുപോലെ. നമ്മുടെ ആ പ്രതിജ്ഞ സ്വന്തം കുതികാൽ വെട്ടിയതുപോലെയായിപ്പോയില്ലേ... എന്റെ തെറ്റ്. അല്ലാതെന്ത് പറയാൻ..." ഞാൻ പറഞ്ഞു.

"അല്ല... അല്ല... അത് നീ കുതികാൽ വെട്ടിയതുപോലെയൊന്നുമല്ല." അവളുടെ ശബ്ദം പെട്ടെന്ന് ഉയർന്നു. "അത് കാൽ മുഴുവനും നീ വെട്ടി

മാറ്റി എന്നിട്ട് കൂർത്ത കല്ലിൽ ചെരുപ്പ് പോലുമില്ലാതെ ചാടിക്കയറിയാൽ എങ്ങനെയുണ്ടാകും. അതാ നീ കാണിച്ചത്... അല്ല പിന്നെ... ഹും... ആഘോഷിക്ക്. ഇനിയിപ്പൊ... അല്ല പിന്നെ..." അവളാകെ ദേഷ്യംകൊണ്ട് വിറയ്ക്കുന്നുണ്ടായിരുന്നു.

പക്ഷേ, പ്രതിജ്ഞകൾ പാലിക്കപ്പെടാനുള്ളതാണല്ലോ... പാലിക്കപ്പെടേണ്ടതുമാണ്... എന്താ ചെയ്യാ... അത് ഞങ്ങൾ പാലിക്കേം ചെയ്തു...

അടുത്ത വീക്കെൻഡ് ഡേ ഞങ്ങൾ കാത്തിരിക്കാൻ തുടങ്ങി.

രാത്രി...! അത് തന്നെയാണ് പ്രണയത്തിന് ഏറ്റവും യോജിച്ച സമയം. അച്ഛനമ്മമാർ ഉറങ്ങിക്കഴിഞ്ഞിട്ടുണ്ടാകും. അവർ കരുതുന്നുണ്ടാകും ഉറങ്ങുകയല്ലേ... എന്തിനാ വെറുതെ നിങ്ങളെ ശല്യം ചെയ്യുന്നത് എന്ന്. നിങ്ങളോ...? മൊബൈലും പിടിച്ച്, തനിച്ച് റൂമിലെ ബെഡ്ഡിൽക്കിടന്ന്, ലൂസായ ഷർട്ടും ടീ ഷർട്ടും ധരിച്ച് അതും മങ്ങിയ സീറോ ബൾബിന്റെ നിറവിൽ തന്റെ കാമുകനോട്, കാമുകിയോട് കുറുകുന്നു... കുറുകിക്കൊണ്ടേയിരിക്കുന്നു...

അന്ന് ഞാനും അങ്ങനെയൊരു മൂഡിലായിരുന്നു.

"ഹായ്... ഷോണാ... മുത്തേ..." അവൾ വിളിച്ചു.

അന്നത്തെ ഹായ്ക്ക് എന്തോ ഒരു പ്രത്യേകതയുള്ളതുപോലെ... എന്തോ ഒരു അവകാശം... എന്തോ ഒരു...

"ഹായ്... ചക്കരേ..." ഞാൻ പതിയെ മന്ത്രിച്ചു. ഞങ്ങൾ സംസാരിക്കാൻ തുടങ്ങി. ഒരു ആഴ്ച മാത്രമേ ആയിട്ടുള്ളുവെങ്കിലും ഒരുപാട് കാലമായതു പോലെയൊരു തോന്നൽ എന്റെ ഉള്ളിലുണ്ടായി. സംസാരത്തിനിടയിൽ അവളുടെ ഒരു ഫ്രണ്ടിന്റെ എൻഗേജ്മെന്റിനെക്കുറിച്ച് പറയാൻ തുടങ്ങി. അത് കറങ്ങിത്തിരിഞ്ഞ് ഞങ്ങളുടേത് എങ്ങനെയാകണമെന്നതിലേക്ക് എത്തിച്ചേർന്നു.

"നമ്മൾ എങ്ങനെയാണോ സ്വപ്നം കണ്ടിട്ടുള്ളത് അതുപോലെതന്നെ ആയിരിക്കണം നമ്മുടെ എൻഗേജ്മെന്റും. നമുക്ക് ഇഷ്ടപ്പെട്ട ഡ്രസ്സാകണം. എല്ലാം നമുക്ക് ഇഷ്ടപ്പെട്ടതാകണം. ഞാനന്ന് സാരിയായിരിക്കുംട്ടോ. എന്തോണ്ടാന്ന് അറിയോ. സാരിയിൽ ഒന്നുകൂടി സുന്ദരിയാകും. ഹും..."

ഞാൻ എന്തെങ്കിലും മറുപടി പറയുംമുമ്പേ അവൾ തന്നെ പറഞ്ഞു എല്ലാം.

"ആഹാ... സത്യം... യു വിൽ ബി സ്റ്റണ്ണിംഗ് ഇൻ സാരി... എനിക്ക് എന്റെ സുന്ദരിയെ ആ സാരിയിലൊന്നു കാണണം..."

"എന്റെ ലൈഫിലെ ഏറ്റവും സുന്ദരമായ ഒരു ദിനമായിരിക്കും അത്. അന്ന് നിന്റെ കൈപിടിച്ച് സംഗീതത്തിന്റെ താളമനുസരിച്ച് ഞാൻ നൃത്തം ചെയ്യും.. എല്ലാവരുടെയും മുമ്പിൽ വെച്ചുതന്നെ. നിന്നെ എനിക്കായി കിട്ടിയതിൽ എന്റെ ഫ്രണ്ട്സൊക്കെ അസൂയയോടെ എന്നേം നിന്നേം

നോക്കി നിൽക്കും." വരാനിരിക്കുന്ന ആ സുദിനം മുന്നിൽ കാണുന്നത് പോലെ ഞാൻ പറഞ്ഞു.

എല്ലാവരുടേയും മുന്നിൽവെച്ച് ഞങ്ങളുടെ കണ്ണുകൾ സംസാരിക്കുമെന്ന അർത്ഥംകൂടി അതിലുണ്ടായിരുന്നു. "നീയെന്റെ കണ്ണിലേക്ക് നോക്കുമ്പോൾ നിനക്ക് മനസ്സിലാകും എന്റെ മനസ്സിലെന്താണെന്ന്..."

"എല്ലാവരും ഭക്ഷണത്തിനായി തിരക്ക് കൂട്ടുമ്പോൾ എന്റെ കണ്ണുകൾ നിന്നോട് മുകൾനിലയിലേക്ക് വരാൻ പറയും... സൂചന നൽകി ഞാൻ മുകളിലേക്ക് പോയിക്കഴിഞ്ഞിട്ടുണ്ടാകും..."

"എന്റെ കണ്ണുകൾ നിന്നെ പിന്തുടരുന്നുണ്ടാകും. ആ നോട്ടത്തിൽ തന്നെ മുന്നോട്ട് നടക്ക് എന്ന് പറയുന്നതുപോലെയുണ്ടാകും. അവസരം കിട്ടുമ്പോ ഞാൻ ആ ആൾക്കൂട്ടത്തിൽ നിന്ന് രക്ഷപ്പെടും. ബാത്ത്റൂമിൽ പോകാനുണ്ട് എന്നൊക്കെ പറഞ്ഞ്..." അവൾ കുറുകുന്ന ശബ്ദത്തിൽ പറഞ്ഞുകൊണ്ടിരുന്നു.

"ഞാൻ മുകൾനിലയിൽ പുറത്തേക്കുള്ള വാതിലിന്റെ പിറകിൽ ഒളിഞ്ഞ് നിൽക്കും... നിനക്ക് എന്നെ കാണാനാകാത്ത രീതിയിൽ... അവിടെ നിന്നെ ഞാൻ കാത്തിരിക്കും."

"എന്റെ വളകളുടേയും കൊലുസിന്റേയും ശബ്ദം കേട്ട് ഞാൻ വരുന്നത് നീ അറിയും..." അവൾ പതിയെ പറഞ്ഞു.

"ഞാൻ വാതിലിന്റെ പിറകിൽ നിൽക്കുന്നത് നിനക്ക് അറിയില്ല." ഞാനും മന്ത്രിച്ചു.

"ഞാൻ വാതിൽ തള്ളിത്തുറന്ന് നേരെ അങ്ങ് പോകും. നിന്നെ കാണാതെ..." അവളുടെ സ്വരവും താണു.

"നിന്റെ കണ്ണുകൾ എന്നെ തിരഞ്ഞ് നടക്കുന്നതിനിടയിൽ ഞാൻ നിന്നെ പിറകിൽ നിന്ന് ഇറുമ്പടക്കം പിടിക്കും... നീ ഞെട്ടും... ആരാണെന്ന് അറിയുമ്പോൾ എന്നിലേക്ക് നീ ചുരുളും..."

എന്താ സംഭവിച്ചുകൊണ്ടിരിക്കുന്നത് എന്ന് ഞങ്ങൾക്കറിയില്ലായിരുന്നു. ഒരാഴ്ച ഒന്നും സംസാരിക്കാനാവാത്തതുകൊണ്ടാണോ അതോ മറ്റുവല്ല കാരണവും കൊണ്ടോ... എനിക്കറിയില്ല.

ആ സുന്ദരനിമിഷത്തിന് മാറ്റൊലി തീർത്ത് കാവ്യഭംഗി നൽകി തകൃതിയായ പേമാരിയും വർഷിച്ചുതുടങ്ങിയിരിന്നു. ഞങ്ങളുടെ സ്നേഹം ആകാശത്തിനും മനസ്സിലായതുപോലെ. ഒരു തണുത്ത കുളിർകാറ്റ് മഴയുടെ തണുപ്പിനൊപ്പം എന്റെ റൂമിലേക്ക് അടിച്ചുവീശി.

"ഷോണാ... മുത്തേ..." സന്തോഷത്തോടെ അവൾ ഒച്ചവെച്ചു.

"നിന്നെ പിറകിൽനിന്ന് ഞാൻ കെട്ടിപ്പിടിച്ച് എന്റെ കൈകൾക്കുള്ളിൽ പൂട്ടിയിടും." സ്വപ്നത്തിലെന്നപോലെ ഞാൻ കണ്ണുകളടച്ചു. അവളും

കണ്ണടച്ചിട്ടുണ്ടാകും. അവൾ പിന്നെയും വിളിച്ചു. എല്ലാ സ്നേഹവും കൂട്ടിച്ചേർത്ത്.

"ഷോണാ..."

"ഞാൻ എന്റെ കൈകൊണ്ട് നിറഞ്ഞുനിൽക്കുന്ന നിന്റെ കാർകൂന്തൽ ഇടതുഭാഗത്തേക്ക് നീക്കിവെക്കും. പതിയെ... എന്നിട്ട് പതിയെ എന്റെ മുഖം നിന്റെ വലതുകഴുത്തിലേക്ക് കൊണ്ടുവരും. പതുക്കെ... പതുക്കെ... മറ്റേ കൈകൊണ്ട് ഒഴിഞ്ഞുകിടക്കുന്ന നിന്റെ വയറണിയിൽ ഞാനങ്ങനെ ചെറുതായി താളംപിടിക്കും..."

വികാരം നിയന്ത്രിക്കാൻ ഞാൻ പരമാവധി ശ്രമിച്ചു. എന്റെ ചക്കരയെ പേടിപ്പിക്കാതിരിക്കാനും.

അതും ഇത്രയുംനേരത്തെതന്നെ. അല്പനേരത്തേക്ക് അവളൊന്നും പറഞ്ഞില്ല. പക്ഷേ ഞങ്ങളുടെ രണ്ടുപേരുടേയും ശ്വാസഗതി ഉയർന്നിരിക്കുന്നു. അതു രണ്ടുപേരും കേൾക്കുന്നുമുണ്ടായിരുന്നു. ശരീരം പരുപരുത്ത് വരുന്നു. നെഞ്ചകം പെടപെടക്കുന്നു... നിറഞ്ഞ് കവിയുന്നു... എന്ത് ചെയ്യണമെന്നറിയാതെ ഞാനാകെ...

"പിന്നെ...?

അവസാനം അവൾതന്നെ ചോദിച്ചു. അവളുടെ നെഞ്ചകം പിടക്കുന്നത് ഞാൻ കണ്ടു. ആ പേടി, ആശങ്ക, ഉത്കണ്ഠ. എന്നിട്ടും ആ നിമിഷം അവൾ ആഘോഷിക്കാൻ തന്നെ തീരുമാനിച്ചു. ആ സുന്ദരനിമിഷം അതും എന്നോടൊപ്പം...

"എന്റെ ചുണ്ടുകൾ നിന്റെ വലതുചെവിക്ക് താഴെ പതിയെ തട്ടും. നിന്റെ പിൻകഴുത്തിൽ നനുത്ത ഒരു ചുംബനം നൽകും."

"ഹുംംംം." അവൾ മുരണ്ടു. ഉച്ഛ്വാസഗതി പിന്നെയും ഉയർന്നു.

"എനിക്കെന്തോ തോന്നുന്നു... എന്തോ... നിനക്കോ?"

ഞാൻ അവളോട് കൂളായി ചോദിച്ചു.

"ഹുംംംം. എനിക്കും എന്തോ തോന്നുന്നു. നിനക്ക് എന്താ തോന്നുന്നത്?"

"നീയെന്റെ കൈക്കുള്ളിൽ, നീ അടിച്ച കൊളോഗ്നയുടെ ആ സുന്ദരമായ വാസന, പെണ്ണിന്റെ വശ്യമായ ആ ഗന്ധം.. എന്റെ ചുണ്ടുകൾ നിന്റെ നഗ്നമായ ചുമലിലൂടെ പതിയെപതിയെ അരിച്ചരിച്ച് താഴോട്ട് ഇറങ്ങുന്നു. .. നിന്നിലേക്ക് കൂടുതൽ കൂടുതൽ പറ്റിച്ചേർന്ന്..." അത്രയായപ്പോഴേക്കും എന്റെ ശബ്ദവും വിറയ്ക്കാൻതുടങ്ങി. ഞാനവളോട് ചോദിച്ചു, "നിനക്ക് എന്താ തോന്നുന്നത് അത് പറ."

"എനിക്ക്..." പറഞ്ഞുവന്നത് മുഴുമിക്കാൻ അവൾക്ക് കഴിഞ്ഞില്ല. അവളാകെ വികാരവിവശയായിരിക്കുന്നു. ഉച്ഛ്വാസ നിശ്വാസം ഉയർന്നു കേൾക്കുന്നുണ്ട്. ഞാനും ഒന്നും മിണ്ടാതെ കാത്തിരുന്നു.

"എനിക്ക്..."

അവൾ ഒന്ന് നിർത്തി വീണ്ടും തുടർന്നു:

"നീയെന്നെ ഹിപ്നോട്ടൈസ് ചെയ്തതുപോലെ തോന്നാ, എന്തോ മന്ത്രവിദ്യ കാണിച്ചപോലെ. എനിക്കതിൽ നിന്ന് പുറത്ത് വരാൻ തോന്നുന്നേ ഇല്ല."

അവളുടെ നിശ്വാസത്തിന്റെ ഗതി പിന്നെയും കൂടിയിരിക്കുന്നു. അതിലു മുണ്ട് ഒരു കനം. വേഗതയും. അവളുടെ ആ മധുരമായ ശബ്ദം എന്നെ പിന്നെയും വികാരഭരിതനാക്കി.

"എന്റെ മറ്റേ കൈ നിന്റെ നഗ്നമായിക്കിടക്കുന്ന വയറണിലൂടെ അങ്ങനെ ഇഴഞ്ഞുനടക്കുകയാ... പിന്നെ..."

ഞാൻ ഒന്നു നിർത്തി.

"പിന്നെ...? അവൾ പറയാനായി വീണ്ടും എന്നെ നിർബന്ധിച്ചു.

"പിന്നെ... പെട്ടെന്ന് മഴ പെയ്യാൻ തുടങ്ങി." പുറത്തെ മഴയെ ഞാൻ എന്റെ സ്വപ്നലോകത്തേക്ക് കൊണ്ടുവന്നു.

"ഹുംഠഠഠ. പിന്നെ?"

പതിയെ വളരെ പതുക്കെ ഞാൻ മന്ത്രിച്ചു "പിന്നെ... ഞാൻ നിന്നെ എനിക്ക് അഭിമുഖമായി തിരിച്ചുനിർത്തി. നമ്മൾ രണ്ടാളും കനത്ത മഴ യിൽ ആകെ നനഞ്ഞ് കുതിർന്നിരിക്കുന്നു. മഴയേറ്റ് ശരീരത്തിൽ ഒട്ടിച്ചേർന്ന ആ സാരിയിൽ നിന്നെ അല്പനേരം ഞാൻ നോക്കി നിന്നു. അതിനിട യിൽ ഒരു മഴത്തുള്ളി നിന്റെ തലയ്ക്ക് മുകളിൽ വന്ന് വീഴുന്നത് കണ്ടു. അത് ഉതിർന്ന് നിന്റെ മൂക്കിൻതുമ്പിലേക്കിറങ്ങി അല്പനേരം അവിടെ തങ്ങിനിന്ന് ആ ചെഞ്ചുണ്ടിലൂടെ താഴോട്ട് താടിയിലൂടെ താഴോട്ട്... നിന്റെ ശരീരത്തിന്റെ മറ്റു ഭാഗങ്ങളിലേക്ക്. നനഞ്ഞൊട്ടിയ നിന്റെ മുടി ഇഴകളിൽ ചിലത് കവിളിൽ ഒട്ടിനിൽക്കുന്നുണ്ട്."

"പിന്നെ...?" വികാരത്തോടെയുള്ള അവളുടെ മന്ത്രണം പിന്നെയും.

നീ താഴോട്ട് നോക്കി നിൽക്കാരുന്നു. നാണിച്ച്, എന്റെ മുഖം കാണാ തിരിക്കാൻ. ഞാൻ നിന്റെ മനോഹരമായ താടിയെല്ലിൽ പതിയെ പിടിച്ച് മുഖം ഉയർത്തി. എന്റെ കണ്ണിലേക്ക് നോക്കാനായി; നിന്നെത്തന്നെ കൊ തിയോടെ നോക്കിക്കൊണ്ടിരിക്കുന്ന ആ കണ്ണുകളിലേക്ക്."

"പി...ന്നെ...?" വികാരം അവളെ ആകെ തളർത്തി. വാക്കുകൾപോലും ഇടറാൻ തുടങ്ങി.

"നമ്മൾ തലകൾ പരസ്പരം തട്ടിച്ചു. ചേർന്നുനിന്നു. നിന്റെ ചുണ്ടി ലൂടെ ഒലിച്ചിറങ്ങുന്ന ആ മഴത്തുള്ളികളെ ഞാനെന്റെ ചുണ്ടുകൾകൊണ്ട് ഒപ്പിയെടുത്തു വിഴുങ്ങി. നിന്റെ മൃദുലമായ ആ ചുണ്ടിന്റെ മധുരം ഞാന റിഞ്ഞു."

വികാരം നിറഞ്ഞ ആ ചുംബനരീതി ഞാൻ പറഞ്ഞതോടെ അവൾ നിശബ്ദയായി. ഒന്നും പറയാനാകാതെ വികാരത്തോടെ. ഇത്രയുംകാലത്തെ ഞങ്ങളുടെ പ്രണയത്തിൽ ആദ്യമായിട്ടായിരുന്നു അങ്ങനെയൊന്നു പറയാനുള്ള അവകാശം എനിക്ക് നൽകുന്നത്. കാതങ്ങൾക്കപ്പുറമിപ്പുറമിരുന്നു ഞങ്ങൾ രണ്ടുപേരും ആവോളം അതിന്റെ മധുരം നുണഞ്ഞു.

ഞങ്ങളെത്തന്നെ മറന്ന് അങ്ങനെ അങ്ങനെ.... ഇരുന്നപ്പോൾ പെട്ടെന്ന് അവൾ കുതറിമാറി "ഹേയ്, താഴെ നിന്ന് ആളുകൾ നമ്മെ നോക്കി നിൽക്ക്ണൂ... അന്വേഷിച്ച് പാരന്റ്സ് ഇങ്ങോട്ട് കയറി വരുന്നതിനുമുമ്പ് എനിക്ക് പോകണം." അവൾ ഒച്ചവെച്ചു.

ഞാൻ അദ്ഭുതപ്പെട്ടു. എങ്ങനെയാണവൾ നഷ്ടപ്പെട്ട ഊർജ്ജം വീണ്ടെടുത്തത്. അതിലേറെ അദ്ഭുതം അവൾ എങ്ങനെയാ ഇല്ലാത്ത മഴയത്ത് ഇല്ലാത്ത എൻഗേജ്മെന്റിൽ ഇല്ലാത്ത ആളുകളെ ഓർത്തെടുത്തു എന്നാണ്...

"ഏയ്... അത് പ്രശ്നമാക്കണ്ട. താഴെ എല്ലാവരും ഭക്ഷണം കഴിക്കുന്ന തിരക്കിലാ..." ഞാനവളെ പിടിച്ചുനിർത്താനെന്നപോലെ പറഞ്ഞു.

"അല്ലാട്ടോ... പ്ലീസ്... മുത്തേ... ഇപ്പോ കൈ വിട്. നമുക്ക് പോയി നമ്മുടെ ഡ്രെസ്സൊക്കെ മാറണം. ആരെങ്കിലും കണ്ടാ മോശമാ..." മായാലോകത്തെ സ്വപനത്തിൽ അവൾ തിരക്കുകൂട്ടി.

"എങ്കിൽ ഒരു നിർബന്ധമുണ്ട്."

"ഇനി അതെന്താണാവോ...?"

"നീ ഡ്രസ് മാറുന്നത് എനിക്കും കാണണം."

"ഹോ... ഹോ... ഹോ... നിന്റെ കൈ പിടിച്ചല്ലേ ഞാൻ നിൽക്കണത്... ചീത്തയാകാൻ നോക്കാണോ. വേണ്ടാത്ത ചിന്തയൊന്നും വേണ്ടാട്ടോ."

ചെറിയ ചിരിയോടെ അവളെനിക്ക് താക്കീത് നൽകി.

"കൈപിടിക്കേ? കൈ മാത്രം പിടിച്ചാ പോരാ. എനിക്ക് നിന്നെ മുഴുവനായിട്ടും വേണം."

കഴിവിന്റെ പരമാവധി ഞാനവളെ വിഷയത്തിൽത്തന്നെ പിടിച്ചുനിർത്താനായി പറഞ്ഞു. ശ്രമിച്ച് നോക്കിയെങ്കിലും വിജയിച്ചില്ല.

അന്ന് രാത്രി ഞങ്ങൾ ഒരുപാട് വൈകിയാണ് ഉറങ്ങിയത്. ഉറങ്ങിയപ്പോൾ രാത്രി അവസാനിക്കാറായിരുന്നു. സൂര്യൻ ഉദിക്കാൻ സമയമായികാണും ഞങ്ങൾ ഫോൺ കട്ട് ചെയ്യുമ്പോൾ.

ഞാനെന്റെ ഫോണിലേക്ക് നോക്കി കുറച്ചു നേരം ഇരുന്നു. പിന്നെ ബെഡിൽനിന്ന് എഴുന്നേറ്റ് ജനാലയ്ക്കരുകിലേക്ക് പോയി. അപ്പോഴേക്കും മഴ നിലച്ചിരുന്നു. ഞാനാകെ ക്ഷീണിച്ചിരുന്നു. പോരാത്തതിന് നല്ല വിശപ്പും. അടുക്കളയിൽ ചെന്ന് ഒരു ആപ്പിൾ എടുത്തു. അതും ചവച്ച്

ഞാൻ എന്റെ ബെഡിൽ കിടന്നു. ഞങ്ങളുടെ സംഭാഷണം ഒന്നുകൂടെ ഓർത്തെടുത്തു. ഓരോന്ന് ഓരോന്നായി... അതിനിടയിൽ എപ്പോഴാണ് ഉറങ്ങിയത് എന്ന് എനിക്കറിയില്ല. എന്തെല്ലാം സ്വപ്നങ്ങളാണ് കണ്ട തെന്നും.

തൊട്ടടുത്ത പ്രഭാതം സുന്ദരമായിരുന്നു. ജനൽപാളികൾക്കുള്ളിലൂടെ സൂര്യകിരണങ്ങൾ എന്റെ റൂമിലേക്ക് എത്തിനോക്കുന്നു. അല്ലെങ്കിലും നല്ലൊരു മഴയ്ക്കു ശേഷമുള്ള പ്രഭാതം സുന്ദരം തന്നെയാണല്ലോ. കണ്ണു കൾ പാതിതുറന്ന് ഞാൻ ഇന്നലത്തെ കാര്യങ്ങൾ ഓർത്തു. പുഞ്ചിരിച്ച് കിടക്കയിൽനിന്ന് എഴുന്നേറ്റ് ചിരിച്ചുകൊണ്ടുതന്നെ കണ്ണാടിക്ക് മുമ്പിൽ ചെന്ന് നിന്നു. തന്റെ പ്രതിബിംബത്തോട് ചോദിച്ചു. “ഇപ്പഴും അവളിൽ തന്നെയാണോ...?”

എന്തൊരു രാവായിരുന്നു അത്? ഒരു സാങ്കല്പിക ചുംബനത്തിന് ഇത്രയും മധുരമെങ്കിൽ യഥാർത്ഥ ചുംബനത്തിന് എന്ത് രസമായി രിക്കും? ഞാൻ അദ്ഭുതപ്പെട്ടു. ഇന്നലെ രാത്രിയിൽ നടന്ന സംഭാഷണ ങ്ങൾ പറഞ്ഞ് അവളെ കളിയാക്കാൻ ഞാൻ അപ്പോൾത്തന്നെ വിളിച്ചു.

അവൾ ഉറക്കച്ചടവോടെ ഫോൺ എടുത്തു. “ന്റെ മുത്ത് എണീറ്റോ?”

“ആ... ഇങ്ങനെ മധുരമായി സംസാരിച്ച് നീയെന്നെ കൊല്ലും മോളേ.”

“സത്യം?”

“ഹുംംംം...”

“എനിക്കിനിയും ഉറങ്ങണം. എന്റെ സ്വപ്നം കാണേം വേണം.” അവൾ പറഞ്ഞു.

“ഉറങ്ങ്വേ?” ഞാൻ ഒച്ചവെച്ചു. “നിന്നെ വിളിച്ചുണർത്താനാ ഞാൻ വിളിച്ചത്... ആഹാ... എടീ.. എന്തൊക്കെയാ ആണൊരുത്തനോട് ഇന്നലെ പറഞ്ഞേ? എനിക്കപ്പെഴും അദ്ഭുതം തോന്നാ നിനക്ക് എങ്ങനെയാ അങ്ങനെ യൊക്കെ എന്നെക്കൊണ്ട് പറയിപ്പിക്കാൻ കഴിഞ്ഞേ എന്നാലോചിച്ചിട്ട്. ആ ഒരു ലാസ്യതയിൽനിന്ന് മാറാൻ എനിക്കാവണില്ല. ഞാനൊരിക്കലും വി ചാരിച്ചില്ലാട്ടോ നിനക്ക് ഇങ്ങനെ മാറാനാകുമെന്ന്. യാതൊരു നാണമോ ബോധമോ ഇല്ലാതെ...”

ഞാൻ മുഴുമിച്ചില്ല അതിനുമുമ്പേ ഉറക്കം വെടിഞ്ഞ് അവൾ ചാടി എഴുന്നേറ്റ് ഒച്ചവെച്ചു. “അയ്യയ്യേ... ശോ.... ശോ... നിങ്ങൾ ഈ ആൺകുട്ടി കൾ. ന്റെ ദൈവമേ... തനി തരികിടകൾ... എല്ലാ ആണുങ്ങളും ഒരു പോലെയാ. നീയിപ്പൊ പറഞ്ഞത് സത്യത്തിൽ ഞാനാ പറയേണ്ടത്. ഞാൻ ഉറങ്ങ്വാണെന്ന് കരുതി എനിക്ക് പറയാനുള്ളത് നീ അടിച്ചെടുത്തിരിക്കാ അല്ലേ. നീയാ എല്ലാ അതിരുകളും ഭേദിച്ചത്. എന്നിട്ട് നീയാ എന്നെ അതി ലേക്ക് വലിച്ചു കൊണ്ട് പോയത്. എങ്ങനെ കഴിഞ്ഞു നിനക്കത്? എന്നെ

പ്പോലത്തെ പാവം പെണ്ണുങ്ങളോട് നിങ്ങൾ ആണുങ്ങൾക്കെപ്പഴും ഇങ്ങനെ തന്നെയാ... അയ്യേ."

"ഏയ്." ഞാൻ തടസ്സപ്പെടുത്തി. അവളെ ശാന്തയാക്കാൻ ശ്രമിച്ചു. പക്ഷേ, അവൾ ടി.വിയിലെ രാഷ്ട്രീയ ചർച്ചപോലെ കത്തിക്കയറുകയായിരുന്നു.

"... എല്ലാ ആണുങ്ങളും ഓന്തിനെപ്പോലെയാ... തരംകിട്ടിയാ തനിനിറം കാണിക്കും. നിറം മാറും... നീ..."

എവിടെന്നാ ഓന്തിനെപ്പറ്റി കേട്ടത് എന്ന് ഞാൻ ഓർത്തെടുക്കാൻ ശ്രമിക്കുകയായിരുന്നു. ബയോളജി ക്ലാസിൽ നിന്നാവും. അത് ഒരു പൂവാണോ രാത്രിയിൽ കളർ മാറുകയും പ്രഭാതത്തിൽ തനിനിറം കാണിക്കുകയും ചെയ്യുന്ന ഒരു പൂ, അല്ല അത് മറ്റെന്തോ ആണ്.

ഓന്തിനെ അതിന്റെ വഴിക്ക് വിട്ട് ഞാൻ കയറിപ്പറഞ്ഞു.

"അയ്യോടാ ഇനി ഞാൻ പറയണത് കേൾക്ക് ട്ടോ."

"നിങ്ങൾ ആൺകുട്ടികൾ മാത്രമാ ഇങ്ങനെയൊക്കെ സംസാരിക്കാൻ വാശിപിടിക്കുന്നത്; ഞങ്ങൾ പെൺകുട്ടികൾ അല്ല... ഒരിക്കലും..." അവൾ വിടുന്ന മട്ടില്ല.

"ഏയ് കുശി..." ഞാൻ വിളിച്ചെങ്കിലും അവൾ എന്നെ ശ്രദ്ധിച്ചതേയില്ല.

"നിനക്കറിയോ? നിങ്ങൾ എല്ലാ ആണുങ്ങളും..."

"മതി മതി നിർത്ത് നിർത്ത്." ഞാനും ഒച്ചയെടുത്തു. "നിനക്കറിയോ കഴിഞ്ഞ രാത്രിയിലെ ആ ഒന്നര മണിക്കൂർ, അത് എന്റെ ജീവിതത്തിലെ ഏറ്റവും വിലപിടിച്ച മനോഹരമായ സമയമാണ്. ആ ഒരു സമയം നിന്നോടൊപ്പം ചിലവഴിക്കാനാകുമെങ്കിൽ നൂറായിരം മരണം വരിക്കാനും ഞാൻ തയ്യാറാകും. അതും നിനക്ക് വേണ്ടി മാത്രം." ഇപ്പോൾ അവളെല്ലാം വ്യക്തമായിത്തന്നെ കേട്ടു.

ഞാൻ തുടർന്നു. "കാരണം അത് അത്രയും മനോഹരമായിരുന്നു. അത് പ്രണയമായിരുന്നു, അത്രയും സുന്ദരമായിരുന്നു. അത്രയും നിന്നിലേക്ക് അടുക്കാൻ നീ എന്നെ അനുവദിച്ചല്ലോ എന്നോർത്താ ഞാനിപ്പോ കൂടുതൽ സന്തോഷിക്കുന്നേ. ഞാനിപ്പോഴൊരു കാര്യം പറയാ... ഐ.ലവ്. യൂ സോ മച്ച്..."

വേനൽച്ചൂടിലെ ഐസ്ക്രീംപോലെ അവൾ ഉരുകി തണുത്തു.

"സത്യം?" അവളുടെ ശബ്ദം നേർത്ത മധുരമൂറിയതായി മാറി.

"സത്യം? നമ്മുടെ എൻഗേജ്മെന്റ് രാത്രിയിൽ ഇതുപോലെയുള്ള ഒന്നിനായി തന്നെ ഞാൻ കാത്തിരിക്കും. അന്ന് കൂടുതൽ ലിപ്സ്റ്റിക് ആ ചുണ്ടിൽ ഇടരുത് ട്ടോ."

"വേണ്ടാ?!! അവൾ നാണിച്ച ശബ്ദത്തിൽ മൊഴിഞ്ഞു.

അക്കാര്യം ഉറപ്പിക്കുന്നതിനായി ഞാൻ ഒരു ദിവസം മുഴുവൻ കാത്തിരുന്നു. ആ സംഗതി നല്ലതാണെങ്കിലും മറ്റേതെങ്കിലും സമയത്തായെങ്കിൽ എന്ന് കരുതിപ്പോയി. പക്ഷേ, എനിക്ക് അതിന്റെ കൺഫോമേഷൻ ഇൻഫോമേഷൻ ലഭിച്ചു. ഇനി എന്റെ മുത്തിനോടും എന്റെ കുടുംബത്തോടു തന്നെയും അത് പറയണം. അവളിത് കേട്ടാൽ സന്തോഷിക്കോ അതോ സങ്കടപ്പെടോ എന്നെനിക്കറിയില്ലായിരുന്നു.

കൂടുതലൊന്നും ചിന്തിക്കാൻനിൽക്കാതെ ഞാൻ അവളെ വിളിച്ചു. റിംഗ് ചെയ്ത് തീർന്നു. ഫോൺ എടുത്തില്ല. അവൾ ഫോൺ എടുക്കാതായപ്പോൾ ഞാൻ എന്റെ പഠനം തുടർന്നു. അഞ്ച് മിനുട്ട് കഴിഞ്ഞില്ല എന്റെ ഫോൺ ബെല്ലടിക്കുന്നു. അവളുടെ പേര് ഡിസ്‌പ്ലേയിൽ മിന്നുന്നു.

ഞാൻ ഫോണെടുത്ത് ഒരു ചെറിയ ചുംബനത്തോടെ പ്രണയ പാരവശ്യത്തോടെ പറഞ്ഞു. “ഹായ് പൊന്നേ...”

“ഹൂ... ഹായ്.”

ഛെ! ഇത് നീറുവായിരുന്നു. അവളുടെ ചെറിയ സഹോദരി. എന്ത് ചെയ്യും! എന്തെങ്കിലും പറയുകയാണോ വേണ്ടത് അതോ കട്ട് ചെയ്യേ? ഞാനാകെ വിമ്മിട്ടത്തിലായി. ഇതുവരെ അവരുടെ കുടുംബത്തിൽ ഞാനുണ്ടാക്കിയെടുത്ത ഇമേജ് ആകെ കളഞ്ഞുകുളിച്ചല്ലോ.

“ഹൗ ആർ യൂ.” നീറു തന്നെ ചോദിച്ചു.

“ഹും... ഫൈൻ. ഹൗ ആർ യൂ? എന്താണ് നീ അവളുടെ ഫോണിൽ നിന്നും വിളിച്ചേ.” ഞാൻ ചോദിച്ചു. എന്തെങ്കിലും അദ്ഭുതം സംഭവിച്ച് ലൈൻ കേടായിട്ടോ സ്പീക്കർ കേടായിട്ടോ... എങ്ങനെയെങ്കിലും ഞാൻ നേരത്തെ പറഞ്ഞതും ചെയ്തതും അവൾ കേൾക്കാതിരിക്കട്ടെ എന്നായിരുന്നു എന്റെ പ്രാർത്ഥന.

“ആം ഫൈൻ. കുശി ബാത്തുറൂമിലായിരുന്നു. ഞാൻ ഫോൺ എടുക്കാൻ വന്നപ്പോഴേക്കും അത് കട്ടായി. അപ്പൊ തിരിച്ചുവിളിച്ചതാ. ഓ.കെ. അവൾ വന്നൂ ട്ടോ. ഫോണിന് വേണ്ടി അവൾ എന്നോട് തല്ലുകൂടാണ്...” അവളുടെ ശബ്ദം നേർത്തുവന്നു.

“ഹാ... ഹായ് പറ.” കുശി പറഞ്ഞു. നീറുവിന്റെ പഞ്ചിങ്ങിൽ നിന്ന് ഒഴിഞ്ഞുമാറിക്കൊണ്ടവൾ സംസാരിക്കാൻ തുടങ്ങി... അവൾക്കെന്നോട് സംസാരിക്കണം. എനിക്കോ? ഈ ഒരു നിമിഷത്തിൽ ഒരിക്കലും അവളോട് സംസാരിക്കാനുമാവില്ല. സംസാരിച്ച് തുടങ്ങിയതിങ്ങനെ “താങ്ക് ഗോഡ്.... നീ വന്നല്ലോ.” ഞാനവളോട് പറഞ്ഞു.

“ഷോണാ... മുത്തേ... ഒരു മിനിട്ട് ട്ടോ.” നീറു എന്തോ അവളോട് പറയാണെന്ന് തോന്നുന്നു. ആ ഒരു മിനുട്ട് അഞ്ച് മിനുട്ടായപ്പോൾ എനിക്ക് മനസ്സിലായി എന്റെ പ്രാർത്ഥനയൊന്നും ഫലിച്ചില്ലെന്ന്.

“എന്ത്?” അവൾ ഒച്ചവെച്ചു. പൊട്ടിച്ചിരിച്ചു കുലുങ്ങിമറിഞ്ഞു.

"ഹായ് പൊന്നേ!" അവളുടെ പുറകിൽ നിന്ന് നീറു വിളിച്ചുപറയാൻ തുടങ്ങി. പൊട്ടിച്ചിരിക്കാനും.

"ദൈവമേ...!" ഞാനാകെ വല്ലാതായി.

പക്ഷേ കുശി എനിക്കെതിരെ എന്നെ കുറ്റപ്പെടുത്തുകയല്ല ചെയ്തത്. നീറുവിനൊപ്പം ചേർന്ന് അത് ആഘോഷിക്കായിരുന്നു.

"നാശം" ഞാൻ ചിന്തിച്ചു. നീറുവിനെന്താ ഒന്നും കേൾക്കാത്തപോലെ സംസാരിച്ചാൽ... ഈ സാധനങ്ങൾ... ഗേൾസ്! 'ഓന്ത്' എന്ന പദം അപ്പോഴാണ് ഓർമ വന്നത്. അത് ഏറ്റവും പറ്റിയത് പെണ്ണുങ്ങൾക്കു തന്നെയാ. എത്ര പെട്ടെന്നാ അവൾ നിറം മാറിയത്.

ഏതായാലും രണ്ടുപേർക്കും ചിരിക്കാനായി ഞാൻ ഒരു കരുവായി.

കുശി ചിരി ഒതുക്കിപ്പിടിച്ച് എന്നോട് സംസാരിക്കാൻ വന്നപ്പോഴേക്കും എന്തിനാ ഞാനവളെ വിളിച്ചത് എന്ന് മറന്നിരുന്നു.

"ഏയ്... പറ ഇപ്പോ, അവൾ മറ്റേ റൂമിലേക്ക് പോയി."

"നിന്റെ സിസ്റ്റർ തനി തരികിട തന്നെ. അവൾ ഒന്നും കേൾക്കാത്ത പോലെയല്ലേ അഭിനയിച്ചത്."

"ഏതായാലും അവൾ എന്റെ സിസ്റ്ററല്ലേ!"

"ഏതായാലും കുറച്ച് ദിവസത്തേക്ക് എനിക്ക് ഇനിയവളുടെ മുഖത്ത് നോക്കാൻ കഴിയില്ല."

"കമോൺ! എന്നാലും നീ അവളുടെ അളിയനല്ലേ. അതൊക്കെ സർവ സാധാരണയല്ലേ."

"ഏതായാലും ഇനി ഞാനൊരിക്കലും ഇങ്ങനെ റൊമാന്റിക്കാവില്ല... നീയാണ് എന്ന് അറിഞ്ഞാ മാത്രമേ ഇനി വാ തുറക്കൂ... എന്റമ്മോ..."

"ഓകെ. പറ... പറ... എന്താ എന്റെ പൊന്നു പറയാൻ വന്നിരുന്നത്."

കുറച്ചു നേരത്തേക്ക് ഞാനൊന്നും മിണ്ടിയില്ല... ധൈര്യം സ്വരൂപിച്ച് ഒറ്റ ശ്വാസത്തിലായി പറഞ്ഞു...

"ഒരു പ്രൊജക്ട് വർക്ക് ഉണ്ട്... യു.എസ്സിൽ... അഞ്ച് ആഴ്ചയ്ക്ക്... അങ്ങോട്ട് പോകണം..."

"എന്ത്...!!??" ഒരേ ഒരു പദം. ഒരുപാട് ചോദ്യങ്ങളുണ്ടായിരുന്നു അതിനുള്ളിൽ.

"ഹും... യെസ്..."

"എന്താ ഇങ്ങനെ പെട്ടെന്ന്..." സുഖമില്ലാത്ത രൂപത്തിൽ അവൾ ചോദിച്ചു.

"അതിന്റെ പേപ്പർവർക് നടക്കുന്നുണ്ടായിരുന്നു. ഐ.എം.എസ്. എക്സാമിന്റെ പേര് പറഞ്ഞ് ഈ നവംബർ മാസത്തിൽനിന്നും മാറ്റി വെക്കാൻ നോക്കിയിരുന്നു. അത് അന്ന് രക്ഷപ്പെട്ടു. ഇന്ന് കുടുങ്ങിപ്പോകേം ചെയ്തു."

"എന്തെങ്കിലും ഇനിയും ഒഴിഞ്ഞുമാറാൻ നോക്കിക്കൂടെ."

"ശ്രമിച്ചാ നടക്കും... പക്ഷേ... ഇതൊക്കെ എന്റെ ജോലിയുടെ ഭാഗമല്ലേഡാ... ഇപ്പോ ഒഴിവാക്കിയാ ചിലപ്പോ അതെന്നെ ബാധിക്കും. നോക്ക്... പിണങ്ങല്ലേ... ദേഷ്യപ്പെടല്ലേട്ടോ... ഞാനിപ്പോ... ആകെ... എന്തോ... എനിക്കറിയില്ല എന്താ ചെയ്യേണ്ടത് എന്ന്... അതും ഐ.എം.എസ്. ക്ലാസുണ്ട്, മോക്ക് ടെസ്റ്റുകളുണ്ട്... എനിക്കറിയില്ല... എന്താ വേണ്ടത് എന്ന്..."

"ഐ.എം.എസ്., മോക്ക് ടെസ്റ്റ്, കരിയർ... നീ എല്ലാം ഓർക്കുന്നു... പക്ഷേ... എന്നെ മാത്രം... ഇത്രേം കാലമായിട്ട് ഒന്നു കാണാൻപോലും പറ്റിയിട്ടില്ല. നമ്മുടെ ലൈഫ്, ഓഫീസ്, കരിയർ, ഐ.എം.എസ് ക്ലാസുകളിലായി... ഒരു കഥ... ഇപ്പോ നീ പോകുന്നു... അതും സ്റ്റേറ്റിലേക്ക്..." അവൾക്ക് കരച്ചിൽ വരുന്നുണ്ടായിരുന്നു.

"പോട്ടെ ടാ... ഹേയ്... അതിന്റെ കൂടെ എനിക്ക് ഒരു സന്തോഷ വാർത്ത കൂടി പറയാനുണ്ട്."

"എന്താണത്..."

"ഞാൻ ന്യൂ ഡൽഹിയിൽ നിന്നാ വിമാനം കയറുന്നത്... അതിന്റെ തലേദിവസം ഞാൻ ലീവ് എടുക്കും. ഒരു ദിവസം മുഴുവനും നിനക്കൊപ്പം കറങ്ങാൻ തന്നെ... അഥവാ... നമ്മൾ കാണാൻ പോകുന്നു... ആദ്യമായി... എന്തേ..."

എനിക്കറിയാമായിരുന്നു അവളെ സന്തോഷിപ്പിക്കാനുള്ള ഏറ്റവും നല്ല മാർഗ്ഗം അതായിരുന്നുവെന്ന്. അതും ഒരു ദിവസം മുഴുവൻ അവൾക്കൊപ്പം, എന്നിട്ട് ഒരു മാസത്തിന് പുറത്തേക്ക്. ഞങ്ങൾക്ക് രണ്ടുപേർക്കും ഒരു ദിവസമെങ്കിൽ ഒരു ദിവസം തമ്മിൽ കാണാനാകുമെന്നത് എന്തോ ഒരു സമാധാനം തന്നു.

ആ ഒരു ദിവസത്തിനായി കാത്തിരിക്കുകയല്ലാതെ ഞങ്ങൾക്ക് മറ്റൊരു മാർഗമുണ്ടായിരുന്നില്ല. ഒരു വർഷത്തേക്കാൾ ദൈർഘ്യമുള്ള ഒരു ദിവസത്തിനായി...

ഏതായാലും യുഎസിലേക്കുള്ള കമ്പനി ട്രിപ്പ് കാരണമായി ഞങ്ങൾക്ക് ആദ്യമായി കാണാനുള്ള അവസരം വന്നിരിക്കുന്നു. അപ്പഴാ ഞങ്ങളുടെ ജീവിതം ഏറെ തിരക്ക് പിടിച്ചതാണ് എന്ന് ചിന്തിച്ചത്. ആദ്യമായി... സത്യായിട്ടും... ഓഫീസിൽനിന്ന് ഐ.എം.സിലേക്ക്, കരിയർ, കുടുംബം. പക്ഷേ, ഇതുവരെ തന്റെ ജീവന്റെ എല്ലാമെല്ലാമാകാൻ പോകുന്ന ഒരാളെ കാണാൻ ഞങ്ങൾക്കായിട്ടില്ല.

ഓരോ ദിവസവും മാർക്ക് ചെയ്യാൻ തുടങ്ങി. ഒരോ നിമിഷം കഴിന്തോറും ഞങ്ങളുടെ അഭിനിവേശവും കൂടിക്കൂടിവന്നു. രണ്ടുപേർക്കും ഉൽക്കണ്ഠയും കൂടിക്കൂടിവരാൻ തുടങ്ങി. മനസ്സിലും ചിന്തയിലും അവസാനം ഞങ്ങളാദ്യമായി കാണാൻ പോകുന്ന ആ ദിവസമെത്തി.

മുഖാമുഖം

സമയം 2.30 pm. ഞാനപ്പോ ഭുവനേശ്വറിൽനിന്ന് ഡൽഹിയിലേക്കുള്ള വിമാനത്തിലായിരുന്നു. മുന്നിൽ വിൻഡോ സീറ്റിലായി. ആ സീറ്റ് എനിക്കെപ്പോഴും ഇഷ്ടമായിരുന്നു.

ഞാൻ എന്റെ മടിയിലുള്ള കമ്പനി ലാപ്ടോപ്പിലെ സ്ക്രീനിലേക്കു നോക്കിയിരിക്കുകയായിരുന്നു. ഓവർ ടൈം ഡ്യൂട്ടിയൊന്നുമല്ലട്ടോ. എയർപോർട്ടിലേക്ക് പോകുന്നതിനുമുമ്പ് ഡൗൺലോഡ് ചെയ്ത അവളുടെ ഫോട്ടോ നോക്കിയിരിക്കുകയായിരുന്നു. അവളുടെ ഫോട്ടോയിലേക്കും നോക്കി ഇരിക്കുമ്പോൾ ഞാനേതോ ഉയരങ്ങൾ കയറിമറിയുന്നതുപോലെ തോന്നുന്നു. അവളുടെ ഫോട്ടോസ് എന്നെ അനുരാഗ വിലോചനനാക്കുന്നുണ്ടായിരുന്നു. ആ ഫോട്ടോയും എന്നോട് അങ്ങനെ പറയുന്നതുപോലെ തോന്നിത്തുടങ്ങി. അവയിൽ നിന്ന് കണ്ണെടുക്കാൻ തോന്നുന്നില്ല.

ആ ചെറുയാത്രയ്ക്കിടയിൽത്തന്നെ എയർഹോസ്റ്റസിനും സഹയാത്രികർക്കും എന്നെക്കുറിച്ച് എന്തെങ്കിലും തോന്നിയിരിക്കും. അതിന് ആവശ്യമായതൊക്കെയും ഞാൻ കൊടുത്തിട്ടുമുണ്ടായിരുന്നു. പ്രത്യേകിച്ചും ലാപ്ടോപ്പ് നോക്കി സംസാരിക്കുന്ന ഒരാളെ കണ്ടാൽ. പുറത്തുള്ള മേഘങ്ങളിലേക്ക് നോക്കുന്നു പുഞ്ചിരിക്കുന്നു പിന്നെയും ലാപ്ടോപ്പിലേക്ക് പിന്നെയും ചിരി. ഇങ്ങനെയുള്ള ഒരാളെ കണ്ടാൽ, അതിന് ആരെയും കുറ്റം പറഞ്ഞിട്ട് കാര്യമില്ല. 'ഇവനെന്തോ കാര്യമായി.'

ഞാനിപ്പഴും ഓർക്കുന്നത് ആ എയർഹോസ്റ്റസിന്റെ മുഖത്ത് കണ്ട ആശങ്കയും അലോസരഭാവവുമാണ്. അവർ സുരക്ഷാനിർദ്ദേശങ്ങൾ നൽകുമ്പോൾ മുഴുവൻ ഞാൻ ലാപ്ടോപ്പിലെ ഫോട്ടോസും കണ്ടിരിക്കുകയായിരുന്നു. അവൾ പറഞ്ഞതത്രയും വെറുതെയായിപ്പോയി. ഞാനാണെങ്കിൽ കേൾക്കാൻ താൽപര്യപ്പെട്ടില്ല. കൂട്ടത്തിൽ പ്ലെയിനിലെ അനൗൺസ്മെന്റും. അല്ലെങ്കിലും എന്നെ ഇങ്ങനെ ശ്രദ്ധിക്കാൻ ആരാ അവളോട് പറഞ്ഞത് ഞാനല്ലല്ലോ.

"അല്ല... നീയെന്തിനാ ചിരിച്ചത്... നീയെന്തിനാ തുള്ളിക്കളിച്ചത്." എന്നൊക്കെ നിങ്ങൾക്ക് ചോദിക്കാനുണ്ടാകും. എനിക്ക് പറയാൻ പല

കാരണങ്ങളുമുണ്ട്. എയർഹോസ്റ്റസ് തന്ന മിഠായിയും ചവച്ച് ഞാൻ ഇന്നലെ രാത്രിയിലത്തെ മധുരമായ ആ കാര്യം ഓർത്തു. ഇന്നലെ എന്ന് പറഞ്ഞാൽ പന്ത്രണ്ട് മണി കഴിഞ്ഞയുടൻ... സോറി അപ്പോൾ ഇന്നലെ യല്ല ഇന്ന്... ഇന്നായിത്തീർന്ന ആദ്യമിനുട്ടിൽത്തന്നെ കുശി വിളിച്ചു. പുലർച്ചെ 12.01ന്.

"ഇന്ന്... നീ വരുന്നു എന്റെയടുത്തേക്ക് മുത്തേ..." അവൾ ഒച്ചവെച്ചു.

"ഹായ്." എനിക്കാകെ എന്തോ എന്റെ സന്തോഷം ഒതുക്കാനാകുന്നില്ല. "കൂയ്... ഹുവാ..." ഞാനും ഒച്ചവെച്ചു ചാടിയെഴുന്നേറ്റ് ആ മങ്ങിയ രാത്രി വെളിച്ചത്തിൽ ഞാൻ ബാൽക്കണിയിലേക്ക് ഓടി.

ഏതായാലും ഉറങ്ങുന്ന അയൽക്കാരെ ഞാനുണർത്തി. ചേരിയിൽ എവിടെനിന്നോ എന്റെ ശബ്ദം കേട്ടാവണം നായകൾ ഒന്നാകെ കുരയ്ക്കാൻ തുടങ്ങി. ഞാൻ പെട്ടെന്ന് എന്റെ റൂമിലേക്ക് തന്നെ വലിഞ്ഞു. തൊട്ടടുത്ത ഫ്ളാറ്റുകളിൽനിന്ന് അതിനകം ലൈറ്റ് തെളിഞ്ഞ് തുടങ്ങിയിരുന്നു.

മിഠായി നുണഞ്ഞും ഇന്നലത്തെ ആ മധുരമുള്ള സംഭവം ഓർത്ത് പുഞ്ചിരിതൂകിയും ഞാനിരുന്നു. എന്നിട്ടും ഇന്ന് രാവിലെ ഏത് ഡ്രസ്സ് ധരിക്കും എന്നു കരുതി ഞാനാകെ ആശങ്കപ്പെട്ടത് ഓർത്തുപോയി. എന്റെ വാർഡ് റോബിലുള്ള എല്ലാ ഡ്രസ്സുകളും വലിച്ചിട്ടു. ഓരോന്നും എടുത്ത് കണ്ണാടിക്കു മുന്നിൽ വന്നു നോക്കി. ഇത്...? ഇത്...? ഇത്...? ഏകദേശം ഒരു മണിക്കൂറോളം അതിന് മാത്രമെടുത്തു. എന്നിട്ടും ഓഫീസിൽ പോകുന്നതിന് തൊട്ടുമുമ്പ് പിന്നെയും മാറ്റി. അതിലും രസകരമായത് അങ്ങനെയൊക്കെ സെലക്ട് ചെയ്തിട്ടും ഞാൻ ധരിച്ച ഡ്രസ്സ് ഇസ്തിരിയിടാത്തതുമായിരുന്നു.

ആ സുന്ദരമായ നിമിഷത്തിലും ചില ചോദ്യങ്ങൾ പല രീതിയിലായി തെളിഞ്ഞുവന്നു.

"അവൾ ഫോട്ടോയിൽ കാണുന്നപോലെ സുന്ദരി ആയില്ലെങ്കിലോ?"

"അവളെന്നെ കളിയാക്കി ചിരിച്ചാൽ എന്തുചെയ്യും?"

"അവൾ മുടന്തിയാണെങ്കിലോ?"

അങ്ങനെ പല ചോദ്യങ്ങളും എന്റെ മനസ്സിൽ വന്നുപോയിക്കൊണ്ടിരുന്നു. അവസാനം എനിക്ക് എന്നോടുതന്നെ ചോദിക്കേണ്ടിവന്നു.

"രവീൺ നീ അവളെ സ്നേഹിക്കുന്നോ?"

"പിന്നെ...!! ഇത് ചോദിക്കാൻ കണ്ട സമയം ഇതാണോ? അതെ. എനിക്കിഷ്ടമാ. സത്യായിട്ടും എനിക്കിഷ്ടമാ." ഞാൻ സ്വയം പറഞ്ഞു.

"ഓകെ. എങ്കിൽ സമാധാനിക്ക്. എല്ലാം നല്ലതിനാകും." ഞാൻ എന്നെത്തന്നെ സമാധാനിപ്പിച്ചു. എനിക്കറിയില്ല ഞാനെന്തിനാ ഇങ്ങനെ അസ്വസ്ഥനാകുന്നതെന്ന്. നല്ലതോ ചീത്തതോ ആകട്ടെ അവളെ വിവാഹം ചെയ്യുകയെന്നത് എനിക്ക് തീരുമാനിക്കാൻ സ്വാതന്ത്ര്യമുള്ള കാര്യമാണ്.

ഇത്രയും ഞാനെത്തിയതുതന്നെ എന്റെ ഫാമിലിയുടേയോ അവളുടേയോ നിർബന്ധം കൊണ്ടുമല്ലല്ലോ.

ആവശ്യമില്ലാത്ത ആ ചിന്തകളൊക്കെ ഒഴിഞ്ഞുകിട്ടാനായി സീറ്റിനു മുകളിലുണ്ടായിരുന്ന ന്യൂസ് പേപ്പർ എടുത്ത് വായിക്കാൻ ശ്രമിച്ചു. അതിലും എനിക്ക് ശ്രദ്ധിക്കാനായില്ല. എന്തോ എന്റെ ഉള്ളിലാകെ ആകപ്പാടെ ഒരു വെപ്രാളമായിരുന്നു. ആശങ്കയായിരുന്നു. ഉത്കണ്ഠയും. എന്ത് പേടിച്ചാണ് ഇതെന്ന് എനിക്കറിയില്ലായിരുന്നു. പറഞ്ഞറിയിക്കാനാവാത്ത ഉത്കണ്ഠ കൊണ്ടാവാം ഞാൻ ഓരോ രണ്ട് മിനുട്ടിലും ടോയ്ലെറ്റിൽ പോയിക്കൊണ്ടിരുന്നു. ഇതുപോലുള്ള സന്ദർഭങ്ങളിൽ എല്ലാവർക്കും ഉണ്ടാകുമായിരിക്കും ഇത്രയും ഉത്കണ്ഠ. ഇല്ലേ..... ഉണ്ടാകും... ലാസ്റ്റ് സീറ്റിലുള്ള ചെറിയ കുട്ടി ഞാൻ ടോയ്‌ലെറ്റിൽ പോകുന്നത് എണ്ണുന്നുണ്ടായിരുന്നു. അത് അവന്റ അമ്മയോട് പറഞ്ഞത് ഞാൻ കാര്യമായി എടുത്തില്ല. അവനെന്റെ നേരെ ചൂണ്ടുന്നതും മമ്മ അവന്റ കൈപിടിച്ച് വലിക്കുന്നതും അവൾ ചെറുതായി പുഞ്ചിരിക്കുന്നതായും ഞാൻ കണ്ടു.

അവസാനം വൈകിട്ട് അഞ്ചിന് വിമാനം ഡൽഹി എയർപോർട്ടിൽ ലാൻഡ് ചെയ്തു. ക്യാപ്റ്റന്റെ നിർദ്ദേശമുണ്ടായിട്ടും അനുവാദം ലഭിക്കുന്നതിനു മുമ്പുതന്നെ ഞാൻ മൊബൈൽ ഫോൺ ഓണാക്കി. റൺവേയിൽ യു ടേൺ തിരിയുമ്പോൾ പുറത്ത് കൂടിനിൽക്കുന്നവരെ ഞാൻ നോക്കി. അവിടെ എവിടെയെങ്കിലും എന്റെ പെണ്ണ് ഞാൻ വരുന്ന വിമാനവും കാത്തുനിൽക്കുന്നുണ്ടോ...? ഉണ്ടാകും അവിടെ എവിടെയെങ്കിലും.

ഞാൻ അവളെ വിളിക്കാൻ ശ്രമിച്ചുനോക്കി. പക്ഷേ, റോമിംഗിലായതു കൊണ്ടാവാം എന്റെ ഫോണിൽ കുറച്ചുനേരത്തേക്ക് നെറ്റ്‌വർക്ക് വന്നില്ല. ഞാൻ നെറ്റ്‌വർക്കിനേയും ഫോണിനേയും തെറിവിളിച്ചു. പിന്നെയും ശ്രമിച്ചുനോക്കി. പിന്നെയും പിന്നെയും... പക്ഷേ, നടന്നില്ല.

കുറച്ചുസമയത്തിനുശേഷം ഞാൻ ലഗേജ് കാത്ത് നിൽക്കുകയായിരുന്നു. എന്റെ കണ്ണ് കൺവേയർ ബെൽറ്റിലായിരുന്നില്ല. മറ്റാരെയോ മറ്റെവിടെയോ തിരയുകയായിരുന്നു. ഇവിടെയും അവിടെയുമായി ഞാൻ മുന്നിലൂടെയും അകലെയും കടന്നുപോകുന്ന ഏത് പെൺകുട്ടിയെയും തുറിച്ചുനോക്കാൻ തുടങ്ങി. ഗ്ലാസിനുള്ളിലൂടെ പുറത്ത് കാണുന്നവരെയും ഞാൻ നോക്കി, അവിടെ എവിടെയെങ്കിലും?

എന്റെ ബാഗ് ബെൽറ്റിൽ വരുന്നതു കണ്ടു. അത് എന്റെ അരികിലെത്തുന്നതിനു മുമ്പ് അവളെത്തി... ഫോണിൽ, എന്റെ ഫോൺ വർക്കിംഗ്, ഇപ്പോൾ എനിക്ക് ബെൽ കേൾക്കാനാകുന്നുണ്ട്.

“കുശി കാളിംഗ്” ഫോൺ പറയുന്നു. ഞാൻ അറ്റൻഡ് ചെയ്തു.

“ഹേയ്.”

“ഹേയ്.”

കുറച്ചുനേരത്തേക്ക് നിശ്ശബ്ദത.

"സോ..???" ഞാൻ പുറത്തേക്കുള്ള വാതിലിലേക്ക് തിരിഞ്ഞു.

"സോ!!!"

"എന്ത് പിന്നെ..??"

"നിങ്ങൾ എവിടെയെന്നാ ചോദിച്ചേ..."

അവൾ അത്രയും നാണിക്കും എന്ന് ഞാൻ ഒരിക്കലും കരുതിയില്ലായിരിന്നു. അവളുടെ വിറയൽവരെ എനിക്ക് കേൾക്കാമായിരുന്നു. അവളുടെ മൈൻഡ് എന്റേതിൽ നിന്ന് വ്യത്യസ്തമായിരിക്കില്ല. തീർച്ചയായിട്ടും എങ്ങനെയാണത്? എനിക്കറിയില്ല...

രണ്ടാളുകൾ കടുത്ത പ്രണയത്തിലായി. പരസ്പരം കല്യാണം കഴിക്കാനും ഒന്നിച്ച് ജീവിക്കാനും തീരുമാനിച്ചിരിക്കുന്നു. അവർ ഇതാ... ജീവിതത്തിലാദ്യമായി പരസ്പരം കാണാൻ പോകുന്നു...!

"ഞാൻ ലഗേജ് കാത്തുനിൽക്കാ." അത് പറഞ്ഞപ്പോഴേക്കും എന്റെ ലഗേജ് ദൂരേക്ക് പോകുന്നതു കണ്ടു. "നാശം. പോയല്ലോ."

"എന്താ പോയത്?"

"ലഗേജ്."

"എന്ത്... നെർവസ് ആണോ?"

"എങ്ങനെ മനസ്സിലായി."

"ഞാനും... ഓ.കെ. പറ! ഇന്ന് എന്താ ധരിച്ചിരിക്കണത്?"

"ഒലീവ് ഗ്രീൻ ഷർട്ടും ഡാർക്ക് ബ്ലൂ പാന്റും.. നീയോ?"

"ദൈവമേ!"

"എന്തുപറ്റി? ഞാൻ ധരിച്ച കളർ അവൾക്ക് ഇഷ്ടമില്ല എന്നാണ് ഞാൻ കരുതിയത്...

"അതാ നല്ലതെന്ന് തോന്നി. അതോണ്ടാ അത്..."

"അല്ല. അതല്ല... അത് നല്ലതോ ചീത്തതോ എന്നതല്ല പ്രശ്നം."

"പിന്നെ?"

"ഞാനും ഒലീവ് ഗ്രീൻ ആൻഡ് ബ്ലൂ ജീൻസാ."

അവിചാരിതങ്ങൾ എപ്പോഴും ഞങ്ങൾക്കൊപ്പം.... ഞങ്ങളുടെ ജന്മമാസം, വർഷം, സംഗീതം, ജോലി, ഇപ്പോഴിതാ ഡ്രസ്സും അതും ഇങ്ങനത്തെ ഒരു ദിവസവും...

"അമേസിംഗ്! സത്യായിട്ടും നമ്മൾ മെയ്ഡ് ഫോർ ഈച്ച് അദർ തന്നെയാടാ. ആ... ഇപ്പോ എന്റെ ലഗേജ് പിന്നെയും വരണ്ണ്ട്. ഞാനത് എടുത്ത് രണ്ട് നിമിഷത്തിനുള്ളിൽ പുറത്ത് വരാം... സീ യൂ!"

തിരക്കിനിടയിൽ ഞാൻ എന്റെ ബാഗെടുത്ത് ട്രോളിയിൽ ഇട്ട് പുറത്തേക്ക് അതുംതള്ളി നടന്നു. ലാപ്ടോപ് അപ്പോഴും എന്റെ തോളിലുണ്ടായിരുന്നു.

അവസാനം അവളെ കാണാനായപ്പോൾ എനിക്ക് പിന്നെയും ആകപ്പാടെ എന്തോ ഒരു ഉത്കണ്ഠ.

എന്റെ ഹൃദയം അറിയാതെ എന്തിനോ തുടിക്കുന്നു ഇടിക്കുന്നു. കൂട്ടത്തിൽനിന്ന് കേൾക്കുന്ന ഏത് പെൺശബ്ദവും അവളുടേതായി എനിക്ക് തോന്നിത്തുടങ്ങി. അപ്പോഴും ഞാൻ ശാന്തനും റിലാക്സ്ഡുമാണെന്ന് കാണിക്കാൻ പാടുപെടുന്നുണ്ടായിരുന്നു.

"റിലാക്സ്... റിലാക്സ്... റിലാക്സ്. ടെയ്ക്ക് എ ഡീപ്പ്ബ്രീത്ത്..." ഞാൻ സ്വയം പറഞ്ഞു തൊട്ടടുത്ത നിമിഷം ഞാനറിഞ്ഞു. ഞാൻ പുറത്ത് എത്തിയിരിക്കുന്നു.

എന്റെ മുമ്പിലായി തന്റെ പ്രിയപ്പെട്ടവരെ കാത്തുനിൽക്കുന്ന ഒരു പാട് പേരുണ്ടായിരുന്നു. ചില ടാക്സി ഡ്രൈവർമാർ തങ്ങളുടെ ബോസുമാരുടെ നെയിം പ്ലക്കാർഡ് പിടിച്ച് നിൽക്കുന്നുണ്ട്. അവിടമാകെ വാഹനത്തിന്റെയും ജനങ്ങളുടെയും ശബ്ദത്താൽ ആകെ മുഖരിതമായിരുന്നു.

എന്തോ ഞാൻ മുമ്പോട്ട് നീങ്ങുന്നത് നിർത്തി പെട്ടെന്ന് ഇടത്തോട്ട് തിരിഞ്ഞു.

അതാ അവിടെ അവൾ!

എന്റെ മാലാഖ, സുന്ദരിയായ മാലാഖ. എന്റെ മുത്ത്...

അവളുടെ ആ പുഞ്ചിരി എന്റെ സകല ഇന്ദ്രിയങ്ങളേയും കടന്ന് അപ്പുറത്തേക്ക് എത്തി. ഒരേ വികാരം എനിക്കും അവളിലും. അവളുടെ നീണ്ട കെട്ടാതെ കിടക്കുന്ന കാർകൂന്തൽ. ചെറിയ കാറ്റിൽ മുന്നിൽ കണ്ണിലേക്ക് ഇറങ്ങി നിൽക്കുന്ന മുടി പതിയെ വകഞ്ഞ് മാറ്റുന്ന സുന്ദരമായ വിരലുകൾ. അവളുടെ ഇടത് ചെവി. അതിലെ വെള്ളി ഇയറിംഗ്. അവളുടെ സുന്ദരമായ മുഖം എന്നെ ആകെ എന്തോ...

ആ പച്ച ടോപ്പിലും നീല ജീൻസിലും അവൾ സ്വർഗീയ സുന്ദരി തന്നെയായിരുന്നു. നന്നെ ചെറുപ്പം തോന്നിക്കുന്നു. അവളിൽനിന്ന് എനിക്ക് കണ്ണുകൾ എടുക്കാനേ കഴിഞ്ഞില്ല. തല മുതൽ അടിവരെ പതിയെ പതിയെ അവളെ തന്നെ അങ്ങനെ നോക്കിയിരിക്കാൻ തോന്നി. അതു തന്നെയാ ഞാൻ ചെയ്യുന്നത്, എന്നിട്ടും.

"ഇവളാണ്." ഞാൻ സ്വയം പറഞ്ഞു. "ഇവൾ എന്റേത് മാത്രമാണ്."

ആ ഒരു സുന്ദര നിമിഷം ഞാൻ പലപ്പോഴും ഓർത്തു. പലപ്പോഴും.

ഒരു ചെറിയ പുഞ്ചിരിയോടെ ഞാനവളുടെ അടുക്കലേക്ക് ചെന്നു. എന്റെ ട്രോളി ഞാൻ മറന്നുപോയിരുന്നു. ഏതാനും നിമിഷങ്ങൾക്കുശേഷം ഞാൻ അവളുടെ തൊട്ടുമുമ്പിൽ. അതും ഒരു ചുവട് ഇപ്പുറത്ത് അവളിൽ നിന്നും കണ്ണെടുക്കാതെ.

"ഹായ്." ഹാൻഡ്ഷെയ്ക്കിന് വേണ്ടി കൈ കൊടുത്ത് ഞാൻ പറഞ്ഞു.

“ഹായ്.” അവൾ തിരിച്ച് പറഞ്ഞു. ആദ്യമായി എന്റെ കൈയും പിടിച്ച് (ഞാൻ പറഞ്ഞത് എന്താണെന്ന് കേട്ടോ? ആദ്യമായി ഞങ്ങളൊന്ന് തൊട്ടു... അത് ഒരു മാജിക് തന്നെയായിരുന്നു.)

അവളുടെ കണ്ണുകൾ.. അതിസുന്ദരമായിരുന്നു. അതിലെന്തോ പ്രത്യേകത ഉള്ളതുപോലെ. കണ്ണെടുക്കാൻ കഴിയാത്ത എന്തോ ഒരു വശ്യത. എന്താണവൾ പറയുന്നത് എന്നു കേൾക്കാൻ ശ്രമിച്ചു. ആ നിമിഷം... സമയം.. അത് സത്യം... എനിക്കറിയില്ലായിരുന്നു എന്താ വേണ്ടത് എന്ന്...

“ഇത് എന്റെ സിസ്റ്റർ നീറു.. ഇത് ഗിരീഷ്. ഇവളുടെ ബെസ്റ്റ് ഫ്രെണ്ട്...”

അവളെന്റെ നോട്ടം തെറ്റിച്ചുകൊണ്ട് ഒപ്പമുണ്ടായിരുന്ന രണ്ടാളുകളെ എനിക്ക് പരിചയപ്പെടുത്തിത്തന്നു. അവളുടെ തൊട്ടടുത്തുനിൽക്കുന്ന അവരെ ഞാൻ കണ്ടില്ല??! ഞാനവളിൽ മയങ്ങിയതാണോ... അതോ!!!??? ഞാനത്രയ്ക്ക് വീണുപോയിരുന്നു അവളിൽ.

ഞാനവരോട് ഹലോ പറഞ്ഞു. ഞാനും കുശിയും അനുഭവിക്കുന്ന സമ്മർദ്ദം ഒഴിവാക്കാനായി ചെറിയ തമാശകളും അടിച്ചു. ശേഷം ഞങ്ങൾ പുറത്ത് കാർ നിർത്തിയിരുന്നിടത്തേക്കു പോയി. കുശിക്ക് എന്റെ ഒപ്പം നടക്കാൻ കഴിഞ്ഞില്ല. മടിയും ലജ്ജയും കാരണം അവളും അവരോടൊപ്പം കാറിനരികിലേക്ക് നടന്നു. ഞാനും ഒരു അകലം പാലിച്ചാണ് നടന്നത്. എന്റെ ട്രോളിയുമായി. എന്റെ അവസ്ഥയും അവളിൽ നിന്ന് ഭിന്നമായിരുന്നില്ല.

ഞാൻ ചെറിയ ഒരു മെസേജ് അയച്ചു.. “യു ആർ സോ ബ്യൂട്ടിഫുൾ.”

അടുത്ത നിമിഷം അവൾ ഫോണിലേക്ക് തന്നെ നോക്കിക്കൊണ്ട് തിരിഞ്ഞ് എന്റെ അരികിലേക്ക് മടങ്ങിവന്നു. എന്റെ മെസേജ് വായിച്ചിട്ടാവും.

എന്റെ തൊട്ടടുത്ത് വന്ന് അവൾ ഒന്ന് പുഞ്ചിരിച്ചുകൊണ്ട് പറഞ്ഞു. “താങ്ക്സ്...”

“എനിക്കിഷ്ടമായി... നിന്റെ ഈ ആധി... ഈ... ഈ... ഹൂം... നിന്നെ കാണാനും...” ഞാൻ പറഞ്ഞു.

നാണിച്ചുകൊണ്ടവൾ തിരിഞ്ഞുതന്നെ നടന്നു.. അവൾ തിരിഞ്ഞപ്പോൾ ആ മുടി പിന്നെയും മുഖത്തേക്ക് വന്നു. മുന്നോട്ടാണ് നടക്കുന്നതെങ്കിലും ശ്രദ്ധ മുഴുവൻ എന്നിലായിരുന്നു. എന്റെ കാഴ്ചയിൽ നിന്ന് രക്ഷപ്പെടാനെന്നോണം അവൾ പെട്ടെന്ന് ഒഴിഞ്ഞ് മാറി.

“ഹേയ്... ഞാനെന്തെങ്കിലും മോശമായി പറഞ്ഞോ നിന്നോട്...” ഞാൻ വല്ലതും ഓവറാക്കിയെന്ന് കരുതി ഞാൻ ചോദിച്ചു.

അവൾ ഒന്നുകൂടെ എന്നിലേക്കു തിരിഞ്ഞു. ഇപ്രാവശ്യം നന്നായി ചിരിച്ചുകൊണ്ടുതന്നെ. നല്ല നിരയൊത്ത സുന്ദരമായ പല്ലുകളാണ് അവൾക്കുണ്ടായിരുന്നത്.

"ഇല്ല... നീ നല്ലത് തന്നെയാ പറഞ്ഞത്. എനിക്കത് ശരിക്കും ഇഷ്ട പ്പെട്ടു."

എവിടെ നിന്നോ നീറുവും ഗിരീഷും വന്നു. ഞങ്ങൾക്ക് അരികിലേക്ക് വരുന്ന ടാക്സി ചൂണ്ടിക്കാണിച്ചുകൊണ്ട് പറഞ്ഞു. "അതാണ് നമ്മുടെ വണ്ടി."

മനസ്സിലായി. ഞാൻ തന്നെയാണ് ആദ്യം കാറിൽ കയറേണ്ടത് എന്ന്. അതോടെ പുതിയ പ്രശ്നം തുടങ്ങി.

ഞാൻ എവിടെ ഇരിക്കും? ഞാൻ സ്വയം ചോദിച്ചു. ബാക്കിൽ! അവൾക്കൊപ്പം...? പക്ഷേ, അത് ശരിയാകില്ല. രണ്ട് സിസ്റ്റേഴ്സിന്റെ ഇട യിൽ... അതും ഗിരീഷിനെ മുന്നിലിരുത്തി. ഞാൻ മുന്നിലെ സീറ്റിൽ ഇരുന്നാലോ? അല്ലെങ്കി ഞാൻ ബാക്കിൽ തന്നെ ഇരിക്കാം. ഇങ്ങേ അറ്റത്ത് ഗിരീഷ്. അപ്പുറത്ത് ഞാൻ അപ്പുറം കുശി. അപ്പോ നീറു. മുമ്പിൽ? വേണ്ടാ... വേണ്ടാ... അവൾ മുന്നിൽ ഡ്രൈവർക്കൊപ്പം ഇരിക്കണ്ട. എന്താ ചെയ്യാ? ഞാനാകെ കുഴങ്ങി..

ഞാൻ മുന്നിൽത്തന്നെ ഇരിക്കാം. അതാ എല്ലാവർക്കും നല്ലത്. എല്ലാം കൊണ്ടും... ഞാനത് മനസ്സിനെ സമ്മതിപ്പിച്ച് ചെറിയ വിസമ്മതത്തോടെ മുന്നിലെ സീറ്റിൽത്തന്നെ കയറിയിരുന്നു.

ഇരുന്നതോടെ മനസ്സ് തുടങ്ങി അടുത്ത ചോദ്യങ്ങൾ ചോദിക്കാൻ. 'വിഡ്ഢീ... പമ്പര വിഡ്ഢീ... നീ എന്താ നിന്നെക്കുറിച്ച് കരുതിയിരിക്കണേ. എന്താ നിനക്ക് അവളോട് കൂടെ ബാക്ക് സീറ്റിൽ ഇരുന്നാൽ.' ബ്രയിനും എന്നെ കുറ്റപ്പെടുത്താൻ തുടങ്ങി... 'നീ എന്ത് വിഡ്ഢിത്തമാ കാണിച്ചേ... നീ നിന്റെ പെണ്ണിന്റെ അരികിൽനിന്ന് മാറി നിൽക്കാനാണോ കൊതിച്ചത്... നീയൊക്കെ എന്ത് കാമുകനാണടോ?'

ഒരു മിനുട്ട് കഴിഞ്ഞുകാണും എനിക്കൊരു കാൾ... "അമ്മ കാളിംഗ്..."

"ഡാമിറ്റ്... ഡൽഹിയിൽ എത്തിയാലുടൻ വിളിക്കാൻ പറഞ്ഞതായി രുന്നു. എന്നിട്ടിപ്പോ..."

"ആ... അമ്മേ... ഞാനിപ്പോ എയർപോർട്ടിൽ നിന്ന് പുറത്തിറങ്ങിയ തേയുള്ളൂ..." അവർ എന്തെങ്കിലും ഇങ്ങോട്ട് ചോദിക്കുന്നതിനു മുമ്പേ ഞാൻ അങ്ങോട്ട് പറഞ്ഞു.

"എനിക്കറിയാം നീ മറക്കുമെന്ന്. ഇപ്പോ പറ."

"പറയേ... എന്ത്?" എനിക്കറിയാമായിരുന്നു അവർക്കിപ്പോ കുശിയെ കുറിച്ച് ഒരുപാട് ചോദിക്കാനുണ്ടാകുമെന്ന്. പക്ഷേ, ഞാനിപ്പോ ഇവർക്കൊപ്പം കാറിനുള്ളിലല്ലേ. ഒന്നും പറയാൻ പറ്റില്ലല്ലോ.

അത് മനസ്സിലാക്കിയതുകൊണ്ടാകും കൂടുതലൊന്നും അവർ ചോദി ച്ചില്ല. ഒരു ചോദ്യം മാത്രം ചോദിച്ചു. അതിലുണ്ടായിരുന്നു എല്ലാം. "ദെൻ.. ആർ യു ഹാപ്പി...?"

“ഹോ മമ്മാ... ഞാൻ... അയാം ഹാപ്പി... വെരി ഹാപ്പി...” ഞാൻ ശാന്തനായി പറഞ്ഞു. അത് പറയുന്നതിനിടയിൽ ഗ്ലാസിലൂടെ പുറത്തേക്ക് നോക്കിയിരുന്നു.

“ഓകെ... ഗുഡ്... എനിക്കത് അറിഞ്ഞാ മതിയായിരുന്നു. നിനക്കിപ്പോ കൂടുതൽ സംസാരിക്കാനാകില്ല എന്ന് എനിക്കറിയാം. നിങ്ങൾ ആഘോഷിക്ക്... ഞാൻ പിന്നെ വിളിക്കാം.”

“ആവട്ടെ അമ്മാ... ഞാൻ പിന്നെ വിളിക്കാം. ബൈ...”

അമേരിക്കയിലേക്ക് പോകുന്നതിന് മുമ്പ് താമസിക്കാൻ തീരുമാനിച്ചിരുന്ന ഹോട്ടലിലേക്കായിരുന്നു ഞങ്ങളുടെ യാത്ര. എനിക്കറിയില്ലായിരുന്നു എവിടെയാണ് ആ ഹോട്ടലെന്ന്. ഏറ്റവും രസകരം ടാക്സി ഡ്രൈവർക്കും അറിയില്ലായിരുന്നുവെന്നതാണ്. കുശിയും ഗിരീഷും വിളിച്ചാണ് ബുക്ക് ചെയ്തത്. രണ്ട് പേരും വഴി കാണിക്കുന്നതോ രണ്ട് വഴിക്കും. ചുരുക്കത്തിൽ ആർക്കും അറിയില്ല ശരിക്കും എവിടെയാണെന്ന്. ആരോടെങ്കിലും ചോദിച്ച് മനസ്സിലാക്കാമെന്ന് കരുതി മുന്നോട്ടു തന്നെ പോയി.

മായാമോഹിതമായൊരു പ്രദോഷം! ഞാൻ ഡ്രൈവറുടെ തൊട്ടടുത്ത് ഇരിക്കുന്നു. എന്റെ കുശി തൊട്ട് പിറകിൽ. അപ്പുറം നീറു, അപ്പുറത്ത് ഗിരീഷ്. ആ സമയത്ത് കാറിലെ പാട്ട് സന്ദർഭത്തിനോട് യോജിക്കുന്നതായിരുന്നു. അതും ഒരു റൊമാന്റിക് സോങ്ങ്. എനിക്കും കുശിക്കും ഏറ്റവും യോജിച്ചതായിരുന്നു. ആരും ഒന്നും മിണ്ടാതെ അത് കേട്ടിരുന്നു. ആ മൗനം പാട്ടിന് കൂടുതൽ സൗന്ദര്യം നൽകി.

റിയർവ്യൂ മീറ്ററിലൂടെ അവളെ കാണാൻ ഞാൻ ശ്രമിച്ചു. അപ്പോഴൊക്കെ ഗിരീഷിന്റെ മുഖമാണ്. അത് കാണുമ്പോൾത്തന്നെ അവൻ കണ്ണുകൊണ്ട് ആംഗ്യം കാണിച്ച് ചിരിക്കാൻ തുടങ്ങി.

വളരെ പെട്ടെന്നുതന്നെ ഞങ്ങൾ ആ ഔപചാരിക ലോകം വിട്ട് കടന്നു. എല്ലാവരും പ്രസന്റ് കാലത്തേക്ക് തന്നെ തിരിച്ചു വന്നു. പരസ്പരം കളിയാക്കാനും ചിരിക്കാനും തുടങ്ങി. നീറുവിന്റെയും ഗിരീഷിന്റെയും ടാർഗറ്റ് മുഴുവൻ കുശിയായിരുന്നു. എന്നെ കാണുന്നതിന് മുമ്പ് അവൾ കാണിച്ചിരുന്ന കാര്യങ്ങളൊക്കെ അവർ മിമിക്രി ചെയ്ത് കാണിക്കാൻ തുടങ്ങി. ഞങ്ങൾ ചിരിച്ച് ചിരിച്ച് കണ്ണുകൾ നിറഞ്ഞു.

അതിനിടയിൽ ഗിരീഷ് എനിക്ക് ഒരു മിഠായി തന്നു.

ഞങ്ങളാകെ ആഘോഷത്തിലായിരുന്നു. ഞങ്ങളുടെ ആഘോഷത്തിൽ പങ്ക് കൊള്ളാനെന്ന മട്ടിൽ ആകാശം പെയ്യാൻ തുടങ്ങി. ഒച്ച വെച്ച് കൂക്കിയാർത്ത് പൊട്ടിച്ചിരിച്ച് ഞങ്ങൾ കാറിന്റെയുള്ളിൽ തന്നെ ഒരു ലോകം പണിതു. ചില സമയത്ത് സീറ്റിനിടയിൽ കൂടി അവളെന്നെ തോണ്ടി, ആരും കാണാതെ. ഞാനത് ശരിക്കും ആസ്വദിച്ചു.

ഏകദേശം ഒന്നര മണിക്കൂറോളം ഞങ്ങൾ ഡൽഹി നിരത്തിലൂടെ അലഞ്ഞ് തിരിഞ്ഞു. എന്നേക്കാളും കൂടുതൽ ടെൻഷൻ അടിച്ചത്

കുശിയായിരുന്നു. ഞാൻ യാത്രചെയ്ത് ക്ഷീണിച്ചിരിക്കുമെന്നും റെസ്റ്റ് എടുക്കേണ്ടതുണ്ടെന്നുമാണ് അവൾ കരുതുന്നത്. പക്ഷേ, എനിക്കങ്ങനെ തോന്നുന്നതുപോലുമില്ലായിരുന്നു.

ഏതായാലും വൈകുന്നേരം 7.30 ഓടെ ഞങ്ങൾ ഖുത്വുബ്ബുദ്ധീൻ ഹോട്ടലിലെത്തി. അത് കുതബ്മിനാറിന്റെ തൊട്ടരികിലായിരുന്നു. ഞങ്ങൾ എല്ലാവരും ഹോട്ടൽ ലോബിയിൽ കയറി. റിസപ്ഷനിൽ ചെന്ന് ഞാനെന്റെ ബുക്കിംഗ് തീർച്ചപ്പെടുത്തി.

"റൂം നമ്പർ 301. ഇതാണ് വഴി. സർ. അവൻ നിങ്ങളുടെ ലഗേജ് കൊണ്ടുവന്നോളും." കൗണ്ടറിൽ ഇരുന്ന ആജാനുബാഹു പറഞ്ഞു.

"ഓ.കെ. ശരി." ഞാൻ റൂമിലേക്കു നടന്നു. എല്ലാവരും എന്റെ പിറകിൽ തന്നെയുണ്ടായിരുന്നു. കുശി എന്തോ എന്നോട് സ്വകാര്യമായി പറയുമ്പോൾ പിറകിൽ നിന്ന് നീറുവും ഗിരീഷും കളിയാക്കുന്നുണ്ടായിരുന്നു.

"ഒന്നു പതുക്കെ നടക്കോ? എനിക്ക് ഒപ്പം എത്താൻ കഴിയുന്നില്ല....?"

സാധാരണ പെണ്ണുങ്ങൾ ആണുങ്ങളേക്കാൾ മെച്ചേർഡ് എന്ന് പറയുവാനുള്ള കാരണം എന്താണെന്ന് ഞാൻ മനസ്സിലാക്കി. ഞാനൊരു ശുംഭൻ തന്നെ. കാറിൽ അവളെ പിറക് സീറ്റിലിരുത്തി ഞാൻ മുന്നിലിരുന്നു, ഇപ്പോ ഇവിടെയും ഞാനൊറ്റയ്ക്ക് മുമ്പിൽ നടക്കുന്നു. എനിക്കാകെ വല്ലാതെയായി. എന്താ ചെയ്യേണ്ടത് എന്നറിയാതെ ഞാൻ ഉഴപ്പി. ഞാൻ ആദ്യമായിട്ടാണ് ഒരു ബോയ് ഫ്രണ്ട് ആകാൻ ശ്രമിച്ചത്. പ്രണയകഥയിൽ ആദ്യമായുള്ള ചുവടുവെപ്പ്. "ദൈവമേ കാക്കണേ" ഞാൻ മന്ത്രണമായി പറഞ്ഞുപോയി.

അവൾ എന്റെ തൊട്ടരുകിൽ വന്ന് പറഞ്ഞു. "ഇപ്പൊ നീ ഒറ്റയ്ക്കല്ല. നിനക്കൊരു പെണ്ണുണ്ട് നിന്റെ ജീവിതത്തിൽ. അതോണ്ട് അവളോടൊപ്പം നടക്ക്."

പിറകിൽ നീറുവും ഗിരീഷും 'സുന്ദരമായി' ചിരിക്കാനും തുടങ്ങി. അവർക്കെന്താ ഞങ്ങളെയൊന്ന് ഒറ്റയ്ക്ക് വിട്ടാൽ? ഞാൻ ചിന്തിച്ചു. പക്ഷേ, എന്റെ ചിന്ത അവർക്കെങ്ങനെ മനസ്സിലാകും? അവർ ഞങ്ങളുടെ പുറകിൽ തന്നെയുണ്ടായിരുന്നു.

ഞങ്ങൾ 301-ൽ എത്തി. ഞാൻ വാതിൽ തുറന്നു. എല്ലാവരും അകത്തു കയറി. റൂം വളരെ നന്നായി ഫർണിഷ് ചെയ്തതായിരുന്നു. ഒരു ചെറിയ ടേബിൾ. മുകളിൽ ഒരു ഫോണും ഒരു ഫ്ളവർ വേസും. അതും രണ്ട് ബെഡുകൾക്ക് നടുവിലായി. നല്ല സുന്ദരമായ ബെഡ് ഷീറ്റുകൾ. ടി.വിക്ക് അരികിലായി മെനു ലിസ്റ്റും ഒരു വലിയ ഫോൺ ഡയറക്ടറിയും. ചുമരിൽ പതിച്ചിരിക്കുന്ന വലിയ കണ്ണാടിയിൽ ആ രണ്ട് ബെഡും അകത്തേക്ക് കയറുന്നിടത്തുള്ള കബോഡടക്കം റൂം മുഴുവനായും കാണുന്ന തരത്തിൽ.

"ഹമ്മമ്മോ... ദിസ് ഈസ് ഗുഡ്." ഞാൻ മന്ത്രിച്ചു.

"യാ... ഹോ... യെസ്..." എന്നോടൊപ്പം ഉണ്ടായിരുന്നവരും തല

കുലുക്കി ഒച്ചവെച്ചു. ഗിരീഷ് റൂം മൊത്തം നിരീക്ഷിച്ച് നല്ലതെന്ത് ചീത്തയെന്ത് എന്ന് പറയാനും തുടങ്ങി.

“താങ്ക്സ് ഗിരീഷ്.” അവൻ നിർത്തിയപ്പോൾ ഞാൻ പറഞ്ഞു.

“എനി ടൈം.”

എന്തോ... അപ്പോൾ അവനോട്, ഒരു ചോദ്യം ചോദിക്കാൻ എനിക്ക് തോന്നി. ‘എപ്പഴാ നിങ്ങളൊന്ന് പോയിത്തരാ, ഞങ്ങൾക്ക് രണ്ടാൾക്കും മാത്രമായി ഒരല്പം സമയം വേണം.’ പക്ഷേ, ഞാൻ ചോദിച്ചില്ല. ഒന്നും മിണ്ടാതെ നിന്നെങ്കിലും എന്റെ കണ്ണുകൾ അങ്ങനെ പറഞ്ഞുകൊണ്ടേയിരുന്നു. ഞങ്ങളെ കുറച്ച് നേരത്തേക്ക് ഒറ്റയ്ക്ക് വിടുകയാണ് നല്ലതെന്ന് നീറുവിന് തോന്നിക്കാണണം. അവൾ എന്തോ ഗിരീഷിന്റെ കാതിൽ മന്ത്രിച്ചു. അവർ മൂന്നുപേരും അങ്ങോട്ടുമിങ്ങോട്ടും നോക്കി പുഞ്ചിരിച്ചതെന്തിനാണെന്ന് എനിക്ക് മനസ്സിലായില്ല. എന്നെ കളിയാക്കാതിരുന്നാൽ മതി എന്ന് മാത്രമായിരുന്നു എന്റെ ചിന്ത.

“ഞങ്ങൾക്ക് ഒന്നു പുറത്തുപോകാനുണ്ട്. ഇപ്പൊ വരാം. നിങ്ങൾക്ക് എന്തെങ്കിലും കൊണ്ടുവരേ്യം ചെയ്യാം.” നീറുവിനേം കൂട്ടി പുറത്തേക്കു നടക്കുമ്പോൾ ഗിരീഷ് പറഞ്ഞു.

“ഹാവൂ... രക്ഷപ്പെട്ടു.” ഞാൻ ചിന്തിച്ചു.

“ഗിരീഷ് ഞങ്ങൾക്ക് എന്തെങ്കിലും ആവശ്യമുണ്ടെങ്കിൽ വിളിക്കാം. നീറുവിനെ നോക്കണം. അവളെ ഒറ്റയ്ക്ക് ആക്കല്ലെ ട്ടോ, കെ?” ടേബിളിലുണ്ടായിരുന്ന ബിസ്‌ലേരി ബോട്ടിൽ തുറന്നുകൊണ്ട് കുശി വിളിച്ചുപറഞ്ഞു.

“ഓ.കെ. ശരി. ഡോൺഡ് വറി, ഇപ്പോ സമയം 8.30. ഒമ്പത് മണിക്കെങ്കിലും നമുക്ക് ഡൽഹിയിൽ നിന്ന് പുറത്തുകടക്കണം. എന്നാൽ 10.15ന് ഫരീദാബാദിലെത്താം. ഇപ്പോഴേ നമ്മൾ ഒരുപാട് ലേറ്റാണ്. അറിയാലോ?”

“യാ... ഡോണ്ട് വറി. നമുക്ക് ശരിയാക്കാം.” കുശി പറഞ്ഞു.

“ഓ.കെ സീ യാർ...”

അവസാനം അവർ റൂം വിട്ട് പോയി. ഞാനൊന്ന് ആശ്വാസത്തോടെ നെടുവീർപ്പയച്ചു.

ഞാൻ ചെന്ന് വാതിലടച്ചു കുറ്റിയിട്ടപ്പോൾ കുശി കുപ്പിയിൽ നിന്ന് അവസാനത്തെ സിപ്പ് എടുക്കുകയായിരുന്നു. അവളെന്നെ നോക്കി. ചെറുപുഞ്ചിരിയോടെ കുപ്പി മേശപ്പുറത്ത് വെച്ചു. ലാപ്ടോപ് കസേരയിലും. ഞാൻ രണ്ട് ബെഡ്ഡുകൾക്കിടയിലൂടെ നടന്നു ഇടതിൽ ഇരുന്നു. പതിയെ നടന്ന് വന്ന് എന്റെ തൊട്ട് മുമ്പിലായി വലത് ബെഡിലായി അവളും ഇരുന്നു. ഞങ്ങൾ രണ്ട് പേരും. അതും ഒറ്റയ്ക്ക്... ഞങ്ങളിലുണ്ടായ ആ നനുത്ത ചിരി. അതുമതിയായിരുന്നു എല്ലാം പറയാൻ.

ആ നിമിഷം അതൊരു സുന്ദരസ്വപ്നമായിരുന്നു. ആ ഒരു നിമിഷം ജീവിതകാലം മുഴുവനും ഉണ്ടാകാൻ ഞങ്ങൾ ആശിച്ചു. തൊട്ടുമുമ്പിലിരിക്കുന്ന ഇവൾക്കൊപ്പമാണ് ഞാൻ എന്റെ ജീവിതം മുഴുവനും

ജീവിക്കാനിരിക്കുന്നത്. ഞാനാ സുന്ദരമായ കണ്ണുകളിലേക്ക് നോക്കിയിരുന്നു. എനിക്കവളെ തൊടാനാവുന്നുണ്ട്. അവളെ ഞാനറിയുന്നുണ്ട്. ആ സമയത്ത് ഞങ്ങൾക്ക് തോന്നിയ വികാരം അത് പറയാനാവില്ല.

അവിടെ വാക്കുകൾ ആവശ്യമില്ലായിരുന്നു. ഒരുപാട് നേരം ഞാൻ അവളെത്തന്നെ നോക്കിയിരുന്നു. എന്റെ തുറിച്ചുനോട്ടം താങ്ങാനാവാത്തതുകൊണ്ടാവും കുറച്ച് കഴിഞ്ഞപ്പോഴേക്ക് അവൾ താഴെ തറയിലേക്കു നോക്കി. അവളുടെ പിൻകഴുത്തിലൂടെ ആ സുന്ദരമായ മുടി തോളിനു മുന്നിലേക്കായി വലത് കവിളിലും ചെവിയും മറച്ചുകൊണ്ട് തൂങ്ങിക്കിടക്കുന്നു.

റൂമിലെ കനത്ത നിശ്ശബ്ദതയിലും ഞങ്ങൾ പ്രണയിക്കുകയായിരുന്നു. ഒരുപാട് ഒരുപാട്... കണ്ണുകളിലൂടെ, ഇപ്പോഴും വിശ്വസിക്കാനാവുന്നില്ല. അവസാനം ഞങ്ങൾ പരസ്പരം കണ്ടിരിക്കുന്നു. ഇപ്പോഴും അമ്പരപ്പ് മാറിയിട്ടില്ല. എന്താ പറയേണ്ടത്? എന്താ ചെയ്യണ്ടേ!

മനസ്സാന്നിധ്യം വീണ്ടെടുത്ത് അവൾ പിന്നെയും എന്റെ കണ്ണിലേക്ക് നോക്കി. (എന്റെ കണ്ണ് അപ്പോഴും അവളിൽ തന്നെയായിരുന്നു). മുന്നിലേക്ക് ചാടി നിൽക്കുന്ന മുടിയിഴകൾ പതിയെ ചെവിക്ക് പുറകിലേക്ക് വകഞ്ഞുവെച്ച് അവൾ ചോദിച്ചു. “യാത്രയിൽ കുഴപ്പമൊന്നുമുണ്ടായില്ലല്ലോ?”

ഏകദേശം അഞ്ച് മിനുറ്റോളമായിക്കാണും ഈ കണ്ണിൽ കണ്ണായി നോക്കിയിരിക്കാൻ തുടങ്ങിയിട്ട്. എന്നിട്ട് ആ നിശ്ശബ്ദത ഭഞ്ജിക്കാൻ അവൾ ചോദിക്കുന്ന ചോദ്യം! ആ ചോദ്യം ആദ്യകാല ഹിന്ദി സിനിമകളിൽ നായികാ നായകന്മാർ ചോദിക്കുന്നതുപോലെ തോന്നിച്ചു. കുറച്ചു കഴിഞ്ഞാണ് അവൾ ചോദിച്ചതിന്റെ മണ്ടത്തരം അവൾക്ക് മനസ്സിലായത്. അതും ആലോചിച്ച് ഞങ്ങൾ ചിരിച്ചു. ചിരിച്ച് ചിരിച്ച് ബെഡിൽ വീണു. ആ ചോദ്യം ഞങ്ങളുടെ പിരിമുറുക്കം ഇല്ലാതാക്കി.

“ഹഹഹഹഹഹ... ഇല്ല. ഒരു കുഴപ്പവുമില്ലായിരുന്നു.” ഞാൻ ചിരി ഒതുക്കി അവളോട് പറഞ്ഞു.

“ഞാനെന്ത് മണ്ടിയാ. എന്തൊക്കെയാ ചോദിക്കണ്ത്...” അവൾ പറഞ്ഞു.

“നീ മണ്ടിയൊന്നുമല്ല... നീ... സുന്ദരിയാ...” അവളുടെ കണ്ണിലേക്ക് നോക്കി ഞാൻ പറഞ്ഞു.

ആ നിമിഷം... എനിക്ക് എങ്ങനെയാ ആരാ ധൈര്യം തന്നത് എന്നൊന്നും എനിക്കറിയില്ല.. എന്റെ വലതുകൈകൊണ്ട് പതിയെ അവളുടെ മുഖം ഉയർത്തി. എന്റെ വിരലുകൾ ആ കവിളിലൂടെ അരിക്കാൻ തുടങ്ങി. ആദ്യം നടുവിരൽ പിന്നെ ചൂണ്ട് വിരൽ പിന്നെ എല്ലാ വിരലുകളും. കവിളിനെ മറഞ്ഞ് നിൽക്കുന്ന മുടി പതിയെ പിറകോട്ട് കോതിവെച്ചു. അവളുടെ കവിളിനെ എന്റെ വിരലുകൾ അറിയുകയായിരുന്നു.

അവളുടെ കണ്ണുകൾ കൂമ്പിയടഞ്ഞു. അവളുടെ ശ്വാസഗതി കൂടിയിരിക്കുന്നു. ഞാനവളെ തന്നെ നോക്കിയിരുന്നു. അവളുടെ സുന്ദരമായ ആ മുഖം.

നെറ്റിയിലെ ചുളിവുകൾ വരുന്നു അപ്രത്യക്ഷമാകുന്നു. വളഞ്ഞു നിൽക്കുന്ന പുരികങ്ങൾ, സുന്ദരമായി നീണ്ടു നിൽക്കുന്ന നാസിക. മൃദുലമായ ചുണ്ടുകൾ. പതിയെ ആ ചുണ്ടിലെന്റെ വിരലുകൾ തൊട്ടു. അവളൊന്ന് ഞെട്ടി. കണ്ണ് ഇപ്പഴും കൂമ്പിയിട്ടു തന്നെ. അവളുടെ കൈകൾ ബെഡ് ഷീറ്റിൽ പതിയെ പതിയെ ഇറുക്ക് കൂടുന്നു. എന്റെ കണ്ണുകൾ മാത്രമായിരുന്നു ഞങ്ങളുടെ ഈ സുന്ദര നിമിഷങ്ങൾക്ക് സാക്ഷിയായി. എനിക്കെന്തോ... ആകെ... ഒന്നാകെ... എന്റെ വിരലുകൾ അപ്പോഴും അവളുടെ മുഖത്തായിരുന്നു, അവളുടെ ചൂടുള്ള നിശ്വാസം ഞാനറിഞ്ഞു.

എന്റെ ഉപബോധ മനസ്സ് എന്നോടു ചോദിക്കാൻ തുടങ്ങി. എന്താ ഇപ്പോ ഇവിടെ സംഭവിക്കുന്നേ... ഏതായാലും ഞാൻ സ്വപ്നം കാണുകയല്ല. അവൾ, എന്റെ പെണ്ണ് സത്യമാണ്. എന്റെ മുന്നിൽ എനിക്കൊപ്പം. ഞാനെന്റെ പൊന്നോമന മാലാഖയ്ക്ക് മുമ്പിൽ ഇതാ അവസാനം എത്തിയിരിക്കുന്നു.

ഞങ്ങൾ മറന്നു ഞങ്ങളെത്തന്നെ. “ശിനോമനീ.. മുത്തേ...” ഞാനവളുടെ കാതിൽ പതിയെ മന്ത്രിച്ചു. അവളോട് വളരെ അടുത്തുചെന്ന് പതിയെ... അവളുടെ ശ്വാസഗതി അപ്പോഴും ഉയർന്നുതന്നെയായിരുന്നു. ഒന്നും പറയാനാവാതെ മനസ്സ് നിറഞ്ഞുനിൽക്കുന്നു. ആകെ എന്തോ പോലെ മനം കുളിർത്ത്. “ഇതൊരു സുന്ദരനിമിഷം തന്നെയാ മോളേ... എനിക്ക് വിശ്വസിക്കാനാകുന്നില്ല. നീ എനിക്കൊപ്പം...”

ഞാനവളുടെ ബെഡിനരികിലേക്ക് കൂടുതൽ ചേർന്നു.

“ഷോണാ... പൊന്നേ...” അവൾ എന്റെ കരം കവർന്ന് പതിയെ വിളിച്ചു.

പതിയെ അല്പാല്പമായി അവൾ കണ്ണുകൾ തുറന്നു. എന്നെ നോക്കി ഒന്നു പുഞ്ചിരിച്ചു. അവൾ സന്തോഷവതിയായിരുന്നു. അവളോട് ഞാൻ അടുത്തിരുന്നത് അവളെ അത്രയ്ക്ക് സന്തോഷിപ്പിച്ചിരുന്നു. അവൾ കുറച്ച് നേരത്തേക്ക് എന്നെത്തന്നെ നോക്കിയിരുന്നു.

പുരികം മെല്ലെ ഉയർത്തിപ്പിടിച്ചോണ്ട് അവൾ ചോദിച്ചു. “പറ ഇപ്പൊ എന്തു തോന്നുന്നു?”

ഞാനെന്റെ കൈകൊണ്ട് അവളെ ചുറ്റി. ചെവിയിൽ പതിയെ കടിച്ച് പറഞ്ഞു. “എന്നോട് അത് ചോദിക്കല്ലേ... എനിക്ക് പറയാനാകില്ലേ... ഞാനൊന്നു പറയാം...”

പിന്നെ ഞാൻ അവളുടെ കാതിൽ മന്ത്രിച്ചു. “ഞാൻ നിന്നെ അത്യധികം പ്രണയിക്കുന്നു.” അതും പറഞ്ഞ് ഞാൻ എന്റെ കവിൾ അവളുടെ തോളിലേക്ക് ചായ്ച്ചു.

"എനിക്ക് നിന്നേം ഇഷ്ടമാ ഒരുപാട്." അവൾ അതും പറഞ്ഞ് വിരലുകൾ കൊണ്ട് ആദ്യം എന്റെ കൈയിലും വിരൽത്തുമ്പിലും പിന്നെ ഉള്ളം കൈകളിലും പിന്നെ വിരലുകൾക്കിടയിലും ചിത്രപ്പണികൾ നടത്തിത്തുടങ്ങി. അതോടെ ഞാൻ ആകെ വീണുപോയി. മുഴുവനായും. ആ നിമിഷം അവസാനിക്കാതിരുന്നെങ്കിൽ എന്ന് ഞാനും അവളും ആത്മാർത്ഥമായി ആഗ്രഹിച്ചുപോയി.

കുറച്ചുനേരത്തേക്ക് ഞാനവളെ കൈയിൽത്തന്നെ നിർത്തി. അതുവരെ കണ്ട സിനിമകളിൽനിന്ന് ഞാൻ മനസ്സിലാക്കിക്കഴിഞ്ഞിരുന്നു തന്റെ പ്രിയപ്പെട്ടവരുടെ കൈയുംപിടിച്ച് നിൽക്കുന്നതിന്റെ അനുഭവം ഒന്ന് വേറെ തന്നെയാ. അത് ഞാനൊരിക്കലും അറിഞ്ഞിട്ടില്ലാത്ത ഒന്നായിരുന്നു. ചില കാര്യങ്ങൾ അറിയാനും വിശ്വസിക്കാനും ചിലപ്പോൾ അനുഭവിക്കേണ്ടിവരും. സ്നേഹം അങ്ങനെയാ, അനുഭവിച്ചറിയണം. മനസ്സുകൊണ്ട് ആത്മാർത്ഥമായി. ഹ്മ്മാ... ഇതൊന്നുമല്ല സ്നേഹം. ഇനിയും ഇനിയും എത്രയോ മടങ്ങ് വലുതാ...

ഞങ്ങൾക്ക് പിന്നെയും ഒന്നും മിണ്ടാനായില്ല. പെട്ടെന്ന് എന്റെ മനസ്സിലേക്ക് ഒരു ചോദ്യം വന്നു. ഞാനിവളെ ചുംബിച്ചാലോ? ആ ചിന്തയോടെ എന്റെ ഹൃദയവും തലച്ചോറും തർക്കം തുടങ്ങി.

ഹൃദയം: "അതെ."

മനസ്സ്: "വേണ്ട."

ഹൃദയം: "എന്തുകൊണ്ട് പറ്റൂല? ഇതാ ഏറ്റവും നല്ല സമയം. ഞാൻ കരുതുന്നു ഇപ്പൊ ചെയ്യണംന്ന്."

"മനസ്സ്: "അത് അവൾക്ക് ശരിയായി തോന്നിയില്ലെങ്കിലോ? എന്തായാലും ഇത് ആദ്യ ദിവസാ ട്ടോ."

ഹൃദയം: "ഇതുപോലത്തെ മറ്റൊരു സമയം കിട്ടില്ല. നാളെ അവളുടെ സകല കുടുംബാംഗങ്ങളും നിങ്ങൾക്ക് ചുറ്റുമുണ്ടാകും. അപ്പോൾ ഏതായാലും സമയം കിട്ടില്ല. തൊട്ടടുത്ത ദിവസമോ നിനക്ക് പോകേം വേണം. ഇപ്പൊ കിട്ടിയ സന്ദർഭം അത് ഉപയോഗപ്പെടുത്തിയാലായി."

മനസ്സ്: "അവസരം? ആദ്യം കണ്ണാടിയിലേക്ക് ഒന്നു നോക്ക്. എന്നിട്ട് ഒന്ന് സ്വയം ചോദിച്ചുനോക്ക്. ഈ ആദ്യദിവസത്തിൽ തന്നെ നിനക്ക് അത് ചെയ്യാനാകോ എന്ന്?

ഹൃദയം: "ഒന്ന് മിണ്ടാതിരിയടെ, ഞാൻ ചുംബിക്കാൻ പോകാ."

മനസ്സ്: "ദൈവം കാക്കട്ടെ."

ഹൃദയം: "താങ്ക്സ്."

മനസ്സ്: "ഒരു സെക്കന്റ്."

ഹൃദയം: "ഇനിയെന്താ?"

മനസ്സ്: "നീ ഓകെയാണോ... ഒന്ന് മൂത്രമൊഴിച്ച് വരണോ..."

ഹൃദയം: "മിണ്ടാതിരിയടെ."

ഇതാണ് എനിക്ക് പലപ്പോഴും സംഭവിക്കാറ്. ചിലപ്പോൾ കരുതും എന്റെ മനസ്സ് ഭയങ്കര സ്ട്രോങ്ങാണെന്ന്. അതുകൊണ്ടായിരിക്കാം ആ തർക്കങ്ങളിൽ എപ്പോഴും ജയിക്കാറുള്ളത് ഹൃദയമായിരുന്നു. അവളുടെ കൈ എന്റെ തോളിലും, ഞാനവളുടെ കണ്ണിലേക്കും നോക്കി. പെട്ടന്ന് ഞാനവളെ വലിച്ചടുപ്പിച്ചു. നേരെ കണ്ണിലേക്ക് നോക്കി.

ഞാനവളോട് പറഞ്ഞു: "എനിക്ക് നിന്നെ ചിലത് ചെയ്യാനുണ്ട്. ഞാനത് ചെയ്യും എനിക്കു തോന്നിയതുപോലെ."

ജീവിതത്തിലാദ്യമായി - സത്യമായിട്ടും - ഞാൻ ചിലത് അനുഭവിക്കാനായി തയ്യാറെടുത്തു. സത്യം പറയാലോ, ആ സമയത്ത് എന്റെ ഹൃദയമിടിപ്പ് മൈക്കൽ ഷുമാക്കറിന്റെ ഫെറാറിയേക്കാൾ വേഗതയിലായിരുന്നു. ഞാനവളുടെ കണ്ണിലേക്ക് നോക്കി പതിയെ അടച്ചു.

ഞാനവളെ വലിച്ചടുപ്പിച്ചു.

നേരെ കണ്ണിലേക്ക് നോക്കി.

കണ്ണൊന്ന് ചിമ്മി തുറന്ന് ഒന്നുകൂടെ ഞാൻ അവളെ വലിച്ചടുപ്പിച്ചു.

എന്റെ ചുണ്ടുകൾ, പക്ഷേ, എളുപ്പമായിരുന്നില്ല.

ഞാനവളോട് പറഞ്ഞു, "എനിക്ക് ചിലത് ചെയ്യാനുണ്ട്. ഞാനത് തോന്നിയപോലെ ചെയ്യും."

അതെ, ഞാനാദ്യമായി കിസ്സ് ചെയ്യാൻ പോകുന്നു...

പക്ഷേ...?

പക്ഷേ...? എല്ലാ പക്ഷേകളേയും ഞാൻ വെറുക്കുന്നു. എല്ലാ പക്ഷേകളേയും...?

ആ സമയം ചെകുത്താനായി വന്നത് ഗിരീഷിന്റെ ഫോണായിരുന്നു. അവളുടെ ഫോൺ ബെൽ എന്നെ സ്വപ്നലോകത്ത് നിന്നും ഉണർത്തി. ഞാനവളുടെ ചുണ്ടിനരികിൽ എത്തിയപ്പോൾ അവൾ കോൾ എടുത്തു. കോൾ എടുക്കുന്നതിനു മുമ്പ് ഞാൻ ക്ലോക്കിലേക്ക് ഒന്നു നോക്കി.

"ദൈവമേ... ഒമ്പത് മണി." അവൾ ഒച്ചയെടുത്തു. അവൾ ഫോൺ പെട്ടെന്ന് വലിച്ചെടുത്തു.

"ഗിരീഷ്..." ആൻസർ ബട്ടൺ ഞെക്കി. അവൾ പറഞ്ഞു.

അവൾ ഗിരീഷിനോട് സംസാരിക്കുമ്പോൾ ഞാനാകെ വിഷണ്ണനായി കട്ടിലിൽ ഇരുന്ന് ഗിരീഷിന്റെ ടൈമിംഗ് ഓർത്ത് ശപിച്ചു. എങ്ങനെ ഒപ്പിച്ചു അവനിത്. എന്റെ ഉള്ളം പുകയുകയായിരുന്നു.

അപ്പോളൊക്കെ അവൾ സംസാരിച്ചിരിക്കുകയായിരുന്നു.

"ആ പറയൂ."

....

“ആ അറിയാം. നമുക്ക് പോകാനായിട്ടുണ്ടെന്ന്.” അവൾ എനിക്കു നേരെ തിരിഞ്ഞു. പിന്നെ ഉള്ളിലേക്ക് കുറ്റിയിട്ട വാതിലിനരികിലേക്ക് നടന്നു.

“വേണ്ട... കഴിക്കാനൊന്നും വേണ്ട ഞങ്ങൾക്ക്...” എന്റെ നേരെ തിരിഞ്ഞ് വിശക്കുന്നുണ്ടോ എന്ന് ആംഗ്യത്തിലൂടെയവൾ ചോദിച്ചു.

“യെസ്... ഗിരീഷ്... ഒരു അഞ്ച് മിനിട്ട് കൂടി...” അവൾ കൈ കൂട്ടിത്തിരുമ്മി.

“അതെ... അതെ... അറിയാടോ... പറഞ്ഞില്ലേ വേണ്ടാന്ന്... ഞങ്ങൾ നോക്കിക്കോളാം.” അവൾ കണ്ണാടിയിലേക്ക് നോക്കുന്നതിനിടയിൽ പറഞ്ഞു.

“ഇപ്പോ ഒന്ന് നിർത്തോ... പ്ലീസ്...” അവൾ കണ്ണാടിക്ക് പുറംതിരിഞ്ഞു.

“യാ... യാ... അഞ്ച് മിനുട്ട് കൊണ്ട് അവിടെ എത്തും. ഓ.കെ. ബൈ..”

ഫോൺ കട്ട് ചെയ്ത് അവൾ എന്റെ അടുക്കലേക്ക് വന്നു. അവളാകെ വെപ്രാളത്തിലായിരുന്നു.

“ഷോണാ... മുത്തേ... എനിക്ക് പോകാനായിട്ടുണ്ട്. ഇപ്പോതന്നെ ഒരു പാട് വൈകി. അമ്മ ഇപ്പോ വിളിക്കും.”

“ഹും... കെ. ഡോൺഡ് വറി. അതൊക്കെ എത്തും. നീറുവും ഗിരീഷും എവിടെയാ?” ഞാൻ അവളെ ആശ്വസിപ്പിക്കാനെന്നോണം പറഞ്ഞു.

“താഴെ റിസപ്ഷനിലുണ്ട് അവരൊക്കെ.”

“ഓ.കെ. എല്ലാവരും ഒരു വണ്ടിയിൽത്തന്നെയല്ലേ പോകണത്?” അവിടെയുണ്ടായിരുന്ന ബോട്ടിലിൽനിന്ന് വെള്ളം കുടിക്കുന്നതിനിടയിൽ ഞാൻ ചോദിച്ചു.

“അതെ. എന്തേ?” കിടക്കയിൽനിന്ന് എഴുന്നേറ്റ് വീണ്ടും കണ്ണാടിക്ക് മുമ്പിൽ ചെന്ന് നിൽക്കുമ്പോൾ ചോദിച്ചു.

അവളുടെ ഫോൺ പിന്നെയും റിംഗ് ചെയ്തു. ഗിരീഷ് തന്നെയായിരുന്നു. ഞാനാണ് അറ്റൻഡ് ചെയ്തത്.

“ഹേയ്... വേഗം വാ. മഴ പിന്നെയും തുടങ്ങി.” അവൻ പറഞ്ഞു.

അവനോട് ഭയങ്കര ദേഷ്യം മനസ്സിൽ തോന്നിയെങ്കിലും പുറമേക്ക് കാണിക്കാതെ ഞാൻ പറഞ്ഞു. “ഒരു സെക്കൻഡ്. ഇതാ വന്നു.”

ഞങ്ങൾ റൂമിൽനിന്ന് പുറത്തു കടന്നിരുന്നു. അപ്പോഴാണ് അവൾ ഒച്ച വെച്ചത്. “ഷിറ്റ്... ഞാൻ അത് മറന്നു.” വാതിലിന്റെ അരികിലായി നീറു കൊണ്ടുവന്ന് വെച്ചിരുന്ന വലിയ പെട്ടി നോക്കിക്കൊണ്ടവൾ പറഞ്ഞു.

അവളത് എടുത്ത് എന്റെ കൈയിൽ വെച്ച് തന്ന് പറഞ്ഞു. “ഇത് നിനക്കുള്ളതാ...”

“എന്താണിത്...”

“തുറന്നു നോക്ക്.”

ഞാനത് തുറന്നു. പാർക്ക് അവന്യൂന്റെ ഒരു ഷർട്ട്, രണ്ട് ടൈകൾ. ഒന്ന് വൈറ്റ് ലൈനുള്ളതും മറ്റേത് സ്റ്റീൽ കളറും. എനിക്കത് ശരിക്കും ഇഷ്ടപ്പെട്ടു. ഒരു പെൺകുട്ടി എനിക്കായി ചിലത് വാങ്ങിച്ചിരിക്കുന്നു. ഓഫീസിലെ ചില ലേഡി സ്റ്റാഫുകൾ ഇതുപോലെ അവരുടെ 'ആളുകൾക്ക്' വാങ്ങിച്ചിരുന്നത് കണ്ടത് ഓർമിച്ചു. അങ്ങനെ ഞാനും 'ഒരാളാ'യിരിക്കുന്നു.

"എനിക്കാണോ?" ഞാൻ അവളോട് ചോദിച്ചു.

"അല്ല. ആ തടിച്ച ടാക്സി ഡ്രൈവർക്കാ." അവളെനിക്കിട്ട് തട്ടി.

"സത്യം? നിനക്ക് അവനോടും വല്ലതും ഉണ്ടോ?"

"ഷട്ടപ്പ്..!! ചെറിയ ചിരിയോടെയാണ് അവളത് പറഞ്ഞതെങ്കിലും ആ കണ്ണുകളിൽ ഒരു ആജ്ഞാശക്തിയുണ്ടായിരുന്നു.

"എനിക്ക് പോകണം ട്ടോ. മഴ പെയ്യുന്നുണ്ട്."

"ഓ യെസ് പോകാം." ഞാൻ പറഞ്ഞു. പെട്ടി കിടക്കയിലേക്കിട്ട് ഞാൻ പുറത്തേക്ക് നടന്നു. ഇപ്രാവശ്യം അവളുടെ ഒപ്പംതന്നെ നടക്കാൻ ശ്രദ്ധിച്ചു. അത് അവൾ മനസ്സിലാക്കിയത് ആ തരികിട ചിരിയിൽ നിന്നാണ്.

റിസപ്ഷനിൽ എത്താനായിട്ടുണ്ടാകും. എനിക്ക് പിടിച്ച് നിൽക്കാനായില്ല. ഞാനവളോട് ചോദിച്ചു. "കുശീ നീയെന്തിനാ പോകുന്നേ. പോകണോ... വേണ്ടടാ പ്ലീസ്." എന്റെ കാലുകൾ നിശ്ചലമായി. എന്റെ വാക്കുകളും മുറിഞ്ഞു.

അവളും നിന്നു. എന്റെ കൈ കൂട്ടിപ്പിടിച്ച് അവൾ പറഞ്ഞു "ഏതാനും മാസം മാത്രം. അത് കഴിഞ്ഞ് ഞാൻ നിന്നെ ഇങ്ങനെ വിട്ടുപോകില്ല. ഞാൻ നിന്റേതുമാത്രമായിരിക്കും." ആ വാക്കുകളിൽ പറഞ്ഞറിയിക്കാനാകാത്ത ഒരു സ്നേഹമുണ്ടായിരുന്നു. ഇപ്പോൾത്തന്നെ അവളെന്നെ കെയർ ചെയ്യാൻ തുടങ്ങിയിരിക്കുന്നു.

"എനിക്കറിയാടാ..." ഞാൻ പറഞ്ഞു.

"ഗിരീഷ് ഇനിയും വിളിക്കുന്നതിനു മുമ്പ് അങ്ങോട്ട് പോയാലോ?"

"യെസ് കെ."

റിസപ്ഷനിൽ നീറുവിനേയും ഗിരീഷിനേയും പിന്നെയും കണ്ടു. അവർ നോട്ടംകൊണ്ടും ഭാവംകൊണ്ടും കുശിയെ കളിയാക്കാൻ ശ്രമിക്കുന്നുണ്ട്. പക്ഷേ, അവൾ തനതായ ചെറുചിരിയോടെ അതൊക്കെ മാനേജ് ചെയ്യുന്നുണ്ടായിരുന്നു. ഹോട്ടലിന്റെ പുറത്ത് പാർക്ക് ചെയ്ത കാറിനരികിലേക്ക് പോകുംമുമ്പ് ഞങ്ങൾ കുറച്ചുനേരം അവിടെനിന്ന് സംസാരിച്ചു.

അപ്പോഴും മഴ പെയ്യുന്നുണ്ടായിരുന്നു. ചെറിയ ചാറ്റൽ മഴ. അവർ കാറിൽ കയറി. കാർ പിറകോട്ട് എടുത്തു. അവർ അകന്ന് പോകുമ്പോ എന്റെ കണ്ണുകൾ കാറിന്റെ ഇടത് ഭാഗത്തായിരുന്നു. അവിടെ ഇരുന്നാണ്

അവൾ എനിക്ക് കൈ വീശിക്കാണിക്കുന്നത്. കാർ മുഴുവനും കണ്ണിൽ നിന്ന് മറയുന്നതുവരെ ഞാൻ അവർക്ക് പിറകെ റോഡോളം ചെന്നു. കാർ വലത്തേക്ക് തിരിഞ്ഞ് എന്റെ കണ്ണിൽ നിന്നും അപ്രത്യക്ഷമായി.

പക്ഷേ, ഹൂം! ഞാനാ ചാറ്റൽമഴയെ വല്ലാതെ ഇഷ്ടപ്പെട്ടു. ഞാൻ സന്തോഷത്തോടെ ആകാശത്തേക്കു നോക്കി, ദൈവത്തിന് നന്ദി പ്രകാശിപ്പിച്ചുകൊണ്ട്.

അവിടംകൊണ്ട് ആ രാത്രി അവസാനിച്ചില്ല.

ഏതാനും മിനിട്ടുകൾക്കുശേഷം ഞാൻ റൂമിലായിരുന്നു. ഏതോ പാട്ടിനൊത്ത് താളംവെച്ച് തകർക്കുകയായിരുന്നു. സിനിമയിലുള്ളതു പോലെ ഞാൻ കട്ടിലിൽ ഇടതുകാൽ വെച്ച് പതുക്കെ വലത്തോട്ട് ചാടി. പക്ഷേ, എന്റെ ചാട്ടം പിഴച്ചു. ഞാൻ വന്നുവീണത് ടി.വിക്ക് അരികെ വെച്ചിരുന്ന ഗ്ലാസിന്റെ മുകളിലായിരുന്നു. അത് പൊട്ടി തവിട് പൊടിയായി.

തകർന്നടിഞ്ഞ ചില്ലുഗ്ലാസ് തറയിൽ. കനത്ത നിശ്ശബ്ദതയും... കണ്ണാടിക്കു മുന്നിൽ തനിച്ച് നിൽക്കുമ്പോൾ ഞാൻ എന്റെ പ്രതിബിംബത്തോട് കയർത്തു. "നോക്ക് നീ എന്താ ചെയ്തേ?"

തൊട്ടടുത്ത നിമിഷം എന്റെ ബിംബം എന്നോട് ചിരിച്ചോണ്ട് പറഞ്ഞു. "പുതിയ പ്രണയം, പുതിയ പരീക്ഷണം."

ഞാനാകെ നിയന്ത്രണം വിട്ടവനെപ്പോലെയായിരുന്നു. എനിക്ക് ഉറപ്പിച്ച് പറയാനാകും ആ സമയത്ത് ഞാൻ തന്നെയാണ് ഏറ്റവും സന്തോഷവാനായ മനുഷ്യനെന്ന്. എന്റെ ഉള്ളിലെ ആ ഫീലിംഗ്സ് പുറത്തേക്ക് തള്ളുന്നതുപോലെ തോന്നി. ആ ഫീൽ ചെയ്യണോ, അതോ നിർത്തണോ... എന്താണ് വേണ്ടത് എന്നറിയാതെ ഞാനാകെ വിഷമിച്ചു.

അവസാനം ഞാൻ ഫോണെടുത്ത് അവളെ വിളിച്ചു. ഇത് പറയാനായി മാത്രം. "മോളേ നീ ഭൂലോകസുന്ദരിതന്നെയാ. പെർഫെക്ടാ... സോ ലക്കി." ഞാൻ എന്തൊക്കെയോ പറഞ്ഞു. അവൾ ഒരു ചെറുചിരിയോടെ എല്ലാം കേട്ടുനിന്നു.

അവൾ അപ്പോഴും കാറിലായിരുന്നു. കാറിലെ കോലാഹലങ്ങൾ ഞാൻ കേട്ടു. അവസാനം അവൾ പറഞ്ഞത് ഇത് മാത്രമായിരുന്നു. " അതുപോലെ എനിക്കും ഒരുപാട് പറയാനുണ്ട്. പക്ഷേ, ഇപ്പോ പറ്റില്ല. നിനക്കറിയാല്ലോ."

ഞങ്ങൾ കുറച്ചുനേരം സംസാരിച്ചു. ഞാൻ ഡിന്നർ ഓർഡർ ചെയ്തു. അത് പത്തുമിനുട്ടിൽ എത്തി. പത്തേമുപ്പത് ആയപ്പോഴേക്കും ബെൽ ബോയ് പ്ലെയ്റ്റും മറ്റും എടുക്കാനായി വന്നു.

"ഭക്ഷണം എങ്ങനെയുണ്ടായിരുന്നു സർ?" അവൻ ചോദിച്ചു.

ശരിക്കും ഞാനതിന്റെ സ്വാദ് നോക്കിയോ? അതോ സ്വാദ് മറന്നതോ. ഏതു ഭക്ഷണമാ ഞാനിപ്പോ കഴിച്ചത്? അതും മറന്നു! എനിക്കാകെ

ഓർമയുണ്ടായിരുന്നത് അവളുടെ മുഖം മാത്രമായിരുന്നു. ഞാൻ എന്റെ കൈകൊണ്ട് അവളെ വലിച്ചടുപ്പിച്ചപ്പോഴുള്ള ആ മുഖം. ആ കണ്ണുകൾ. ആ സുഗന്ധം ഇപ്പോഴും എന്റെ നാസികയിൽ കയറി ഇറങ്ങുകയാണ്.

എന്നാലും ഞാൻ പറഞ്ഞു. "ഓ യെസ്. വളരെ നന്നായിരുന്നു."

അവൻ പാത്രങ്ങൾ എടുത്ത് റൂം വിട്ടുപോയി.

സമയം പതിനൊന്നേ മുപ്പത്. എനിക്ക് അപ്പോഴും ഉറങ്ങാനായില്ല. ഞാനെത്രെ ശ്രമിച്ചിട്ടും. ആദ്യമായി എന്റെ മനസ്സ് എന്തിലോ ഉടക്കി നിൽക്കുന്നു. പ്രണയത്തിന്റെ മധുരം. ഞാൻ ആഘോഷിക്കുക തന്നെ യായിരുന്നു. എന്റെ ചുറ്റുമുള്ള എല്ലാം എനിക്ക് സുന്ദരമായി തോന്നി. കാരണം എന്റെ മനസ്സിൽ ആ സൗന്ദര്യം മാത്രമാണുണ്ടായിരുന്നത്.

അവളും അതേ അവസ്ഥയിൽ തന്നെയായിരുന്നു. പിന്നീട് അവളെ വിളിച്ചപ്പോഴാണ് അറിയാൻ കഴിഞ്ഞത്. ഞങ്ങളപ്പോൾ ഒരുപാട് സമയം സംസാരിച്ചിരുന്നു. എയർപോർട്ടിൽവെച്ച് ആദ്യം കണ്ടപ്പോൾ തോന്നിയത് രണ്ട് പേരും പങ്ക് വെച്ചു. ഞാൻ കാറിന്റെ മുൻസീറ്റിൽ ഇരുന്നപ്പോൾ തോന്നിയതും ഹോട്ടൽ ലോബിയിൽവെച്ച് ഞാൻ ഒറ്റയ്ക്ക് ഓടിപ്പോയ പ്പോൾ അവൾക്ക് തോന്നിയതും, നീറുവും ഗിരീഷും പോയ തൊട്ടുടൻ ഡോർ അടച്ച് കുറ്റിയിട്ടപ്പോൾ തോന്നിയ കാര്യങ്ങളും, സംസാരിച്ചിരി ക്കുന്നതിനിടയിൽ അവളെ ഞാൻ എന്നിലേക്ക് വലിച്ചടച്ചപ്പോൾ തോന്നി യത്. അങ്ങനെ പലതും. ആ സമയത്തുണ്ടായ പേടിയും ആശങ്കയും സന്തോഷവും എല്ലാം ഞങ്ങളുടെ സംസാര വിഷയമായിരുന്നു. സംസാരം ഒരുപാട് സമയം നീണ്ടു. എപ്പഴാണ് ഉറങ്ങിയത് എന്ന് എനിക്കറിയില്ലായി രുന്നു.

തൊട്ടടുത്ത ദിവസം ഞാൻ ഗിരീഷിനെ കാത്തിരിക്കയായിരുന്നു. കുശി വിളിച്ചിരുന്നു. ഗിരീഷ് എന്തിനോ ഡൽഹിയിൽ വരുന്നുണ്ട്. അവനോ ടൊപ്പം ഫരീദാബാദിലേക്ക് ചെല്ലാനാ അവൾ പറഞ്ഞത്. ഞാൻ അവളുടെ വീട്ടുകാരെ കാണാൻ പോകുന്നു. അവളുടെ അച്ഛനെ ഇന്ന് കാണാനാ കില്ല. അദ്ദേഹം ഗുരുദ്വാരയിലേക്കു പോയതാണ്.

അവനെ കാത്തിരിക്കുമ്പോൾ സമയം പോയിക്കിട്ടാൻ ഞാൻ എന്തൊ ക്കെയോ കാണിക്കാൻ തുടങ്ങി. കണ്ണാടിക്കു മുൻപിൽനിന്ന് അവളുടെ വീട്ടിലുള്ളവരെ കാണുമ്പോൾ പറയേണ്ട കാര്യങ്ങൾ റിഹേഴ്സൽ നട ത്താൻ തുടങ്ങി. എന്റെ മുഖഭാവംകൊണ്ടും ബോഡി ലാംഗ്വേജ് കൊണ്ടും അവരിൽ മതിപ്പുണ്ടാക്കണമെന്ന് എനിക്ക് നിർബന്ധമുണ്ടായിരുന്നു.

"...ഇല്ല. ഇല്ല. മാരേജ് കഴിഞ്ഞാലും അവൾ ജോലിക്കു പോകുന്നതു കൊണ്ട് എന്റെ പാരന്റ്സിന് യാതൊരു കുഴപ്പവും ഇല്ല. ഞങ്ങൾ പരി ചയപ്പെടുമ്പഴേ അറിയാമല്ലോ അവൾക്ക് ജോലിയുള്ള വിവരം. അതൊന്നും ഒരു പ്രശ്നമല്ലെന്നേ..." (ആംഗ്യങ്ങളോടെ.)

"...ഓ യെസ്. എനിക്കറിയാലോ. കുക്ക് ചെയ്യാനല്ലേ... അത് എനിക്ക് അറിയാം. ഇതുപോലുള്ള യാത്രയ്ക്കിടയിൽ ഞാൻ തന്നെയാ എനിക്കു വേണ്ടി കുക്ക് ചെയ്യാറുള്ളത്. ഇപ്പോൾ ഇവൾക്ക് പാകംചെയ്യാൻ കഴി യുന്ന അത്രയ്ക്ക് എനിക്ക് കഴിഞ്ഞുകൊള്ളണമെന്നില്ല. എന്നാലും തെറ്റില്ലാത്തവിധത്തിൽ ഉണ്ടാക്കാനൊക്കെ എനിക്ക് അറിയാം."

അവൻ വരുന്നതിനു മുമ്പായി അങ്ങനെ ഒരുപാട് റിഹേഴ്സൽ നട ത്തുകയായിരുന്നു ഞാൻ.

അപ്പോൾ സമയം രാവിലെ പത്ത് മണി.

അവനിപ്പോഴും എത്തിയിട്ടില്ല. അവളെ കാണാനുള്ള ആഗ്രഹംകൊണ്ട് സമയം പോയിക്കിട്ടുന്നുമില്ല. ഞാൻ റൂമിൽനിന്ന് പുറത്തിറങ്ങി കുറച്ച് നടന്നപ്പോഴേക്ക് പിന്നെയും ടെൻഷനാകാൻ തുടങ്ങി. ഒരുപാട് അപരി ചിതരെ കാണാനാണ് ഞാനിപ്പോൾ പോകാൻ നിൽക്കുന്നത്. ഹോട്ടൽ ലോബിയിൽ ഇരുന്ന് ചായയും കുടിച്ച് പത്രം വായിക്കാൻ തുടങ്ങി. സത്യം പറഞ്ഞാൽ അതായിരുന്നു അന്നത്തെ എന്റെ ബ്രേക്ക്ഫാസ്റ്റ്. എന്റെ മുത്തിനെയും കുടുംബത്തേയും കാണാനുള്ള മോഹത്തിൽ ഞാനെന്റെ വിശപ്പുപോലും മറന്നിരുന്നു.

അല്പസമയം കൂടി കഴിഞ്ഞപ്പോൾ എന്റെ മൊബൈലിലേക്ക് കുശി യുടെ മെസേജ് വന്നു.

"ഗിരീഷ് 10.15ന് അവിടെ എത്തും. റെഡി... ഗുഡ്‌ലുക്ക്... ഏതാനും നിമിഷം കഴിഞ്ഞാൽ നീ നിന്റെ ബന്ധുവീട്ടിൽ..."

ഞാൻ ആ മെസേജ് വായിച്ച് കഴിഞ്ഞപ്പഴേക്കും എന്റെ ഫോണിൽ പരിചയമില്ലാത്ത ഒരു നമ്പർ തെളിഞ്ഞു. ഗിരീഷ് ഹോട്ടലിന്റെ പുറത്തു വന്ന് വിളിക്കായിരുന്നു. കപ്പിൽ ബാക്കിയുണ്ടായിരുന്ന ചായ ഒറ്റവലിക്ക് തീർത്ത് പത്രം അവിടെത്തന്നെ വെച്ച് പുറത്തേക്കു നടന്നു.

ഞാൻ അവന്റെ ക്വാളിസിൽ കയറി. അവന്റെ അച്ഛൻ പണക്കാരനാ ണെന്ന് തോന്നുന്നു. ആ യാത്രയ്ക്കിടയിൽ മുൻ എം.എൽ.എ. ആയിരുന്ന അവന്റെ അച്ഛനെക്കുറിച്ച് പറഞ്ഞുകൊണ്ടിരുന്നു. അവന്റെ ബിസിനസ്സും റിയൽ എസ്റ്റേറ്റും ഷെയറിനെക്കുറിച്ചുമെല്ലാം ഞങ്ങളുടെ സംസാരത്തിൽ വന്നുപോയിക്കൊണ്ടിരുന്നു. അവൻ പറയുന്നതിന് യെസ്, ഓകെ, അതേ എന്നിങ്ങനെ പറയുക മാത്രമാണ് ഞാൻ ചെയ്തിരുന്നത്. എന്റെ മനസ്സ് അവൻ പറയുന്ന കാര്യങ്ങളിലല്ലായിരുന്നു. ആ സമയത്ത് എന്റെ മനസ്സി ലൂടെ കടന്ന് പോയിരുന്നത് അടുത്ത മണിക്കൂറുകൾ ഞാൻ എങ്ങനെ തള്ളിനീക്കുമെന്നായിരുന്നു. എനിക്ക് അളിയന്മാരോ ഇൻ ലോസോ ഇല്ലാ യിരുന്നു. പോരാത്തതിന് ഇതുപോലുള്ള കാര്യങ്ങൾക്ക് ബന്ധുക്കളൊക്കെ ചേർന്നിട്ടാണ് പോകുക. ഇവിടെ ഞാൻ ഒറ്റയ്ക്ക്.

അവളുടെ അമ്മയോട് ഞാൻ ഒരിക്കൽകൂടി പറയേണ്ടി വരുമോ എനിക്ക് എന്റെ കുശിയെ ഇഷ്ടമാണെന്ന്.

അവളുടെ അച്ഛൻ വീട്ടിലില്ലാത്തതുകൊണ്ട് ഞാൻ കുറച്ചെങ്കിലും രക്ഷപ്പെട്ടു. ഏതായാലും നല്ല ഒരു ചെക്കനായിത്തന്നെ പെരുമാറണം. അവരുടെ മകൾക്ക് യാതൊരു കുറവും വരുത്താത്ത ഒരുവനായിതന്നെ അവർക്കു തോന്നണം.

അവളുടെ വീട് കാണാൻ എങ്ങനെയാകുമോ... ഞങ്ങളുടെ വീടിനേക്കാളും വലുതായിരിക്കുമോ? ആരെങ്കിലും എന്നോട് സാലറിയെക്കുറിച്ച് ചോദിക്കുമോ? ചോദിക്കാൻ സാധ്യതയില്ല. ഇനി ചോദിച്ചാൽ ഞാൻ ആയിരങ്ങൾ കൂട്ടിപ്പറയണോ അതോ ഉള്ളതുതന്നെ പറഞ്ഞാൽ മതിയോ.

അവളുടെ വീട്ടിൽ നല്ല ഒന്നാന്തരം കാറുണ്ട്. എനിക്കാണെങ്കിലോ ആകെയുള്ളത് ഒരു ബൈക്ക്. അതും പൾസർപോലുമല്ല.

ഡാമിറ്റ്! എന്തൊക്കെയാ ഞാൻ ചിന്തിച്ചുകൂട്ടുന്നത്. ഷിറ്റ്... ഷിറ്റ്... ഷിറ്റ്.

“എന്തുപറ്റി?” ഗിരീഷ് ചോദിച്ചു.

“നതിംഗ്... ഒന്നുമില്ല.” എന്റെ ചിന്തകൾ അവൻ കേട്ടോ.

“ഹഹഹഹഹഹഹ ദാറ്റ്സ് ഇറ്റ്...” എന്റെ ചിന്ത മനസ്സിലാക്കിയെന്നോണം അവൻ എന്നെ കളിയാക്കി ചിരിക്കാൻ തുടങ്ങി.

“വാട്ട് യു മീൻ?” എന്റെ അസ്വസ്ഥത മറച്ചുവെക്കാനെന്നോണം അവനോട് ഞാൻ ചോദിച്ചു.

“ഒന്നുമില്ല...” മൂളിപ്പാട്ടും പാടി അവൻ പറഞ്ഞു.

ഏകദേശം ഒരു മണിക്കൂറിനുള്ളിൽ ഞങ്ങൾ കുശിയുടെ വീട്ടിലെത്തി. ഫരീദാബാദ് ടൗണിൽവെച്ച് ഞാൻ അവർക്കായി സ്വീറ്റ്സ് വാങ്ങിച്ചിരുന്നു. ഗിരീഷ് നല്ല ഷോപ്പ് എന്ന് പറഞ്ഞ കടയിൽനിന്നാണ് അത് വാങ്ങിച്ചത്.

“നമ്മൾ എത്തി ട്ടോ...” അവൻ കാർ സ്ലോ ആക്കുന്നതിനിടയിൽ പറഞ്ഞു.

“ഹേയ്... രവീൺ. ഇതാണ്... ഇതാണ് നിന്റെ ഭാര്യവീട്.”

ഞാനൊന്ന് ശ്വാസമെടുത്ത് പതിയെ കാറിൽ നിന്ന് ഇറങ്ങി. പുറത്തിറങ്ങി വൈറ്റ്വാഷ് ചെയ്ത ആ വീടൊന്ന് ഒറ്റനോട്ടത്തിൽ നിരീക്ഷിച്ചു. അതിന്റെ ബ്ലാക്ക് ഗെയ്റ്റ് തുറന്ന് ഞാൻ അകത്തേക്കു കയറി. ചെറിയ ഒരു പൂന്തോട്ടം. ചിലതിൽ പൂക്കളുണ്ട്. ടൈൽസ് ഇട്ട് സുന്ദരമാക്കിയ വരാന്ത. ഞാൻ മുന്നോട്ട് ചെന്ന് അടഞ്ഞുകിടക്കുന്ന വാതിലിൽ പതിയെ തട്ടി. അപ്പോഴേക്ക് കാർ ലോക്ക് ചെയ്ത് ഗിരീഷും എന്റെ അരികിൽ എത്തി.

ആരോ വന്ന് വാതിൽ തുറന്നു. ആരായിരിക്കും തുറക്കുക എന്നോർത്ത് ഞാനാകെ ആധിയിലായിരുന്നു.

അവളുടെ അമ്മ തന്നെയായിരുന്നു. സിംപിൾ ആൻഡ് ബ്യൂട്ടിഫുൾ ഡ്രസ്സിൽ. ഒരു മെയ്ക്കപ്പുമില്ലായിരുന്നു. എന്റെ അമ്മയെപ്പോലെതന്നെ സിംപിൾ ആൻഡ് ബ്യൂട്ടി. വാതിൽ തുറന്ന് ചെറിയ ഒരു ചിരിയോടെ എന്നെ സ്വീകരിച്ചു.

"നസ്രകാൽ..." അതും പറഞ്ഞ് ഞാനവരുടെ കാൽതൊട്ട് വന്ദിച്ചു.

"നസ്രകാൽ ബേട്ടാ..." അവരെന്റെ തോളിൽ പിടിച്ച് ഉയർത്തിക്കൊണ്ട് പറഞ്ഞു.

എന്നെ കണ്ടപ്പോൾ അവരുടെ മുഖത്തുണ്ടായ ആ സന്തോഷം ഞാൻ ശ്രദ്ധിച്ചു. അവരുടെ പൊന്നുമോളുടെ കൈ പിടിക്കേണ്ടവൻ അവരുടെ മുമ്പിലെത്തിയിരിക്കുന്നു.

അവർ എന്നെ ഡ്രോയിംഗ്റൂമിലേക്കു കൊണ്ടുപോയി. അവരുടെ കാൽ തൊട്ട് വന്ദിച്ച് ഗിരീഷും അവിടെ വന്നിരുന്നു.

"ഇരിക്ക് മോനേ." അവർ എന്നോട് പറഞ്ഞു.

ഇരിക്കുമ്പോൾ യാത്രയൊക്കെ സുഖമായിരുന്നൂല്ലേ എന്നുള്ള ചോദ്യം വന്നു.

"ഞാനിപ്പൊ വരാം." എന്നുപറഞ്ഞ് അവർ റൂമിന്റെ പുറത്തേക്കു പോയി. അടുക്കളയിലേക്കാകും. ആ റൂമിലെ എല്ലാം ഞാൻ നോക്കിക്കണ്ടു. സോഫകളും കസേരകളും ഫ്ളവേഴ്സും ഷോകേസും... ദൈവങ്ങളുടെ ഛായാചിത്രങ്ങൾ, രാജകുമാരിയേയും കൊണ്ട് പോകുന്ന കുതിരപ്പുറത്തിരിക്കുന്ന രാജകുമാരനും അവർക്ക് ഷഹനായ് വായിക്കുന്നവരുടേയും ഒരു പെയിന്റിംഗ്... അങ്ങനെ എല്ലാം.

"ഹൗ യു ഫീലിംഗ്..." അതുവരെ നിശ്ശബ്ദനായി ഇരുന്ന് എന്നെത്തന്നെ വീക്ഷിച്ചിരുന്ന ഗിരീഷ് ചോദിച്ചു.

"അയാം ഓകെ..."

"ഓകെ."

കുറച്ച് കഴിഞ്ഞ് സുന്ദരിയായ ഒരു പെൺകുട്ടി റൂമിലേക്കു വന്നു. കറുത്ത മിഡിയും പച്ച ടോപ്പും ധരിച്ച അവളുടെ കൈയിൽ ഞങ്ങൾക്കുള്ള വെള്ളമുണ്ടായിരുന്നു. അത് നീറുവായിരുന്നു. കഴിഞ്ഞ ദിവസം ഇവൾ ഇത്രയ്ക്ക് സുന്ദരിയാണെന്ന് ശ്രദ്ധിച്ചിരുന്നില്ല. പക്ഷേ, എന്റെ മുന്നിൽ ഇവളേക്കാൾ സുന്ദരിയായ ചേച്ചിയുണ്ടാകുമ്പോൾ ഞാനെന്ത് ചെയ്യാനാ. ഏതായാലും എന്റെ അനിയത്തിക്കുട്ടിയും അതിസുന്ദരി തന്നെയാണ്.

അങ്ങനെയായിരുന്നു തുടക്കം. ജ്യൂസും പഴങ്ങളും പിന്നെ വാതോരാതെയുള്ള സംസാരവും. നീറുവും അമ്മയും ഞങ്ങൾക്കൊപ്പം സംസാരത്തിനിരുന്നു. അമ്മ ചോദിച്ചു.

"ഒറീസയിൽ ഫാമിലിക്ക് സുഖംതന്നെയല്ലേ."

"......"

"എത്രകാലമായി വിദേശങ്ങളിൽ പോകാൻ തുടങ്ങിയിട്ട്."

"......."

ഓരോന്നിനുമുള്ള മറുപടിയും ഞാൻ കൊടുത്തു. സംസാരത്തിൽ ഞാനും അംഗമാകാൻ പോകുന്നതായ ആ കുടുംബത്തെ കുറിച്ച്

വിശദീകരിക്കാൻ തുടങ്ങി. അവർ തികഞ്ഞ മതവിശ്വാസികളാണെന്ന് സംസാരത്തിൽ നിന്ന് ഞാൻ മനസ്സിലാക്കിയെടുത്തു. എന്റെ ഫാമിലിയെ പോലെ തന്നെ.

ദീപു ആസാമിലെ വർക്കിംഗ് ഫീൽഡിലാണ്. അവന് ഇന്ന് വരാൻ കഴിയില്ല. അമിയും ഭർത്താവ് പുഷ്കറും വരുന്നുണ്ട്. ഒരു മണിക്കൂറിനുള്ളിൽ അവർ ഇവിടെ എത്തും.

അമ്മയോട് സംസാരിക്കുമ്പോൾ ഞാൻ ഇടയ്ക്കിടെ നീറുവിനെ നോക്കാൻ തുടങ്ങി. 'എവിടെ നിന്റെ ചേച്ചി' എന്നായിരുന്നു ആ നോട്ടത്തിന്റെ അർത്ഥം.

"ക്ഷമിക്ക്... കുറച്ചുനേരംകൂടി... അവൾ തയ്യാറായിക്കൊണ്ടിരിക്കാ... ഫോർ യു..." അവൾ അത് പറഞ്ഞുകൊണ്ട് പ്ലെയ്റ്റ് എടുത്ത് നീട്ടിക്കൊണ്ട് ചോദിച്ചു. "ഒരു സമൂസ കൂടി..."

"ആ... എടുക്ക് മോനേ... ഒന്നുകൂടെ..." അമ്മയും അവൾക്കൊപ്പം കൂടി.

അത് കഴിഞ്ഞാൽ അടുത്തത്...

"ഇത്... കുറച്ച് അണ്ടിപ്പരിപ്പ്... കുറച്ചുകൂടെ..."

"താങ്ക്സ്."

"ഈ ആലു ബൂജിയ..."

"വേണ്ട... വേണ്ട... ഇപ്പോ തന്നെ വയർ നിറഞ്ഞു. ഇനിയും വേണ്ട..."

"പറ്റില്ല... പറ്റില്ല... കുറച്ചുകൂടെ കഴിക്ക്... ഓ.കെ... ഇനി ഇത് ഈ ദോക്ല. ഒന്ന് കഴിച്ചുനോക്ക്... നിനക്ക് ഇഷ്ടപ്പെടാണ്ടിരിക്കില്ല... ഒന്ന് എടുക്ക്..."

"ആ... ആ... ആ... ഇനിയില്ല ട്ടോ... ഇനി ഒന്നും പോകില്ല... ഇതാ അവസാനത്തേത്."

"അതിന് നീ ഒന്നും കഴിച്ചില്ലല്ലോ... ഇതും കൂടി..."

"വേണ്ട... പ്ലീസ്... ഇനി വേണ്ടാ... മതി... മതി... മതി..."

ഇനിയും കഴിച്ചാൽ വയർ പ്രതിഷേധിക്കും എന്ന് എനിക്കുറപ്പുണ്ടായിരുന്നു.

ഞാൻ അവിടെ വന്നിട്ട് ഏകദേശം ഇരുപത് മിനുട്ടായിക്കാണും. അവളെ ഇപ്പോഴും പുറത്തേക്കു കണ്ടില്ല. ഞങ്ങളുടെ സംസാരം പിന്നെയും പല വിഷയങ്ങളിലുമായി തട്ടിത്തിരിഞ്ഞു. ഇടയ്ക്ക് നീറുവും ഗിരീഷും പരസ്പരം നോട്ടം കൈമാറുകയും ചിരിക്കുകയും ചെയ്യുന്നുണ്ടായിരുന്നു.

പെട്ടെന്ന് അകത്തുനിന്ന് ഒരു വിളി. "നീറൂ..."

"ദാ മഹാറാണി തയ്യാറായിരിക്കുന്നു." എന്നും പറഞ്ഞ് അവൾ അകത്തേക്ക് ഓടിച്ചെന്നു. ഏതാനും സമയം കഴിഞ്ഞതോടെ വ്യത്യസ്തമായ രണ്ട് പാദപതനങ്ങൾ ഞാൻ കേട്ടു.

അവൾ...

എന്റെ മാലാഖ... സുന്ദരമായ ഡ്രസ്സിൽ... അതി സുന്ദരിയായി... പിങ്ക് ഖമീസ്, ആകാശ നീലയാർന്ന പൈജാമ, ചെറിയ വരകളുള്ള തിളങ്ങുന്ന ഒരു തട്ടം.. നീണ്ട് നിൽക്കുന്ന സുന്ദരമായ മുടി... ആ ചുണ്ട്... തിളങ്ങി നിൽക്കുന്ന ഇയറിംഗ്...

അവളെന്നെ നോക്കി പറഞ്ഞു. “ഹായ്...”

“ഹായ്...” ഞാൻ ചെറുചിരിയോടെ പറഞ്ഞു. “അതിസുന്ദരി തന്നെ യാണിവൾ.” ഞാൻ മനസ്സിൽ പറഞ്ഞു.

എല്ലാവർക്കും മുമ്പിൽ വെച്ച് ഞങ്ങൾക്ക് ഒന്നും പറയാനായില്ല... എന്തോപോലെ... ഒരുതരം വിറയൽ... അതും ഞങ്ങൾ ഇത്രയും അടു ത്തിട്ടുപോലും.

കണ്ണുകൾകൊണ്ടവൾ “എങ്ങനെയുണ്ട്?” എന്ന് എന്നോടു ചോദിച്ചു.

“അമേസിംഗ്.” ഞാൻ പതിയെ മന്ത്രിച്ചു.

“താങ്ക്യൂ...” അതും പറഞ്ഞ് അവളും ഞങ്ങളുടെ സംസാരത്തിൽ കൂടി.

അവൾ എന്റെ നേരെ മുമ്പിലാണ് ഇരിക്കുന്നത്. ആ ഡ്രസ്സിൽ അവൾ അതിസുന്ദരി തന്നെയായിരുന്നു. അല്പസമയത്തേക്ക് ആ വീട്ടിൽ നിന്ന് എല്ലാവരും ഒന്ന് പോയിത്തന്നാൽ എനിക്ക് അവളെത്തന്നെ നോക്കിനിൽ ക്കാമല്ലോ എന്നായിരുന്നു ഞാൻ ആലോചിച്ചിരുന്നത്.

ഞങ്ങൾ പിന്നെയും കുറച്ച് നേരം കൂടി സംസാരിക്കാൻ തുടങ്ങി. അവൾ തോളിൽനിന്ന് ഉതിർന്ന് വീഴുന്ന ഷാൾ ഇടയ്ക്ക് നേരെയാക്കുന്നുണ്ടാ യിരുന്നു. അവളുടെ അമ്മയുടെ നിർബന്ധംകൊണ്ട് മാത്രം അവൾ കുറച്ച് അണ്ടിപ്പരിപ്പ് എടുത്ത് ചുണ്ടിലെ ലിപ്സ്റ്റിക്ക് തട്ടാതെ കഴിക്കാൻ തുടങ്ങി. അത് കഴിക്കുമ്പോഴും അവൾ ഇടയ്ക്ക് എന്നെത്തന്നെ നോക്കുന്നുണ്ടാ യിരുന്നു. അത്രയ്ക്ക് ആളുകൾക്ക് ഇടയിലും അവളെത്തന്നെ നോക്കി യിരിക്കാൻ തോന്നി. എന്റെ കണ്ണ് അവളുടെ സൗന്ദര്യം ആവാഹിക്കുക യായിരുന്നു.

എന്റെ നോട്ടം ഒഴിവാക്കാനായി അവൾ എന്നോട് സംസാരിക്കാൻ തുടങ്ങി.

“നാളെ എപ്പഴാ ഫ്ളൈറ്റ്?”

“രാവിലെ 7.30ന്.”

“അപ്പോ ഹോട്ടലിൽനിന്ന് 4.30ന് തന്നെ ഇറങ്ങേണ്ടിവരും അല്ലേ?”

“ആ... രാവിലെ നേരത്തെ എണീക്കേണ്ടിവരും.”

അല്പസമയം സംസാരിച്ചപ്പോഴേക്കും ഞാൻ ആത്മവിശ്വാസം വീണ്ടെടുത്തിരുന്നു. ഗിരീഷിന് എന്തോ തിരക്കുണ്ടായിരുന്നു. പോകാനായി അവൻ എഴുന്നേറ്റപ്പഴേക്കും പുറത്ത് ഗാരേജിൽ ഒരു കാറ് വന്നുനിൽക്കുന്ന ശബ്ദം കേട്ടു.

“ഹായ്... അമിച്ചേച്ചി വന്നേ...” വാതിൽക്കൽനിന്ന് പുറത്തേക്ക് തലയിട്ട് നീറു വിളിച്ചുപറഞ്ഞു

“പുഷ്കറോ?” പെൺപടയ്ക്കിടയിൽ ഒരു ആൺതുണയ്ക്കായി ഞാൻ ചോദിച്ചു.

“അവൾക്കൊപ്പമുണ്ടാകും.” ഗിരീഷ് പറഞ്ഞു.

പുറത്ത് കാർപെറ്റിൽ ഷൂ അഴിച്ചു വെച്ച് പുഷ്കറും അമിച്ചേച്ചിയും അകത്തേക്ക് വന്നു. ഇത്രനേരം അവരെയാണ് കാത്തിരുന്നെന്നപോലെ എല്ലാവരും എഴുന്നേറ്റ് നിന്നു സ്വീകരിച്ചു. അവരെ കണ്ട് ഞാനും എഴുന്നേറ്റു നിന്നു.

“ഹൊ... ഈ വീട്ടിലെ രണ്ടാം മരുമകന് ഇത്രേം വലിയ സ്വീകരണമോ?... ഹംമമമ... അപ്പോ എനിക്ക് എങ്ങനെയായിരിക്കും... എന്റമ്മോ..” ഞാൻ ആലോചിച്ചു.

ബ്ലാക്ക്ടോപ്പിലും നീല മിഡിയിലും അമിച്ചേച്ചിക്ക് ഒരു മോഡേൺ പ്രൊഫഷണൽ ലുക്കായിരുന്നു. നല്ല ഇണങ്ങുന്ന ഡ്രസ്സ്. അവരുടെ ആ മിഡി അതൊരു ഫാഷൻ പരേഡിന്റേതുപോലെ തോന്നിപ്പിച്ചിരുന്നു. ഒരു മാതിരി ആൺകുട്ടികളുടെ ത്രീ ഫോർത്ത് പോലെ... ഒരു ജഗജില്ലി കണ്ണടയും... ആ സുന്ദരമായ മുടി കെട്ടിവെച്ചതിലുമുണ്ടായിരുന്നു ഒരു പുതുമ.

ചേച്ചിയുടെ കൈയിലുള്ള ചെമന്നതും വെള്ളയുമായ ആ സുന്ദരവളകൾ എനിക്ക് ഒത്തിരി ഇഷ്ടായി. സത്യം പറഞ്ഞാൽ എനിക്ക് ഏറ്റവും ഇഷ്ടമായതും അതായിരുന്നു. അത് പുതുപെണ്ണിന്റെ അടയാളമാണ്. ആചാരമനുസരിച്ച് വിവാഹം കഴിഞ്ഞ് ഒരു വർഷക്കാലം ആ വളകൾ അങ്ങനെ ത്തന്നെ കൈയിലുണ്ടാകണമെന്നായിരുന്നു നിയമം.

പുഷ്കറും ഒരു സിംപിൾ ആദ്മിയായിരുന്നു.

ഹസ്തദാനം കഴിഞ്ഞ് ഹലോ പറഞ്ഞ് എല്ലാവരും സോഫയിലും കസേരയിലുമായി ഇരുന്നു.

“രവീൺ ഹൗ ആർ യൂ...” പുഷ്കർ ചോദിച്ചു.

“ആം ഫൈൻ, ആൻഡ് യു...” രണ്ടുപേരേയും നോക്കിക്കൊണ്ട് ഞാൻ ചോദിച്ചു.

“സുഖം തന്നെ... പാരന്റ്സ് ആൻഡ് ബ്രദർ?” അമിച്ചേച്ചിയാണ് ചോദിച്ചത്.

“സുഖം തന്നെ...” ഞാൻ ചിരിച്ചോണ്ട് പറഞ്ഞു.

ഞങ്ങളുടെ സംസാരം പല വിഷയങ്ങളിലും കയറിയിറങ്ങി. എന്റെ ഓഫീസ്, അവരുടെ ഓഫീസ്, കുശിയുടെ ഓഫീസ്, ഞങ്ങൾ കണ്ട സ്ഥലങ്ങൾ, എന്റെ വിദേശ യാത്രകൾ, അവസരങ്ങൾ, ഡൽഹി ട്രാഫിക്, കാറ്റ്.... അങ്ങനെ പലതും.

വീണ്ടും ചായയും സ്നാക്കുമെത്തി. പുതിയ അതിഥികൾക്കൊപ്പവും

കഴിക്കേണ്ടിവന്നു. വയറു നിറഞ്ഞ് പൊട്ടുമെന്ന് തോന്നിത്തുടങ്ങി യെനിക്ക്.

ഗിരീഷിന്റെ ഫോണിലേക്ക് മറ്റൊരു കാൾ കൂടി വന്നതോടെ അവൻ പുറത്തേക്കു നടന്നു. അവന്റെ അച്ഛൻ തന്നെയാകും. എന്നെ ഇവിടെ എത്തിച്ചതിനും ഇത്രേം നേരം ഈ പെൺപടയ്ക്ക് ഇടയിൽ കമ്പനി നൽകി യതിനും അവനോട് നന്ദി എന്ന് മാത്രമേ പറയാൻ കഴിഞ്ഞുള്ളൂ. മുറ്റത്ത് നിർത്തിയിട്ടിരുന്ന ക്വാളിസിൽ കയറി അവൻ പോയി. അകത്ത് പിന്നെയും സംസാരം കത്തിക്കയറി. എകദേശം ഒന്നര മണിക്കൂർ ഞങ്ങൾ സംസാരി ച്ചിരുന്നു. പുഷ്കർ ഒന്നാന്തരം തമാശക്കാരൻ തന്നെയായിരുന്നു. ഒരു പ്രാ ക്ടിക്കൽ മനുഷ്യൻ.

"അറിയോ... ചേട്ടായി ഒന്നാന്തരം പാചകക്കാരനാ. ആർട്ട് ഓഫ് കുക്കിംഗ് പഠിച്ചതാ. സ്റ്റാർ പ്ലസിൽ കുക്കറി ഷോ നടത്താനിരിക്കാ." നീറു അഭിമാനത്തോടെ വിളിച്ചുപറഞ്ഞു. ഒന്നാന്തരം പാചകക്കാരനായ ഒരു ആണ് ഏതൊരു പെണ്ണിന്റേയും മോഹമായിരിക്കും.

അഭിമാനകരമായ കാര്യം നീറു പറഞ്ഞ് കുറച്ച് കഴിഞ്ഞപ്പോഴേക്കും പുഷ്കർ എനിക്ക് വില്ലനായി മാറി.

അമ്മയുടെ ചോദ്യം. "മോനേ... നിനക്ക് പാചകമറിയോ?" വളരെ പ്രതീ ക്ഷയോടെയായിരുന്നു ആ ചോദ്യം.

നിശ്ശബ്ദത... ആരോ അണ്ടിപ്പരിപ്പ് വായിലിട്ട് കൊറിക്കുന്ന ശബ്ദം മാത്രം.

എല്ലാവരും എന്റെ മറുപടിക്കായി കാത്തിരിക്കാണ്. ഇന്ത്യാ പാക് ക്രിക്കറ്റ് കളിക്കിടയിൽ സച്ചിന്റെ ഷോട്ട് സിക്സറോ ക്യാച്ചോ എന്നറി യാൻ ടിവിയിൽ കണ്ണും നട്ടിരിക്കുന്നവരെപ്പോലെയായിരുന്നു എന്റെ മുമ്പിലിരിക്കുന്ന മാന്യ മഹാജനങ്ങൾ. എന്റെ ഗ്ലാസിലേക്ക് നോക്കി ഞാൻ ആലോചിച്ചു. നിങ്ങൾ അടുത്തതായി ചോദിക്കും, നിനക്ക് അയേൺ ചെയ്യാനറിയുമോ... നിനക്ക് അവളുടെ ഡ്രസ്സ് അയേൺ ചെയ്ത് കൊടുക്കാൻ പറ്റോ... നിനക്ക് പാട്ടറിയുമോ ഒന്ന് പാടിത്തരുമോ.... ഇതി നാണ് പെണ്ണ് കാണാൻ പോകുമ്പോ പാരന്റ്സ് വേണമെന്ന് പറയുന്നത്. നാം ഒറ്റയ്ക്കാണെങ്കിൽ അവർ പലതും ചോദിക്കും. അതിനൊക്കെ മറു പടിയും പറയേണ്ടി വരും.

ഒന്നും മിണ്ടാതെ ഫോണിന്റെ ഡിസ്പ്ലേയിലേക്കും നോക്കിയങ്ങനെ ഇരുന്നു. ആരെങ്കിലും വിളിച്ചിരുന്നെങ്കിൽ ഇതിൽ നിന്നൊന്ന് രക്ഷപ്പെടാ മായിരുന്നു. പക്ഷേ, അതുപോലുള്ള സാഹചര്യങ്ങളിൽ ആരും തന്നെ വിളിക്കുകയുമില്ലല്ലോ. ഇന്നലെയാണെങ്കിലോ കറക്റ്റ് സമയത്ത്, കിസ് ചെയ്യാൻ നിൽക്കുന്ന സമയത്തല്ലേ വിളി വന്നത്. ഭാഗ്യദോഷം അല്ലാ തെന്ത് പറയാൻ.

ഏതായാലും കുറച്ചുകഴിഞ്ഞ് അവർക്ക് കേൾക്കേണ്ടതുതന്നെ ഞാൻ പറഞ്ഞുകൊടുത്തു.

"ആ... ഹും... യെസ്... ഐ കാൻ... ചിലതൊക്കെ..."

ഞാൻ പറഞ്ഞുകഴിഞ്ഞില്ല, അതിനുമുമ്പേ താത്പര്യത്തോടെ അമ്മ ചോദിച്ചു. "എന്തൊക്കെയാ ഉണ്ടാക്കാറ്?"

വല്ലാത്ത ശല്യമായിപ്പോയല്ലോ എന്ന് പറയാൻ തോന്നിയെനിക്ക്. പക്ഷേ, പറഞ്ഞില്ല. ബർലയിലെ പഞ്ചാബി ദാബയിലെ പപ്പു അങ്കിൾ പറയുന്നത് പോലെ ഒരു മെനു തന്നെ പറയേണ്ടിവരുമെന്ന് ഞാൻ കരുതി.

ഞാനെന്റെ മുഖത്ത് ഒരു ചിരി വരുത്തി. ഒരു സോഫ്റ്റ്‌വെയർ എഞ്ചിനീയറോട് ചോദിക്കാൻ കണ്ട ചോദ്യം. അല്ലെങ്കിലും അവർ അങ്ങനെയൊക്കെ ചോദിക്കാവോ. സത്യം പറയാലോ ഞാൻ അങ്ങനെയൊരു ചോദ്യം പ്രതീക്ഷിച്ചിരുന്നില്ല. എന്റെ സ്വപ്നത്തിൽ പോലും. ഞാൻ ആലോചിച്ചു. ഇതൊരു ഒന്ന് ഒന്നര ചോദ്യം തന്നെയാ. ഇതിന് സൂക്ഷിച്ച് തന്നെ മറുപടി പറയണം. ചിലപ്പോ ക്ലിക്കാകും അല്ലേൽ ചളമാകും. "അമ്മേ.... ആലു, പ്യായസ്, ഗോബി ചിലപ്പോ മോളി കൊണ്ടും ഞാൻ ഉണ്ടാക്കാറുണ്ട്."

"ശരിക്കും... സുപ്പർബ്... രവീൺ... എവിടെനിന്ന് പഠിച്ചു അതൊക്കെ..."

"ഞാൻ എട്ട് മാസം ബെൽജിയത്തിലായിരുന്നല്ലോ. അവിടെ ഒറ്റയ്ക്കാ താമസിച്ചിരുന്നത്. അന്ന് ഒറ്റയ്ക്കാ എല്ലാം ചെയ്തിരുന്നത്. അതിനുമുമ്പ് ഞാനൊന്നുംതന്നെ ചെയ്തിട്ടില്ലായിരുന്നു. സത്യം പറഞ്ഞാ അന്നത്തെ ആ സാഹചര്യങ്ങളാ എന്നെ അതൊക്കെ പഠിപ്പിച്ചത്."

കൈയിലുണ്ടായിരുന്ന ഗ്ലാസ് മേശപ്പുറത്തുവെച്ച് എന്റെ ആദ്യ പാചകത്തിന്റെ രസകരമായ അനുഭവം അവർക്കായി പറഞ്ഞുകൊടുത്തു. സാമ്പാറുണ്ടാക്കാൻ തുടങ്ങി അവസാനം പച്ചക്കറി കഷണങ്ങൾ വെള്ളത്തിലൂടെ ഒഴുകി നടന്നതും അതൊക്കെ വെന്ത് വെന്ത് ചട്ടിയിൽ അവിടവിടെയായി പറ്റിപ്പിടിച്ചതുമൊക്കെ രസകരമായിത്തന്നെ പറഞ്ഞു ഫലിപ്പിച്ചു.

പ്രതീക്ഷിച്ചതുപോലെ തന്നെ എന്റെ ആദ്യ പാചക കഥ കേട്ടിട്ട് എല്ലാവരും പൊട്ടിച്ചിരിച്ചു. വായ നിറച്ചും വെള്ളമുണ്ടായിരുന്ന എന്റെ കുശി ചിരി ഒതുക്കാൻ നന്നെ പാടുപെടുന്നുണ്ടായിരുന്നു. പുഷ്കർ രസം മൂത്ത് കൈ കൊട്ടി ചിരിക്കാൻ തുടങ്ങി. എല്ലാവരും ചിരിച്ചതോടെ ഞാനും അവർക്കൊപ്പം ചിരിക്കാൻ തുടങ്ങി.

സമയം രണ്ട്. ആ തമാശയ്ക്കിടയിൽ സമയംപോയതറിഞ്ഞില്ല. പ്രത്യേകിച്ച് എനിക്ക്.

"ലഞ്ച് ഈസ് റെഡി..." നീറു വിളിച്ചുപറഞ്ഞു.

എല്ലാവരും ഡൈനിംഗ് ടേബിളിൽ ഇരുന്നു. കുശി എന്റെ നേരെ മുന്നിലും. എന്റെ ഭാവി വധുവിനെ നോക്കിക്കൊണ്ട് ഞാൻ ആലോചിച്ചു. ഏതാനും മാസം കഴിഞ്ഞാൽ ഞാനും ഇവളും ഒരുമിച്ച് ഒരേ പ്ലേയ്റ്റിൽ നിന്ന് തന്നെ ബ്രേക്ക്ഫാസ്റ്റും ലഞ്ചും ഡിന്നറുമൊക്കെ കഴിക്കുമല്ലോ.

കുശി എനിക്കായി ഉണ്ടാക്കിയ സ്പെഷൽ റജ്മയാണ് ഞാൻ കഴിച്ചത്. അവൾക്കറിയാമല്ലോ എനിക്ക് ഏറ്റവും ഇഷ്ടപ്പെട്ട ഭക്ഷണം അതാണെന്ന്.

"നീറു നീയും വാ. വന്നിരിക്ക്." പ്ലെയ്റ്റിലേക്ക് സലാഡ് എടുത്തിടുന്ന തിനിടയിൽ അമിച്ചേച്ചി വിളിച്ചു. ഡൈനിംഗ് ടേബിളിൽ ഒരുപാട് ഐറ്റം തന്നെയുണ്ടായിരുന്നു. പനീർ, റൈറ്റ, ആലു ഗോബി, സലാഡ്, റൈസ്, ചപ്പാത്തി, റജ്മ... അങ്ങനെ ഒത്തിരി വിഭവങ്ങൾ. എന്തോ ഫംഗ്ഷന് ഉണ്ടാക്കിയതുപോലെ. എല്ലാവരും അങ്ങോട്ടുമിങ്ങോട്ടും സെർവ് ചെയ്യു ന്നുണ്ടായിരുന്നു. മേശയുടെ അങ്ങേയറ്റത്ത് നിന്നും ഒരു സ്പൂൺ എടു ക്കാൻ ശ്രമിക്കുന്നതിനിടയിൽ കുശി എന്നെ തടഞ്ഞു.

"ഞാൻ എടുത്തുതരാം."

സ്പൂൺ എടുത്ത് പ്ലെയ്റ്റിൽനിന്ന് ഇട്ടുതന്നു. കുറച്ച് സലാഡും ഇട്ടിട്ട് ചോദിച്ചു. "ചപ്പാത്തിയോ ചോറോ?"

ഭക്ഷണം കഴിക്കുമ്പോൾ എന്നെ ഇത്രയങ്ങ് ഊട്ടുന്ന എന്റെ പെണ്ണിനെ തന്നെ ഞാൻ നോക്കിയിരുന്നു. ചിരിച്ചോണ്ട് ഞാൻ മനസ്സിൽ പറഞ്ഞു, 'എന്നും ഇങ്ങനെ തന്നെ ഊട്ടിത്തരുമാരിക്കും ലേ...'

കൺപുരികം ഉയർത്തി പിന്നെയും ചോദിച്ചു... "ചപ്പാത്തിയോ ചോറോ?"

ഉണ്ടായിരുന്ന വിശപ്പും പോയി. അവളുടെ ശ്രദ്ധയും സ്നേഹത്തോടെ യുള്ള ഊട്ടലുംതന്നെ എന്റെ വയർ നിറച്ചിരുന്നു.

സുന്ദരമായ ആ കൈകൾകൊണ്ട് കാസറോൾ തുറന്നു. ആവിയേൽ ക്കാതിരിക്കാൻ അവൾ പെട്ടെന്ന് കൈ വലിച്ചു. കൈയിലെ വളകൾ കിലുങ്ങി. മൂന്ന് വിരലുകൾ മാത്രമുപയോഗിച്ച് ചപ്പാത്തി ചുരുട്ടിയെടുത്ത് പതിയെ എന്റെ പ്ലെയ്റ്റിൽ വെച്ചു. എന്നെ നോക്കി വശ്യമായൊന്ന് പുഞ്ചിരിച്ചു. ആ വിരൽ കൊണ്ട് എന്നെയൊന്ന് ഊട്ടിയിരുന്നെങ്കിൽ... അപ്പോൾ ഞാനവളുടെ വിരലിൽ കടിക്കും... അവൾ... വേഗം എത്രയും വേഗം അവളെ വിവാഹം ചെയ്യാനെനിക്ക് തോന്നി. ആ മടിയിൽ കിടന്ന് ഉണ്ണാം ഉറങ്ങാം..

എല്ലാവരും ഭക്ഷണം കഴിക്കുന്ന തിരക്കിലായിരുന്നു. കുശി ഇടയ്ക്കിടെ എന്നെ നോക്കുന്നുണ്ടായിരുന്നു. ആ കണ്ണുകൾ എന്തോ മറുപടി കാത്തി രിക്കുന്നത് പോലെ. ഞങ്ങളുടെ കണ്ണുകൾ സംസാരിച്ചു. ഞാൻ ആദ്യം തന്നെ റജ്മ കഴിച്ചത് അവൾക്ക് ഒരുപാട് ഇഷ്ടമായി. ആ ഇഷ്ടം ചെറുപുഞ്ചിരിയായി ചുണ്ടിലെത്തി. ഞാൻ കഴിച്ച് തുടങ്ങിയപ്പോൾ അവളും തുടങ്ങി.

ടേബിളിലെ സംസാരം പലവഴിക്കും കയറുകയും ഇറങ്ങുകയും ചെയ്തു. ഞാൻ ടേബിളിൽ വെച്ച മിക്കതും കഴിച്ചു. ഭക്ഷണം സ്വാദിഷ്ട മായിരുന്നു. അതുകൊണ്ടുതന്നെ പാചകക്കാരെ പ്രത്യേകം അഭിനന്ദി ക്കാനും ഞങ്ങളാരും മറന്നില്ല.

ഭക്ഷണം കഴിഞ്ഞ് എല്ലാവരും സോഫയിലും കസേരയിലുമായി പിന്നെയും വന്നിരുന്നു സംസാരം തുടർന്നു. സദസ്സിന് ഒരു മയം വന്നിരിക്കുന്നു. നല്ല നല്ല തമാശകളും അറുബോറൻ തമാശകളുമായി സദസ്സ് ബഹളമയമായി. അമ്മച്ചി പോലും പൊട്ടിച്ചിരിക്കുന്നുണ്ടായിരുന്നു. അവരുടെ കണ്ണുകളിൽ എന്തോ സന്തോഷത്താൽ തിളങ്ങുന്നുണ്ടായിരുന്നു. മകൾക്ക് നല്ലൊരു ഭാവി വരനെ കിട്ടിയത് കൊണ്ടാവാം തനിക്ക് നല്ലൊരു മരുമകനെ കിട്ടിയത് കൊണ്ടാവാം. ആ ചിരിയിൽ മോളെ എത്രയും പെട്ടെന്ന് തന്നെ നിനക്ക് തരാം, അതാണു രണ്ട് പേർക്കും നല്ലത്, എന്റെ ഹൃദയമാണ് നിനക്ക് ഞാൻ നൽകുന്നത് സൂക്ഷിക്കണം എപ്പോഴും ഒരു പോറലുമില്ലാതെ. എന്നൊക്കെ പറയുന്നത് പോലെ തോന്നിയെനിക്ക്.

വൈകിട്ട് നാലായിക്കാണും ഞങ്ങൾ ചായ കുടിച്ചപ്പോൾ. ഞങ്ങളെന്ന് പറഞ്ഞാ ഞാനും പുഷ്കറും. മറ്റുള്ളവരാരും ചായ കുടിക്കില്ല. ആ കുടുംബത്തിലെ ആർക്കും ചായ ഇഷ്ടവുമില്ല. ഒരു പ്രത്യേക ഫാമിലി തന്നെ. അല്ലാതെന്ത്.

ഞങ്ങൾ സംസാരിച്ചിരിക്കുന്നതിനിടയിൽ എപ്പഴോ കുശി അകത്തേക്കു പോയി. ഉടനെ എന്റെ ഫോണിൽ അവളുടെ മെസേജ് വന്നു. എന്താ ഈ സമയത്തൊരു മെസേജ് എന്നു കരുതി ഞാനത് വായിച്ചു.

'രണ്ട് മിനുട്ടിനുള്ളിൽ ഞാൻ വിളിക്കും, ഫോൺ എടുക്കാനെന്ന വ്യാജേന അവിടെനിന്ന് പുറത്തുചാടണം. എന്റെ ഫോണാണെന്ന് മറ്റുള്ളവർ അറിയരുത്.'

കുറച്ചുകഴിഞ്ഞപ്പോഴേക്കും എന്റെ ഫോണിൽ കാൾ വന്നു. എന്റെ കോളേജ് ഫ്രണ്ട് എന്ന മട്ടിൽ ഫോണെടുത്ത് സംസാരിച്ച് ഞാൻ പുറത്തെ വരാന്തയിലേക്ക് നടന്നു. "എവിടെ നിന്നാ വിളിക്കണത്?"

"ബാത് റൂം..." അവൾ പറഞ്ഞു.

"ഹുംംം... എന്താ അവിടെ പണി?"

"ഷട്ടപ്പ്... ഇനി ഞാൻ പറയണത് ശ്രദ്ധിച്ചു കേൾക്കണം..." അവളുടെ ശബ്ദം സീരിയസായി.

അവളത് പറഞ്ഞ് കഴിഞ്ഞപ്പോൾ ഞെട്ടിയത് ഞാനായിരുന്നു. "വാട്ട്... ആർ യു ക്രാസി..."

"വാട്ട്..."

"ഇതൊക്കെ നടക്കോ... ഉറപ്പാണോ?... യെസ്... യെസ്... നമുക്കിത് ചെയ്യാൻ കഴിയോ?"

"എനിക്ക് വിശ്വസിക്കാനാകണില്ല... സത്യായിട്ടും... അതും നീ... എനിക്കിഷ്ടായി... കെ. കെ... ഞാനങ്ങനെ ചെയ്യാം."

"കെ... സംഗതി ഗംഭീരംതന്നെ. പക്ഷേ, നമ്മൾ പിടിക്കപ്പെട്ടാലോ..."

"നീറു... അവൾ നമ്മെ... സഹായിക്കേ... എനിക്ക് വയ്യ... എന്താ നീ പറയണേ... ആഹാ... നിന്റെ അനിയത്തി ആള് കൊള്ളാമല്ലോ..."

“കെ... ഡൺ... ഇതൊക്കെ അരമണിക്കൂറിനുള്ളിൽ നടക്കണം... കെ.കെ.. ഇപ്പോൾ ഞാൻ ടാക്സിക്ക് വിളിക്കട്ടെ...”

ആശങ്കയോടെ ഞാൻ സിറ്റിംഗ്റൂമിലേക്ക് തന്നെ ചെന്നു. അവിടെ ഒരു മാറ്റവുമില്ലായിരുന്നു. ആരോ പറഞ്ഞ തമാശയ്ക്ക് എല്ലാവരും ചിരിക്കുകയായിരുന്നു ഞാൻ എത്തുമ്പോൾ. ഞാനും അവർക്കൊപ്പം കൂടിയെങ്കിലും മനസ്സാകെ അസ്വസ്ഥമായിരുന്നു. സമയമൊന്ന് കഴിഞ്ഞ് കിട്ടാൻ ഞാൻ ചിരിക്കിടയിലും പ്രാർത്ഥിക്കാൻ തുടങ്ങി. എന്റേം കുശിയുടേയും നീറുവിന് മനസ്സറിവുമുള്ള പ്ലാൻ വിജയിക്കുമോ എന്നതായിരുന്നു എനിക്കുണ്ടായിരുന്ന പേടി.

സമയം 4.10

ഞങ്ങളുടെ പ്ലാൻ വർക്ക് ഔട്ട് ആകണമെങ്കിൽ പുഷ്കറും അമിച്ചേച്ചിയും പോകാനിറങ്ങണം. അതിനായി കാത്തിരിക്കായിരുന്നു ഞങ്ങൾ മൂന്നുപേരും. ഞങ്ങളുടെ കണ്ണുകൾ ഇടയ്ക്കിടെ ക്ലോക്കിലേക്ക് നീണ്ടു. അർത്ഥം വെച്ചുള്ള നോട്ടം പരസ്പരം കൈമാറി. പക്ഷേ, അവർക്ക് പോകാനുള്ള പരിപാടിയുണ്ടെങ്കിലല്ലേ.

ഭാഗ്യം...

പുഷ്കർ എണീറ്റ് വാച്ചിൽ നോക്കി അമിച്ചേച്ചിയോട് പറഞ്ഞു... “വി ആർ ലേറ്റ്... പോകല്ലേ...”

അത് കേട്ടതോടെ നീറു എന്നെ നോക്കി കണ്ണിറുക്കി കാണിച്ചു. ഞാൻ കുശിയേയും നോക്കി. എല്ലാവരും ഒന്ന് ശ്വാസമെടുത്തു തയ്യാറായി.

സമയം 4.12

“അമ്മേ... എനിക്ക് ഐ എം സിൽ പോകാനുണ്ട്.”

“ഐ എം സ് ഇപ്പഴോ... ഇന്ന് അതിന് ഓഫ് ഡേ അല്ലേ... പിന്നെന്താ...” അമ്മ ചോദിച്ചു.

“ഇന്ന് ക്വസ്റ്റ്യൻ അനലൈസിംഗ് ഉണ്ട്. കുശിക്കുമുണ്ട് ക്ലാസ്... അവളോട് ചോദിച്ചുനോക്ക്...”

“നിനക്കുമുണ്ടോ...” കുശിയോട് അമ്മ.

“ഹും.... ക്ലാസുണ്ട്... പക്ഷേ, അമ്മ പോണ്ടാന്ന് പറഞ്ഞാ പോക്ണില്ല...”

ഞാനതിനിടയിൽ കയറി പറഞ്ഞു. “വേണ്ട.. വേണ്ട... നീ നിന്റെ ക്ലാസ് കളയണ്ടാ... ക്ലാസിന് പൊക്കോളൂ... ഞാനും പോകാണ്... കുറച്ച് നേരത്തെ ഡൽഹിയിലുള്ള ഒരു ഓൾഡ് കോളേജ് ഫ്രണ്ട് വിളിച്ചിരുന്നു. അവനെയൊന്ന് കാണണം... പോകുന്നതിന്റെ മുമ്പ്.”

പുഷ്കർ ചോദിച്ചു. “ഗേൾസ്, നിങ്ങൾ എങ്ങനെ പോകും... ഞാൻ ഡ്രോപ്പ് ചെയ്യണോ?”

കുശി പെട്ടെന്നുതന്നെ മറുപടിയായി പറഞ്ഞു. "വേണ്ട പുഷ്കർ... നിങ്ങൾ പൊയ്ക്കോളൂ... ഐ എം സ് നിങ്ങൾ പോകുന്ന ഭാഗത്തുമല്ലല്ലോ. ഞങ്ങൾ എങ്ങനെയെങ്കിലും പൊക്കോളാം."

സമയം 4.15

ഞങ്ങൾ പ്ലാൻ ചെയ്തപോലെതന്നെ നടക്കുന്നിതിനിടയിൽ പുഷ്കർ എന്നോട് ചോദിച്ചു. "രവീൺ നീ എങ്ങനെയാ ഡൽഹിക്ക് തിരിക്കുന്നത്...."

"ആ... ഞാൻ ടാക്സിക്ക് വിളിച്ചിട്ടുണ്ട്. അത് പുറത്ത് വന്നിട്ടുണ്ടാകും." ഞാൻ പുറത്തേക്ക് ചെന്ന് ഉറപ്പ് വരുത്തി.

അനിയത്തിമാരെ നോക്കി അമിച്ചേച്ചി ചോദിച്ചു. "ദെൻ പ്രവീണിന് നിങ്ങളെ ഐ എം സിൽ ഡ്രോപ്പ് ചെയ്യാമല്ലോ. നീ ആ വഴിക്കല്ലേ പോകുന്നത്..."

ഈ അവസരമാണ് ഞങ്ങൾ കാത്തിരുന്നത്.

അമിച്ചേച്ചി എന്നെ നോക്കി. ഞാനൊന്നുമറിയാത്തപോലെ നിന്നു.

"ഓ... ഐ എം സ് ഞാൻ പോകുന്ന വഴിക്കാണോ? അങ്ങനെയെങ്കിൽ എനിക്ക് നിങ്ങളെ ഡ്രോപ്പ് ചെയ്യാനാകുമല്ലോ" ഞാൻ അവരുടെ നേരെ തിരിഞ്ഞ് പറഞ്ഞു. ഞങ്ങൾ ഉള്ളിലെ ചിരി ഒതുക്കാൻ പാടുപെടുകയായിരുന്നു. എല്ലാ കാര്യങ്ങളും കരുതിയത് പോലെതന്നെ...

"നിങ്ങൾക്ക് ബുദ്ധിമുട്ടാകുമോ?" നീറു ചോദിച്ചു.

"ഡീ... തരികിടെ ഓവറാക്കല്ലേ... ചളമാകും..." ഞാനങ്ങനെ മനസ്സിൽ പറഞ്ഞെങ്കിലും അവരോടായി പറഞ്ഞു. "കമോൺ... എന്ത് കുഴപ്പം... ഞാൻ രണ്ട് ലേഡികൾക്ക് ലിഫ്റ്റ് കൊടുക്കല്ലേ. അതിനെന്ത് കുഴപ്പം... സന്തോഷമേയുള്ളൂ." ഞാൻ എല്ലാവരേയും നോക്കി ഒന്ന് പുഞ്ചിരിച്ചു.

കുശി റൂമിൽ പോയി ഫ്രഷ് ആയി ഡ്രസ്സ് ചെയ്ഞ്ച് ചെയ്ത് പത്തുമിനുട്ടിനുള്ളിൽ വന്നു. കറുത്ത ടോപ്പിലും വെള്ള മിഡിയിലും കുശി ഒരു സുന്ദരിയായിരുന്നു... അവൾ ഒരു റൂമിൽ നിന്ന് മറ്റൊന്നിലേക്ക് ഓടുന്നതിനിടയിൽ എന്നെ ശ്രദ്ധിച്ചത് പോലുമില്ല.

"കം... ഞങ്ങളുടെ റൂം കാണിച്ചുതരാം... നീറു എന്നെ അവരുടെ റൂമിലേക്ക് കൊണ്ടുപോയി. ഇതാണ് ഞങ്ങളുടെ റൂം..."

റൂമിൽ കയറി അവൾ പലതും വിശദീകരിക്കാൻ തുടങ്ങി. പക്ഷേ, അപ്പഴും എന്റെ ശ്രദ്ധ മുഴുവൻ മറ്റൊന്നിലായിരുന്നു. ബെഡിൽ പരന്ന് കിടക്കുന്ന പിങ്ക് ആകാശനിറമുള്ള എന്റെ പെണ്ണിന്റെ ഡ്രസ്സിലായിരുന്നു എന്റെ കണ്ണുകൾ. അത് ഇപ്പോൾ അഴിച്ചിട്ടതേ ഉള്ളൂ. അത് അങ്ങനെ പരന്ന് ബെഡിന്റെ പകുതിയോളം നിറഞ്ഞ് നിൽക്കുന്നുണ്ടായിരുന്നു. ആ ദിവസം മുഴുക്കെയും അണിഞ്ഞ ഡ്രസ്സ് അപ്പോഴൊന്നും ശ്രദ്ധിക്കാതിരുന്ന ഞാൻ ഇപ്പോഴെന്തോ ഇങ്ങനെ അത് നോക്കി നിൽക്കണത്. മകനേ... അല്പം മുമ്പ് വരെ അവൾ ഇതിനകത്തായിരുന്നു. അതും നറുമണം വീശിക്കൊണ്ട്.

ഇപ്പോഴും അതിന്റെ മടക്കുകളിലും ചുളിവുകളിലും വികാരവിവശമാക്കും വാസന നിലനിൽക്കുന്നുണ്ടാകും... ഹുംംംംം... എന്തോ... എനിക്കാകെ എന്തോ പോലെ... അതൊക്കെ കൈയിലെടുത്ത് ഒന്ന് വാസനിക്കാൻ, ആസ്വദിക്കാൻ... നീറു അവിടെയില്ലായിരുന്നെങ്കി ഞാനെന്താ ചെയ്യാ എന്ന് എനിക്ക് തന്നെ ഒരു ബോധവുമുണ്ടായിരുന്നില്ല.

നീറു അവളുടെ പുസ്തകങ്ങളും കമ്പ്യൂട്ടറും മറ്റും കാണിക്കാൻ തുടങ്ങിയതോടെ ഞാനെന്റെ സ്വപ്നലോകത്ത് നിന്ന് പുറത്ത് കടന്നു. കുശി രണ്ടാമതും റൂമിലേക്ക് കയറി വരുമ്പോൾ ഞാൻ നീറു പറയണത് കേൾക്കുന്നതാ കണ്ടത്. അവൾ പോകാൻ റെഡിയായിട്ടാണ് വന്നിരിക്കണത്.

പെട്ടെന്നാണ് അവളുടെ കണ്ണുകൾ കട്ടിലിലേക്ക് വീണത്. എല്ലാം പെറുക്കികൂട്ടുന്നതിനിടയിൽ അവൾ പിറുപിറുക്കുന്നുണ്ടായിരുന്നു.

“ഷിറ്റ്... ഷിറ്റ്...” അറിയാതെയാണേലും ഞാനതൊക്കെ കണ്ടതിലായിരുന്നു അവൾക്ക് ജാള്യത. അത് വാരിക്കൂട്ടി അവൾ ബാത്റൂമിലേക്ക് ഓടി. നീറുവുമായി സംസാരിക്കുന്നതിനിടയിൽ ഞാനിതൊന്നും കണ്ട് കാണില്ല എന്നാകും അവൾ കരുതിയിരിക്കുക. പക്ഷേ, ഞാനതൊക്കെയും എന്റെ കൺകോൺ കൊണ്ട് കണ്ട് ഊറിച്ചിരിക്കായിരുന്നു.

സമയം 4.20

എല്ലാവരും യാത്ര പറഞ്ഞ് പുറത്തേക്ക് ഇറങ്ങിയിരുന്നു. പുഷ്കറും അമിച്ചേച്ചിയും അവരുടെ കാറിൽ കയറിക്കഴിഞ്ഞിരുന്നു.

“അമ്മേ... ഞാൻ പോയി വരാം... യു.എസ്സിൽനിന്ന് തിരികെ വന്നിട്ട് കാണാം...”

“പോയിട്ട് വാ മോനേ...”

ഞാൻ അമ്മയുടെ കാലിൽ തൊട്ടുവണങ്ങി. അവരെന്നെ ആശീർവദിച്ചു. ഞാൻ ഇറങ്ങി.

കുശിയും നീറുവും ഞാനും ടാക്സിക്ക് അരുകിലേക്കു നടന്നു. ഞങ്ങളുടെ വിജയാഹ്ലാദം അതിന്റെ പരകോടിയിലെത്തിയിരുന്നു. പ്ലാനിന്റെ അവസാനത്തിലാണ് ഞങ്ങൾ. ഞങ്ങളുടെ ആദ്യലക്ഷ്യം ഐ എം സ്. അവിടെ നീറുവിനെ ഇറക്കും, ആരുമില്ലാത്ത ആർക്കുമറിയാത്ത ക്ലാസ് അറ്റൻഡ് ചെയ്യാനായി. കുശി അവിടെ ഇറങ്ങില്ല. അവൾ ഇന്ന് വൈകുന്നേരം മുഴുവനായും എന്റെ കൂടെയുണ്ടാകും. രാത്രി തിരികെ വീട്ടിലെത്തണം. സാധാരണ സമയത്ത് തന്നെ. നീറുവല്ലാതെ ഫാമിലിയിൽ മറ്റാരും ഇതറിയാൻ പാടില്ല.

ടാക്സിയിൽ കയറി ഡോർ അടച്ചപ്പോഴാണ് ഗുരുതരമായ പ്രശ്നം ഉണ്ടായത്. ഞങ്ങളുടെ പ്ലാനിംഗിൽ ഒരിക്കലും നിനക്കാത്ത കാര്യം.

വീട്ടിലേക്ക് സാധാരണ പാൽ വാങ്ങിക്കാനുള്ള സമയമായിട്ടുണ്ട്. അമ്മയും പോയാൽ പിന്നെ വീട്ടിൽ ആരുമുണ്ടാകില്ല. അതുകൊണ്ട് തന്നെ

കൂടുതൽ സമയം വീട് അടച്ചിടാനും പറ്റില്ല. ഭാഗ്യക്കേടെന്നുതന്നെ പറയാം. അമ്മയും ഞങ്ങൾക്കൊപ്പം വരുന്നു... ഐ എം സിന് പുറമെ മറ്റൊരു ലക്ഷ്യം കൂടി. മിൽക് ബൂത്ത്.

"ആ... യെസ്...യെസ്... ആ... നമുക്ക് മമ്മയെ അവിടെ ഇറക്കാം അല്ലേ. ഏതായാലും നമ്മൾ പോകുന്ന വഴിക്ക് തന്നെയാണല്ലോ മിൽക് ബൂത്തും." കുശിയുടെ ശബ്ദം വിറയ്ക്കുന്നുണ്ടായിരുന്നു. അവൾ എന്നെയും നീറുവിനേയും മാറി മാറി നോക്കി. രണ്ട് പേരുടേയും കണ്ണുകളിൽ ഒരുപാട് ചോദ്യങ്ങളുണ്ടായിരുന്നു.. എനിക്കും... പക്ഷേ, ഞങ്ങൾക്കാർക്കും അതിനുള്ള ഉത്തരവും ഇല്ലായിരുന്നു.

ഇനിയെന്ത് എങ്ങനെ എന്നതിനെക്കുറിച്ച് ആർക്കും ഒരു ബോധവുമുണ്ടായിരുന്നില്ല. കുശിയാകെ പേടിച്ചിട്ടുണ്ട്. അവളാകെ അസ്വസ്ഥയായിരിക്കുന്നു. എന്നോടൊപ്പമുള്ള ഈ യാത്ര ഒരു ഞാണിൻമേൽ കളിയായിരിക്കുന്നു. പ്ലാൻ മുറപോലെ നടക്കോ അതോ ചളമാകുമോ.... ഒരു കള്ളം പറഞ്ഞാൽ അത് സ്ഥാപിച്ചെടുക്കണേൽ ആയിരം കള്ളങ്ങൾ പറയേണ്ടി വരുമെന്നത് എത്ര സത്യമെന്നത് ഞങ്ങൾക്ക് പെട്ടെന്നുതന്നെ മനസ്സിലായി.

അമ്മ കാണില്ലെന്ന് ഉറപ്പ് വരുത്തി കുശി എന്റെ കാതിൽ മന്ത്രിച്ചു. "പേടിക്കണ്ട. മിൽക് ബൂത്ത് ഐ എം സിന്റെ മുമ്പാ.... നമ്മുടെ പ്ലാൻ നടക്കും." കുശി ഡ്രൈവർക്ക് വഴി പറഞ്ഞ് കൊടുക്കാൻ തുടങ്ങി. അവളെന്തോ കൂടുതലായി പറയുന്നുണ്ടോ എന്ന് എനിക്കൊരു സംശയം തോന്നാതിരുന്നില്ല. അവളുടെ ആശങ്കയും ആധിയുമാകാം. ഞാനെന്റെ മനസ്സിനെ ആശ്വസിപ്പിക്കാൻ ശ്രമിച്ചു. എല്ലാം ശരിയാകും. ഏതായാലും മോളെ ആദ്യ ദിവസം തന്നെ ചാടിച്ചവൻ എന്ന് പറയിപ്പിക്കാതിരിക്കണം എന്നുണ്ടായിരുന്നു.

പക്ഷേ കുശി... എനിക്കറിയില്ല... അവൾക്ക് എന്തു പറ്റിയെന്ന്. ചറപറ സംസാരിക്കുന്നു. എല്ലാവരോടും, അമ്മയോട്, എന്നോട് നീറുവിനോട് എന്തിന് ഡ്രൈവറോടുപോലും. പറയുന്നു, വിശദീകരിക്കുന്നു. പിന്നേം പുതിയത് പറയുന്നു. പിന്നേം വിശദീകരിക്കുന്നു. പിന്നേയും.

വിശദീകരണം കൂടിയതോടെ ഡ്രൈവർക്ക് കൺഫ്യൂഷനായി. അതോടെ അയാൾ മുൻസീറ്റിലിരിക്കുന്ന നീറുവിനോട് ചോദിക്കാൻ തുടങ്ങി.

"അമ്മ ബൂത്തിലിറങ്ങും... നിങ്ങളോ... ഡൽഹിക്ക് വരുന്നുണ്ടോ...?" ഡ്രൈവർ ചോദിച്ചു.

എന്റെ വായാടിപ്പെണ്ണ് ഞങ്ങൾ ഒരു മണിക്കൂറായി ഉണ്ടാക്കിക്കൊണ്ട് വന്ന സകല പ്ലാനും ഒറ്റയടിക്ക് പൊളിച്ചുകളഞ്ഞു. എല്ലാവരുംകൂടി തയ്യാറാക്കിയ തിരക്കഥ മറന്ന് അവൾ ചാടിപ്പറഞ്ഞു.

"ബയ്യാ... ഇവൾ ഐ എം സിൽ ഇറങ്ങും."

എന്താണവൾ പറഞ്ഞതെന്ന് അവൾക്കു മനസ്സിലാകുംമുമ്പ് തന്നെ അമ്മ തോളിൽ തട്ടി ചോദിച്ചു.

“ഇവൾ ഐ എം സിൽ ഇറങ്ങും. അപ്പോ നീയോ?! എന്താ പറഞ്ഞത്?! മനസ്സിലായില്ല...?” കാര്യം വ്യക്തമായില്ലേലും എന്തോ ചില ചുറ്റിക്കളികൾ ഉണ്ടെന്ന് അമ്മയ്ക്ക് മനസ്സിലായിത്തുടങ്ങിയിരുന്നു.

“എല്ലാം വെള്ളത്തിലായി...” നീറു പിറുപിറുക്കുന്നത് ഞാൻ കേട്ടു.

ഞാനും അറിയാതെ പറഞ്ഞുകഴിഞ്ഞിരുന്നു... “ഹോളി ഷിറ്റ്!!...”

പറഞ്ഞ് കഴിഞ്ഞ മണ്ടത്തരം കുറച്ച് കഴിഞ്ഞാണ് കുശിക്ക് മനസ്സിലായത്. അവൾ നാവ് കടിച്ചിരിന്നു. അവൾ പെട്ടെന്ന് തന്നെ അമ്മയ്ക്ക് ഉത്തരം നൽകി. ഏതോ ഒരു ഫ്രണ്ടിന്റെ പേര് പറഞ്ഞു. ആദ്യം അവളുടെ വീട്ടിൽ പോകാനുണ്ടെന്നും അത് കഴിഞ്ഞാണ് ഐ എം സിലേക്ക് പോകാൻ കരുതിയിരിക്കുന്നതെന്നും പറഞ്ഞൊപ്പിച്ചു. കളികൾ നടക്കുന്നുണ്ടെന്ന് മനസ്സിലാക്കിയ അമ്മ നീറുവിനോട് ചോദിച്ചു. “എന്താ നീറു ഇവിടെ നടക്കണത്... ഹേ...”

കുശിയെ രക്ഷിക്കാനായി അവൾ പറഞ്ഞു. “അമ്മച്ചീ അവൾക്ക് ആ ഫ്രണ്ടിൽനിന്നും മാത്സിന്റെ നോട്ട്സ് വാങ്ങാനുണ്ടെന്ന് പറഞ്ഞിരുന്നു... അതാകും...”

അപ്പോഴേക്കും അമ്മയ്ക്ക് ഇറങ്ങേണ്ട സ്ഥലമെത്തിയിരുന്നു. അവർക്ക് എന്തൊക്കെയോ മക്കളോട് പറയണമെന്നുണ്ടായിരുന്നു, പ്രത്യേകിച്ചും വലിയവളോട്. പക്ഷേ, ഞാനുണ്ടായതുകൊണ്ടാകാം അവർ ഇത്രമാത്രമേ പറഞ്ഞുള്ളൂ. “ഏതായാലും സമയത്ത് വീട്ടിലെത്തിയേക്കണം.”

“ഹാൻ ജി മമ്മാ...” ടാക്സിയിലുണ്ടായിരുന്ന കിടാങ്ങൾ പറഞ്ഞു. ഞാൻ അമ്മയോട് ഒരിക്കൽകൂടി യാത്ര പറഞ്ഞു.

വണ്ടി നീങ്ങിയതോടെ ഞാനും നീറുവും അവൾക്കുനേരെ ഒച്ചയെടുത്തു. “എല്ലാംകൂടി ശരിയായി വന്നപ്പഴാ അവളുടെ ഒരു ഒരു... എന്താ നിനക്ക് തീരെ...”

തലതാഴ്ത്തി കുശി പറഞ്ഞുകൊണ്ടേയിരുന്നു. “സോറി... സോറി... സോറി...”

കളിക്കിടയിൽ ക്രിക്കറ്റ് ബാൾകൊണ്ട് ജനാല ചില്ല അടിച്ച് പൊട്ടിച്ച ഒരു കുട്ടിയുടെ മുഖംപോലെ ദയനീയമായിരുന്നു.

എന്തായാലും കഷ്ടിച്ച് രക്ഷപ്പെട്ടതോർത്ത് ഞങ്ങളെല്ലാരും ആശ്വാസത്തോടെ നെടുവീർപ്പയച്ചു. ഏത് രക്ഷിതാക്കൾക്കും തങ്ങളുടെ മക്കളെ കുറിച്ച് നല്ല ബോധമുണ്ടായിരിക്കും എപ്പോഴും. പ്രത്യേകിച്ചും അമ്മമാർക്ക്. ഏതായാലും കുറച്ച് ഓണം കൂടുതൽ ഉണ്ടതല്ലേ അവർ. മക്കളായ നമ്മൾ ചിന്തിക്കും നമ്മളാണ് അവരേക്കാളും ബുദ്ധിമാന്മാരെന്ന്. പക്ഷേ അവർ എന്നും പ്രായോഗിക കാര്യങ്ങളിൽ നമ്മേക്കാളും ബുദ്ധിമാന്മാരായിരിക്കും. ചിലരത് കാണിക്കും. മറ്റു ചിലർ അറിഞ്ഞ ഭാവം കാണിക്കുകയുമില്ല. അവളുടെ മമ്മക്ക് മനസ്സിലായിക്കാണും കുശി ഏതായാലും ഐ എം സിലേക്കല്ല പോകുന്നത് മറ്റെവിടേക്കോ ആണെന്ന്. അത് അമ്മമാരുടെ മാത്രം

കഴിവാണ്. മക്കളെങ്ങോട്ടാണ് പോകുന്നത് എന്നറിയാതെ തന്നെ പോകാനുള്ള സമ്മതം കൊടുക്കാനാവുക എന്നത്.

ടാക്സിയിലിരുന്ന് ഞാനും നീറുവും അവളെ കളിയാക്കിക്കൊണ്ടിരുന്നു. കണ്ണാടിയിലൂടെ ഡ്രൈവർ ചിരിക്കുന്നതും കണ്ടു. അയാൾക്കും മനസ്സിലായിക്കാണും. പന്തികേടെന്തോ നടക്കുന്നുണ്ടെന്ന്. അഞ്ച് മിനിട്ടിനുള്ളിൽ വണ്ടി ഐ എം സിൽ എത്തി. നീറു അവിടെ ഇറങ്ങി.

"ബൈ... ബൈ ബ്യൂട്ടി... ബൈ... ബൈ..." ഞാൻ റ്റാറ്റ പറഞ്ഞു.

"ബാാായ്...."

"യു എസ്സിൽ നിന്ന് വരുമ്പോ ഒരു കെട്ട് ചോക്ലേറ്റ് എനിക്കായി മാത്രം കൊണ്ടുവരണെ..."

"കെ... കെ... ഷുവർ..."

അവൾ തിരിഞ്ഞുനടന്നു. . ഞങ്ങൾ വണ്ടി സ്റ്റാർട്ട് ചെയ്ത് അടുത്ത ലക്ഷ്യസ്ഥാനത്തേക്കും... എന്റെ ഹോട്ടൽമുറിയിലേക്ക്... ഡൽഹിയിലേക്ക്...

പ്ലാനിന്റെ ഈ ഭാഗം നീറുവിനും അറിയില്ലായിരുന്നു. അവൾ നീറുവിനോട് പറഞ്ഞിരുന്നത് ഞങ്ങളൊന്നിച്ച് സിനിമയ്ക്ക് പോകുന്നുവെന്നായിരുന്നു. പെണ്ണുങ്ങളുടെ ഒരു ബുദ്ധി.

ഈ സംഭവവും കുശിയോടെനിക്ക് വല്ലാത്ത ഇഷ്ടം തോന്നിപ്പിച്ചു. അമ്മയോട് സംസാരിച്ചപ്പോഴുള്ള ആ ആധിയും ഉത്കണ്ഠയും എല്ലാം എനിക്കെന്തോ വല്ലാത്ത സന്തോഷമാണുണ്ടാക്കിയത്. എന്റെ പ്രണയം എനിക്ക് വേണ്ടി അവളുടെ രാജകുമാരനുമായി ഇത്തിരി സമയം ചിലവഴിക്കാൻ പുതിയ കഥയുണ്ടാക്കിയിരിക്കുന്നു. (ആ സമയം മുതൽ അവൾ എന്നെ അങ്ങനെയാണ് വിളിച്ചിരുന്നത്).

കുറച്ചു നേരത്തേക്കാണേലും എന്റെ കൂടെ ചിലവഴിക്കാൻ അവൾ കാണിച്ച ആ ധൈര്യം എനിക്ക് നന്നെ ബോധിച്ചു. അവളാണ് ഇതൊക്കെയും പ്ലാൻ ചെയ്തത്. നുണ പറയേണ്ടിടത്ത് നുണ പറഞ്ഞതും അവൾ തന്നെ. എല്ലാം എന്നോടൊത്ത് കുറച്ച് സമയം തനിച്ചിരിക്കാൻ മാത്രം.

ഞാനവളുടെ നേരെ തിരിഞ്ഞു. സന്തോഷം കൊണ്ട് അവളുടെ മുഖം തിളങ്ങുന്നുണ്ടായിരുന്നു. ഞാൻ എന്റെ സ്വപ്നസുന്ദരിക്കരികിൽ ഇരിക്കുന്നു... സംഭവിക്കുന്നതെല്ലാം സത്യമാണെന്നറിഞ്ഞിട്ടും ഉൾക്കൊള്ളാൻ കഴിയുന്നില്ല. ഏതോ അദ്ഭുതലോകത്ത് എത്തിപ്പെട്ടത് പോലൊരു തോന്നൽ. ടാക്സിക്കുള്ളിലെ കാറ്റിനുമുണ്ടായിരുന്നു ആ മാറ്റം. ഈ സുന്ദരി എന്റേതാ... എന്റേത് മാത്രം. ഇതിൽപ്പരം സന്തോഷിക്കാൻ എനിക്കിനി എന്ത് വേണം. ഒന്നും വേണ്ട... ഒന്നും ഇതിനോളം വരില്ല.

പക്ഷേ, അപ്പോഴും എനിക്കറിയില്ലായിരുന്നു എന്റെ ജീവിതത്തിലെ ഏറ്റവും വിലയേറിയ നിമിഷങ്ങളാണ് അവളെനിക്ക് നൽകാൻ പോകുന്നതെന്ന്.

വൈകിട്ട് ആറായപ്പോഴേക്കും ഞങ്ങൾ എന്റെ ഹോട്ടലിലെത്തി. ഇറങ്ങും മുമ്പ് ഞാൻ ടാക്സിക്കാരനോട് തിരിച്ച് പോകാനായി ഏഴരയ്ക്ക് തന്നെ എത്താൻ പറഞ്ഞു. അപ്പോൾ പുറപ്പെട്ടാൽ 8.45 ആകുമ്പഴേക്ക് വീട്ടിലെത്താനാകും. ക്ലാസ് ടൈം തീരുന്നത് 8.30 നായിരുന്നു. അതായിരുന്നു ഞങ്ങളുടെ പ്ലാൻ. സ്റ്റെയർ കേസ് കയറുമ്പോൾ എനിക്കാകെ വല്ലാത്ത ഒരു ഫീലിംഗായിരുന്നു. ഞാനിതാ എന്റെ ഫ്രണ്ട്സിൽ നിന്ന് വ്യത്യസ്തനാകാൻ പോകുന്നു. ഒരുപാട് പേർക്ക് ലവേർസ് ഉണ്ടാകാം... അവരെയും കൂട്ടി കാറിൽ ചുറ്റിയടിച്ചിരിക്കാം... ഒരുമിച്ച് ഡിന്നറിന് പോയിരിക്കാം... ഡിസ്കോ ബാറിലേക്കോ സിനിമയ്ക്കോ കൊണ്ട് പോയിരിക്കാം... ആ കാമുകന്മാരും കാമുകിമാരും എത്രയെത്ര കളവുകൾ പറഞ്ഞു കാണും, എന്റെ മുത്ത് ഇന്ന് പറഞ്ഞത് പോലെ... അവരുടെ അമ്മമാരോടും അച്ഛന്മാരോടും...

ഞാനും അതുപോലൊരു കാമുകനായിരിക്കുന്നു. ഇങ്ങനെയുള്ള ഒന്നും നേരത്തെ ആലോചിച്ചിട്ട് പോലുമില്ലായിരുന്നു. ഏതാനും മാസങ്ങളെ ആയിട്ടുള്ളൂ കുശി എന്റെ ജീവിതത്തിലും സ്വപ്നത്തിലും വന്നിട്ട്. പക്ഷേ, അവളുടെ ഈ ഒരു നിമിഷത്തെ പ്രസൻസ് മതിയായിരുന്നു എന്നെ ഒരു പ്രണയാതുരനായ കാമുകനാക്കി തീർക്കാൻ. ഒരു കാമുകനാവുക എന്നത് വല്ലാത്ത അനുഭൂതി തന്നെയാ. ആർക്കാ കാമുകനാകാൻ ആഗ്രഹമില്ലാത്തത്. ഏത് ഭ്രാന്തനും കാമുകനാകും... അല്ലെങ്കി ആഗ്രഹിക്കും...അവൾക്കൊപ്പം നടക്കുമ്പോൾ എനിക്ക് ലോകം മുഴുക്കെ കീഴടക്കിയ ഭാവമായിരുന്നു... മനസ്സ് നിറഞ്ഞ ഭാവം..

ഒരുമിച്ചുതന്നെ നടന്നാണ് ഞങ്ങൾ ഒരിക്കലൂടെ 301-ാം റൂമിലേക്ക് പോയത്. ഞാൻ കീ അവൾക്ക് നല്കി. അവൾ തുറക്കട്ടെ...

റൂമിൽ കയറി ലൈറ്റിട്ടു. റൂമാകെ അലങ്കോലപ്പെട്ട് കിടക്കാണ്. ഒഴിഞ്ഞ വെള്ളക്കുപ്പി, പോകാൻ നേരത്ത് അഴിച്ചിട്ട ടീ ഷർട്ട്, ഫോൺ ചാർജർ, ഹാൻഡ് ഫ്രീ സെറ്റ് എല്ലാം കൂടി കുഴഞ്ഞ്. അതും കട്ടിലിൽ. ബെഡിലെ വിരി പാതി കിടക്കയിലും പാതി നിലത്തുമായി കിടക്കുന്നു. ചില പേപ്പറുകൾ ആകെ അവിടെയും ഇവിടെയുമായി കിടക്കുന്നു.

“സോറി... എല്ലാം... ആകപ്പാടെ അലങ്കോലായി കിടക്കാണല്ലോ... ഞാൻ കരുതി റൂം ബോയ്സ് അതൊക്കെ ശരിയാക്കുമെന്ന്... സോറി.”

അവളൊന്ന് പുഞ്ചിരിച്ചു.

“ജസ്റ്റ് എ മിനുട്ട്... ഇപ്പൊ വരാം...” അതും പറഞ്ഞ് ഞാൻ മുഖം കഴുകാനായി വാഷ് ബേസിനിലേക്ക് നടന്നു.

രണ്ട് മിനുട്ട് കഴിഞ്ഞ് ഞാൻ പുറത്ത് വന്നപ്പോഴേക്കും റൂമാകെ മാറിയിരിക്കുന്നു. ഞാനതിന്റെ ഭംഗി നോക്കി നിന്നു. ബെഡിൽ കുഴഞ്ഞ് മറിഞ്ഞ് കിടന്നിരുന്ന എല്ലാ സാധനങ്ങളും അതാത് സ്ഥാനങ്ങളിലെത്തിയിരിക്കുന്നു. ടീ ഷർട്ട് വാർഡ് റോബിൽ, ചാർജർ ചുരുട്ടി ടിവി സെറ്റിന് പിറകിൽ, ഒഴിഞ്ഞ വാട്ടർ ബോട്ടിൽ വേസ്റ്റ് ബോക്സിൽ, ബെഡിലുണ്ടായിരുന്ന

കടലാസുകൾ മേശയിൽ ഒതുക്കി വെച്ചിരിക്കുന്നു. ദേവതകൾക്ക് മാത്രമെ ഇത്ര പെട്ടെന്ന് ഇങ്ങനെ വൃത്തിയാക്കാനാകൂ.

ഹുംഠഠഠഠ അതാണ് പെണ്ണ്. ഒരു പെണ്ണിന്റെ കഴിവ് എന്നൊക്കെ പറയുന്നത് ഇതുതന്നെയാ. പുരുഷവർഗമേ നിങ്ങൾ കെട്ടിടങ്ങൾ നിർമിക്കുന്നു. സ്ത്രീകളത് വീടാക്കി മാറ്റുന്നു. ഞാൻ എന്റെ മുമ്പിലിതാ അതുപോലൊരു പെണ്ണിനെ കാണുന്നു. പെണ്ണിനല്ലാതെ ആർക്ക് കഴിയും ഒരു കെട്ടിടം വീടാക്കി മാറ്റാനും ഉള്ളതിനെ കാണാമറയത്തേക്ക് തള്ളി വിടാനും.

രണ്ട് കട്ടിലുകൾ, ഇടയിൽ ചെറിയൊരു പാസേജ്. കട്ടിലിൽ ഇരുന്ന് കാൽ താഴേക്ക് തൂക്കിയിട്ട് എന്റെ ലാപ്പ്ടോപ്പിലുണ്ടായിരുന്ന ഒരു വീഡിയോ കാണുകയായിരുന്നു ഞങ്ങൾ. കമ്പനിയിലെ ഏതോ റിസപ്ഷനുമായി ബന്ധപ്പെട്ട് ഞാൻ ചെയ്ത ഡാൻസിന്റെ വീഡിയോ ക്ലിപ്പിംഗായിരുന്നു അത്. എന്റെ ഡാൻസ് കണ്ട് അവളാകെ ത്രില്ലടിച്ചിരിക്കുന്നു. ലാപ്പിൽ നിന്നും കണ്ണെടുക്കാതെ അവൾ പറഞ്ഞു.

“ഏതായാലും അടുത്ത ഫംഗ്ഷന് നമുക്ക് രണ്ടുപേർക്കും ഡാൻസ് ചെയ്യണം.” അവളുടെ ആ തിളങ്ങുന്ന കണ്ണുകൾ ലാപ്പിലായിരുന്നു; എന്റെ കണ്ണ് ആ സുന്ദരമായ മുഖത്തും.

അവളുടെ ശ്രദ്ധ പൂർണ്ണമായും ലാപ്പിലായതോടെ തല അല്പം താണു. അപ്പോഴാണ് അവളുടെ പിൻകഴുത്ത് ഞാൻ കണ്ടത്. ഒഴിഞ്ഞ് കിടക്കുന്ന ആ കഴുത്ത് എത്ര സുന്ദരം... ആ കാതിലണിഞ്ഞ സുന്ദരമായ ഇയറിംഗ് ഒരു ഭാഗത്തേക്ക് തൂങ്ങിനിൽക്കുന്നു.. ഞാനാ സൗന്ദര്യം നോക്കി നിന്നു അല്പ നേരം. ശരിക്കും പറഞ്ഞാൽ തുറിച്ച് നോക്കുകയായിരുന്നു എന്ന് വേണം പറയാൻ. അവളുടെ ആ മാസ്മരിക സൗന്ദര്യം എന്നെ പൂർണ്ണമായും കീഴ്പെടുത്തി കഴിഞ്ഞിരുന്നു. എനിക്ക് സ്വബോധം നഷ്ടമായിത്തുടങ്ങി. ഞാനവളുടെ അടുത്തേക്ക് നീങ്ങിയിരുന്നു. അവളപ്പോഴും ലാപ്പിലായിരുന്നു. ഞാൻ പതിയെ മൃദുവായി ആ പിൻകഴുത്തിൽ ഒരു ചുംബനം നൽകി. അവളൊന്ന് ഞെട്ടി.

എന്റെ ചുണ്ട് ആ മൃദുലമേനിയിൽ തട്ടിയപ്പോഴുള്ള അവളുടെ മുഖഭാവം എന്താണെന്ന് എനിക്കറിയില്ലായിരുന്നു. എന്റെ കണ്ണ് കൂമ്പിയടഞ്ഞിരുന്നു. ഇതൊക്കെ പെട്ടെന്നാണ് സംഭവിച്ചത്. അവളെന്റെ നേരെ തിരിഞ്ഞു. ഞങ്ങളുടെ കണ്ണുകൾ ഉടക്കി. അവളെന്തിനോ ദാഹിക്കുന്നത് പോലെ. ഞാനും.. ആ കവിളും കഴുത്തും... എനിക്ക് പിടിച്ച് നിൽക്കാനായില്ല. ഞാനാ മേനിയിൽ ചുംബന വർഷം തന്നെ നടത്തി. ചുണ്ടിലും കവിളത്തും കഴുത്തിലും എന്റെ ചുണ്ടുകൾ പരതി നടന്നു. അവളുടെ ഒരു കൈ എന്റെ കൈക്കുള്ളിലായിരുന്നു. മറുകൈ എന്റെ കുപ്പായത്തിൽ മുറുകെ പിടിച്ചിരിക്കുന്നു. അവളറിയാതെ പല ശബ്ദങ്ങളും ഉണ്ടാക്കുന്നുണ്ടായിരുന്നു.

ലാപ്ടോപ്പിലെ വീഡിയോ ഓടുന്നുണ്ടായിരുന്നു. അതൊന്നും ഞങ്ങൾക്ക് തടസ്സമായില്ല. അപ്പോഴേക്കും അവൾ പൂർണമായും എന്റെ കൈക്കുള്ളിലായിക്കഴിഞ്ഞിരുന്നു. ഞാൻ അവളെയൊന്ന് വലിച്ചു. അതോടെ അവൾ ബെഡിൽ കിടക്കുന്ന രൂപത്തിലായിക്കഴിഞ്ഞിരുന്നു. അപ്പോഴും ഞങ്ങളുടെ കാലുകൾ നിലത്ത് തട്ടുന്നുണ്ടായിരുന്നു. അവളുടെ കൈ എന്റെ കഴുത്തിനെ ചുറ്റിവരിഞ്ഞു. ഞങ്ങൾ പതിയെ താഴോട്ട് ഉതിരാൻ തുടങ്ങി. ചുടുചുംബനവും ആ കെട്ടിപ്പിടുത്തവും ഞങ്ങൾ പൂർണ്ണമായും ബെഡിൽ കിടക്കുന്നതുവരെ തുടർന്നു.

പെട്ടെന്നാണ് ഞാനത് ഓർത്തത്. "വൺ സെക്കൻഡ്... ഇപ്പൊ വരാം...." ഞാനവളുടെ കാതിൽ മന്ത്രിച്ചു. അവളുടെ കണ്ണുകൾ അപ്പോഴും കൂമ്പിയടഞ്ഞിരിക്കായിരുന്നു. ചുണ്ടുകൾ വിറയ്ക്കുന്നു. കൺപുരികങ്ങൾ വിറയ്ക്കുന്നു.... ഞാൻ എണീറ്റ് ഡോർ ലോക്ക് ഉറപ്പ് വരുത്തി. റൂമിലെ ലൈറ്റ് ഓഫ് ചെയ്ത് ബാത്റൂമിലേത് ഓണാക്കി. വെളിച്ചം അവിടെ നിന്നും ഡിമ്മായി റൂമിലേക്കും വന്നിരുന്നു. ഞാനങ്ങനെ ചെയ്തത് അവളോട് പറയാനാവാത്ത കാരണമുണ്ടായിരുന്നു. ഒരു സിനിമയിൽ ഹോട്ടൽ റൂമിലുള്ള കപ്പിൾസിന്റെ നീക്കങ്ങൾ ക്യാമറയിൽ പകർത്തുന്ന രംഗം അപ്പോഴാണ് ഓർമ വന്നത്.

തിരിച്ചുചെന്നപ്പോഴേക്കും അവൾ കണ്ണുതുറന്ന് എന്നെത്തന്നെ തുറിച്ചു നോക്കുകയായിരുന്നു. കൈകൾ കൂട്ടിപ്പിടിച്ച് അവളുടെ അടുക്കലായി ഇരുന്നു. ഞങ്ങൾ പരസ്പരം കണ്ണിലേക്ക് നോക്കി. ആ കണ്ണിൽ ഞാൻ ഒറ്റപ്പെട്ട പെണ്ണിന്റെ പേടി കണ്ടു. സന്തോഷം നിറഞ്ഞ് നിന്ന ആ കണ്ണിൽ ഭയം ചേക്കേറിയിരിക്കുന്നു. എങ്ങനെ കയറാതിരിക്കും. ഒരു പെണ്ണ് ഒറ്റയ്ക്ക്. എല്ലാം തികഞ്ഞ പുരുഷൻ, ഇരട്ട താഴിട്ട് പൂട്ടിയ റൂം, മങ്ങിയ ലൈറ്റുള്ള റൂം. അതും നനുത്ത ബെഡ്. ആ സമയത്ത് എന്തായിരിക്കും അവളുടെ മനസ്സിലൂടെ കടന്ന് പോയിരിക്കുക എന്ന് ഞാൻ ആലോചിച്ചു.

"ഷോണാ... മുത്തേ..." അവൾ പതിഞ്ഞ ശബ്ദത്തിൽ വിളിച്ചു.

"ശ്ശശശശ്...." ഞാൻ കൈവിരൽ അവളുടെ ചുണ്ടിൽ വെച്ച് സംസാരിക്കാൻ സമ്മതിച്ചില്ല.

കൈ വിരലുകൾകൊണ്ട് അവളുടെ മുടിയൊതുക്കി നെറ്റിയിലൂടെ പതിയെ തഴുകി. നെറ്റിയിൽനിന്നും വിരൽ താഴോട്ട് ഇറങ്ങി. അവളുടെ കണ്ണുകൾ പിന്നെയും കൂമ്പിയടഞ്ഞു. അതിനിടയിൽ ഞാൻ പറഞ്ഞു...

"ലുക്ക്... നമ്മുടെ മനസ്സാക്ഷിക്ക് നിരക്കാത്ത ഒരു കാര്യവും ഇവിടെ നടക്കില്ല... പേടിക്കണ്ട... എനിക്കൊന്നും ചെയ്യാനും കഴിയില്ല. എനിക്ക് നിന്നെ ഒത്തിരി ഇഷ്ടമാ.... അതുകൊണ്ടുതന്നെ നീതിക്ക് നിരക്കാത്ത ഒരു കാര്യവും ഞാൻ ചെയ്യില്ല. അങ്ങനെ വല്ലതും ചെയ്താ പിന്നീട് ഓർക്കുമ്പോൾ തന്നെ എന്നെ നീ വെറുക്കും. നിനക്ക് ഇഷ്ടക്കേടുണ്ടാക്കുന്ന ഒരു കാര്യവും ഞാൻ ചെയ്യില്ല. ഇപ്പോ ഈ സമയം എന്റെ കൂടെ നീ ഉണ്ടായാൽ മാത്രം മതി."

ഇതുംകൂടി കേട്ടതോടെ എന്റെ പൊന്ന് എന്നെ ഒന്നാകെ കെട്ടിപ്പിടിച്ചു.

“ഷോണാ... എന്റെ പൊന്നേ...” ഒത്തിരി ഒത്തിരി സ്നേഹത്തോടെ അവളെന്നെ വിളിച്ചു. “പൊന്നേ... എനിക്ക് നിന്നെ ഇഷ്ടാ... ഒത്തിരി... ഒത്തിരി ഇഷ്ടാ... നീ എന്ത് ചെയ്താലും എനിക്ക് ഒരു കുഴപ്പവുമില്ലാട്ടോ..” അവളുടെ കൈകൾ എന്റെ പുറകിലൂടെ ഇഴഞ്ഞ് നടക്കുന്നുണ്ടായിരുന്നു. അവളുടെ പേടിയൊക്കെ പമ്പ കടന്നിരിക്കുന്നു. ഇപ്പോ ഞാൻ അവളുടെ കൈയിലെ കളിപ്പാവയായിരിക്കുന്നു.

എല്ലാം ബെസ്റ്റ്. ഡിം ലൈറ്റ്. ചെറിയ മ്യൂസിക്. ഒന്നാന്തരം ബെഡ്. അവൾ... ഞാൻ... എല്ലാം.

ഞാൻ അവളുടെ കണ്ണിലേക്ക് ഊതി. അവൾ കണ്ണ് മുറുക്കിയടച്ചു. ആ ഊത്തിന്റെ ഓളങ്ങൾ നെറ്റിയിലൂടെ കണ്ണിലൂടെ ആ സുന്ദരമായ നീണ്ട മൂക്കിൻതുമ്പിലൂടെ കവിളിലൂടെ കഴുത്തിലൂടെ എവിടെയോ നഷ്ടമായി. അവൾ പിന്നെയും കണ്ണ് തുറന്നു. ഞാൻ മൂക്കുകൊണ്ട് അവളുടെ മൂക്കിൽ ഉരസി. അമ്മമാർ കൊച്ചുങ്ങളോട് കാണിക്കുന്നതു പോലെ. അവളും ഒരു സുന്ദരിമോളായിരുന്നു. എന്റെ മാത്രം സുന്ദരിക്കോത. അവൾ നാണത്തോടെ ചിരിച്ചു.

അതൊരു സുന്ദരനിമിഷം തന്നെയായിരുന്നു. സുന്ദരം എന്ന് പറഞ്ഞാ യോജിക്കില്ല. അതിസുന്ദരം അങ്ങനെ തന്നെ പറയണം ആ നിമിഷത്തിനും ആ ദിവസത്തിനും. ആ സമയം ഞാനിന്നും ശരിക്ക് ഓർക്കുന്നുണ്ട്. എങ്ങനെ ഓർക്കാതിരിക്കും. അത്രയും റൊമാന്റിക്കായ ഒരു സമയം കിട്ടിയിട്ട് ഒരു നല്ല ചുംബനം നൽകിയില്ലേൽ... അത് തീരെ ശരിയാകത്തില്ല. ആ നിമിഷത്തിലും ഞാൻ ആലോചിച്ചത് എങ്ങനെ നല്ലതൊന്ന് കൊടുക്കുകയെന്നായിരുന്നു. ഐ വിൽ ഡു ഇറ്റ്, ഐ വിൽ ഡു... ഐ കാൻ... ഐ കാൻ... ഈ ഒന്ന് മതി... ഞാനവൾക്ക് മറക്കാനാവാത്ത അനുഭവം നൽകും.

ഞാനവളെ പതിയെ എനിക്കു നേരെ തിരിച്ചു. ഞങ്ങളുടെ മുഖം അടുത്തു. ശ്വാസം മുഖത്ത് തട്ടുന്നു. ശ്വാസഗതി കൂടിക്കൂടി വരുന്നു...

ഞങ്ങളുടെ മുഖം ഒന്നായി. ഞാനവളുടെ ചുണ്ടിൽ ചുംബിച്ചു. ഒരു വിറയൽ ശരീരമാകെ പടർന്നു. പിന്നെയും... പിന്നെയും... പിന്നെയും... എത്ര നേരമത് തുടർന്നു എന്നറിയില്ല. കണ്ണടഞ്ഞിരുന്നു. എപ്പോഴാണ് അത് അടങ്ങത് എന്നുപോലും എനിക്കറിയില്ലായിരുന്നു. ഞാനവളിൽ അലിഞ്ഞു പോയിക്കഴിഞ്ഞിരുന്നു.

എന്റെ ലൈഫിൽ അതിനോളം ആനന്ദകരമായി ഞാനൊന്നും ആ നിമിഷംവരേക്കും അറിഞ്ഞിട്ടില്ലായിരുന്നു, അനുഭവിച്ചിട്ടില്ലായിരുന്നു. അതൊരു സ്വർഗ്ഗീയ സുഖം തന്നെയായിരുന്നു. അനുഭവിച്ചറിയേണ്ടത്... ആ സമയം ഞാനെല്ലാം മറന്നു. എല്ലാം... എന്റെ പ്ലാനുകളും വാദങ്ങളുമെല്ലാം. ഏതാനും മണിക്കൂർ കഴിഞ്ഞാൽ വിദേശത്തേക്ക് തിരിക്കേണ്ടവനാണെന്ന് ഞാൻ മറന്നു. എന്റെ ജോലി, CAT എക്സാം, എന്റെ ഫ്രണ്ട്സിനെ, ഫാമിലി, എല്ലാം... എല്ലാം ഞാൻ മറന്നു... ആ നിമിഷം ഞാൻ ജീവിച്ചു... ഒരായിരം ജന്മം... എന്റെ ലൈഫിലെ ഏറ്റവും സുന്ദരമായ നിമിഷം.

ആരാണ് ആദ്യം കണ്ണ് തുറന്നത് എന്ന് എനിക്കറിയില്ല. ഞാനോ അതോ അവളോ... ബോധം വരുമ്പോൾ രണ്ടുപേരും കണ്ണിലേക്ക് നോക്കിയിരിക്കായിരുന്നു. ഞാനപ്പോഴും അവളുടെ മുകളിലായിരുന്നു. അവൾ ചിരിച്ചു. ഞാനും...

അവൾ കണ്ണ് ചിമ്മിത്തുറന്നു. ഞാനും...

പെട്ടെന്നവൾ എന്റെ നെറ്റിയിൽ തുരുതുരെ ഉമ്മവെക്കാൻ തുടങ്ങി. അവൾ പറഞ്ഞു.

"ഐ ലവ് യു... സോ... മച്ച്... ഷോണാ... എന്റെ പൊന്നേ..."

ഞാനെന്റെ മൂക്ക് ഒന്നുകൂടെ അവളുടെ മൂക്കിൽ ഉരസിക്കൊണ്ട് പറഞ്ഞു...

"ഐ ലവ് യു റ്റൂ... സോ... സോ... സോ... മച്ച്. എന്റെ മുത്തേ..."

പ്രണയസല്ലാപത്തിലായതിനാൽ സമയം നോക്കാൻ ഞങ്ങൾ മറന്നു. ടാക്സിക്കാരനോട് ഏഴരയ്ക്ക് എത്താൻ പറഞ്ഞതാ... എന്റെ കണ്ണ് അറിയാതെ ചുമർ ക്ലോക്കിലേക്ക് നീണ്ടു.... സമയം 8.30.

"ഹോളി ഷിറ്റ്... ഷിറ്റ്... സമയം എത്രയായെന്നറിയാമോ ഇപ്പോ..." ഞാനവളോട് ചിരിച്ചുകൊണ്ട് ചോദിച്ചു. അവൾ പെട്ടെന്ന് തിരിഞ്ഞ് ക്ലോക്കിലേക്ക് നോക്കി... അവൾ ഞെട്ടി. അപശബ്ദം പുറത്തുവന്നു.

"എട്ടര...!!!???"

ബെഡിൽ നിന്നവൾ ചാടി എഴുന്നേറ്റ് തുള്ളാൻ തുടങ്ങി.. അവളുടെ സാധനങ്ങളൊക്കെ വാരിവലിച്ചടുക്കാൻ തുടങ്ങി. ഫോൺ, പേഴ്സ്, ചെരിപ്പ്... ഞാൻ റൂമിലെ ലൈറ്റ് ഓണാക്കി. അവൾ ബാത്റൂമിലേക്ക് ഓടി. മുഖം കഴുകിയെന്ന് വരുത്തി. ബാത്ത്റൂമിലുണ്ടായിരുന്ന തോർത്തെടുത്ത് തുവർത്തി. ഹാൻഡ്ബാഗിൽ നിന്നും ചീർപ്പ് എടുത്ത് മുടി ചീകിയൊതുക്കി. ലിപ്സ്റ്റിക് എടുത്ത് ചുണ്ടിൽ തേച്ചു. എല്ലാം കുറഞ്ഞ സമയത്തിനുള്ളിൽ.

അവൾ ലിപ്സ്റ്റിക് ഇടുന്നത് കണ്ട് ഞാൻ ആലോചിച്ചു ഇന്ന് ഞാൻ എത്ര ലിപ്സ്റ്റികാ വിഴുങ്ങിയത്. അതാലോചിച്ച് ഞാൻ ഊറിച്ചിരിച്ചു. അതിനിടയിൽ കട്ടിലിൽ കിടക്കുകയായിരുന്ന അവളുടെ ഹാൻഡ്ബാഗ് ഞാൻ ശ്രദ്ധിച്ചു. എന്തെല്ലാം സാധനങ്ങളാ ഇതിനുള്ളിൽ. എന്തൊക്കെയാ ഇപ്പൊ തന്നെ അതിൽനിന്ന് പുറത്തെടുത്തത്. അതും ആലോചിച്ച് ഞാൻ അത് എടുത്തു. എന്റെ കൈ അതിൽ വെച്ചപ്പഴേക്കും അവളത് തട്ടിക്കളഞ്ഞ് പറഞ്ഞു. "പെൺകുട്ടികളുടെ ഹാൻഡ് ബാഗ് തുറന്ന് നോക്കുന്നത് നല്ല ആണുങ്ങൾക്ക് പറഞ്ഞതല്ല..."

"അതെന്താ? നിങ്ങൾ പെണ്ണുങ്ങൾ അതിലെന്താ ബോംബ് കൊണ്ടു നടക്കുന്നുണ്ടോ? ഞങ്ങളുടെ ഓഫീസിൽത്തന്നെ ലേഡീസിന്റെ ബാഗ് പരിശോധിക്കാൻ പ്രത്യേക സംവിധാനമുണ്ട്. എന്തിനാണത്... സത്യം

പറയാലോ എനിക്കിപ്പഴും അറിയില്ല എന്തിനാണതെന്ന്..." ഞാൻ തമാശിച്ച് ചിരിച്ചു. പക്ഷേ, അവളുടെ മുഖം കനത്തുതന്നെയിരുന്നു.

നേരം വൈകിയതോടെ അവളാകെ ടെൻഷനിലായിരുന്നു. ഞാനത് ശ്രദ്ധിച്ചു. അവളെ സമാധാനിപ്പിക്കാനായി ഞാൻ പറഞ്ഞു. "ഛെയ്... ഡോൺഡ് വറി യാർ നമ്മളെന്തായാലും പത്തിന് മുമ്പെ അവിടെ യെത്തും. ഉറപ്പാ... പിന്നെന്തിനാ പേടിക്കണേ... ഡോൺഡ് വറി മുത്തേ..."

ചെരിപ്പിടുന്നതിനിടയിൽ അവൾ പറഞ്ഞു. "ഷോണാ... നമ്മൾ സമയത്ത് വീട്ടിലെത്തിയില്ലേൽ അവരെല്ലാം തിരക്കും. അറിയേം ചെയ്യും. ഞാനാകെ പെടും... എന്താടാ ചെയ്യാ..."

അതു കേട്ടപ്പോൾ അവളുടെ തോളിൽ കൈവെച്ച് ഞാൻ പറഞ്ഞു.

"കുശീ. എല്ലാം ശരിയാകും. എന്ത് വന്നാലും നിനക്ക് ഒരു പ്രശ്നവും വരാതെ ഞാൻ നോക്കിക്കോളാം. എന്തേ പോരേ? നീ പേടിക്കാതിരിക്ക്. നിനക്ക് എന്നെ വിശ്വാസമില്ലേ...?"

നിഷ്കളങ്കതയോടെ അവൾ തലയാട്ടി.

"റിലാക്സ് യാർ... ഇന്നാ വെള്ളം കുടിക്ക്... ഇങ്ങനെ ടെൻഷനടി ക്കല്ലെ... അതിനിപ്പോ എന്താ ഇവിടെ ഉണ്ടായേ... നമ്മൾ ഇതാ ഇറങ്ങി... സമയത്ത് തന്നെ എത്തും... കെ..."

ഞങ്ങൾ പുറത്തിറങ്ങിയപ്പോൾ ടാക്സി അവിടെയുണ്ടായിരുന്നു... അത് വന്നിട്ട് കുറച്ചു നേരമായിക്കാണും. ഡോർ തുറന്ന് ബാക്ക് സീറ്റിൽ കയറി...

"ബയ്യാ... തിരിച്ച് ഫരീദാബാദിലേക്ക് തന്നെ... നമ്മൾ പോന്നിട ത്തേക്ക്..." കുശി അസ്വസ്ഥതയോടെ ഡ്രൈവറോട് പറഞ്ഞു.

പക്ഷേ, കലികാലം അല്ലാതെ എന്താ പറയാ... കഴിഞ്ഞ ഒരു മണി ക്കൂർ ഡൽഹിയിൽ നല്ല മഴയായിരുന്നു. ഏറ്റവും രസകരം അങ്ങനെ ഒരു മഴയും ഞങ്ങൾ അറിഞ്ഞിരുന്നില്ല എന്നാണ്. പാരപ്പെറ്റിൽ നിന്നും വണ്ടി കളുടെ ചില്ലുകളിലും അപ്പോഴും വെള്ളം ഒലിച്ചിറങ്ങുന്നുണ്ടായിരുന്നു. ഡൽഹിയിൽ മഴ പെയ്ത് കഴിഞ്ഞാൽ റോഡുകളും അഴുക്ക് ചാലുകളും ഒന്നായിത്തീരും.

ഞങ്ങളുടെ ടാക്സി നീങ്ങിത്തുടങ്ങി.

"ബയ്യാ. എത്താൻ ഏകദേശം എത്ര സമയമെടുക്കും...." അവൾ ഡ്രൈവറോട് ചോദിച്ചു.

"ഒന്നും പറയാൻ പറ്റില്ല മാഡം. റോഡു മുഴുവൻ വെള്ളത്തിലാ... നല്ല മഴയായിരുന്നല്ലോ... വഴിക്ക് എവിടെയെങ്കിലും ബ്ലോക്ക് വന്നാൽ ഒരു രക്ഷ യുമുണ്ടാകില്ല."

ട്രാഫിക് ബ്ലോക്കിന്റെ കാര്യം അവളെ കൂടുതൽ തളർത്തി. അവൾ ആധിയോടെ എന്നെ നോക്കി. ഞാനവളെ ആശ്വസിപ്പിക്കാനായി പറഞ്ഞു.

“ഞാനില്ലെ മോളെ കൂടെ. എന്തിനാ പേടിക്കണേ... ടെൻഷനടിക്കണ്ടട്ടോ... സമയത്തുതന്നെ നമ്മൾ എത്തും. എന്താ അത് പോരെ... നീയൊന്ന് ധൈര്യമായിട്ടിരിക്ക് മോളൂസേ... ഹും... കെ...”

ഞാൻ പറയുന്നത് കേട്ടിട്ടാവണം ഡ്രൈവർക്കും തോന്നി അങ്ങനെ അവളോട് പറയണ്ടായിരുന്നു എന്ന്. അയാൾ പറഞ്ഞു “മാഡം ടെൻഷനടിക്കേണ്ട. നമ്മൾ സമയത്തുതന്നെ എത്തും.”

പക്ഷേ, ഞങ്ങൾ കുടുങ്ങി. ഹോട്ടലിൽ നിന്ന് ഇറങ്ങി പതിനഞ്ച് മിനുട്ട് കഴിഞ്ഞപ്പഴേക്കും ഞങ്ങളൊരു ട്രാഫിക്കിൽ പെട്ടു. വലിയ ഒരു ജാം തന്നെ. സത്യം പറയാലോ അത്രേം വലിയ ഒരു ട്രാഫിക് ഞാൻ അന്നുവരെ കണ്ടിട്ടില്ലായിരുന്നു. എകദേശം നൂറോളം കാറുകൾ ഞങ്ങളുടെ മുമ്പിൽ തന്നെയുണ്ടായിരുന്നു. അപ്പോഴേക്ക് വെള്ളം റോഡ് കീഴടക്കിക്കഴിഞ്ഞിരുന്നു. വെള്ളത്തിന്റെ ഒഴുക്ക് കൂടിക്കൂടി വരുന്നുണ്ടായിരുന്നു. എല്ലാം വെള്ളത്തിലായിക്കൊണ്ടിരിക്കുന്നു. ഷോപ്പുകൾ അടക്കാൻ തുടങ്ങിയിരിക്കുന്നു. ഷട്ടറുകളിലൂടെ വെള്ളം അപ്പോഴും ഒലിച്ചിറങ്ങുന്നുണ്ടായിരുന്നു. ചെറുതും വലുതുമായ കാറുകൾ ജാമിൽ നിന്ന് രക്ഷയ്ക്കായി ശ്രമിക്കുന്നു. റോഡിൽ ഒരു വാഹനവും ആ സമയത്ത് ലൈൻ കീപ്പ് ചെയ്യുന്നുണ്ടായിരുന്നില്ല. ഒരോരുത്തരും തങ്ങളുടെ കാര്യങ്ങൾ മാത്രം നോക്കാൻ തുടങ്ങി. അതോടെ ഒരു വണ്ടിക്കും പോകാൻ പറ്റാതെയായി. ആ തിരക്ക് മുന്നോട്ടും പിന്നോട്ടും കൂടിക്കൂടി വരാൻ തുടങ്ങി.

എന്തൊരു തിരക്ക്...

“കുറച്ചപ്പുറത്ത് ഒരു ട്രക്കിന്റെ എഞ്ചിൻ സ്റ്റാർട്ട് ആകുന്നില്ല.” ഡ്രൈവർ ഗ്ലാസ് താഴ്ത്തിയപ്പോൾ പുറത്ത് മറ്റാരോ പറയുന്നതു കേട്ടു. അതു കേട്ടതോടെ മിക്ക ഡ്രൈവർമാരും എഞ്ചിൻ ഓഫാക്കി. ഞങ്ങളുടെ ടാക്സിക്കുള്ളിൽ പിരിമുറുക്കം കൂടിവരാൻ തുടങ്ങി.

ഹോട്ടൽ മുറിയിലെ ആ സുന്ദര നിമിഷങ്ങൾക്ക് പിറകെയിതാ ആധിയുടേയും ആശങ്കയുടേയും മണിക്കൂറുകൾ... തന്റെ ഫാമിലിയോട് കള്ളം പറഞ്ഞ് വിശ്വസിപ്പിച്ച് എന്റെ കൂടെ ഇത്രേം ദൂരം പോന്ന ഒരു പെണ്ണുണ്ട് എന്റെ കൂടെ... ഇത്രേം വൈകീട്ട് അവളുടെ ഓഫീസിലോ വീട്ടിലോ അല്ലാതെ ഒരിക്കലും പുറത്തേക്കിറങ്ങാത്തവളാണ്. എവിടെയും എവിടേക്കും കൂടുതൽ ഇതുപോലെ വൈകീട്ടില്ല. ആ ദിവസം അവൾക്ക് ഏറ്റവും വിശ്വാസമുള്ളയാൾക്കോ ഈ നഗരത്തെക്കുറിച്ച് കൂടുതൽ ഒന്നുമറിയില്ല താനും.

സമയം കൂടുതൽ വൈകിയിരിക്കുന്നു. എന്റെ റിസ്റ്റ് വാച്ചിൽ സമയം ബുള്ളറ്റിന്റെ സ്പീഡിലാണ് പൊയ്ക്കൊണ്ടിരിക്കുന്നത്. ട്രാഫിക്കിലാണെങ്കിലോ ടാക്സി ഒരു ഇഞ്ച് പോലും മുന്നോട്ട് നീങ്ങിയിട്ടുമില്ല. പതിനഞ്ച് മിനുട്ട് ട്രാഫിക്കിൽ ഒരു മാറ്റവുമില്ല. എന്റെ ഉള്ളിലും പേടിയുണ്ടായിരുന്നില്ല എന്ന് പറഞ്ഞാൽ അത് കളവാകും. പക്ഷേ, എനിക്കപ്പോൾ

ഭയം പുറത്ത് കാണിക്കാനാവില്ലല്ലോ.. എനിക്കിപ്പോ ഒരു ഉത്തരവാദിത്വ മുണ്ട്... കുശിയുടെ സുരക്ഷിതത്വം. അതുകൊണ്ട് അവളുടെ മുമ്പിലെ ങ്കിലും എനിക്ക് ധൈര്യം കാണിക്കൽ അത്യാവശ്യമായിരുന്നു.

കുറച്ച് കഴിഞ്ഞതോടെ ഞങ്ങളുടെ ഡ്രൈവറും എഞ്ചിൻ ഓഫാക്കി. ആധി അതിന്റെ ഉച്ചിയിലേക്ക് കയറി.. ഏത് ട്രാഫിക് ജാമിലും ഓഫായി കിടക്കുന്ന എഞ്ചിനേക്കാളും ഏത് യാത്രക്കർക്കും ഓണായി കിടക്കുന്ന എഞ്ചിൻ തന്നെയാകും ആശ്വാസം... എഞ്ചിൻ ഓഫായതോടെ ഞങ്ങളാകെ തകർന്നു.

മഴ ചെറുതായി പാറ്റുന്നുണ്ടായിരുന്നു.

അപ്പഴതാ അടുത്ത കുരിശ്... കുശിയുടെ ഫോൺ റിംഗ് ചെയ്യുന്നു. അവൾ പേടിയോടെ എന്നെ നോക്കി. ഞാൻ വാച്ചിലേക്ക് നോക്കി. സമയം 9.00

“അമ്മയുടെ ഫോൺ ആണേൽ എന്തു ചെയ്യും...” അവൾ പേടിയോടെ ചോദിച്ചു.

“ആദ്യം ആരാണെന്ന് നോക്ക്...”

അവൾ ഹാൻഡ്ബാഗ് തുറന്ന് ഫോണിന്റെ ഡിസ്പ്ലേ നോക്കി. അവളിൽ ആശ്വാസത്തിന്റെ ഒരു നെടുവീർപ്പുയർന്നു.

“താങ്ക് ഗോഡ്... നീറുവാ...”

അവൾ ഫോൺ സ്പീക്കറിലിട്ടു. തൊണ്ടയനക്കി ശബ്ദം ശരിയാക്കി. പേടിയൊക്കെ കുറഞ്ഞിരിക്കുന്നു. (റിംഗ് ചെയ്തപ്പഴേക്ക് അവളുടെ ശബ്ദമൊക്കെ നഷ്ടപ്പെട്ടിരുന്നു.)

അവൾ വിളിച്ചു. “നീറൂ...”

“നിങ്ങളെവിടെയാ...”

“സോറി ഡാ ഞങ്ങളൊരു ട്രാഫിക് ജാമിൽ പെട്ടു...”

“ഫരീദാബാദിൽ തന്നെയാണല്ലോ അല്ലേ...”

“അതേടാ... സിനിമയ്ക്ക് പോയതായിരുന്നു. നല്ല മഴ. ആകെ വെള്ളം നിറഞ്ഞ് നിൽക്കാ എല്ലായിടത്തും. ആകെ ജാമാ... ഒരു വണ്ടിയും നീങ്ങു ന്നില്ല.”

“കെകെ. പെട്ടെന്ന് വാ. ഞാൻ വീട്ടിലെത്തി. അമ്മ ചോദിച്ചു നിന്നെ. ക്ലാസ് കഴിഞ്ഞിട്ടില്ല എന്ന് പറഞ്ഞിരിക്കാ. 20–30 മിനുട്ടിനുള്ളിൽ എത്തു മെന്നാ പറഞ്ഞിരിക്കണെ... ഏതായാലും പെട്ടെന്ന് വാ...”

“താങ്ക്സ്... ഇതൊന്ന് ഒഴിഞ്ഞു കിട്ടിയാ അപ്പൊ ഞങ്ങൾ അവിടെ യെത്തും.” അതും പറഞ്ഞ് കുശി ഫോൺ കട്ടാക്കി.

20–30 മിനുട്ട്... ഡൽഹിയിൽ നിന്ന് ആർക്കും ആ സമയത്തിനുള്ളിൽ ഫരീദാബാദിലേക്ക് എത്താൻ കഴിയില്ല. അക്കാര്യം ഉറപ്പാ... അത് തന്നെ

റോഡ് മുഴുവൻ ഒഴിഞ്ഞുകിടന്നാൽപോലും. ഇതിപ്പോ ഈ ട്രാഫിക് കഴിഞ്ഞ്... എപ്പഴാ... എനിക്കറിയില്ല. കുശിക്കും അതറിയാം.

"ഷോണാ... എനിക്കാകെ പേടിയാവ്ണു..." അവളുടെ ശബ്ദം ഇടറിയിരുന്നു.

എല്ലാരും വളരെ ആധിയിലായിരുന്നു. എന്നിട്ടും ഞാൻ പറഞ്ഞു. "പേടിക്കണ്ടടാ... പേടിക്കാതിരിക്ക് എല്ലാം ശരിയാകും. കുറച്ച് കൂടി കാത്തിരിക്ക്. എത്ര വൈകീട്ടാണേലും ഞാൻ നിന്നെ വീട്ടിലെത്തിക്കും. പേടിക്കണ്ട. കൂൾ.... വിഷമിക്കണ്ട...." ഞാനവളെ കൈകൊണ്ട് ചേർത്തിരുത്തി എന്റെ തോളിലേക്ക് ചായ്ച്ച് കിടത്തി ആശ്വസിപ്പിക്കാനെന്നോണം പതിയെ തോളിൽ തട്ടിക്കൊണ്ടിരുന്നു.

ഏതാനും സമയം കഴിഞ്ഞതോടെ ഒരു ഭാഗത്ത് വണ്ടികൾ പതിയെ അരിക്കാൻ തുടങ്ങി. ഞങ്ങളുടെ ഡ്രൈവറും സ്റ്റാർട്ടാക്കി. വണ്ടി പതിയെ മുന്നോട്ടു നീങ്ങാൻ തുടങ്ങി. ഞങ്ങളുടെ ഉള്ളിൽനിന്ന് ഒരു ആശ്വാസ നിശ്വാസം പുറത്തുവന്നു. ഞങ്ങളുടെ മുഖം തെളിഞ്ഞു.

ഞങ്ങളെ സമാധാനിപ്പിക്കാനായി ഡ്രൈവർ പറഞ്ഞു. "സാഹെബ്.. ഇതിൽനിന്ന് രക്ഷപ്പെട്ടു. ട്രാഫിക് ജാം മാറിത്തുടങ്ങിയിട്ടുണ്ട്. ബോർഡറൊന്ന് കടന്നുകിട്ടിയാ പിന്നെ ഹൈവേയാ... അവിടെ എത്തിയാ പേടിക്കാനില്ല." എന്നാലും ഞങ്ങളുടെ ലക്ഷ്യം എത്രയോ അകലെ തന്നെയായിരുന്നു.

അവളപ്പോഴും എന്റെ തോളിൽ കിടക്കുകയായിരുന്നു. അവളുടെ ചിന്ത മറ്റൊരു വഴിയിലേക്ക് തിരിച്ചുവിടാൻ ഞാൻ ശ്രമിച്ചു. ഞാൻ പല കാര്യങ്ങളും പറഞ്ഞുനോക്കി. അവളെയൊന്ന് സംസാരിപ്പിച്ച് കിട്ടിയാ രക്ഷപ്പെട്ടു. ഞാൻ പല കാര്യങ്ങൾ പറയുമ്പോഴും അവളുടെ വിരലുകൾ എന്റെ കൈത്തണ്ടയിൽ ചിത്രം വരക്കായിരുന്നു, കൊച്ച് കുഞ്ഞുങ്ങളെ പോലെ. അവളുടെ വിരലുകൾ എന്റെ മോതിരത്തിൽ കളിക്കാൻ തുടങ്ങി. ഒളിമ്പിക് വലയങ്ങളെ പോലെ സുന്ദരമായ മൂന്ന് ചുറ്റുകളുള്ള ഒരു മോതിരമായിരുന്നു അത്.

അവൾ ആ മോതിരത്തെക്കുറിച്ച് ചോദിച്ചതോടെ അവളുടെ അപ്പോഴത്തെ ഭയചിന്തയിൽ നിന്ന് വിടുതൽ ഉണ്ടാകാനായി ഞാനതിന്റെ കഥ പറഞ്ഞുകൊടുത്തു. ഒരു ലോർഡ് ഓഫ് റിംഗ് സ്റ്റോറിപോലെ തന്നെ.

"ആവ്..." കൈയിലെ മുറി വേദനിച്ചപോലെ ഞാൻ ഒച്ചവെച്ചു.

"എന്തുപറ്റി..." എന്റെ തോളിൽനിന്ന് തലയെടുത്ത് അവൾ ചോദിച്ചു.

"ഒന്നൂല്യാ..." ഞാൻ മുഖത്തൊരു ശോകഭാവം വരുത്തി പറഞ്ഞു. ഞാൻ അവളിൽ നിന്ന് കണ്ണ് പുറംകാഴ്ചകളിലേക്ക് തിരിച്ചു.

പെട്ടെന്ന് എന്നിൽ വന്ന മാറ്റം കണ്ട് അവൾ അദ്ഭുതപ്പെട്ടു. അവൾ ഒന്നും മിണ്ടാതെ എന്റെ കണ്ണിലേക്ക് ഞാൻ തന്നെ പറയട്ടെ എന്ന് കരുതി നോക്കിക്കൊണ്ടിരുന്നു.

"എനിക്കറിയാം... ഏതായാലും ഒരു ദിവസം ഞാനാ കാര്യം നിന്നോട് പറയേണ്ടി വരുമെന്ന്..."

അത് കേട്ടതോടെ അവൾ ഉണർന്നു. പുരികം ചുളിച്ച് സംശയത്തോടെ എന്നെ നോക്കി. എന്നെക്കുറിച്ചുള്ള എല്ലാ കാര്യങ്ങളും അവൾ അറിഞ്ഞ് കഴിഞ്ഞെന്നാണ് അവൾ പൂർണമായും വിശ്വസിച്ചിരുന്നത്. എന്റെ ആ വാക്കുകൾ കേട്ടതോടെ അവൾക്കാകെ സംശയമായി. കൂടാതെ ഞാനവളെത്തന്നെ നോക്കാതെ പുറത്തേക്കു നോക്കിയിരിക്കുകയും ചെയ്യുന്നു. കുറച്ചു നേരത്തേക്ക് ഞാനൊന്നും മിണ്ടിയതേയില്ല. അവൾ കാര്യമെന്താണെന്നറിയാൻ എന്നോട് ചോദിക്കുന്നുണ്ടായിരുന്നു.

"പറയൂ... എന്താണ് കാര്യം? പറ. പ്ലീസ്... പ്ലീസ്... പ്ലീസ്.."

അവൾ കാര്യമെന്താണെന്നറിയാൻ ഒരുപാട് ശ്രമിച്ചു. ഞാനൊന്നും മിണ്ടാതെ പുറത്തേക്കും നോക്കിയിരുന്നു. കാറിന്റെ വേഗത കൂടിയിട്ടുണ്ട്... എന്റെ മോതിരത്തെക്കുറിച്ച് അവളുടെ ചിന്തയ്ക്കും വേഗത കൂടിക്കാണും. അവളാകെ അസ്വസ്ഥത കാണിക്കാൻ തുടങ്ങിയിരിക്കുന്നു.

കാര്യം പറയാനുള്ള സമയം ആയിരിക്കുന്നു.

"ഷോണാ... പൊന്നേ... എന്താടാ കാര്യം... എന്തിന് എന്നോട് ഇങ്ങനെ... പറയടാ... എന്താണേലും... എന്നോടല്ലേ... നിനക്ക് എന്നോട് എന്തും പറയാലോ... പിന്നെന്താ... പറയടാ... പ്ലീസ്..." അവൾ എന്റെ മുഖം അവളിലേക്ക് തിരിച്ചു.

"കുശി... ഞാനവളുടെ മുഖത്തേക്ക് നോക്കി പതിയെ വിളിച്ചു."

"ഹും..."

"നതിംഗ്... നതിംഗ്..."

"ഉണ്ട്. എന്തോ ഉണ്ട്. പറയടാ എന്തിനാ എന്നോട് ഇങ്ങനയൊക്കെ."

"ഹും... കഴിഞ്ഞ വർഷം... ശരിക്കും പറഞ്ഞാ നിന്നെ പരിചയപ്പെടുന്നതിന്റെ മുമ്പ്... നിന്നെ കാണുന്നതിന്റെ മുമ്പ്... ഹും... അത്... ഹും... ഹും... അതൊരു പെൺകുട്ടി ഇട്ട് തന്നതാ..." ഞാനതും പറഞ്ഞ് പുറത്തേക്കു തന്നെ നോക്കിയിരുന്നു.

ഒരു നീണ്ട നിശ്ശബ്ദത...

അവൾ ഇപ്പോഴും എന്നെ കേട്ടിരിക്കാണ്... ഞാനിനിയും എന്തെങ്കിലും പറയുമെന്ന് കരുതി. ഞാനാ പറഞ്ഞത് കേട്ട് അവളാകെ തരിച്ചിരിക്കാണ്. എന്താ പറയേണ്ടത് എന്നറിയാതെ. ഇന്നത്തെ സന്തോഷനിമിഷങ്ങളത്രയും അവൾ മറന്ന് കഴിഞ്ഞിരിക്കുന്നു. സമയം വൈകിയത്, വീട്ടിലെത്താൻ വൈകിയത് എല്ലാം അവൾ മറന്നിരിക്കുന്നു. എന്റെ വാക്കുകൾ അവളുടെ കാതിൽ മുഴങ്ങുന്നുണ്ടാകും.

പുറംകാഴ്ചകൾ കണ്ടുകൊണ്ട് തന്നെ ഞാൻ പറഞ്ഞു. "ഇക്കാര്യം നേരത്തെ പറയണമെന്നുണ്ടായിരുന്നു. പക്ഷേ, ധൈര്യമുണ്ടായിരുന്നില്ല അക്കാര്യം നിന്നോട് പറയാൻ. അത് കേട്ടാ നീ എന്നെ വിട്ടുപോകുമോ

എന്നായിരുന്നു എനിക്ക് പേടി. നിന്റെ പ്രതികരണം എങ്ങനെയാകുമെന്ന് എനിക്ക് ആലോചിക്കാൻ പോലും കഴിയുമായിരുന്നില്ല."

അവൾ എന്നെതന്നെ നോക്കിയിരിക്കയായിരുന്നു. ആ കണ്ണുകളിൽ ഞാൻ ഒരുപാട് ചോദ്യങ്ങൾ കണ്ടു.

തൊട്ടടുത്ത നിമിഷം തന്നെ അവളുടെ ഫോൺ റിംഗ് ചെയ്തു. അതും നീറുവായിരുന്നു.അമ്മയ്ക്ക് സംശയം തോന്നിത്തുടങ്ങിയിട്ടുണ്ടെന്നും കുശി പോയിരിക്കുന്നത് ഐ എം സിലേക്കല്ലെന്നു തോന്നിയതായും അവൾ പറഞ്ഞു. അവിടെയും നല്ല മഴയുണ്ടെന്നും അവൾ അതിനിടയിൽ പറഞ്ഞു. കുശി അവളോട് മമ്മയെ എങ്ങനെയെങ്കിലും സമാധാനിപ്പിക്കാൻ പറഞ്ഞു. ഞാൻ മഴയിൽ കുടുങ്ങിയിരിക്കാണെന്ന് അമ്മയെ പറഞ്ഞ് ബോദ്ധ്യപ്പെടുത്താൻ അവൾ നീറുവോട് പറഞ്ഞു. നീറു അവർക്ക് രണ്ടുപേർക്കുമിടയിൽ ഷട്ടിൽ പോലെ തട്ടിക്കളിക്കപ്പെടുകയായിരുന്നു.

ഫോൺ ഓഫാക്കി അവൾ എന്റെ നേരെ തിരിഞ്ഞു.

"അപ്പോ ഒരു പെൺകുട്ടിയാണ് അത് കൈയിലിട്ട് തന്നത് എന്നല്ലേ പറഞ്ഞത്..." അവൾ എന്നേയും മോതിരത്തേയും മാറിമാറിനോക്കി ചോദിച്ചു. ആ ചോദ്യത്തിൽ തന്നെ വരാനിരിക്കുന്ന വലിയൊരു ബോംബുണ്ടായിരുന്നു. ഞാനാ ബോംബ് കാത്തിരുന്നു. അങ്ങനെ ഏകദേശം പതിനഞ്ച് മിനുട്ട് കഴിഞ്ഞ് കാണും. എന്റെ കൈ എടുത്ത് അവളുടെ തലയ്ക്ക് മുകളിൽ വെച്ച് ചോദിച്ചു. "അതൊരു പെൺകുട്ടി തന്നെയാണോ നിന്റെ കൈയിൽ അണിയിച്ചത്. എന്റെ തലയിൽ കൈവെച്ച് സത്യം ചെയ്യ്."

ഞാൻ അവളുടെ കണ്ണിലേക്ക് നോക്കി. അതിലെ ഉത്തരം കിട്ടാത്ത ചോദ്യങ്ങളും ആശകളും ആശങ്കകളും ഞാൻ കണ്ടു. ഞാൻ ഒരു തമാശ പറഞ്ഞതാണ്. അങ്ങനെയൊന്നുമില്ല വെറുതെ നിന്നെ പേടിപ്പിക്കാൻ കള്ളം പറഞ്ഞതാണ് എന്ന ഉത്തരമാണ് അവൾ കാത്തിരുന്നതും പ്രതീക്ഷിച്ചതും.

ശാന്തത... നിതാന്ത നിശ്ശബ്ദത... അവളുടെ ശ്വാസോച്ഛ്വാസത്തിന്റെ ശബ്ദം മാത്രം.

ടാക്സിയിലെ പിരിമുറുക്കം പിന്നെയും കൂടി. അവൾക്ക് മറ്റെല്ലാ കാര്യവും നിസ്സാരമായി. ഈ ഒരു കാര്യം അതായിരുന്നു അത് മാത്രമായിരുന്നു അവളുടെ ശ്രദ്ധ മുഴുവനും. അവൾ എന്റെ മറുപടിക്കായി കാത്തിരിക്കായിരുന്നു.

അവളുടെ ചോദ്യങ്ങൾക്ക് മറുപടി നൽകാതിരിക്കാൻ കാരണം ഈ വിഷയം കഴിവിന്റെ പരമാവധി നീട്ടിക്കൊണ്ട് പോകണം. ഞാൻ ഉത്തരം പറയാൻ എത്ര വൈകുന്നുവോ അത്രേം നേരം അവൾ വീടിനെക്കുറിച്ചും അമ്മയെക്കുറിച്ചും രാത്രിയെക്കുറിച്ചും മറക്കുമായിരുന്നു.

ഞാൻ അവൾ കാണാതെ വാച്ചിലേക്ക് നോക്കി. സമയം 10.00

അവളുടെ മുഖവും ആ സുന്ദരമായ മിഴിയിണകളെ നനച്ചിറങ്ങുന്ന കണ്ണീരും കണ്ടതോടെ എന്റെ എല്ലാ ധൈര്യവും പോയി. എന്റെ മനസ്സ്

വിങ്ങി. ഞാനറിയാതെ ഉള്ള സത്യം തുറന്ന് പറഞ്ഞു. എന്റെ പോന്നിന്റെ കണ്ണീര് കണ്ടാ എനിക്കെന്തിനാ കഴിയാ.

"ദേ... ഇങ്ങ്ട് നോക്ക്... നോക്ക്..." ഞാനാ കരയുന്ന മുഖം കൈയിലെടുത്തു. "നോക്ക്... നീ കേട്ടതൊക്കെ സത്യം തന്നെയാ... പക്ഷേ വലിയൊരു ട്വിസ്റ്റുണ്ട്... കഥ മുഴുവൻ കേൾക്ക് ആദ്യം എന്നിട്ടല്ലേ..."

"എങ്കി പറ... എന്താണത്..." കൊച്ചുകുഞ്ഞിനെപ്പോലെ കണ്ണ് തുടച്ച് അവൾ പറഞ്ഞു.

"സത്യത്തിൽ ഇതൊരു പെൺകുട്ടി അണിയിച്ചത് തന്നെയാ. പക്ഷേ അവളുടെ പേര് പോലും എനിക്കറിയില്ല. ഒരു പത്ത് മിനുട്ട് മാത്രേ എനിക്കവളെ കാണാൻ കഴിഞ്ഞുള്ളൂ. കഴിഞ്ഞ വർഷം ഞാൻ ഫ്രണ്ട്സിനൊപ്പം ലണ്ടനിൽ പോയപ്പോൾ വാട്ടർ ലൂ സ്റ്റേഷനിൽ വെച്ചാ അവളെ കണ്ടത്.. ഞങ്ങൾ ബെൽജിയത്തിലേക്കുള്ള ട്രെയിൻ കാത്ത് നിൽക്കായിരുന്നു. എന്തോ അന്ന് ട്രെയിൻ ലേറ്റായിരുന്നു.

ഞാനും അവനും കൂടി പ്ലാറ്റ് ഫോമിലുള്ള ഒരു കടയിൽ കയറി. ഫാൻസി സാധനങ്ങൾ വിൽക്കുന്ന കടയായിരുന്നു അത്. സെയിൽസ് ഗേളാണ് അവിടെ ഉണ്ടായിരുന്നത്. ഷോക്ക് വെച്ച കൂട്ടത്തിൽനിന്ന് ഞാനൊരു മോതിരം എടുത്തു. എനിക്ക് അത് വളരെ ഇഷ്ടായി. മൂന്ന് ചുറ്റുള്ള ആ മോതിരം അണിയാൻ എനിക്ക് കഴിഞ്ഞില്ല. ഞാൻ കുറെ ശ്രമിച്ചു. പക്ഷേ, കഴിഞ്ഞില്ല. അത് കണ്ട് ആ സെയിൽസ്ഗേൾ എന്റെ കൈക്ക് പിടിച്ച് അണിയിച്ച് തന്നു. നല്ല ഭംഗിയുണ്ടായിരുന്നു അത്. ഞാനവൾക്ക് താങ്ക്സ് പറഞ്ഞ് അഞ്ച് പൗണ്ടും കൊടുത്ത് എന്റെ ട്രെയിൻ കയറാൻ പോയി."

ആശങ്ക മുറ്റിനിന്നിരുന്ന ആ സമയത്തെ അവളുടെ മുഖമൊന്ന് കാണേണ്ടതായിരുന്നു. മങ്ങി നിന്നിരുന്ന ആ മുഖം ചെറുതായി പ്രകാശിക്കാൻ തുടങ്ങി. ഒരു പ്രത്യേക ചിരി വന്നു ആ മുഖത്ത്. കണ്ണുകൾ പ്രകാശിച്ചു.

"പക്ഷേ, ഒരു കാര്യം പറയാതിരിക്കാൻ പറ്റില്ല... അവളുടെ ചിരിയെ തടസ്സപ്പെടുത്തി ഞാൻ ചിരിച്ചോണ്ട് പറഞ്ഞു. അവളുണ്ടല്ലോ... ഒരു ഒന്ന് ഒന്നര സാധനം തന്നെയാണ്. ഒരു സുന്ദരി തന്നെയാ."

അവളും ചിരിച്ചു. എന്തോ വാശിയോടെ എന്റെ നെഞ്ചിലും ഷോൾഡറിലും ഇടിക്കാൻ തുടങ്ങി.

"നിന്നെ... നിന്നെ ഞാൻ... ഞാനെത്ര പേടിച്ചുവെന്നോ... ഐ വിൽ കിൽ യു..." എന്നെ പിച്ചാനും നുള്ളാനും തുടങ്ങി. അതൊരു കളിയായി ത്തീർന്നു.

ഫോൺ പിന്നെയും. "ഡിസ്പ്ലേയിൽ നീറു കാളിംഗ്..."

കാൾ എടുത്ത് അവൾ പറഞ്ഞു. "നീറു... ഇതാ ഞങ്ങൾ എത്തിയെടാ... പിന്നെ..." അമ്മയുടെ ശബ്ദം പാതിയിൽ നിന്നു. അത് നീറുവല്ലായിരുന്നു. അമ്മയായിരുന്നു.

ഭയം പിന്നെയും അവളുടെ മുഖത്തേക്ക് തിരിച്ച് വന്നു. അവൾ വിറയ്ക്കാൻ തുടങ്ങി. ഡ്രൈവറുടെ തോളിൽ തട്ടി റേഡിയോവിന്റെ വോള്യം കുറക്കാൻ പറഞ്ഞു. എന്നോട് മിണ്ടാതിരിക്കാൻ ആംഗ്യം കാണിച്ചു. അവൾ ഫോൺ ലൗഡ് ആക്കി. ഞാൻ സമയം നോക്കി. 10.10.

മഴ കാരണം പോരാൻ പറ്റിയിട്ടില്ലെന്നും അവളപ്പഴും ഐ എം സിൽ തന്നെയാണെന്ന് വരുത്തിതീർക്കാനും അവൾ കിണഞ്ഞ് ശ്രമിച്ചു. ഉള്ള കാര്യം തുറന്നു പറയാൻ അവൾക്കൊരിക്കലും കഴിയുമായിരുന്നില്ല.

"അമ്മേ... പേടിക്കണ്ട... എന്റെ ബാച്ച് മുഴുവൻ ഇവിടെയുണ്ട്."

അതും പറഞ്ഞ് രണ്ടുപേരും ഫോൺ വെച്ചു. അവൾ പറഞ്ഞതൊക്കെയും അമ്മ വിശ്വസിച്ചോ എന്നറിയില്ല.

സംഭവബഹുലമായ മോതിര കഥ പറഞ്ഞ് വഴിതിരിച്ചുവിടാൻ ശ്രമിച്ചെങ്കിലും ഒരൊറ്റ ഫോണിൽ എല്ലാം വെള്ളത്തിലായി. അവൾ ഫോൺ തിരികെ ബാഗിൽതന്നെ വെച്ചു. ഡ്രൈവർ റേഡിയോവിന്റെ വോള്യം കൂട്ടുകയും ചെയ്തു. ഞങ്ങൾ മഥുരയിൽ നിന്നും ഫരീദാബാദിലേക്കുള്ള വഴിയിലായിരുന്നു.

അവൾ ഡ്രൈവറോട് ചോദിച്ചു. "ബയ്യാ ഇനിയെത്ര സമയമെടുക്കും..."

അയാൾ ഒന്നും മറുപടി പറഞ്ഞില്ല. എനിക്കെന്തോ പന്തികേട് തോന്നി.

അത് കണ്ട് ഞങ്ങൾ ഞെട്ടി... ഒരു തടാകം... ഞങ്ങളുടെ മുമ്പിൽ...

റോഡ് ഒന്നാകെ കുളമായിരിക്കുന്നു. സകലതും വെള്ളത്തിലാണ്... റോഡ് കാണുന്നേയില്ല. ഡിവൈഡർ വരെ വെള്ളത്തിനടിയിലായിരിക്കുന്നു. ആ റോഡിലൂടെയാണ് ഞങ്ങളുടെ ടാക്സിയും പോയിക്കൊണ്ടിരിക്കുന്നത്. ഓരോ മിനുട്ടിലും വെള്ളം കൂടിക്കൂടി വരുന്നു. റോഡും ഡ്രെ നേജും ഒന്നായിക്കഴിഞ്ഞിരിക്കുന്നു.

സ്ട്രീറ്റ്ലൈറ്റുകൾ മുഴുവനും കണ്ണടച്ചിരിക്കുന്നു. എല്ലാം കേടായിരിക്കുന്നു. അല്ലെങ്കിലും അപശകുനങ്ങൾ വരുന്നത് ഒരുമിച്ചാകുമല്ലോ. ആ വെള്ളക്കെട്ടിലും വാഹനങ്ങൾ പതിയെ മുന്നോട്ട് പോകുന്നുണ്ടായിരുന്നു. ടാക്സിയുടെ ഹെഡ്ലൈറ്റിന്റെ വെളിച്ചത്തിൽ റോഡിലൂടെ ഒഴുകുന്ന വെള്ളത്തിലെ ഓളങ്ങളും ഒഴുകി നടക്കുന്ന വേസ്റ്റുകളും കണ്ടു. അവ വണ്ടിയിൽ വന്നടിക്കുന്നുണ്ട്. ഞങ്ങളുടെ ടാക്സി അപ്പോഴും മുന്നോട്ട് പോകുന്നുണ്ടായിരുന്നു. ഞങ്ങളപ്പോൾ കൂടുതൽ ആഴങ്ങളിലേക്ക് ഇറങ്ങിക്കൊണ്ടിരിക്കായിരുന്നു.

ഡ്രൈവർ പറഞ്ഞു: "സാഹെബ്... ഇത് ചെറിയ വണ്ടിയാ... ഇനിയും മുന്നോട്ട് പോയാൽ എഞ്ചിനിൽ വെള്ളം കയറും."

ഞാനയാളോട് വണ്ടി മുന്നോട്ട് എടുക്കാൻ പറഞ്ഞു. അയാൾ അതിന് തയ്യാറായില്ല. എനിക്കാകെ ദേഷ്യവും സങ്കടവുമൊക്കെ വരാൻ തുടങ്ങി. ദേഷ്യം പിടിച്ചുനിർത്താനാവാതെ വന്നപ്പോൾ ഞാൻ വിളിച്ചു പറഞ്ഞു.

"മര്യാദയ്ക്ക് വണ്ടി മുന്നോട്ട് എടുക്കണതാ നിനക്ക് എല്ലാം കൊണ്ടും നല്ലത്. എനിക്കാകെ കയറി വരുന്നുണ്ട്." കുശി എന്നെ കൂടുതൽ പറയാൻ അനുവദിച്ചില്ല.

ഡ്രൈവറെ അംഗീകരിക്കുകയല്ലാതെ മറ്റൊരു മാർഗ്ഗം ഞങ്ങൾക്കില്ലെന്ന് അവൾക്ക് നല്ല ബോധ്യമുണ്ടായിരുന്നു. അത് മനസ്സിലാക്കി ഞാൻ അയാളോട് പറഞ്ഞു.

"ബയ്യാ... എനിക്ക് ഇവളെ വീട്ടിലെത്തിക്കണം. എങ്ങനെയെങ്കിലും... പ്ലീസ്. അല്പംകൂടിയെ ഉള്ളൂ. എങ്ങനെയെങ്കിലും മുന്നോട്ട് കൊണ്ടുപോകണം. പ്ലീസ്. അതുകൊണ്ട് വണ്ടിക്ക് എന്തുവന്നാലും ഞാൻ ശരിയാക്കിത്തരാം. അതിനുള്ള നഷ്ടപരിഹാരം ഞാൻ തരാം. പോരെ."

എന്റെ യാചന കണ്ടാവണം അയാൾ വണ്ടി മുന്നോട്ട് എടുത്തു. പക്ഷേ, വളരെ പതുക്കെയായിരുന്നു. എന്നാലും പോകുന്നുണ്ടല്ലോ എന്ന സമാധാനമായിരുന്നു ഞങ്ങൾക്ക്.

സമയം 10.30

കാര്യങ്ങൾ കൂടുതൽ വഷളാകുന്നു. എന്താ ചെയ്യേണ്ടത് എന്നതിനെ കുറിച്ച് ഒരു രൂപവുമില്ല.

ആ മഹാതടാകത്തിൽ ഞങ്ങളുടെ ടാക്സിയും മുങ്ങിത്തുടങ്ങിയിരിക്കുന്നു. പതിയെ സൂക്ഷിച്ച് ഞങ്ങളുടെ ഡ്രൈവർ കൊണ്ടുപോകുമ്പോഴാണ് അശനിപാതംപോലെ ഒരു വലിയ ലോറി ഞങ്ങളെ പാസ്സ് ചെയ്ത് പോയത്. വെള്ളം അതിന്റെ ടയറിൽ തട്ടി ടർബനറിലെപോലെ കറങ്ങുന്നുണ്ടായിരുന്നു. ഞാനത് കുശിക്ക് കാണിച്ച് കൊടുക്കുന്നതിനിടയിൽ കാലുകൾ നനയുന്നത് ഞങ്ങളറിഞ്ഞു. ആദ്യം കാര്യമെന്തെന്ന് മനസ്സിലായില്ല.

"വാട്ട്..."

ലോറിയുടെ സുന്ദരമായ പോക്ക് ഞങ്ങൾക്കാണ് ശല്യമായിത്തീർന്നത്. റോഡിലെ ചളിവെള്ളം കാറിന്റെ ഉള്ളിലെത്തിയിരിക്കുന്നു. വെള്ളം... വെള്ളം... സർവത്ര വെള്ളം. കാറിന്റെ ഡോറിലൂടേയും വെള്ളം ഇരച്ച് കയറുന്നു. ഞങ്ങളുടെ കാലുകൾ വെള്ളത്തിലായിക്കഴിഞ്ഞിരിക്കുന്നു.

"ഷിറ്റ്... ഇത്രേം വെള്ളോ..." അവൾ ഒച്ചവെച്ചു.

ഞങ്ങൾ ഷൂ അഴിച്ച് വെള്ളത്തിലിട്ടു. കാലുകൾ പൊക്കി സീറ്റിലും വെച്ചു.

"ഇതാണ് പ്രശ്നം. അതാ ഞാൻ നേരത്തെതന്നെ പറഞ്ഞത്." ഡ്രൈവർ പറഞ്ഞു.

ആ സമയത്ത് ഞങ്ങൾ ഏകദേശം അവളുടെ വീടിന്റെ അരികിലെത്തിയിരുന്നു. സാധാരണ ദിവസമാണേൽ ഒരു പതിനഞ്ച് മിനുട്ടിന്റെ ദൂരം മാത്രമാണുണ്ടായിരുന്നത്. പക്ഷേ, ഇന്നത്തെ ഈ പേമാരികൊണ്ട് തന്നെ

എത്ര സമയം എടുക്കുമെന്ന് ഊഹിക്കാൻ പോലും പറ്റാത്ത അവസ്ഥ യായിരുന്നു.

പതിയെ ടാക്സിക്ക് പുറത്തെ കാഴ്ച കൂടുതൽ മോശമാകാൻ തുടങ്ങി. ഓരോ വണ്ടികളുടേയും എഞ്ചിനുകൾ ഓഫായിത്തുടങ്ങി. പലരും കാറുകളും മറ്റും എഞ്ചിൻ ഓഫാക്കി വെള്ളത്തിലൂടെ തള്ളിക്കൊണ്ടു പോകുന്നുണ്ട്. ആകെ പ്രശ്നം. പുറത്തിറങ്ങുന്നവർ പാന്റ് മുട്ടിന് മുകളി ലേക്ക് തെറുത്ത് കയറ്റിവെച്ചിരിക്കുന്നു. എങ്ങും ബഹളംതന്നെ. ആവശ്യ മുള്ളതിനും ഇല്ലാത്തതിനും. ചിലർ ഷർട്ട് വരെ അഴിച്ചുവെച്ചിട്ടുണ്ട്.

ഞങ്ങളുടെ ഡ്രൈവർ എഞ്ചിൻ ഓഫാക്കാതെ വളരെ ശ്രദ്ധിച്ച് വണ്ടി മുന്നോട്ട് എടുക്കുന്നുണ്ടായിരുന്നു. ചത്ത് കിടക്കുന്ന വണ്ടികളുടെ ഡ്രൈവർ മാരും മറ്റുള്ളവരും തർക്കിക്കുന്നുണ്ടായിരുന്നു. തെറി വിളിക്കുന്നുണ്ടായി രുന്നു.

ടാക്സിക്കുള്ളിലും ഞങ്ങളുടെ മനസ്സിലും പിന്നെയും ആധി പടരാൻ തുടങ്ങി. രണ്ട് മണിക്കൂറായി ഞങ്ങൾ ഇതിൽപെട്ടിട്ട്. ഇപ്പോഴും രക്ഷ പ്പെട്ടിട്ടുമില്ല. എപ്പോൾ രക്ഷപ്പെടാനാകുമെന്ന് പറയാനുമാകില്ല. അമ്മ ഏത് സമയത്തും വിളിക്കാം. ഇനിയെന്ത് മറുപടിയാ നൽകുക എന്ന് പോലും ആലോചിക്കാനാകുന്നില്ല. ഞാനവളെ നോക്കി. അവൾ കണ്ണടച്ച് കൈ കൂപ്പി ഇരിക്കുന്നു. പ്രാർത്ഥിക്കുകയാകും. അവൾ ശരിക്കും പേടിച്ചിട്ടുണ്ട്. ആ മനസ്സുരുകിയുള്ള പ്രാർത്ഥന കൊണ്ടാകും ഞങ്ങളുടെ വണ്ടി അപ്പഴും സാവധാനത്തിലാണേലും മുന്നോട്ട് തന്നെ പോയിക്കൊണ്ടിരുന്നത്.

അവളുടെ ഫോൺ റിംഗ് ചെയ്തു.

അമ്മ തന്നെയായിരുന്നു. അവരാകെ പേടിച്ചിരിക്കുന്നു. അവർ ഫരീദാ ബാദിലുള്ള കുശിയുടെ കസിനെ വിളിച്ച് ഐ എം സിൽ പോയി അന്വേ ഷിക്കാൻ പറഞ്ഞെന്നും അവൻ അവിടെ ചെന്ന് അന്വേഷിച്ചു. പക്ഷേ, അന്ന് അങ്ങനെയൊരു ക്ലാസ് അവിടെ ഉണ്ടായിട്ടില്ലെന്ന മറുപടിയാണ് അവിടെ നിന്ന് കിട്ടിയതെന്നും കുശി പോയത് അങ്ങോട്ടല്ലെന്നു മനസ്സി ലായിക്കഴിഞ്ഞെന്നും അവർ പറഞ്ഞതോടെ ഞങ്ങൾക്ക് സത്യം പറ യേണ്ടി വന്നു.

ഒരു ദീർഘനിശ്വാസം തന്നെ എടുത്ത് കുശി അമ്മയോട് പറഞ്ഞു.

“അമ്മേ... ഞാൻ ഐ എം സിലേക്കല്ല പോയത്. ഞാൻ രവീണിന്റെ ഒപ്പമാ... ഈവനിംഗ് മുതൽക്കുതന്നെ... സോറി മാ... ഞാൻ കള്ളം പറ ഞ്ഞതായിരുന്നു.”

ഞാൻ ധൈര്യം പകരാനായി അവളുടെ കൈക്ക് പിടിച്ചു. അമ്മ എന്താണ് പറയുക എന്നതിനെക്കുറിച്ച് ഞങ്ങൾക്ക് നല്ല പേടിയുണ്ടായിരുന്നു.

കാര്യം അറിഞ്ഞതോടെ, എന്റെ കൂടെയാണെന്ന് അറിഞ്ഞതോടെ അമ്മയ്ക്ക് കൂടുതൽ സമാധാനമാണ് ഉണ്ടായത് എന്ന് കുശി പറഞ്ഞ പ്പോൾ എനിക്ക് ആശ്വാസമായി.

ഒരുപക്ഷേ, അവർ കരുതിയിരിക്കാം അവൾക്കും അവർക്കും ഏറ്റവും വിശ്വസിക്കാൻ പറ്റുന്ന ഒരാൾക്കൊപ്പമാണ് അവളുള്ളത് എന്ന്. നഗരങ്ങൾ ഒരിക്കലും പെൺകുട്ടികൾക്ക് സുരക്ഷിതമല്ല, പ്രത്യേകിച്ചും രാത്രി കാലങ്ങളിൽ. കാട്ടുമൃഗങ്ങൾ വേട്ടയ്ക്ക് ഇറങ്ങുന്ന സമയമാണത്. എത്ര വിദ്യാസമ്പന്നരായാലും എക്കോണമി ഉള്ളവരായാലും മനുഷ്യൻ എന്നും മനുഷ്യൻ തന്നെയാണ്. ആണുങ്ങളെന്നും ആണുങ്ങളും പെണ്ണുങ്ങളെന്നും പെണ്ണുങ്ങളും.

"പക്ഷേ, അപ്പഴും ഞങ്ങൾ ഫോണിലൂടെ പറഞ്ഞ സത്യം പാതി മാത്രമായിരുന്നല്ലോ."

"എന്നിട്ട് ഇത്രേംനേരം എവിടെയായിരുന്നു നിങ്ങൾ?" അമ്മ ചോദിച്ചു.

നീറുവിനോട് പറഞ്ഞ അതേ മറുപടി അമ്മയോടും പറഞ്ഞു. "സിനിമയ്ക്ക്... അത് കഴിഞ്ഞ് പുറത്ത് ഇറങ്ങിയപ്പോ നല്ല മഴയാ. എല്ലായിടത്തും വെള്ളമാ. പോരാത്തതിന് ട്രാഫിക്ജാമും."

അമ്മയെ കൺവിൻസ് ചെയ്യിക്കുന്നതിനിടയിൽ അവൾ പതുക്കെ എന്റെ കാതിൽ മന്ത്രിച്ചു. "നമ്മൾ പോയത് മുന്നാഭായ് കാണാൻ കെ..."

എന്തൊക്കെയാ അവളിന്ന് കാണിച്ചത്. ആരും അറിയാത്ത ഒരു ഡൽഹി യാത്ര. അതിനെ സിനിമയാക്കാനും മറ്റും അവളുപെടുന്ന പാട്. എനിക്ക് വേണ്ടിയുള്ള അവളുടെ ഈ രക്ഷാശ്രമം ഒത്തിരി ഇഷ്ടായി. അവളുടെ ഫാമിലിയിൽനിന്ന് വരാവുന്ന പ്രശ്നങ്ങളെ ആദ്യമേ പ്രതിരോധിക്കാനുള്ള ശ്രമമാണ് അവൾ കാണിക്കുന്നത്. ഇവൾ എന്റെ ലൈഫിലേക്ക് വന്നത് എന്റെ ഭാഗ്യം തന്നെയാ.

കുമ്പസാരം കഴിഞ്ഞതോടെ എന്തോ ഞങ്ങൾക്ക് സമാധാനമായി. വലിയ ഒരു ഭാരം ഇറക്കിവെച്ചതുപോലെ.

അവളുടെ വീട് നിൽക്കുന്ന ഭാഗത്തേക്ക് വണ്ടി തിരിഞ്ഞതോടെ ഒരു കുഴിയിൽ വീണു. ഞങ്ങളെല്ലാവരും ഇടത്തോട്ട് വേച്ച് പോയി. ഞങ്ങൾ സീറ്റിൽ മുറുക്കിപ്പിടിച്ചു. വെള്ളം കുതിച്ച് കയറാൻ തുടങ്ങി. കാൽ മുങ്ങുവോളം വെള്ളമുണ്ട് ഇപ്പോൾ കാറിന്റെ ഉള്ളിൽ തന്നെ. ഞങ്ങൾ നേരത്തെ അഴിച്ച് വെച്ച ഷൂ വെള്ളത്തിലൂടെ കാറിന്റെ ഉള്ളിൽ തന്നെ ഒഴുകി നടക്കുന്നുണ്ട്.

ഡ്രൈവർ എത്ര ആക്സിൽ കൊടുത്തിട്ടും വണ്ടി മുന്നോട്ട് നീങ്ങിയില്ല. മുന്നിലെ ടയർ ചളിക്കുണ്ടിൽ വീണതായിരിക്കും.

"സാഹെബ്, പുറത്ത് ഇറങ്ങി തള്ളേണ്ടിവരും. അല്ലാതെ രക്ഷപ്പെടുമെന്ന് തോന്നുന്നില്ല."

ഞാൻ പുറത്തേക്ക് ചളിക്കുണ്ടിലേക്ക് ചാടി. സ്വിമ്മിംഗ് പൂളിലേക്ക് ചാടുന്നത് പോലെ തന്നെ. ഏതായാലും സ്വിമ്മിംഗ്പൂളിലെ വെള്ളം ഇത്രയ്ക്ക് ബെസ്റ്റാകില്ല. അവിടെ ജീൻസും പാന്റും ഒന്നുമുണ്ടാകില്ലല്ലോ.

“ഹാവൂ...” തണുപ്പ് എന്റെ തലച്ചോറ് വരെ എത്തി. ഞാനാകെ വിറച്ചു. കാലിൽ ഒന്നുമിടാതെ ഞാനാ വെള്ളത്തിൽ നിന്നു. വെള്ളത്തിന്റെ ഒഴുക്കനുസരിച്ച് കാൽ എവിടെയൊക്കെയോ കല്ലിലും മറ്റും തട്ടുന്നുണ്ടായിരുന്നു. ഞാനൊന്ന് വിറച്ചു. ഒരു ഉൾഭയം. വെള്ളം മുട്ട് വരെ എത്തിയിരിക്കുന്നു. മുട്ടിന് മുകളിലേക്ക് പാന്റ് കയറ്റിവെച്ചിട്ടും കാര്യമില്ലായിരുന്നു. എന്തായാലും ആ കുത്തുന്ന തണുപ്പും സഹിച്ച് ഞാൻ ടാക്സി തള്ളി. ഡ്രൈവർ ആക്സിലും നന്നായി കൊടുക്കുന്നുണ്ടായിരുന്നു.

“ഷോണാ സൂക്ഷിച്ച്... നോക്ക് ട്ടോ...”

ഞാൻ കഴിവിന്റെ പരമാവധി ശ്രമിച്ചു. ഒരിഞ്ചുപോലും മുന്നോട്ട് നീങ്ങിയില്ല.

“സാഹെബ് ഒന്നൂകൂടെ ഒന്നുകൂടെ...” ഡ്രൈവർ ഉള്ളിലിരുന്ന് ഒച്ചവെക്കുന്നുണ്ടായിരുന്നു. അയാളുടെ ശബ്ദം ഞാൻ കേട്ടു. അപ്പോഴേക്കും എന്റെ ചിന്ത മറ്റൊരു ലോകത്ത് എത്തിക്കഴിഞ്ഞിരുന്നു.

ഇനി ആറ് മണിക്കൂറെ ഉള്ളൂ എന്റെ യാത്രയ്ക്ക്. ഇവളെ വീട്ടിലാക്കി തിരിച്ച് ഹോട്ടലിൽ എത്തി ഒന്ന് മയങ്ങണം. രാവിലെ നാലിന് എണീറ്റ് ഫ്രഷ് ആയി എയർപോർട്ടിലേക്ക് ഓടിയാൽ ഫ്ളൈറ്റ് കിട്ടും. അല്ലേൽ ഗോവിന്ദ...

പക്ഷേ, ഞാൻ എവിടെയാ ഇപ്പോൾ... എത്രയോ അകലെ ഏതോ അപരിചിതമായ മഴ വീണ് തടാകമായ ഒരു റോഡിൽ, നനഞ്ഞു കുതിർന്ന പാന്റ്സുമായി എന്റെ പെണ്ണിനെ സുരക്ഷിതമായി അവളുടെ വീട്ടിലെത്തിക്കാനായി, കാറ്റ് പോയ ഒരു ടാക്സി, ഞങ്ങളുടെ ടാക്സി, തള്ളുന്നു. സത്യം പറയാലോ എനിക്ക് ഒരു വിശ്വാസവുമില്ല സമയത്ത് എയർപോർട്ടിൽ എത്താൻ കഴിയുമെന്നതിന്. എന്റെ യു.എസ്. യാത്ര അത് നിർബന്ധമാണ്. അതുകൊണ്ട് തന്നെ സമയത്ത് എയർപോർട്ടിൽ എത്തിച്ചേരലും. അതിന് ഹോട്ടലിൽ എത്തണം. അതിന് മുമ്പ് ഇവളെ വീട്ടിലെത്തിക്കണം.

“സാഹേബ്... ഒന്നു കൂടെ ഊക്കിൽ തള്ളിനോക്കൂ.” ഡ്രൈവർ പിന്നെയും വിളിച്ച് പറഞ്ഞു.

ഞാൻ പിന്നെയും എന്റെ എല്ലാ ശക്തിയുംവെച്ച് ആഞ്ഞുതള്ളി. ഭാഗ്യം. അല്ലാതെന്ത് പറയാൻ. രക്ഷപ്പെട്ടു. വണ്ടി ആ ചെളിക്കുണ്ടിൽ നിന്ന് രക്ഷപ്പെട്ടിരിക്കുന്നു. ഞാൻ കുശിയെ നോക്കി. അവൾ പുറംതിരിഞ്ഞ് കാറിന്റെ ബേക്ക് ഗ്ലാസിലൂടെ എന്നെ തന്നെ നോക്കിനിൽക്കുകയായിരുന്നു. അവളിൽ നിന്ന് ഒരു ആശ്വാസനിശ്വാസം ഉയരുന്നത് ഞാൻ കണ്ടു.

പക്ഷേ, തൊട്ടടുത്ത നിമിഷം അതിലും വലുതായിരുന്നു ഞങ്ങൾക്കു മുന്നിൽ. രക്ഷപ്പെട്ടതിനേക്കാൾ വലിയ തടാകം. കഷ്ടകാലം എന്നല്ലാതെ എന്ത് പറയാൻ. അത് കണ്ടതോടെ ഇനിയും ഈ ചെറിയ വണ്ടിയിൽ പോയാൽ ലക്ഷ്യം കാണില്ലെന്ന് ഞങ്ങൾക്ക് മനസ്സിലായി. അതോടെ

ടാക്സി ഒഴിവാക്കി റിക്ഷയിൽ പോകാൻ തീരുമാനിച്ചു. റിക്ഷയുടെ ചക്രം വലുപ്പമുള്ളതുകൊണ്ടുതന്നെ ചെളിയിൽ നിന്ന് രക്ഷപ്പെടാനും എളുപ്പമാണ്. ആ സമയം അത് മാത്രമെ ഉപയോഗിക്കാനും കഴിയുമായിരുന്നുള്ളൂ.

ഞാൻ റിക്ഷയും തിരഞ്ഞ് ചെരിപ്പില്ലാതെ ആ ചളിയിലൂടെ നടന്നു. ഒരുപാട് അലഞ്ഞതിന് ശേഷമാണ് ഒന്ന് ഒത്തുകിട്ടിയത്. ആദ്യം അയാൾ പോരാൻ തയ്യാറായില്ല. സാധാരണ ചാർജിനേക്കാൾ പത്ത് ഇരട്ടി റൊക്കം കാശായി ആദ്യമേ നൽകിയപ്പോൾ മാത്രമാണ് അയാൾ സമ്മതം മൂളിയത്. എന്റെ ദുരിതം അവൻ മുതലാക്കി. അല്ലാതെന്ത് പറയാൻ.

ഞാൻ റിക്ഷയുമായി ടാക്സിക്ക് അരികിലേക്ക് വന്നു. എന്റെ കാൽവിരൽ മുറിഞ്ഞ് രക്തം കിനിയുന്നുണ്ട്. എവിടെനിന്ന് പറ്റിയതാണ് എന്നറിയില്ല. അതേക്കുറിച്ച് ഞാൻ ചിന്തിച്ചതേയില്ല. അതിലും വലുതല്ലേ മനസ്സിലെ ആധി. ഞാൻ ടാക്സിക്കാരന് എന്റെ നമ്പർ നല്കി. അവന്റേത് ഞാനും വാങ്ങി. ഞാനവളെ കൊണ്ടുചെന്നാക്കി പെട്ടെന്നുതന്നെ തിരിച്ച് വരാം. അതുവരെ കാത്തിരിക്കാൻ അവനോട് പറഞ്ഞു.

കുശി ടാക്സിയിൽ നിന്ന് റിക്ഷയിലേക്ക് കയറി. അവളാകെ മാനസികമായി തകർന്ന് കഴിഞ്ഞിരുന്നു. എന്താണ് അപ്പോൾ സംഭവിച്ചുകൊണ്ടിരിക്കുന്നത് എന്നതിനെക്കുറിച്ച് അവൾക്ക് യാതൊരു ബോധവുമില്ലായിരുന്നു. ആ അമ്പരപ്പിനിടയിൽ അവൾ നേരത്തെ അഴിച്ചുവെച്ച ചെരുപ്പ് എടുക്കാനും മറന്നു. അത് തിരഞ്ഞും കുറെ സമയം നഷ്ടപ്പെട്ടു.

ആ തെരുവിൽ അതിലും കൂടുതൽ വെള്ളമാണ് ഉണ്ടായിരുന്നത്. റിക്ഷയായത് കൊണ്ട് മാത്രം രക്ഷപ്പെട്ടു. കുണ്ടുകളും കുഴികളും കയറി ഇറങ്ങുമ്പോൾ വെള്ളം ഞങ്ങളുടെ കാലിൽ ഇടയ്ക്കിടെ വന്ന് തട്ടുന്നുണ്ടായിരുന്നു. അയാളുടെ തടിമിടുക്കുകൊണ്ട് ഏതായാലും അതിൽ നിന്നൊക്കെ ഞങ്ങൾ രക്ഷപ്പെട്ടു.

ഒരു അഞ്ചു മിനുട്ട് കൂടി...

അതുംകൂടി കഴിഞ്ഞാൽ സംഭവബഹുലമായ ഞങ്ങളുടെ ജീവിതത്തിലെ ഏറ്റവും സുന്ദരവും എന്നെന്നും ഓർക്കാനുള്ളതുമായ ഒരു രാത്രി അവസാനിക്കാൻ പോകുന്നു. അടുത്തടുത്തായി മുട്ടിയുരുമ്മി ഇരുന്ന യാത്ര. എത്രയോ കാലങ്ങളുടെ സ്വപ്നം. അല്പം കൂടി കഴിഞ്ഞാൽ പിന്നെ എന്നാണ് എന്റെ പൊന്നിനെ ഞാൻ കാണുക.

ആ ഒരു ചിന്ത. അത് മതിയായിരുന്നു എന്നെ പിന്നെയും വികാരഭരിതനായ ഒരു കാമുകനാക്കാൻ.

വെള്ളം നിറഞ്ഞ് നിൽക്കുന്ന ആ വഴിയിൽ ഞങ്ങളുടെ റിക്ഷയല്ലാതെ മറ്റൊന്നുമുണ്ടായിരുന്നില്ല. ആ കനത്ത ശാന്തതയിൽ റിക്ഷാചക്രത്തിന്റെയും വെള്ളത്തിന്റെയും സമരം വലിയ ശബ്ദം തന്നെയുണ്ടാക്കിയിരുന്നു. മഴ മേഘം മാറി ആകാശത്ത് അമ്പിളി പ്രത്യക്ഷപ്പെട്ടിരിക്കുന്നു.

അവൾ തല എന്റെ തോളിൽ ചായ്ച്ചു കിടന്നു. കൈ എന്റെ മടിയിലും. ഞാൻ ഒരു കൈ കൊണ്ട് അവളെ എന്നിലേക്ക് ചേർത്ത് പിടിച്ചു. മറ്റെ കൈകൊണ്ട് അവളുടെ ചെരുപ്പും.

എന്റെ കൈയിൽനിന്ന് ചെരുപ്പ് വാങ്ങിച്ച് അതിന്റെ ഡിക്കിൽ ഇട്ട് പറഞ്ഞു.

"നമ്മുടെ ലൗ സ്റ്റോറി അതൊരു സംഭവംതന്നെ ആയിപ്പോയി അല്ലേ..."

"ഹും..." ഞാനൊന്ന് പുഞ്ചിരിച്ചു.

"നമ്മൾ ആദ്യം ഷാദി.കോമിലെ പ്രപ്പോസൽ കണ്ടത്... ആദ്യമായി നമ്മൾ സംസാരിച്ചത്... നിരന്തര ചാറ്റിംഗ്... എല്ലാം അപ്രതീക്ഷിതം... എല്ലാം... അല്ലേ..."

"ഒരു പ്രാവശ്യംപോലും പരസ്പരം കാണാതെയാ നമ്മൾ പരിചയപ്പെട്ടതും ഇഷ്ടപ്പെട്ടതും പ്രണയിച്ചതും അല്ലേ..."

"ഒരുപാട് കാലത്തെ പ്രണയത്തിനുശേഷം ആദ്യമായി കണ്ടതും ഒരുമിച്ച് ഏതാനും മണിക്കൂറുകൾ ചിലവഴിച്ചതും..."

ടാക്സി... മഴ... ബ്ലോക്ക്... ഭയം... ആശങ്ക... ആധി... അവസാനം ഈ റിക്ഷയിൽ ഇങ്ങനെ ഒട്ടിയിരുന്നു. ഏത് കമിതാക്കൾക്കാ അതിന് ആഗ്രഹമില്ലാതിരിക്കുക.

അതെ, ഞങ്ങളുടെ പ്രണയം അത് പലതുകൊണ്ടും വ്യത്യസ്തമായിരുന്നു.

"കുശി... ഞാനൊരു കാര്യം പറയട്ടെ."

"ഉം..."

"യാദൃച്ഛികമായിട്ടാണേലും ഇതുപോലത്തെ ഒരു ദിവസം നീ ഉണ്ടാക്കിത്തന്നതിൽ ഹാപ്പിയാ. പറഞ്ഞറിയിക്കാനാവാത്ത ഹാപ്പി. എന്തുകൊണ്ടാണെന്നറിയോ നിനക്ക്... നമ്മുടെ മാരേജ് കഴിഞ്ഞാൽ പല ദിവസങ്ങളിലും നമ്മൾ ഇത് ഓർക്കും, ഉറപ്പായിട്ടും. സുരക്ഷിതമായി നിന്നെ വീട്ടിലെത്തിക്കാൻ കഴിഞ്ഞല്ലോ എന്നതിനുള്ള സന്തോഷമോ അതും പറഞ്ഞറിയിക്കാനാവാത്തതാ."

എന്റെ കൈപിടിച്ച് അതിൽ അമർത്തിയൊന്ന് ചുംബിച്ചു.

"ഇനി ഞാനൊന്ന് പറഞ്ഞോട്ടെ..." അവൾ ചോദിച്ചു.

'ഊം യാ..."

"നിന്നെ എനിക്ക് കിട്ടിയതാ എന്റെ ഏറ്റവും വലിയ ഭാഗ്യം. എന്നെ നീ സംരക്ഷിക്കണത് കാണുമ്പോ എനിക്കായി എന്തിനും തയ്യാറാകണത് കാണുമ്പോ എന്നോടുള്ള നിന്റെ സ്നേഹം കാണുമ്പോ... എനിക്കെന്തോ... ഇന്ന് നീ ചെയ്ത ഒരു കാര്യം അത് എനിക്ക് വല്ലാതെ ഇഷ്ടപ്പെട്ടു. നമ്മുടെ ഈ ബന്ധത്തിൽ നന്ദിവാക്കുകൾക്ക് സ്ഥാനമില്ലെന്ന് അറിയാം എന്നാലും അക്കാര്യത്തിന് എനിക്ക് പറയാതിരിക്കാനാവില്ല..." അവളൊന്ന് നിർത്തി പിന്നെ ചോദിച്ചു. "ഞാൻ പറയണോ അത് എന്താണെന്ന്."

"ഹും..."

"നീ റൂമിൽ വെച്ച് പറഞ്ഞില്ലേ എന്റെ കാതിൽ എനിക്കിഷ്ടമില്ലാത്ത ഒന്നും ചെയ്യില്ല, നമ്മുടെ മനസ്സാക്ഷിക്ക് എതിരായി ഒന്നും ചെയ്യില്ല എന്നൊക്കെ. അത് എനിക്ക് വളരെ ഇഷ്ടപ്പെട്ടു. നീ ആ പറഞ്ഞത് നിനക്ക് അത്ര വലിയ കാര്യമാകില്ല. പക്ഷേ എനിക്ക്, എനിക്കെന്നല്ല ഏത് പെണ്ണിനും ആ വാക്കുകൾ അത്രയ്ക്ക് വിലയുള്ളതാണ്. സ്വന്തം ഇഷ്ട ത്തേക്കാൾ ഒരു പെണ്ണിന്റെ ഇഷ്ടത്തിന് അതുപോലുള്ള സന്ദർഭങ്ങളിൽ മാറിക്കൊടുക്കുക എന്നത് വലിയ ഒരു കാര്യം തന്നെയാണ്. നീയത് അങ്ങനെതന്നെ എന്നോട് പറയേം ചെയ്തു. എനിക്കിഷ്ടമാ നിന്നെ... ഒരുപാട് ഒരുപാട്... നിന്റെ മനസ്സിന് മുമ്പിൽ ഞാൻ സാദരം നമിക്കുന്നു."

സന്തോഷംകൊണ്ടാകും അവളുടെ കണ്ണുകൾ നനഞ്ഞിരിക്കുന്നു.

എന്റെ അരികിലേക്ക് ഒന്നുകൂടെ ചാരിയിരുന്ന് അവൾ പറഞ്ഞു.

"ഷോണാ... എന്റെ പൊന്നെ ഐ ലവ് യു സോ സോ മച്ച്... എന്റെ എല്ലാ കാര്യങ്ങൾക്കും നല്ലതിനും ചീത്തയ്ക്കും നീയുണ്ടാകണം ഇതു പോലെ എന്നെന്നും എന്റെ കൂടെ..."

"ഞാനുണ്ടാകും ഉറപ്പായിട്ടും പേടിക്കണ്ട... അല്ലെങ്കിലും നിന്നെ വിട്ട് ഞാൻ എങ്ങോട്ട് പോകാനാ..."

ഞങ്ങളുടെ പ്രണയാർദ്രമായ യാത്ര അവളുടെ വീടിന്റെ മുന്നിലെത്തിയ തോടെ അവസാനിച്ചു. ആധി പിടിച്ച് നിൽക്കുന്ന അമ്മയെ കണ്ടു. നീറു വിനെയും. ഞങ്ങളെ കണ്ടതോടെ അവർക്ക് സമാധാനമായി. ദേഷ്യ ത്തോടെ അമ്മ തിരിഞ്ഞ് അകത്തേക്കു പോയി.

ഞങ്ങൾ റിക്ഷയിൽ നിന്നിറങ്ങി. റിക്ഷക്കാരനോട് അല്പം വെയ്റ്റ് ചെയ്യാൻ പറഞ്ഞു. വീടിന്റെ അകത്തേക്ക് കയറുംമുമ്പ് ഞാൻ നീറുവോട് ചോദിച്ചു. "അമ്മ ചൂടിലാണോ?"

"ഇതുവരെ ഭയങ്കര ടെൻഷനിലായിരുന്നു. അല്ലെങ്കിലും ദേഷ്യപ്പെടാ നുള്ളത് ഉണ്ടാക്കി വെച്ചിട്ടുണ്ടല്ലോ രണ്ടാളും കൂടി. ഏതായാലും നിങ്ങളു ള്ളത് കൊണ്ട് കൂടുതൽ ഒന്നും പറയാൻ സാധ്യതയില്ല." നീറു ചിരിച്ചോണ്ട് പറഞ്ഞു.

"കെ... നടക്ക്... ഞാൻ നോക്കിക്കൊള്ളാം. പിന്നെ... താങ്ക് യു സോ മച്ച്... ഈ ഒരു ദിവസത്തിനുവേണ്ടി നീ ഞങ്ങളെ ഒരുപാട് സഹായിച്ചു." നീറുവിനോട് കുശി.

ഞങ്ങൾ മൂന്നുപേരും അകത്തേക്കു നടന്നു. ഞാൻ തന്നെയായിരുന്നു മുന്നിൽ. അമ്മ സിറ്റിംഗ്റൂമിൽ ഇരിക്കുന്നുണ്ടായിരുന്നു. ചേറിൽ കുളിച്ച പാന്റ്സ് കാർപെറ്റ് ആകെ അഴുക്കാക്കുമെന്ന് ആലോചിക്കാതെ ഞാൻ അമ്മയുടെ അടുക്കലേക്ക് ചെന്നു. മക്കളുടെ കള്ളത്തരം കണ്ടുപിടിച്ച

ഏതൊരു അമ്മയേയുംപോലെ അവരും ഭയങ്കര ദേഷ്യത്തിലായിരുന്നു. ഒരു വാക്കും മിണ്ടാതെ ഞാനവരുടെ മുമ്പിൽ മുട്ടുകുത്തി നിന്നു

"അമ്മേ... ഇന്നത്തെ സംഭവത്തിൽ കുശി കുറ്റക്കാരിയല്ല. എല്ലാം എന്റെ പ്ലാൻ ആയിരുന്നു. അമ്മയ്ക്ക് എന്തു ശിക്ഷ വേണേലും എനിക്ക് വിധിക്കാം. എന്താണേലും ഞാൻ സ്വീകരിച്ചോളാം..." (എന്താണേലും പെട്ടെന്ന് വേണം. നേരം വൈകിയാ എന്റെ ഫ്ളൈറ്റ് മിസ് ആകും.)

വാതിൽക്കൽ നിന്ന് രണ്ട് തരികിടകളും എന്നെത്തന്നെ നോക്കി നിൽക്കുന്നുണ്ടായിരുന്നു. ഞാൻ ഈ കാണിക്കുന്നത് കണ്ട് അവർ എന്താകും ചിന്തിച്ചിട്ടുണ്ടാവുക എന്ന് എനിക്കറിയില്ല. അവർ എന്നെക്കുറിച്ച് എന്ത് കരുതിയാലും വേണ്ടില്ല, ഞാൻ പോയിക്കഴിഞ്ഞതിനു ശേഷം കുശിയോട് ഇതേ കുറിച്ച് അമ്മ ഒന്നും ചോദിക്കാൻ ഇടവരരുത്. അവളെ രക്ഷപ്പെടുത്താൻ ഞാൻ ഈ മാർഗ്ഗമേ കണ്ടുള്ളൂ.

അമ്മ എന്റെ തോളിൽ പിടിച്ച് ഉയർത്തി. എന്നിട്ട് മുഖത്തേക്ക് നോക്കി പറഞ്ഞു. "ഇതൊക്കെ ചെയ്തത് ഇവളോടുള്ള ഇഷ്ടക്കൂടുതൽ കൊണ്ടല്ലേ. പോട്ടേ... എന്തിനാ ഇതൊക്കെ ഏതാനും ദിവസം കഴിഞ്ഞാ അങ്ങോട്ട് തന്നെയല്ലേ അവൾ വര്ണത്. പിന്നെന്തിനാ.. പോകുമ്പോ പറഞ്ഞാ മതിയായിരുന്നു... ചോദിച്ചാ സമ്മതം തരുമായിരുന്നല്ലോ..." (പക്ഷേ, സത്യം മുന്നാഭായി അല്ല എന്നറിഞ്ഞാൽ എന്താകും സ്ഥിതി എന്ന് ഞാനോർത്തു.)

ഏതായാലും അത് ഞാൻ സോൾവ് ചെയ്തു. വാച്ചിൽ നോക്കുമ്പോൾ സമയം അർദ്ധരാത്രിയായിരിക്കുന്നു. എനിക്ക് ഇനി ഡൽഹിയിലേക്ക് തിരിച്ച് പോകണം. അതും ആ ചളിക്കുളം കഴിഞ്ഞ് ആ റോഡും കഴിഞ്ഞ് നനഞ്ഞൊട്ടി അതേ കാറിൽ. ഏതായാലും എല്ലാ പ്രശ്നങ്ങളും തീർന്നു. അഞ്ച് മണിക്കൂർ കൊണ്ട് എനിക്ക് ഇന്ദിരാഗാന്ധി എയർപോർട്ടിലെത്തണം.

എനിക്ക് മൂത്രമൊഴിക്കാൻ മുട്ടി. രണ്ട് മണിക്കൂർ വെള്ളത്തിലിരുന്നാൽ ആർക്കാ മൂത്രമൊഴിക്കാൻ മുട്ടാതിരിക്കുക. ബാത്റൂമിൽ കയറി ഫ്രഷ് ആയി പുറത്തിറങ്ങി.

കുറച്ചുകഴിഞ്ഞ് പോകാനിറങ്ങി. എല്ലാവരോടും യാത്ര പറഞ്ഞ് ഞാൻ തിരിഞ്ഞപ്പോൾ അവളെ ഒന്നുകൂടി നോക്കിപ്പോയി. ഈ ദിവസത്തിൽ ഒരുപാട് സമയം എന്നോടൊപ്പമുണ്ടായിരുന്ന പെണ്ണ്. ഇന്നുവരേയുള്ള ജീവിതത്തിൽ ഏറ്റവും സന്തോഷകരമായ ഒരു ദിവസം നൽകിയ പെണ്ണ്. ഞാൻ അവൾക്കാണ് കൈ വീശി കാണിക്കുന്നതും. തൊട്ടടുത്ത വളവിൽ റിക്ഷ തിരിയുന്നത് വരെ ഞാനവൾക്ക് കൈ വീശി കാണിച്ചു. വളവ് തിരിഞ്ഞ് റിക്ഷ മുന്നോട്ട് നീങ്ങിയതോടെ അവൾ എന്റെ കാഴ്ചയിൽ നിന്ന് മറഞ്ഞു.

ഏതാനും നിമിഷങ്ങൾക്കുള്ളിൽ ഞാൻ ടാക്സിയിൽ, റോഡിലെ വെള്ളം വാർന്ന് തുടങ്ങിയിരിക്കുന്നു. റോഡിലെ തിരക്ക് മാറിയിരിക്കുന്നു. ട്രാഫിക് ജാമും കഴിഞ്ഞിരിക്കുന്നു. തിരിച്ച് മടങ്ങുമ്പോൾ അതുകൊണ്ട്

കൂടുതൽ ബുദ്ധിമുട്ടുണ്ടായിരുന്നില്ല. അപ്പോഴും റോഡ് സൈഡിൽ വെള്ളം കയറി കേടായ വണ്ടികൾ കിടപ്പുണ്ടായിരുന്നു.

ഓരോ 15–20 മിനുട്ടിലും കുശി എന്നെ വിളിച്ചുകൊണ്ടിരുന്നു. കുഴപ്പങ്ങൾ ഒന്നുമില്ലല്ലോ എന്നറിയാൻ മാത്രം. അവൾ ഡ്രസ്സ് ചെയ്ഞ്ച് ചെയ്ത് നൈറ്റി മാറ്റി സോഫ്റ്റി ബെഡിൽ കിടക്കുകയാണെന്നവൾ പറഞ്ഞു. എന്റെ ഫോണിലെ ബാറ്ററി ചാർജ് കുറവായതിനാൽ ഞങ്ങൾക്ക് കൂടുതൽ സംസാരിക്കാനായില്ല.

ആഘോഷിക്കണം ഇന്നത്തെ ദിവസം ഇന്നത്തെ ജയം... എത്ര കാലം കഴിഞ്ഞാലും മറക്കാൻ കഴിയാത്ത അനുഭവങ്ങൾ... ഡ്രൈവറോട് റേഡിയോ വോള്യം കൂട്ടാൻ പറഞ്ഞു. മുൻസീറ്റിലിരുന്ന് രാത്രികാല സിറ്റിയുടെ സൗന്ദര്യം ഞാൻ ആസ്വദിച്ചു. നനഞ്ഞ കാൽ തൂക്കിയിട്ടു. കാലിലെ മുറിവ് ചെറിയ നീറ്റലുണ്ടാക്കിയെങ്കിലും പാട്ടിന് താളം വെച്ച് യാത്ര രസകരമാക്കാൻ തന്നെ ഞാൻ തീരുമാനിച്ചു. ഹെഡ്‌ലൈറ്റിന്റെ വെളിച്ചത്തിൽ റിയർ വ്യൂ മിററിൽ കാണുന്ന എന്റെ രൂപത്തെ ഞാൻ നോക്കി നിന്നു. ഇന്നുണ്ടായ എല്ലാ കാര്യങ്ങളും ഓർത്തോർത്ത് ഞാൻ ചിരിച്ചു ചിരിച്ച് പതിയെ കണ്ണടച്ചു.

"മമ്മാ... ഷീ..., ഷീ ഈസ് പെർഫെക്റ്റ്..."

എയർപോർട്ടിൽ ബ്രിട്ടീഷ് എയർവേസ് കൗണ്ടറിലേക്ക് പോകുമ്പോഴാണ് അമ്മ വിളിച്ചത്. നീണ്ട ക്യൂവിന്റെ ഇങ്ങേയറ്റത്തായിരുന്നു ഞാൻ. ഷോൾഡറിൽ ലാപ്പ്ടോപ്പും ഒരു കൈയിൽ ലഗേജുള്ള ട്രോളിയും മറ്റേ കൈയിൽ കാതിലേക്ക് ചേർത്തുപിടിച്ച് മമ്മയോട് സംസാരിക്കുന്ന ഫോണുമായിരുന്നു.

പുറത്ത് പ്രഭാതം പൊട്ടിവിടരുന്നതേ ഉണ്ടായിരുന്നുള്ളൂ. ഏതാനും സമയംകൂടി കഴിഞ്ഞാൽ സൂര്യൻ ഉദിക്കും. ഇന്നലത്തെ യാത്രാക്ഷീണം കൊണ്ടാകാം നല്ല ഉറക്കത്തിലായിരുന്നു. ഹോട്ടൽറൂമിലെ അസ്ഥിയെ മരവിപ്പിക്കുന്ന തണുപ്പ് എന്റെ ഉറക്കം മുഴുവൻ കളഞ്ഞിരുന്നു. എന്നെ വിളിച്ചുണർത്തിയതോ കുശിയും. എന്നെ വിളിക്കാൻ മാത്രമായി അവൾ നാല് മണിക്കേ എണീറ്റിരുന്നു.

എന്റെ വീട്ടിൽ എന്തായി കാര്യങ്ങൾ എന്നറിയാഞ്ഞിട്ട് ആകെ ടെൻഷനായിരുന്നു. പപ്പയ്ക്ക് അന്നത്തെ ഡെയ്‌ലി വായിക്കുന്നതിനേക്കാൾ എന്റെ കാര്യം എന്തായി എന്നറിയാനായിരുന്നു ആഗ്രഹം. അതോണ്ടായിരിക്കും മമ്മ വിളിച്ചപ്പോൾ ഫോൺ ലൗഡ് ആക്കാൻ പപ്പ പറഞ്ഞത്. കോഫിയും കഴിച്ച് അവർ സംഭവങ്ങൾ ചോദിക്കാൻ തുടങ്ങി. "അവളുടെ ഫാമിലി എങ്ങനെ? അവർ എന്ത് പറഞ്ഞു? വീട് എങ്ങനെയുണ്ട്?" അവസാനം വന്നു മമ്മയുടെ കിടിലൻ ചോദ്യം, ലഞ്ചിന് എന്തായിരുന്നു?

ദൈവമേ ലഞ്ച്...

'മമ്മാ... ഫാമിലി ബെസ്റ്റാ... അവളുടെ അമ്മയെ കണ്ടു. അവളുടെ ചേച്ചി അമി, അവരുടെ ഭർത്താവ് പുഷ്കറിനേയും അവളുടെ അനിയത്തി നീറുവിനേയും കണ്ടു. മമ്മാ... അവളുടെ അമ്മ നിങ്ങളെപ്പോലെതന്നെയാ. എനിക്ക് എല്ലാവരേയും ഇഷ്ടമായി. കുശി... അവൾ നല്ല കുട്ടിയാണ് അമ്മേ... ആൻഡ് അയാം വെരി ഹാപ്പി..."

അത് കേട്ടയുടൻ മമ്മ പറഞ്ഞു. "നിനക്ക് ഇഷ്ടമായെങ്കിൽ ഞങ്ങൾക്ക് ഏതായാലും ഇഷ്ടമാകും."

എന്റെ സംസാരം കേട്ടിട്ടാകും അമ്മയുടെ ചോദ്യങ്ങൾ തുരുതുരെ വന്നുകൊണ്ടിരുന്നു. എല്ലാത്തിനും മറുപടി പറഞ്ഞപ്പഴേക്കും ഏകദേശം അര മണിക്കൂറായി. അവസാനം ഞാൻ ഫോൺ വെച്ചു. അവർ എനിക്ക് മംഗളാശംസകൾ നേർന്നു.

കുറച്ച് കഴിഞ്ഞ് എനിക്കവളെ, കുശിയെ വിളിക്കാൻ തോന്നി. അവൾ ഇപ്പോ ഉറങ്ങി കാണും. ഞാൻ സുഖകരമായി ഹോട്ടൽ മുറിയിൽ കിടന്ന് ഉറങ്ങുമ്പോൾ അവൾ എനിക്ക് എണീക്കാനുള്ള സമയം നോക്കിയിരിക്കായിരുന്നു. എന്നെ ഉണർത്തി അവൾ ഉറങ്ങാൻ കിടന്നിട്ടുണ്ടാകും. അവൾ ക്ഷീണിച്ച് കിടക്കുകയാകും. എന്നിട്ടും എനിക്ക് വിളിക്കാൻ തോന്നി. കാരണം കുറച്ച് സമയം കൂടി കഴിഞ്ഞാൽ ഞാനീ രാജ്യം തന്നെ വിട്ട് പോകും. മണിക്കൂറുകൾ കഴിഞ്ഞാൽ മാത്രമെ ഒന്ന് മിണ്ടാൻപോലും കഴിയൂ.

ഒരു റിംഗ് മുഴുവൻ അടിച്ച് തീർന്നു. അവളുടെ ശബ്ദം കേട്ടില്ല. നിരാശയോടെ ഞാൻ ഫോൺ മടക്കി കീശയിലിട്ടു. പാസഞ്ചേർസ് ഒരു കൈയിൽ പാസ്പോർട്ടും മറ്റെ കൈയിൽ ട്രോളി തള്ളിയും വരുന്നുണ്ടായിരുന്നു. മറ്റു ചിലർ ഐ പാഡിൽ പാട്ട് കേൾക്കുന്നു. കൂട്ടത്തിൽ ഇന്ത്യക്കാരും വിദേശികളുമുണ്ട്. ഒരു വൈറ്റ് ബോയ് അച്ചടക്കത്തോടെ അവന്റെ പപ്പയുടെ കൈയും പിടിച്ച് നിൽക്കുന്നുണ്ട്. കുറച്ച് പിള്ളേർ അങ്ങോട്ടും ഇങ്ങോട്ടും ചാടി ഒച്ചപ്പാടുണ്ടാക്കുന്നുണ്ടായിരുന്നു. എല്ലാം ഇന്ത്യക്കാർ.

സ്കാനറിൽ നിന്ന് ലഗേജ് എടുക്കുമ്പോൾ എന്റെ ഫോൺ റിംഗ് ചെയ്തു. അത് കുശിയായിരുന്നു.

"ഉംംംംമ്മ....." പാതി ഉറക്കത്തിലായിത്തന്നെ അവളെന്നെ അമർത്തി ചുംബിച്ചു. ആ ശബ്ദത്തിന്റെ മധുരംകൊണ്ടാകും അവളുടെ അടുത്തിരുന്ന് പുലർച്ചെ ഒരേ ബെഡിൽനിന്ന് എഴുന്നേൽക്കുന്ന ഒരു തോന്നൽ എന്നിലുണ്ടായി.

തൊണ്ടയനക്കി അവൾ സംസാരിച്ചുതുടങ്ങി. ഞാൻ നിൽക്കുന്ന ക്യൂ മുന്നോട്ട് പോകുന്നുണ്ടായിരുന്നു, ഞങ്ങളുടെ സംസാരവും. ലഗേജ് ചെക്കിംഗിലും അവൾ എന്റെ കൂടെയുണ്ടായിരുന്നു. ഇമിഗ്രേഷൻ ഡെസ്കിലും അവളെന്റെ കൂടെത്തന്നെയുണ്ടായിരുന്നു. സെക്യൂരിറ്റി

ചെക്കിംഗിൽ ഉദ്യോഗസ്ഥർ ഞങ്ങളെ പിരിച്ചു. ചെക്ക്ഔട്ട് ചെയ്യുന്നതിനു മുമ്പേ അവർ ഫോൺ ഓഫാക്കാൻ നിർദ്ദേശിച്ചു.

ഫോൺ വെച്ചെങ്കിലും അവളുടെ ശബ്ദം എന്റെ കാതിൽ വന്ന് അല യ്ക്കുന്നുണ്ടായിരുന്നു. ചെക്കിംഗ് കഴിഞ്ഞതോടെ ഞാൻ പിന്നെയും അവൾക്ക് വിളിച്ചു. ഞങ്ങൾ സംസാരിച്ചുകൊണ്ടേയിരുന്നു. ഏകദേശം ഒന്നര മണിക്കൂറോളം. എത്ര സംസാരിച്ചിട്ടും ഞങ്ങൾക്ക് മതിയായില്ല. സംസാരം തന്നെ സംസാരം. അതിനിടയിൽ എനിക്കായി ഉയരുന്ന അനൗൺസ്മെന്റ് പോലും ഞാൻ കേട്ടില്ല. അനൗൺസ്മെന്റിലെ അവസാന വാചകം മാത്രം കേട്ടു.

“ന്യൂയോർക്കിലേക്ക് പോകാനിരിക്കുന്ന ഫ്ളൈറ്റ് നമ്പർ ബി എ 182-ലെ.. യാത്രക്കാരൻ ഗെയ്റ്റ് നമ്പർ 2-ൽ റിപ്പോർട്ട് ചെയ്യുക.”

ഇനി ഞാൻ പറയുന്നത് നിങ്ങൾ ഒരുപക്ഷേ വിശ്വസിച്ചേക്കില്ല. വിശ്വസി ക്കാൻ പ്രയാസമാണ് എങ്കിലും വിശ്വസിച്ചേ പറ്റൂ. കാതങ്ങൾക്കപ്പുറം മറ്റൊരു നാട്ടിൽ തന്റെ വീട്ടിലെ ബെഡിൽ കിടന്ന് ഇവിടെ എയർപോർ ട്ടിലെ മൈക്കിൽ വിളിച്ച് പറഞ്ഞ എന്റെ പേര് അവൾ കേട്ടു. സ്പീക്കർ എന്റെ തൊട്ടുമുകളിലായിരുന്നു. എന്നിട്ടും ഞാൻ കേട്ടില്ല.

‘‘ഷോണാ... അത് നിന്നെയാണല്ലോ വിളിക്കണത്...”

“ഏത്?”

“ആ അനൗൺസ്മെന്റ് നിനക്കുള്ളതാണല്ലോ... നിന്റെ പേരാ വിളിച്ച് പറയുന്നത്.”

“വൺ സെക്കന്റ്.”

ഞാൻ എന്റെ മുന്നിലിരിക്കുന്ന വെള്ളക്കാരനോട് ചോദിച്ചു. അയാ ളുടെ ടീ ഷർട്ടിൽ യു എസ് ഫ്ളാഗുണ്ടായിരുന്നു.

“ഈഫ് യു ഡോൺഡ് മൈൻഡ്. ആരെയാണ് ആ വിളിക്കുന്നത് എന്നു പറയാമോ...”

“ഹോ... ലാസ്റ്റ് കാൾ...”

“യാ... ലാസ്റ്റ് കാൾ.”

“ഫോർ വൺ രവീൺ... ടു ന്യൂയോർക്ക്... ഇവന്മാർക്കൊക്കെ എന്താ സമയത്ത് തന്നെ എത്തേണ്ടിടത്ത് എത്തിയാൽ...”

ദേഷ്യത്തോടെ ഞാനവന്റെ കണ്ണിലേക്കുതന്നെ നോക്കി. ഒന്നും പറ ഞ്ഞില്ല. കുറ്റം ഏതായാലും എന്റേതാണല്ലോ.

ഞാൻ എന്റെ ചുണ്ട് പതിയെ അയാളുടെ കാതിനരുകിൽ കൊണ്ടു വെച്ച് പറഞ്ഞു. “ഇറ്റ്സ് മി... അത് ഞാനാണ്... എനിവേ താങ്ക്സ്.. എന്നെ തന്നെയാണ് വിളിച്ചിരുന്നത് എന്ന് പറഞ്ഞുതന്നതിന് നന്ദി...”

ആ സമയം അവന്റെ മുഖമൊന്ന് കാണേണ്ടിയിരുന്നു. ആകെ വിളറി വെളുത്ത്. ഒരു നിമിഷത്തേക്ക് അവൻ ചിന്തിച്ച് കാണും സ്വന്തം നാട്ടിലല്ല

നില്ക്കുന്നത് എന്ന്. എന്തായാലും അവന് സോറി പറയാനാകും മുമ്പ് ഞാൻ അവിടെ നിന്ന് നമ്പർ 2 ഗെയ്റ്റിലേക്ക് ഓടിക്കഴിഞ്ഞിരുന്നു.

ഫോണിന്റെ അങ്ങേതലയ്ക്കൽ അപ്പോഴും കുശി എന്റെ മറുപടിക്കായി കാത്തുനിൽക്കുന്നുണ്ടായിരുന്നു. പക്ഷേ, അതിലും വലുതാണ് ഗെയ്റ്റിന് അപ്പുറത്ത് എന്നെ കാത്തിരുന്നത്.

"കുശി... ഞാനിപ്പോ വിളിക്കാം. ഐ ഗോട്ട് എ പ്രോബ്ലം." അതും പറഞ്ഞ് ഇനിയെന്ത് കുരിശാണെന്ന് കരുതി ഞാൻ ഫോൺ കട്ടാക്കി.

ഗെയ്റ്റിലുണ്ടായിരുന്ന സെക്യൂരിറ്റി എന്റെ ബോർഡിംഗ് പാസ് വാങ്ങി ഒരു മെഷീനിലിട്ടു. മോണിറ്ററിൽ വലിയ അക്ഷരമായി തന്നെ കാണിച്ചു. 'ഇൻവാലിഡ്..' ചെറിയ ഒരു ചിരിയോടെ അവളത് മടക്കിത്തരികയും ചെയ്തു. ഞാനവളുടെ മുഖത്തേക്കും പാസിലേക്കും മാറിമാറി നോക്കി. "വാട്ട് ഹാപ്പൻഡ്..." പെട്ടെന്ന് അവളത് വാങ്ങി കഷ്ണം കഷ്ണമായി കീറിക്കളഞ്ഞു. തൊട്ടടുത്തുണ്ടായിരുന്ന ചവറ്റുകൊട്ടയിലേക്ക് എറിഞ്ഞു.

ഞാനാകെ അമ്പരന്നു. എന്റെ ലഗേജിൽ എന്തെങ്കിലും മയക്ക്മരുന്നോ മറ്റോ ഉണ്ടോ? അതോ സ്വർണമോ രത്നങ്ങളോ ബോംബോ മറ്റോ ഉണ്ടോ? ദൈവമേ, ബോംബ് എന്താണെന്നുപോലും എനിക്കറിയില്ലല്ലോ.

എന്റെ മുഖത്തെ ആധി കണ്ടിട്ടാവും അവൾ പറഞ്ഞു. "കൺഗ്രാജുലേഷൻ സാർ, നിങ്ങളാണ് ഇന്നത്തെ ഞങ്ങളുടെ ഭാഗ്യയാത്രക്കാരൻ. നിങ്ങൾ ഇക്കോണമി ക്ലാസിലല്ല ഇന്ന് യാത്ര പോകുന്നത്. ഞങ്ങളുടെ ബിസിനസ്സ് ക്ലാസിലാണ്."

അവൾ ചെറിയ പുഞ്ചിരിയോടെ എനിക്ക് ബിസിനസ് ക്ലാസ് ബോർഡിംഗ് പാസ് നല്കുകയും ചെയ്തു. പാസുമായി ഞാൻ ഫ്ളൈറ്റിലേക്ക് നടന്നു. ഇക്കോണമി ക്ലാസുകാർ എന്റെ പിറകെയും.

അതൊരു അദ്ഭുതം തന്നെയായിരുന്നു.

ഞാൻ വിമാനത്തിനുള്ളിൽ എത്തി. അപ്പഴും കുശി എന്റെ കൂടെയുണ്ടായിരുന്നു. അവളോട് എനിക്ക് ലഭിച്ച മഹാഭാഗ്യത്തെക്കുറിച്ച് പറഞ്ഞു. അത് കേട്ടയുടൻ അവൾ പറഞ്ഞു.

"ഞാനല്ലേ നിന്റെ ലൈഫിലേക്ക് വന്നിരിക്കുന്നത്... അപ്പോ പിന്നെ എങ്ങനെയാ ഭാഗ്യമില്ലാണ്ടിരിക്കാ... ഇനി എന്നും നല്ലതേ വരൂ..."

ഞാനവളോട് സംസാരിച്ചിരിക്കുമ്പോൾ നേരത്തെ കണ്ട വെള്ളക്കാരൻ എന്നെ കടന്ന് പോയി. ഞാൻ അയാൾക്ക് കൈ വീശി കാണിച്ചു. അത് കാണാത്തപോലെ അയാൾ ഇക്കോണമി ക്ലാസിലേക്ക് നടന്നു. അവൻ എന്നെ കണ്ടിട്ടുണ്ട്. അത് ഉറപ്പാണ്.

ഏകദേശം അരമണിക്കൂർ കഴിഞ്ഞുകാണും വിമാനത്തിന്റെ ടേക്ക് ഓഫ് സമയമായിരിക്കുന്നു. എയർഹോസ്റ്റസ് എന്റെ മൊബൈൽ ഓഫാക്കാൻ പറഞ്ഞു. അവൾ നേരത്തെ രണ്ട് തവണ വന്ന് പറഞ്ഞിരുന്നു.

പക്ഷേ, അതാര് ശ്രദ്ധിക്കാൻ... ഞാൻ എന്റെ പ്രണയസല്ലാപത്തിലായിരുന്നല്ലോ...

വിമാനം റൺവേയിലേക്ക് നീങ്ങിയപ്പോൾ അവൾ വീണ്ടും ഓഫാക്കാൻ പറഞ്ഞു. തീർച്ചയായും അവൾ ചിന്തിച്ച് കാണും ആരാണാവോ ഇയാൾക്കൊക്കെ ഫസ്റ്റ് ക്ലാസ് ടിക്കറ്റ് നൽകിയതെന്ന്.

ഈസമയം ഞാനവളെ ആംഗ്യത്തിലൂടെ എന്റെ അരികിലേക്ക് വിളിച്ചുചോദിച്ചു. “നീ എപ്പഴെങ്കിലും ആരെയെങ്കിലും പ്രണയിച്ചിട്ടുണ്ടോ?”

“വാട്ട്?” അവൾ ഞെട്ടി രണ്ടടി പിന്നോട്ട് മാറി.

“അപ്പുറത്ത് എന്റെ പെണ്ണാ. ഏതാനും ദിവസം കഴിഞ്ഞാ ഞാൻ കല്യാണം കഴിക്കാൻ പോക്ണ പെണ്ണ്. ഈ സമയം കൂടി കഴിഞ്ഞാ ഞങ്ങൾ എന്നാ കാണാ എന്ന് പറയാൻ പറ്റില്ല. ഇവിടം വിടുന്നതിന് മുമ്പുള്ള അല്പ സമയം കൂടിയാണിത്. ഈ സമയം കൂടി അവൾ എന്റെ കൂടെ ഉണ്ടാകണമെന്നാണ് എന്റെ ആഗ്രഹം. ഒരു സുന്ദരിയായ എയർ ഹോസ്റ്റസ് നിന്നോട് സംസാരിക്കണ്ട എന്ന് പറയുന്നുണ്ട് എന്ന് ഞാനവളോട് പറയണോ.”

അവളൊന്ന് ചിരിച്ച് നടന്നകന്നു. ഏതാനും നിമിഷത്തിന് ശേഷം അവൾ ഒരു ഗ്ലാസ് ജ്യൂസും കുറച്ച് മിഠായിയുമായി വന്നു. ബ്ലാങ്കറ്റ് കൊണ്ട് എന്നെ കവർ ചെയ്തു. പ്രത്യേകിച്ച് എന്റെ മൊബൈൽ. ഹാൻഡ് ഫ്രീ സെറ്റ് ശരിയാക്കി തന്ന് അവൾ പതിയെ എന്റെ കാതിൽ മന്ത്രിച്ചു. “എഞ്ചോയ് ദിസ് മൊമന്റ്...”

അവൾ പറഞ്ഞതുപോലെ തന്നെ ഞങ്ങളാ നിമിഷം ശരിക്കും ആഘോഷിച്ചു. കണക്ഷൻ നഷ്ടമാകണതുവരെ കുശിയെനിക്ക് ചുടു ചുംബനം നൽകിക്കൊണ്ടിരുന്നു. ഞാനവൾക്ക് ബൈ പറഞ്ഞു.

വിമാനം ആകാശസീമയിലേക്ക് പറന്നുയർന്നു.

അകലെ...

ഷെൽട്ടൺ, കോണസ്യൂട്ട്...

ദിനം - 1

ഞാനിന്നും ഓർക്കുന്നുണ്ട്. അന്നൊരു ഞായറാഴ്ചയായിരുന്നു. വൈകുന്നേരം 7.30നാണ് ഞാൻ ഹോട്ടലിൽ എത്തിയത്. റിസപ്ഷനിൽ സംസാരിച്ച് റൂമിൽ നെറ്റ് ഉണ്ടെന്ന് ഉറപ്പ് വരുത്തി.

റൂം ഫസ്റ്റ് ഫ്ളോറിലായിരുന്നു. റൂം ബോയിയും എന്റെ കൂടെ വന്നു. ഞാനവന് ടിപ്പായി ഒരു ഡോളർ നൽകി. ലഗേജുകൾ വാതിൽക്കൽ തന്നെ ഇട്ടിട്ട് ഞാൻ ബെഡിലേക്ക് ഓടിച്ചെന്ന് ലാപ്പ്ടോപ്പ് തുറന്നു. ഓൺ ലൈനിൽ കയറി. യാഹൂ അക്കൗണ്ട് ഓപ്പൺ ചെയ്തു.

ഇന്ത്യയിൽ അപ്പോൾ പ്രഭാതമായി കാണും. അവൾ എന്നെ കാത്തിരിക്കുന്നുണ്ടാകും എന്ന് എനിക്കറിയാമായിരുന്നു.

യഥാർത്ഥത്തിൽ അവൾ കാത്തിരിക്കുക തന്നെയായിരുന്നു. ഈ സമയം ചാറ്റിംഗ് സമയമായിരിക്കുമെന്ന് ഞങ്ങൾ നേരത്തേ തീരുമാനിച്ചതായിരുന്നു. ഇതിലും നേരത്തേ എത്തുമെന്നാണ് കരുതിയിരുന്നത്. പക്ഷേ, എന്തോ ചില കാരണങ്ങൾകൊണ്ട് വൈകിപ്പോയി. ഡൽഹിയിൽ നിന്ന് ഹിത്രുവിലേക്ക് എട്ട് മണിക്കൂർ. മൂന്ന് മണിക്കൂർ അവിടെ വൈറ്റിംഗ്. ഹിത്രുവിൽ നിന്ന് ന്യൂയോർക്കിലേക്ക് എട്ട് മണിക്കൂർ. ന്യൂയോർക്കിൽ നിന്ന് ഷെൽട്ടണിലേക്ക് രണ്ട് മണിക്കൂർ. ഞാനാകെ ക്ഷീണിച്ചിരുന്നു.

പക്ഷേ, ഇരുപത്തിനാല് മണിക്കൂർ അവളോട് ഒന്ന് സംസാരിക്കാനാവാത്തതായിരുന്നു അതിലും വലിയ ക്ഷീണമായിട്ടുണ്ടായിരുന്നത്.

എന്നെ ലൈനിൽ കണ്ടതോടെ അവൾക്ക് സമാധാനമായി. ഒരു പ്രത്യേക തണുപ്പ് ഞങ്ങളുടെ ഉള്ളിലുണ്ടായി. എന്നെ കണ്ടതോടെ ഒരൊറ്റ സെക്കന്റിൽ തന്നെ അവൾ ഒത്തിരി മെസേജ് അയച്ചു.

“ഹല്ലോ... ഡാർലിംഗ്...

ഹൗ ആർ യു... എപ്പഴാ എത്തിയത്...

യാത്ര എങ്ങനെയുണ്ടായിരുന്നു... ഇപ്പോൾ എവിടെയാ...

ഡാർലിംഗ്... യൂ...

ബസ്...."

അതിനൊന്നും ഞാൻ മറുപടി നൽകിയില്ല. ഇത്ര മാത്രം ചോദിച്ചു... "എന്നെ മിസ് ചെയ്യുന്നുണ്ടോ നിനക്ക്...?"

"സോ... സോ... മച്ച്... ഡിയർ... നിനക്ക് എന്നെ മിസ് ചെയ്യുന്നുണ്ടോ?"

"ഹും... പറയാം. ഇപ്പോൾ സ്പീക്കർ എടുക്ക്. എനിക്ക് നിന്റെ സൗണ്ട് കേൾക്കണം... വോയ്സ് കാൾ റസീവ് ചെയ്യ്."

സ്പീക്കർ എടുത്ത് ഞങ്ങൾ സംസാരം തുടങ്ങി. എന്റെ യാത്രയെക്കുറിച്ച് ഞാൻ തല മുതൽ ഒടുവു വരെ പറഞ്ഞ് കൊടുത്തു. ഫ്ളൈറ്റ്, കാത്തിരിപ്പ്, മറ്റു യാത്രക്കാർ എല്ലാം. ആ യാത്രയ്ക്കിടയിലും അവളെ മിസ്സ് ചെയ്തത്. എല്ലാം. എന്നോട് സംസാരിക്കാനാകാതെ ബുദ്ധിമുട്ടിയതിനെക്കുറിച്ച് അവൾ എന്നോടും പറഞ്ഞു. വീട്ടുകാർക്കും മനസ്സിലായിക്കാണും അവൾക്ക് ഞാൻ എത്രമാത്രം വേണ്ടപ്പെട്ടവനാണെന്ന്.

ഒരു ദിവസം മുഴുവൻ സംസാരിക്കാനാകാതെ പെട്ടെന്ന് സംസാരം കേട്ടപ്പോ എനിക്കെന്തോ വല്ലാതെ മനസ്സിൽ കൊണ്ടു. മനസ്സ് നിറഞ്ഞ് നിറഞ്ഞ് പോകുന്നതുപോലൊരു തോന്നൽ. കഴിഞ്ഞ ആറ് മാസക്കാലം പോലും ഇങ്ങനെയൊരു സന്തോഷം തോന്നിയിട്ടില്ല. ഞങ്ങൾ ഒരുപാട് നേരം സംസാരിച്ചിരുന്നു. അവസാനം ഫരീദാബാദിലെ കറന്റ് പോയി. എന്നിട്ടും യു.പി.എസിലെ ചാർജ് തീരുന്നത് വരെ ഞങ്ങൾ സംസാരിച്ചു കൊണ്ടേയിരുന്നു.

ലൈൻ ഡിസ്കണക്റ്റായി. അപ്പോഴാണ് ഞാൻ എന്നെത്തന്നെ ശ്രദ്ധിക്കുന്നത്. കാലിലെ ഷൂ പോലും അഴിച്ചിട്ടില്ല. (കഴിഞ്ഞ ഒരു ദിവസം മുഴുവൻ എന്റെ കാലിലുണ്ടായിരുന്ന സാധനമാണിത്.) അപ്പോഴും ലഗേജുകൾ വാതിൽക്കൽ തന്നെയായിരുന്നു. അത് ഉള്ളിലേക്ക് കൊണ്ടു വരണം. അവളോട് സംസാരിക്കാനുള്ള ആവേശംകൊണ്ട് ഞാൻ എല്ലാം മറന്നിരുന്നു. എന്റെ പേഴ്സ് പോലും റിസപ്ഷനിൽ മറന്ന് വെച്ചിരുന്നു.

ദിനം 3

തിങ്കളാഴ്ച. അന്നാണ് എന്റെ ക്ലയന്റിന്റെ ഓഫിസിലെ ആദ്യദിനം. ഓഫീസിൽ എത്തിയ ഉടൻ എനിക്ക് മുമ്പായി ഇൻഫോസിസിൽ നിന്ന് ഇവിടെ എത്തിയ ആളുകളെ പരിചയപ്പെട്ടു. അവരിൽ പരിചിതരും അപരിചിതരും ഉണ്ടായിരുന്നു. നമ്മൾ ഇന്ത്യക്കാർക്ക് ഒരു സ്വഭാവമുണ്ട്. വിദേശത്ത് എത്തിക്കഴിഞ്ഞാൽ ആദ്യം ഇന്ത്യക്കാരെ പരിചയപ്പെടാൻ ശ്രമിക്കും. അഭിമാനത്തോടുകൂടിത്തന്നെ പറയട്ടെ ഞാനും അതുപോലൊരു ഇന്ത്യക്കാരൻ തന്നെയാണ്.

തൊട്ടടുത്ത് ഏതാനും മണിക്കൂറുകൾക്കുള്ളിൽ തന്നെ പ്രൊജക്ട് മാനേജർ എന്നെയും ക്ലയന്റിനേയും പരിചയപ്പെടുത്തി. അവരോട് സംസാരിച്ചിരിക്കുമ്പോഴും എന്റെ മനസ്സിൽ കഫ്തീരിയയിലേക്കും കോൺഫറൻസ് റൂമിലേക്കുമുള്ള വഴിയാണുണ്ടായിരുന്നത്. അല്പസമയം ഒറ്റയ്ക്കിരിക്കാൻ അല്ലാതെയെന്തിന്...

വളരെ പെട്ടെന്ന് തന്നെ ഞാൻ ജോലിയുമായും സ്ഥലവുമായും പൊരുത്തപ്പെട്ടു. എന്റെ പകലുകൾ ഓഫീസും ക്ലയന്റും മറ്റു കാര്യ ങ്ങളായും തിരക്ക് ഒഴിയാത്ത സമയങ്ങളായിരുന്നു. വൈകുന്നേരങ്ങൾ CATന് പഠിക്കുന്നു. ചില രാത്രികളിൽ സ്വയം ഡിന്നർ ഉണ്ടാക്കുകയും ചെയ്തു. പാകം ചെയ്യാൻ കാര്യമായിട്ടൊന്നും ഉണ്ടായിരുന്നില്ല. ഏതാ യാലും തണുത്തതൊക്കെയും ഞാൻ വെറുത്തിരുന്നു.

എന്ത് തിരക്കുണ്ടായിരുന്നെങ്കിലും അവൾ എന്റെ മനസ്സിലുണ്ടായി രുന്നു. ഞാനവളെ യു എസിലെ പകലുകളിൽ മിസ് ചെയ്യുമ്പോൾ അവ ളെന്നെ ഇന്ത്യൻ രാത്രികളിലും മിസ് ചെയ്യുന്നുണ്ടായിരുന്നു. അത് അത്ര സുഖകരമായില്ല ഞങ്ങൾക്ക് രണ്ട് പേർക്കും. ഇഷ്ടമുണ്ടാകുമ്പോൾ മിണ്ടാൻപോലും പറ്റാത്ത അവസ്ഥയിലായിരുന്നു ഞങ്ങൾ. ഒരു ദിവസ ത്തിൽ രണ്ട് പ്രാവശ്യം മാത്രമാണ് ഞങ്ങൾക്കൊന്ന് മിണ്ടാൻ കഴിഞ്ഞിരു ന്നത്. ഞാൻ പുലർച്ചെ ഉണർന്നയുടനേയും അവൾ ഉറങ്ങാൻ പോകുന്ന തിന്റെ തൊട്ട് മുമ്പായിട്ടും. ഞാൻ ഉറങ്ങാൻ കിടക്കുന്നതിന്റെ തൊട്ടുമുമ്പും അവൾ ഉണർന്നയുടനേയും.

ദിനം 7

എന്നത്തേയുംപോലെതന്നെ അന്നും ഞങ്ങൾ ചാറ്റിംഗിലായിരുന്നു. സംസാരിക്കുന്നതിനിടയിൽ അവൾ അവൾക്ക് മാത്രമായി പുതിയ വല്ല കാര്യവും ചെയ്യാൻ പറഞ്ഞു. അവൾ പറഞ്ഞു.

“ഷോണാ... എല്ലാ ദിവസവും ഉറങ്ങും മുമ്പ് എനിക്കായി ഒരു ഇ മെയിൽ അയക്കണം. എനിക്ക് നിന്നെ വല്ലാതെ മിസ് ചെയ്യുന്നുണ്ട് എന്ന് തോന്നുമ്പോൾ ഞാനത് എടുത്ത് വായിച്ചോളാം...”

“ആ അത് നല്ലതുതന്നെയാ... നോക്കാം. പക്ഷേ, വല്ലാതെ ബിസിയാ കുന്ന ദിവസം അത് നടക്കുമോ എന്നറിയില്ല. ഓഫീസ്, കാറ്റ്, ചാറ്റിംഗ്, ഡിന്നർ അങ്ങനെ എന്തെല്ലാം... നിനക്കുതന്നെ അറിയാലോ... തിരക്ക് വന്നാ തിരക്ക് തന്നെയാ... ഏതായാലും നോക്കട്ടെ.”

അവൾക്കുവേണ്ടി എഴുതാൻ എനിക്ക് മടിയായിട്ടല്ല ഞാനങ്ങനെ അപ്പോൾ പറഞ്ഞത്. അവൾക്കായി ഡയറി തന്നെ ഞാൻ എഴുതിത്തുട ങ്ങിയിരുന്നു. അത് സർപ്രൈസായി അവൾക്ക് കൊടുക്കാനാണ് ഞാൻ കരുതിയിരുന്നത്. അന്നു മുതൽ അവൾക്ക് വേണ്ടി എഴുതുന്നതിൽ ഒരു ജീവനുള്ളതുപോലെ. കൈയ്യെഴുത്തായതുകൊണ്ടാകും. അതിന്റെ ആവശ്യകത ഒരു മെയിലിനും കിട്ടുമായിരുന്നില്ല. എന്റെ എല്ലാ വികാരവും

ഞാനതിലേക്ക് പകർത്തിയിരുന്നു. എന്റെ വിചാരങ്ങളും... എല്ലാം.. എല്ലാം.. അക്കാര്യം ഞാനവളോട് പറഞ്ഞിരുന്നില്ല. ഡയറിയിൽ എല്ലാ ദിവസവും എഴുതി... ഓരോ ദിവസത്തെ അനുഭവങ്ങളും ഓരോ ദിവസത്തെയും വികാരവിചാരങ്ങളും. ഓരോ ദിവസവും അവളെ ഞാൻ എങ്ങനെയാണ് മിസ് ചെയ്യുന്നത് എന്ന് എന്റെ എഴുത്തിലെ അക്ഷരങ്ങൾ പോലും പറഞ്ഞുതരുമായിരുന്നു. ഞാൻ എല്ലാം വിശദമായിത്തന്നെ എഴുതി. ആ ദിവസങ്ങളിൽ അവൾ എന്നോടൊപ്പമുണ്ടായിരുന്നെങ്കിൽ ഞാനെന്താണ് ചെയ്യുക എന്നത് പോലും ഞാൻ എഴുതി വെച്ചു. അവളെ ഓർത്തോർത്ത് ഓർമയിൽ തെളിഞ്ഞ രൂപം പകർത്തിയപ്പോൾ പൂർത്തിയാക്കാനാവാതെ പോയ ചിത്രവും കൂട്ടത്തിലുണ്ടായിരുന്നു. ഞാനൊരു ആർട്ടിസ്റ്റ് അല്ലെന്ന് എനിക്ക് തന്നെ വ്യക്തമായതോടെ ആ ഉദ്യമം പാതിവഴിക്ക് ഉപേക്ഷിച്ചു.

ദിനം 12

അന്നൊരു വെള്ളിയാഴ്ചയായിരുന്നു. വെസ്റ്റേൺ കൺട്രികളിൽ വെള്ളിയാഴ്ച അടിച്ച് പൊളിക്കാനുള്ള ദിവസമാണ്. ഔദ്യോഗികമായി വർക്കിംഗ് ഡേ ആണെങ്കിലും ആരും അതിനെ അങ്ങനെ കാണാറേ ഇല്ല. പക്ഷേ, ഞങ്ങൾക്ക് ക്ലയന്റിന്റെ കാര്യങ്ങൾ നോക്കാനുള്ളതുകൊണ്ട് വെള്ളിയാഴച വൈകിട്ട് മാത്രമേ വീക്കെൻഡ് ഓഫ് ഡെ തുടങ്ങൂ.

സാധാരണ അമേരിക്കയിലുള്ളവർ ഈ ഒഴിവ് ശരിക്കും ആസ്വദിക്കുമായിരുന്നു. ഡിസ്കോ ക്ലബ്ബുകളിലും ബാറിലും പലയിടങ്ങളിലും തിന്നും കുടിച്ചും പാടിയും ആടിയും ഒന്നിച്ചും കൂട്ടായും...

ഇടയ്ക്ക് ഇന്ത്യൻ പടങ്ങൾ കളിക്കുന്ന തീയറ്ററുള്ള തൊട്ടടുത്ത നഗരങ്ങളിലേക്ക് വണ്ടിയോടിക്കും. ആ ദിവസങ്ങളിൽ മുന്നാഭായി യു.എസ്സിൽ തകർത്താടുന്ന ദിവസങ്ങളായിരുന്നു. അതിന്റെ പരസ്യം കാണുമ്പോഴെല്ലാം ആ രാത്രി എന്റെ ഓർമയിലേക്ക് കയറിവരുകയും ചെയ്തിരുന്നു.

വാരാന്ത്യങ്ങൾ എന്നും തമാശക്കാലമായിരുന്നു. ഈ ദിവസങ്ങളിൽ എന്തോ പ്രത്യേകതകൾ ഉള്ളതുപോലെ തോന്നി. കഴിഞ്ഞ പ്രാവശ്യം വന്നപ്പോൾ കമ്പനി കൂടിയിരുന്ന പലരും എന്തുപറ്റിയെന്നു ചോദിക്കാനും തുടങ്ങി.

നീ കഴിഞ്ഞ പ്രാവശ്യം വന്നപ്പോൾ വീശിയിരുന്നതാണല്ലോ. ഇപ്പോൾ എന്തു പറ്റിയെടെ....

അവരോട് സത്യാവസ്ഥ പറയണമെന്നു കരുതി. പക്ഷേ, പറഞ്ഞില്ല. കഴിഞ്ഞ തവണ (എന്റെ പ്രണയത്തിനു മുമ്പ്) അവർക്ക് ഞാൻ ഒരു ഉപദേശം കൊടുത്തിരുന്നു. ഏതെങ്കിലും പെണ്ണിനുവേണ്ടി പ്രണയത്തിന്റെ പേരിൽ നിങ്ങൾ ഒരിക്കലും സ്വന്തം ജീവിതശൈലി മാറ്ററുതെന്ന്. പിന്നെ

എനിക്ക് എങ്ങനെ പറയാനാകും ഞാൻ വീശൽ നിർത്തിയത്. അതും ഒരു പെണ്ണിന് കൊടുത്ത വാക്കാണെന്ന്. എന്തൊക്കെയോ പറഞ്ഞ് ഞാൻ അവരിൽ നിന്നും രക്ഷപ്പെട്ടു.

ദിനം 30

സമയം രാവിലെ ഒമ്പതായിക്കാണും. ഞാൻ എന്റെ ഓഫീസിലെത്തിയിരുന്നു. മെസൻജറിൽ സൈൻ ഇൻ ചെയ്തു. സാധാരണ പോലെ അന്നും ആ ദിവസത്തേക്കുള്ള വോയ്സ് മെസേജ് അയച്ചിട്ടുണ്ട്. അവളുടെ ഒരുപാട് വോയ്സ് മെസേജ് അല്ലെങ്കിലെ ഇൻ ബോക്സിൽ കിടക്കുന്നുണ്ട്. എല്ലാം ഒന്നാന്തരമായതുകൊണ്ടുതന്നെ ഒന്നും കളയാനും തോന്നിയില്ല. ഒന്നും ഡിലീറ്റ് ചെയ്യാത്തോണ്ട് ഇൻ ബോകസ് ഫുള്ളായിരുന്നു. ഉള്ളതിൽ നിന്ന് ഏതെങ്കിലും കളഞ്ഞാലേ പുതിയത് വായിക്കാൻ സാധിക്കൂ. ഏത് കളയുമെന്ന കാര്യത്തിൽ ഞാനാകെ വിഷമത്തിലായി. ഒന്നും കളയാൻ എനിക്ക് മനസ്സ് വന്നില്ല. എല്ലാം ബെസ്റ്റ്. അവളുടെ ശബ്ദമാണെങ്കിലോ അതും ബെസ്റ്റ്. കോൾഡുണ്ടായതുകൊണ്ട് ഒരു ദിവസം എനിക്ക് ഓൺ ലൈനിൽ വരാൻ കഴിയാതിരുന്നതും അതിന്റെ പേരിൽ എന്നെ ശകാരിക്കുന്നതും രോഗമായിരുന്നു എന്നറിഞ്ഞപ്പോൾ കരഞ്ഞതുമൊക്കെയുള്ള റെക്കോർഡും അതിലുണ്ടായിരുന്നു.

അന്ന് ഓഫീസിലിരുന്ന് ഇന്ത്യയിലെ പ്രൊജക്ട് ടീമുമായി ഒരു ഫോറിൻ കാളിലായിരുന്നു ഞാൻ. ആ സമയത്ത് അവൾ ഓൺലൈനിൽ വന്നു.

“എനിക്ക് ചിലത് നിനക്ക് കാണിച്ചുതരാനുണ്ട്...” അവൾ മെസേജ് ചെയ്തു.

സ്പീക്കർ ഫോണിൽ മ്യൂട്ട് ബട്ടൺ ഞെക്കി ഞാനവളോട് പറഞ്ഞു. “ഞാനിപ്പോ തിരക്കിലാ... ഒന്ന് വെയ്റ്റ് ചെയ്യ്ട്ടോ...”

ആ കാൾ കഴിഞ്ഞപ്പോഴേക്ക് എന്നെ പ്രൊജക്ട് മാനേജർ കോൺഫറൻസ് ഹാളിലേക്ക് ഒരു മീറ്റിംഗിന് വിളിച്ചുകൊണ്ടുപോയി. അത് കഴിഞ്ഞപ്പോഴേക്കും അടുത്ത മീറ്റിംഗ് അത് കഴിഞ്ഞ് അടുത്തത്. അന്ന് മീറ്റിംഗുകളുടെ ദിവസമായിരുന്നു. ചില ദിവസങ്ങൾ അങ്ങനെയായിരുന്നു. നിന്ന് തിരിയാൻ പോലും സമയം കാണില്ല. ഇന്ന് അങ്ങനെയുള്ള ഒരു ദിവസമായിരുന്നു. എന്റെ ക്ലയന്റ്സിനൊപ്പം ലഞ്ചിനായി ഉച്ചക്ക് പന്ത്രണ്ട് മണിക്ക് ഞാൻ കഫ്തീരിയയിലേക്ക് പോയി. അവൾ എന്നെ കാത്തിരിക്കുന്ന കാര്യം അപ്പോഴാണ് ഞാൻ ഓർത്തത്.

ഞാൻ എന്റെ കാബിനിലേക്ക് ഓടി. ലാപ് ചെക്ക് ചെയ്തു. അവൾ ഒത്തിരി മെസേജ് അയച്ചിട്ടുണ്ട്. അവസാനത്തേത്... “എപ്പഴാ മുത്തേ നീ വരവാ... എനിക്ക് ചിലത് നിന്നെ കാണിക്കാനുണ്ട്.” ഞാൻ അത് അയച്ച സമയം നോക്കി. അയച്ചിട്ട് ഒരു മണിക്കൂറായിരിക്കുന്നു. മണിക്കൂറുകളോളം അവളെ കാത്തിരിക്കാൻ ഇടയാക്കിയതിൽ എനിക്കാകെ സങ്കടമായി.

രാത്രി ഷിഫ്റ്റ് കഴിഞ്ഞ് പതിനൊന്നു മണിക്കാകും വീട്ടിലെത്തിയിട്ടുണ്ടാകുക. എന്നിട്ടും എനിക്കായി ഇത്രയുംനേരം കാത്തിരുന്നിരിക്കുന്നു. അതും മൂന്നു മണിക്കൂറോളം. അവളാകെ ക്ഷീണിച്ചിട്ടുണ്ടാകും. ഇപ്പോൾ ഉറങ്ങിക്കാണും. എന്താണാവോ അവൾ എന്നെ കാണിക്കാനായി അത്രയ്ക്ക് ആശിച്ചിരുന്നത്. ആൾ ഓഫ്‌ലൈൻ ആയോ... മെസൻജറിലെ സ്റ്റാറ്റസ് ഡിം ആയിക്കഴിഞ്ഞിരുന്നു.

ഞാനെന്റെ പേഴ്സിൽ നിന്ന് കാളിംഗ് കാർഡ് എടുത്ത് അവളുടെ നമ്പർ ഡയൽ ചെയ്തു. ഒരു മുഴുനീളെ റിംഗ് ചെയ്തെങ്കിലും ഒരു റെസ്പോൺസുമുണ്ടായില്ല. ഞാൻ ഒന്ന് കൂടി അടിച്ച് നോക്കി. അപ്പഴേക്ക് എന്റെ ലാപ്പിൽ മെസേജ് വന്നു. 'ഇത് നീയാണോ.. ഓൺ ലൈനിൽ.'

ഞാൻ പെട്ടെന്ന് ടൈപ്പ് ചെയ്തു. "യെസ് ഡിയർ."

"എവിടാരുന്നു ഇത്രേം നേരം നീ..."

"ഹും... സോ...., സോ.. സോ... സോറി... സോറി ഡിയർ... അയാം ബാഡ്... ഒരുപാട് കാത്തിരിപ്പിച്ചു. സത്യത്തിൽ രാവിലെ മുതൽ ഓടി നടക്കായിരുന്നു. ഒന്നിൽ നിന്ന് മറ്റൊന്നിലേക്കായി... തിരക്കിനിടയിൽ നീ എന്നെ കാത്തിരിക്കുന്ന വിവരംപോലും ഞാൻ മറന്നുപോയി. സോറി... ഇപ്പോഴും സംസാരിക്കാൻ കൂടുതൽ സമയം കിട്ടുകയുമില്ല."

"എനിക്കറിയാം. എനിക്ക് മനസ്സിലാക്കാനാകുന്നുണ്ട്." അവൾ എന്നോട് ദേഷ്യപ്പെട്ടില്ല.

'എനിക്കറിയാം നിനക്ക് എന്നെ മനസ്സിലാക്കാനാകുമെന്ന്. എന്നാലും എനിക്കെന്തോ കാണിക്കാനുണ്ടെന്ന് പറഞ്ഞിട്ട്... എന്താണത്? ഇപ്പോ കാണിച്ചു തരാൻ പറ്റോ നിനക്ക്..." ഞാൻ ചോദിച്ചു.

"യെസ്... ഇപ്പോ തന്നെ.. ഞാനിതാ സെന്റ് ചെയ്യുന്നു. നിന്റെ മെയിലിലെ ഇൻബോക്സ് നോക്ക്."

ഞാൻ ഇൻബോക്സ് റീഫ്രഷ് ചെയ്തു. അതിൽ ഒരു പുതിയ മെയിൽ വന്നിരിക്കുന്നു. രണ്ടാമത്തതും എത്തി. 3,4,5,6,7,8,9. തുടരെ 9 മെയിൽ.

ഒമ്പത് ഫോട്ടോസ്... അതും എന്റെ സുന്ദരിയുടെ. എന്റെ കുശിയുടെ.

ആ ഫോട്ടോസിലെ അവളുടെ ഭംഗി കണ്ട് ഞാൻ തരിച്ചിരുന്നു. ഞാൻ അതിലേക്ക് തന്നെ നോക്കിനിന്നു ഒരുപാട് നേരം. അവളുടെ ഫോട്ടോസിൽ ഞാൻ കണ്ടതിൽ വെച്ച് ഏറ്റവും നല്ലവയായിരുന്നു അത്. അത് കണ്ടതോടെ എന്നെ മനസ്സിൽ തിരയിളക്കമുണ്ടായി. മനസ്സ് നിറഞ്ഞ് ഒഴുകുന്ന അനുഭൂതി. രണ്ട് പ്രശ്നങ്ങളാണ് അവിടെ ഉണ്ടായത്. കണ്ടുകൊണ്ടിരിക്കുന്ന ഫോട്ടോസിൽ നിന്ന് കണ്ണെടുക്കാൻ കഴിയുന്നില്ല. അടുത്തത് കാണാനുള്ള ഉത്കടമായ ആഗ്രഹം.

അതൊരു സുന്ദരകാഴ്ച തന്നെയായിരുന്നു. ആ കാഴ്ച എന്റെ മനസ്സും ഹൃദയവും നിറഞ്ഞുനിന്നു. എന്റെ നെഞ്ചകം സന്തോഷംകൊണ്ട് തുള്ളി

ച്ചാടുകയായിരുന്നു. ഈ സുന്ദരി എന്റേതാണ്. എന്റേതുമാത്രം. നിങ്ങൾ സ്നേഹിക്കുന്ന പെണ്ണിന്റെ സൗന്ദര്യം തലയ്ക്ക് പിടിച്ച് കഴിഞ്ഞാൽ പിന്നെ എന്ത് പറയണമെന്ന് ഒരു ബോധവുമുണ്ടാകില്ല. ഇത് കാണിക്കാനാണ് അവൾ ഉറക്കമൊഴിവാക്കി എനിക്കായി കാത്തിരുന്നത്. അവസാനം ഞാൻ ടൈപ്പ് ചെയ്തു. 'എന്റെ സുന്ദരീ നീ ഈ ഫോട്ടോസിൽ ഒരു മാലാഖ തന്നെയാണ്ട്ടോ. താങ്ക് യൂ സോ മച്ച്. ഡിയർ.. ഇതൊരു സർപ്രൈസ് തന്നെയാ. എനിക്കായി നീ നൽകിയതിൽവെച്ച് ഏറ്റവും ബെസ്റ്റ്. ഒരുപാട് ഒരുപാട് സന്തോഷം തോന്നാ...'

തൊട്ടടുത്ത നിമിഷം അവളുടെ റിപ്ലേ വന്നത്. 'ഫോട്ടോയിൽ ഞാനെ ങ്ങനെയുണ്ട് കാണാൻ... ഭംഗിയുണ്ടോ ഞാൻ... എന്തെങ്കിലും പറയാൻ തോന്നുന്നുണ്ടോ.'

'ഒരുപാട് ഒരുപാട്... എന്താ പറയേണ്ടത് എന്ന് എനിക്കറിയില്ല. വാക്കു കൾ കിട്ടുന്നില്ല. എനിക്ക് എത്രമാത്രം സന്തോഷമുണ്ടെന്ന് പറഞ്ഞറിയി ക്കാൻ വയ്യ. ഞാനിപ്പോ...'

എനിക്ക് പൂർത്തിയാക്കാനാകും മുമ്പേ ആരോ വാതിലിൽ തട്ടി തുറന്നു. ഞാൻ തിരിഞ്ഞ് നോക്കി. ഞങ്ങളുടെ മാനേജരായിരുന്നു. ആരോടോ ഫോണിൽ സംസാരിക്കുന്നതിനിടയിൽ അടുത്ത മീറ്റിംഗിനായി ആംഗ്യ ത്തിലൂടെ എന്നെ വിളിച്ചു. അവൾക്ക് ബൈ പറയാനായി മാത്രം ഞാൻ അല്പസമയം ചോദിച്ചു.

ഞാനിപ്പോഴും അതിന്റെ സുന്ദര ഷോക്കിൽ തന്നെയാട്ടോ. ആ മെ സേജ് സെന്റ് ചെയ്ത് ഞാൻ തിരിഞ്ഞ് നടന്നു.

അന്ന് ഞാൻ ലഞ്ച് കഴിച്ചില്ല. ഞാൻ കണ്ടതുതന്നെ മതിയാകുമായി രുന്നു എനിക്ക് ലഞ്ചായിട്ട്.

അന്നു മുതൽ അതിലെ ഒരു ക്ലോസ് അപ്പ് ഫോട്ടോ എന്റെ ലാപ്ടോപ്പിന്റെ വാൾപേപ്പറായി മാറി.

ദിനം 45

ഞാൻ ഇന്ത്യയിലേക്കു തന്നെ വിമാനം കയറി.

മടക്കം

ഡൽഹി എയർപോർട്ടിൽ ഞാൻ ഇറങ്ങുമ്പോൾ സമയം രാത്രിയായി കഴിഞ്ഞിരുന്നു. എമിഗ്രേഷൻ കഴിഞ്ഞ് പുറത്ത് ഇറങ്ങിയപ്പോൾ ഞാൻ ഇന്ത്യൻ സിമ്മുള്ള ഫോൺ ഓണാക്കി. മറ്റാരേയും വിളിക്കുന്നതിന്റെ മുമ്പേ ഞാൻ മമ്മയെ വിളിച്ചു. ഞാൻ സുഖമായി തിരിച്ചെത്തിയ വിവരം അവരെ അറിയിച്ചു. രാത്രിയായിരുന്നെങ്കിലും ഉറങ്ങാതെ അവർ എന്റെ കാൾ കാത്തിരിക്കായിരുന്നു. അതുപോലൊരു സന്ദർഭത്തിൽ ഏത് അമ്മമാർക്കാണ് ഉറങ്ങാൻ കഴിയുക. കുറച്ച് നേരം സംസാരിച്ച് ഗുഡ്നൈറ്റ് പറഞ്ഞ് ഫോൺ വെച്ചു.

കൺവെയർ ബെൽറ്റിൽനിന്ന് ലഗേജ് എടുത്ത് പുറത്തേക്കു നടന്നു. എക്സിറ്റ് ഗെയ്റ്റിൽവെച്ച് ഫരീദാബാദിലേക്കുള്ള ടാക്സി പിടിച്ചു.

അവളുടെ അടുത്തേക്കല്ല ഞാൻ പോകുന്നത്. അവൾ എനിക്കായി ബുക്ക് ചെയ്ത ഹോട്ടലിലേക്കായിരുന്നു. കഴിഞ്ഞ ഡൽഹി-ഫരീദാബാദ് ഞങ്ങളെ ശരിക്കും പഠിപ്പിച്ചിരുന്നു. ആ തെറ്റ് ഇനി ആവർത്തിക്കാൻ രണ്ടു പേരും ഇഷ്ടപ്പെട്ടില്ല. ഫരീദാബാദിൽത്തന്നെ ബുക്ക് ചെയ്താൽ പിന്നെ ഒരു കുഴപ്പവും ഇല്ലല്ലോ...

ടാക്സിയിൽ കയറിയപ്പോഴേക്ക് എന്റെ മൊബൈലിൽ തുടരെ മെസേജ് വന്നു. എല്ലാം കുശി അയച്ചത്. ആദ്യത്തേത്... 'ഹോട്ടൽ ബുക്ക് ചെയ്തിട്ടുണ്ട്. ലാൻഡ് ചെയ്താൽ ഉടൻ വിളിക്കുക.'

അവളോട് സംസാരിക്കാൻ എനിക്ക് വല്ലാത്ത കൊതി തോന്നി. ഒരിക്കൽക്കൂടി, എന്റെ സ്വന്തം രാജ്യത്ത്, ഒരുപാട് കാലങ്ങൾക്കുശേഷം തന്റെ പ്രിയപ്പെട്ടവരുടെ അടുക്കലേക്ക് പോകുക എന്നത് പറഞ്ഞ് അറിയിക്കാനാവാത്ത ഒരു അനുഭൂതിയാണ്. അനുഭവിച്ച് അറിയേണ്ട ഒന്ന്. കടന്നുപോകുന്ന വഴിയിലുള്ള എല്ലാം നിങ്ങൾക്ക് സുന്ദരമായി തോന്നും. കാണുന്നതെന്തും നിങ്ങളുടെ ചുണ്ടിൽ പുഞ്ചിരിയുണ്ടാക്കും. അവരോട് അടുക്കുന്തോറും നിങ്ങളുടെ ആധിയും കൂടിക്കൊണ്ടിരിക്കും.

ഞാനവളെ വിളിച്ചു. എന്റെ പേര് അവളുടെ ഡിസ്പ്ലേയിൽ തെളിഞ്ഞപ്പോൾ അവൾ എന്താണ് ചെയ്ത് കൂട്ടിയത് എന്ന് പിന്നീട് എനിക്ക് പറഞ്ഞു

തന്നു. കണ്ട മാത്രയിൽ കൈത്തലം നെഞ്ചത്ത് വെച്ച് പ്രാർത്ഥിച്ചു. ചുണ്ടിൽ പുഞ്ചിരി തെളിഞ്ഞു. ദൈവത്തോട് നന്ദി പറഞ്ഞു. ശ്വാസമെടുത്ത് കണ്ണ് തുറന്ന് ഫോൺ അറ്റൻഡ് ചെയ്തു.

"ഹാ....യ്..."

"ഹലോ..." ഒരു കൊച്ചുകുഞ്ഞിനെപ്പോലെയുള്ള അവളുടെ ആ ഹായ് കേട്ടപ്പോൾ എനിക്കാകെ കുളിര് തോന്നി.

"ഇങ്ങ് തിരിച്ചെത്തിയല്ലോ. എനിക്ക് സന്തോഷായി..."

"ഹും... എനിക്കും. കൂൂൂൂയ്..."

ഞങ്ങൾ സ്വപ്നലോകത്ത് തന്നെയായിരുന്നു. ഒച്ചവെച്ച്, പൊട്ടിച്ചിരിച്ച്... പാട്ട് പാടി... രണ്ടാളും അത്രയ്ക്ക് സന്തോഷത്തിലായിരുന്നു.

സന്തോഷത്തോടെ അവൾ വീട്ടിലുള്ള എല്ലാവരേയും ഞാൻ തിരിച്ചെത്തിയ വിവരം അറിയിക്കുന്നത് ഞാൻ കേട്ടു. അവിടെയുണ്ടായിരുന്ന സ്ത്രീജനങ്ങൾ എല്ലാവരും എന്നോട് സംസാരിക്കേം ചെയ്തു.

ആർക്കും കൂടുതൽ സംസാരിക്കാൻ സമയം അവൾ നൽകിയില്ല. കുറച്ച് കഴിയുമ്പോഴേക്ക് അവളത് തട്ടിപ്പറിച്ച് വാങ്ങും.

"അച്ഛൻ ഉറങ്ങി. ഇനി നാളെ സംസാരിക്കാം." അവൾ പറഞ്ഞു.

ഞാൻ ഹോട്ടലിൽ എത്തുന്നത് വരെ ഞങ്ങൾ സംസാരിച്ചു. ഞങ്ങളെന്താ ചെയ്യുന്നത്. പറയുന്നത് എന്നുപോലും ഞങ്ങൾക്ക് ബോധമുണ്ടായിരുന്നില്ല. അവൾ പറഞ്ഞ് തരുന്നതുപോലെ തന്നെ ഞാൻ ഡ്രൈവർക്ക് ഹോട്ടലിലേക്കുള്ള വഴി പറഞ്ഞ് കൊടുക്കുന്നുണ്ടായിരുന്നു.

ആ രാത്രിയിൽ മഥുര റോഡിലുള്ള മാഗ്പി ഹോട്ടലിലേക്കാണ് അവൾ എന്നെ കൊണ്ടുപോയത്. അത്രയ്ക്ക് മുന്തിയ ഹോട്ടലല്ല അത്. പക്ഷേ, കല്യാണസീസണായതുകൊണ്ട് നല്ല ഹോട്ടലുകളൊക്കെയും നേരത്തെ ബുക്ക് ചെയ്ത് കഴിഞ്ഞിരിക്കാണ്. അതിലേറെ ആ ഹോട്ടൽ അവളുടെ വീടിന്റെ ഏകദേശം അടുത്തുമായിരുന്നു.

മാഗ്പിയിലേക്കുള്ള വഴിയിൽ പലപ്പഴും റേഞ്ച് നഷ്ടപ്പെടുന്നുണ്ടായിരുന്നു. ഞാൻ പിന്നെയും പിന്നെയും അവൾക്ക് ഡയൽ ചെയ്തു. ഒരു കാര്യം പറഞ്ഞ് വരുമ്പഴേക്ക് നെറ്റ്‌വർക്ക് ഒളിച്ച് കളിക്കാൻ തുടങ്ങും. അവസാനം ഞാൻ മെസേജ് അയച്ചു. 'ഹോട്ടൽ റൂമിലെത്തിയിട്ട് വിളിക്കാം.'

"നോ... റൂം തുറക്കുംമുമ്പ് വിളിക്കണം. മറക്കരുത്."

അരമണിക്കൂർ കഴിഞ്ഞ് റൂമിനരികിൽ ഞാൻ എത്തിയപ്പോൾ അവളെ വിളിച്ചു.

ഇരുട്ടിലാണ്ട റൂമിലേക്ക് കയറുമ്പോൾ ഞങ്ങൾ സംസാരത്തിലായിരുന്നു.

"കെ... ഇപ്പോ നിന്റെ വലതുഭാഗത്ത് ഒരു സ്വിച്ച് ബോർഡ് ഉണ്ടാകും. ആദ്യത്തെ സ്വിച്ച് അതാണ് ലൈറ്റിന്റേത്... ഓൺ ചെയ്തോളൂ."

എന്തിനാണ് അവൾ എനിക്ക് നിർദ്ദേശം നൽകുന്നത് എന്നത് ഞാൻ ആലോചിക്കാതിരുന്നില്ല. ഫോൺ ഡിസ്പ്ലേയിലെ ലൈറ്റ് നോക്കി ഞാൻ സ്വിച്ച് ഓൺ ചെയ്തു.

"ഹോ... മൈ... ഗോഡ്."

എന്റെ മുമ്പിൽ തെളിഞ്ഞ് വന്ന ആ ചിത്രം കണ്ട് ഞാൻ വാ പൊളിച്ചു. എന്റെ മുന്നിൽ രണ്ട് ബെഡ്. അതിൽ ഓരോന്നിലും നിറഞ്ഞ് നിൽക്കുന്ന റോസ് പൂക്കളുടെ ബൊക്ക. അതിൽ വലിയ അക്ഷരത്തിൽ എഴുതി വെച്ചിരിക്കുന്നു. 'വെൽക്കം ബാക്ക്.' 'ഐ മിസ്ഡ് യു സോ മച്ച്.'

കുഷ്യന് താഴെയായി ഒരു ടിഷ്യുപേപ്പർ ചുരുട്ടി വെച്ചിരിക്കുന്നു. അതിൽ എന്തോ എഴുതിയിട്ടുണ്ട്. അത്രയും ദൂരത്ത് നിന്ന് എനിക്കത് വായിക്കാൻ സാധിച്ചില്ല. എങ്കിലും അകലെനിന്ന് തന്നെ അതിലുള്ള ചുണ്ടിന്റെ രൂപത്തിലുള്ള മറൂൺ കളർ കണ്ടു. എനിക്കായി കാത്ത് വെച്ച പ്രണയത്തിന്റെ സിംപൽ..

ഞാൻ അടുത്തുചെന്ന് അത് വായിച്ചു. 'നീ അകലുന്നത് എനിക്ക് സഹിക്കാനാകില്ല. ഞാനതറിഞ്ഞു. 'ഐ ലവ് യു സോ മച്ച്.'

'ഐ ലവ് യു സോ മച്ച് ഡിയർ...' ഞാനത് വായിച്ച് എന്റെ മനസ്സിലും പറഞ്ഞു. അതിൽ എനിക്കായി അവൾ ബാക്കിവെച്ച ചുംബനം ഞാൻ എന്നിലേക്ക് ആവാഹിച്ചു. എന്റെ ചുണ്ടുകൾ അതിൽ മുത്തം നൽകി. അതിന്റെ ശബ്ദം അവൾ കേട്ടു. അവളത് കേൾക്കണമെന്നും എനിക്കു തോന്നി.

ആരോ വാതിലിൽ തട്ടി.

"യെസ്?"

ബെൽബോയ് "സർ...!"

"ഡിയർ വൺ സെക്കന്റ്, ആരോ വാതിൽക്കൽ വന്നിട്ടുണ്ട്. ഞാനൊന്ന് നോക്കട്ടെ."

"സർ വാട്ടർ ഫോർ യു.."

"കെ... അത് അവിടെ ടേബിളിൽ വെച്ചേക്ക്."

ബിസ്‌ലേരി വെള്ളത്തിന്റെ ഒരു ബോട്ടിലും ഗ്ലാസുമായി അവൻ അകത്തേക്ക് കയറി. അത് മേശയിൽ വെച്ചു. അതിനിടയിൽ ബെഡിലുണ്ടായിരുന്ന എല്ലാ സാധനങ്ങളെയും അവൻ കണ്ട് കഴിഞ്ഞിരുന്നു. ആ ടിഷ്യുപേപ്പറടക്കം. അതൊക്കെ കണ്ട് അവൻ ഉള്ളാലെ ചിരിച്ചു കാണും. തിരിഞ്ഞ് നടക്കുന്നതിനിടയിൽ മൂടി വെച്ച ഒരു ഗ്ലാസും വെള്ളക്കുപ്പിയും കണ്ടു.

"വെള്ളം നേരത്തെതന്നെ കൊണ്ടുവന്നിരുന്നു അല്ലേ സർ...?!"

"അത് ഞാൻ കൊണ്ടുവരാൻ പറഞ്ഞതല്ല. അത് കൊണ്ടുപോയ്ക്കോളൂ..."

ഞാനത് പറഞ്ഞതും എന്റെ ഫോണിന്റെ അങ്ങേ ഭാഗത്തുനിന്ന്

അവൾ ഒച്ചവെച്ചു. അവൾ അട്ടഹസിക്കുകയായിരുന്നു. "ഷോണാ... അയാളെ തടയ്... ആ ഗ്ലാസ് കൊണ്ടുപോകാൻ സമ്മതിക്കല്ലേ."

"റുകോ... നിൽക്കൂ..." ഞാൻ ആ റൂംബോയിക്ക് നേരെ തിരിഞ്ഞ് അട്ടഹസിച്ചു.

എന്റെ അട്ടഹാസം കേട്ടിട്ടാവാം അവനാകെ അമ്പരന്ന് തരിച്ച് നിന്നു. ഞാൻ എന്തോ ഭയാനകമായ വിപത്തിൽ നിന്ന് അവനെ രക്ഷപ്പെടുത്തിയതുപോലെയായിരുന്നു അവന്റെ മുഖഭാവം. ആശങ്കയോടെ അവൻ എന്നെ നോക്കി. അവൾ എന്തിനാണ് അവനെ തടയാൻ പറഞ്ഞത് എന്ന് എനിക്കും അറിയില്ലായിരുന്നു.

ഞാനവനോട് പറഞ്ഞു. "അത് അവിടെത്തന്നെ ഇരിക്കട്ടെ. ആവശ്യമെങ്കിൽ ഞാൻ വിളിക്കാം. ഇപ്പോ നീ പൊയ്ക്കോ."

അവൻ പോയ ഉടനെ ഞാൻ റൂം ഉള്ളിൽനിന്ന് സാക്ഷയിട്ടു. എന്നിട്ട് കാര്യമെന്താണെന്ന് അവളോട് ചോദിച്ചു.

"നീ അത് സ്വയം കണ്ടെത്തണം. അതാ അതിന്റെ രസം." അവൾ അപ്പോഴേക്കും ശാന്തയായിക്കഴിഞ്ഞിരുന്നു.

എന്താണവൾ ഉദ്ദേശിക്കുന്നത് എന്ന് ആലോചിച്ച് നിൽക്കുന്നതിനിടയിൽ അവൾ ചോദിച്ചു. "നിനക്ക് ദാഹിക്കുന്നുണ്ടോ."

"ഉണ്ട്. എന്താണാവോ." ഗ്ലാസ് മൂടിവെച്ചിരുന്നത് മാറ്റുന്നതിനിടയിൽ ഞാൻ പറഞ്ഞു.

"എന്നാ ആ ഗ്ലാസ് എടുത്ത് അതിലെ വെള്ളം കുടിച്ചോളൂ."

അതിലെ വെള്ളം കുടിച്ചുകൊണ്ടിരിക്കുമ്പോൾ ഞാൻ ആലോചിച്ചത് എനിക്കായി അവൾ ഒരുക്കിവെച്ച അദ്ഭുതങ്ങൾ ഇനിയും തീർന്നിട്ടില്ല.

"അത് ഞാൻ കുടിച്ച് വെച്ചതാണ്."

അതൊക്കെയും ആസ്വദിക്കുന്ന തിരക്കിലായിരുന്നു ഞാൻ. എന്റെ കൊച്ചു ഹൃദയം പിന്നെയും തുള്ളിച്ചാടാൻ തുടങ്ങി. അവളുടെ ലിപ്സ്റ്റിക്കിന്റെ പാടുകൾ ആ ഗ്ലാസിന്റെ വക്കിൽ പറ്റിപ്പിടിച്ചത് ഞാൻ കണ്ടു. 'എന്റെ മുത്ത് മോൾ."

'എന്റെ സുന്ദരീ... നീ ഒരു സംഭവം തന്നെയാ' എന്നും പറഞ്ഞ് അവളുടെ തിരുചുണ്ട് തട്ടിയിടത്തുതന്നെ തട്ടിച്ച് ഞാനും കുടിച്ചു. സംസാരം കൂടുതൽ പ്രണയാതുരമായി. ഞങ്ങൾ ഒരുപാട് സമയം സംസാരിച്ചിരുന്നു.

ഏകദേശം പുലർച്ചെ രണ്ടുമണിയായിക്കാണും സംസാരം നിർത്തുമ്പോൾ. ഫോൺ കട്ടാക്കിയതിന് ശേഷം ഞാനൊന്ന് കുളിച്ച് ഫ്രഷായി. ആ സമയത്തൊക്കെയും എന്റെ ചിന്ത കുശിയെക്കുറിച്ചായിരുന്നു. മുപ്പതുമണിക്കൂർ മുമ്പാ ഒന്ന് ഫ്രഷായത്. അതും യു എസിൽ വെച്ച്.

രാത്രി അത്യാവശ്യത്തിന് വൈകിയിരുന്നു. അല്ല പ്രഭാതമാകാറായിരിക്കുന്നു. എന്നിട്ടും ഞാൻ ആ സുന്ദരമായ മിനുമിനുത്ത ബെഡിൽ കിടന്ന് അവൾക്ക് ഒരു മെസേജ് അയച്ചു

നാല്പത്തിയഞ്ചു ദിവസം വളരെ പെട്ടെന്നുതന്നെ കഴിഞ്ഞുപോയി. പക്ഷേ, നിന്നെ കാണാനാകാതെ നിന്റെ തൊട്ടടുത്ത് നിൽക്കുന്ന ഈ മണിക്കൂറുകൾ എനിക്ക് പോയിക്കിട്ടുന്നില്ലല്ലോ... നിന്നെ കാണാൻ തോന്നാ ഇപ്പോൾത്തന്നെ... 'ഗുഡ് നൈറ്റ് ഏഞ്ചൽ.

ഭാഗ്യക്കേടെന്ന് പറയാം, രാവിലെ എനിക്ക് അത്രയ്ക്ക് സുഖം തോന്നിയില്ല. കാലാവസ്ഥ, എന്റെ നീണ്ട യാത്ര, ക്ഷീണം, രാത്രിയിലെ കുളി എല്ലാം കൂടി എനിക്ക് ജലദോഷം ഉണ്ടാക്കിത്തന്നു എന്ന് പറഞ്ഞാൽ മതിയല്ലോ. എനിക്ക് വിറയ്ക്കാൻ തുടങ്ങി. നല്ല തലവേദനയും തൊണ്ടവേദനയുമുണ്ട്. ചുരുക്കിപ്പറഞ്ഞാൽ ഞാനാകെ ആപ്പിലായി എന്നർത്ഥം.

ആ കണ്ടീഷനിൽ റോസാപൂക്കൾക്കിടയിൽ കിടന്ന് ഞാൻ അങ്ങോട്ടുമിങ്ങോട്ടും മറിയാൻ തുടങ്ങി. ഉറങ്ങാനും കഴിയുന്നില്ല. ഉറങ്ങാതിരിക്കാനുമാകുന്നില്ല. ഏതാനും സമയം കഴിഞ്ഞ് ഞാൻ കണ്ണുതുറന്ന് നോക്കി. മൊബൈൽ എടുത്ത് നോക്കി. അവളുടെ മെസേജുണ്ട്.

'ഡിയർ 11 മണിക്ക്..."

ഞാൻ എന്റെ വാച്ച് നോക്കി. സമയം 9.45.

"ഹോളി ഷിറ്റ്...' കുറച്ച് കഴിഞ്ഞ് വന്നാൽ മതി എന്ന് പറയാൻ ഞാൻ കരുതിയെങ്കിലും അത് വേണ്ടെന്ന് വെച്ചു. എന്റെ എല്ലാ ശക്തിയും സംഭരിച്ച് ഞാൻ തയ്യാറെടുപ്പുകൾ നടത്തി. ഒന്ന് കുളിച്ച് ഫ്രഷായി. എന്റെ എല്ലാ കാര്യങ്ങൾക്കും സ്പീഡ് കുറവുള്ളത് പോലെ തോന്നി. ആ സമയം എന്റെ മനസ്സിലുണ്ടായിരുന്നത് ഈ സമയത്തെങ്ങാനും അവൾ ഇങ്ങോട്ട് കയറി വന്നാൽ എന്റെ അസുഖമൊക്കെ മാറുമല്ലോ എന്നായിരുന്നു. ഏതായാലും ഏതാനും നിമിഷങ്ങൾക്കുള്ളിൽ എന്റെ സുന്ദരി ഇവിടെ എന്റെ ഹോട്ടൽ മുറിയിൽ എത്തും.

അവളോട് സംസാരിച്ചിരിക്കുമ്പോൾ പെട്ടെന്ന് തന്നെ അവസാനിപ്പിക്കാൻ ഞാൻ ശ്രമിച്ചത്.. കൂടുതൽ സംസാരിച്ചിരുന്നാൽ എന്റെ അസുഖത്തെക്കുറിച്ച് അവൾക്ക് വല്ല സൂചനയും ലഭിക്കും എന്ന ചിന്ത എന്നെ പേടിപ്പിച്ചിരുന്നു. അപ്പോഴും ഇടയ്ക്കിടെ ചുമയ്ക്കുകയും തുമ്മുകയും ചെയ്യുന്നുണ്ടായിരുന്നു. നല്ല തലവേദന. തലയ്ക്ക് ആരോ ഇരുമ്പ്ദണ്ഡ് കൊണ്ട് അടിക്കുന്നത് പോലെയുള്ള വേദനയുണ്ടായിരുന്നു. അല്ലെങ്കിലും മനുഷ്യൻ അബലനാണല്ലോ. ഒരു തലവേദന വന്നാൽ പോലും സഹിക്കാൻ സാധിക്കുകയില്ലല്ലോ. അപൂർവ്വമായിട്ട് മാത്രമേ എനിക്ക് തലവേദന വരാറുള്ളൂ. ഈ ദിവസം അങ്ങനെയൊരു രോഗദിനമായിരിക്കാം. എന്റെ ഭാഗ്യമോ അതോ ഭാഗ്യക്കേടോ..

അവൾ വരുന്നതുവരെ സ്വപ്നലോകത്തായിരുന്നു. പല ചിന്തകളും എന്റെ മനസ്സിലൂടെ കടന്നുപോയി.

"ഷിറ്റ്... ഇത്രേം ദിവസമുണ്ടായിട്ട് ഇന്നാണോ ഈ അസുഖത്തിന് വരാൻ കണ്ടത്. ജലദോഷം മൂത്ത് മൂക്ക് ചുവന്ന് തുടുത്ത് വിറയ്ക്കുന്നുണ്ടായിരുന്നെങ്കിലും അവളെ ഒന്ന് ചുംബിക്കാൻ എനിക്ക് കൊതിയുണ്ടായിരുന്നു. നാല്പത്തിയഞ്ച് ദിവസം കഴിഞ്ഞ് ഒന്ന് കാണാൻ പോകാ... എന്നിട്ടിപ്പോ ഈ ഒരു അസുഖം.

ഒരുപാട് ദിവസമായി ഇതിനായി കാത്തിരിക്കുന്നത്. എല്ലാം ഒത്ത് വന്നപ്പഴോ.... ഇന്ന് കഴിഞ്ഞാ ഇനി എന്നാ കാണുക എന്നുപോലും അറിയില്ല. ഇവിടെ എത്തിയ ഉടൻ തന്നെ ഒന്നങ്ങട് ചെയ്താലോ.. അതും കുഴപ്പമാണ്. അവൾ വീട്ടിലെത്തി എന്നെപ്പോലെ തന്നെ മൂക്ക് ചീറ്റുന്നതും മറ്റും കണ്ടാൽ ഞാനാണ് അവൾക്കത് നൽകിയത് എന്ന് അവർ ഉറപ്പിക്കും. എന്ത് ചെയ്യും?"

അവൾ ഹോട്ടൽ ലോബിയിലെത്തിയപ്പോൾ എന്നെ വിളിച്ചു.

അതോടെ എന്റെ കാട് കയറിയ ചിന്തകളെ മാറ്റി വെച്ച ഞാൻ അവളെ സ്വീകരിക്കാനായി റൂമിൽ നിന്ന് താഴോട്ട് ഓടി. അവളെ കണ്ട് ഞാൻ നിന്നു. അവൾ എന്റെ മുഖത്തേക്ക് തന്നെ നോക്കി നിന്നു. ഞാൻ അവളുടെ മുഖത്തേക്കും. നാല്പത്തിയഞ്ച് ദിവസത്തെ അകൽച്ച...

വൈറ്റ് ടോപ്പും നീല ഡെനിമുമായിരുന്നു അവളുടെ വേഷം. ചുണ്ടിൽ അല്പം ലിപ്സ്റ്റിക്, ചെറിയ ഭംഗിയുള്ള ഇയറിംഗ്. അഴിഞ്ഞ് കിടക്കുന്ന മുടി ഇളംകാറ്റിൽ ആലോലമിളകുന്നു.

എന്റെ സുന്ദരി... ഇതാ എന്റെ മുമ്പിൽ... എന്റെ മോഹിനി... മായാമോഹിനി.

അവളുടെ ചുണ്ടിൽ കാണുന്ന ആ ചെറുപുഞ്ചിരിയും മുഖത്ത് കാണുന്ന സന്തോഷവും. അതും എന്നെ കണ്ടതുകൊണ്ട് മാത്രം. എന്റെ ഉള്ളവും നിറഞ്ഞാടുകയായിരുന്നു. അവളെന്നെ നോക്കിയൊന്ന് പുഞ്ചിരി തൂകി. തിരിച്ച് ഞാനും.

"ഹായ്..." എന്നു പറഞ്ഞ് ഞാനവൾക്ക് ചെറിയ ഒരു ഹഗ് നൽകി. ആരെങ്കിലും കാണുമെന്ന് കരുതിയാണ് ഞാനത് ചെറുതാക്കിയത്. അവിടെ ആരെയും തന്നെ കണ്ടതുമില്ല. ചെറുതായിട്ട് ഒരു പതർച്ചയുണ്ടായിരുന്നു. എന്നെങ്കിലും നിങ്ങൾക്ക് ഇതുപോലത്തെ ഒരു അനുഭവമുണ്ടായാലേ ഞാൻ പറയുന്ന ഈ പതർച്ച മനസ്സിലാക്കൂ. എന്റെ ഹായ്-ൽ നിന്ന് തന്നെ അവൾക്ക് എല്ലാ കാര്യങ്ങളും മനസ്സിലായിക്കഴിഞ്ഞിരുന്നു.

"ജലദോഷമുണ്ടോ നിനക്ക്?" പുരികം ഉയർത്തി അവൾ ചോദിച്ചു.

"ഹും... ഹും...ചെറുതായി..."

"എന്നാലും... വല്ല മരുന്നും കഴിച്ചോ നീ..."

"ഇല്ല... അതൊന്നും വേണ്ട... വേണ്ടടാ... അതൊന്നും പ്രശ്നമില്ല. മാറിക്കോളും... കാലാവസ്ഥ പ്രശ്നമാ... അത് പോട്ടെ. നീ വാ... റൂമിലേക്ക് പോകാം. ഇങ്ങനെ ഇവിടെത്തന്നെ നിൽക്കാനാണോ തീരുമാനം."

അവളുടെ മുഖത്ത് അതുവരെ കണ്ടിരുന്ന ആധി ഒരു പുഞ്ചിരിയിലേക്ക് മാറി. അവളുടെ പരിഭ്രാന്തി അപ്പോഴും മാറിയിരുന്നില്ല.

ഞങ്ങൾ റൂമിലെത്തി. എന്റെ ജലദോഷം മാറാനായി അവൾ ഒരു ഗ്ലാസ് ചായ നിർദേശിച്ചു. ഞാൻ ഓകെ പറഞ്ഞു. അവൾ എനിക്ക് ചായയ്ക്കും അവൾക്ക് ഒരു സോഫ്റ്റ്ഡ്രിങ്കിനും പറഞ്ഞു. അവർ ആരും ചായ കുടിക്കാറില്ല എന്നറിയില്ലേ.

ഒരുപാട് കാലങ്ങൾക്ക് ശേഷമുണ്ടായ ആ കൂടിക്കാഴ്ച എനിക്ക് വല്ലാത്ത ജാഗ്രതാ മനോഭാവം നൽകി. ഇതുപോലുള്ള സന്ദർഭങ്ങളിൽ ഞാൻ കൂട്ടത്തിൽ നിന്ന് ഉൾവലിയാറാണ് പതിവ്. എന്റെ ഫീലിംഗ്സ് അത് വെറുതെ പറഞ്ഞാൽ മാത്രം മനസ്സിലാക്കാനാകില്ല. എനിക്ക് അവളുടെ അരികിൽ അവളെ കണ്ട് അവളെ സ്പർശിക്കാൻ സാധിക്കുന്നു. പക്ഷേ, ജലദോഷം കാരണം എനിക്ക് അവളുടെ ആ സുഗന്ധം മാത്രം ആസ്വദിക്കാനാവുന്നില്ല. ചായ എത്തി. അവൾക്ക് കൂൾ ഡ്രിങ്ക്സും. അത് കുടിച്ചപ്പോൾ ഒരു സുഖം തോന്നി. അവളോട് ഒന്ന് കൂടെ അടുക്കാൻ എനിക്കു തോന്നി.

ഞാൻ എന്റെ യു.എസ് കഥകൾ പറയുകയായിരുന്നു. എന്റെ തമാശകളും വിഡ്ഢിത്തരങ്ങളും മറ്റും കേട്ട് അവൾ പൊട്ടിച്ചിരിക്കാൻ തുടങ്ങി. ലാപ്ടോപ്പിൽ എന്റെ ഫോട്ടോസ് കണ്ടു. ഞങ്ങളത് ശരിക്കും ആഘോഷിക്കുകയായിരുന്നു. ആ വലിയ റൂമിൽ വലിയ ബെഡിൽ ഞങ്ങൾ തൊട്ടടുത്തായി താടിക്ക് കൈവെച്ച് കമിഴ്ന്ന് കിടക്കുകയായിരുന്നു. ഞങ്ങളുടെ കാലുകൾ വായുവിൽ ചിത്രം വരയ്ക്കുന്നുണ്ടായിരുന്നു. കണ്ണുകൾ ലാപ്ടോപ്പിലെ ചിത്രങ്ങളിലേക്കും. ഞാൻ ഷൂട്ട് ചെയ്ത മിനിമൂവി കാണുകയായിരുന്നു ഞങ്ങൾ. തൊട്ടടുത്തായി തന്നെ ആ റോസാപ്പൂക്കളും... ആ ടിഷ്യുപേപ്പർ കൂടി കണ്ടതോടെ അവളാകെ ലജ്ജാവിവശയായി. അതൊന്നും കാണാത്തപോലെ നടിക്കാൻ അവൾ ശ്രമിക്കുന്നുണ്ടായിരുന്നു.

എനിക്ക് അസുഖമുണ്ടായിരുന്നതുകൊണ്ട് ഫരീദാബാദിൽ ഷോപ്പിംഗിന് പോകാൻ സാധിക്കുമായിരുന്നില്ല. അവൾ അതിന് വേണ്ടിയാണ് എന്റെ അരികിലേക്ക് വന്നത് തന്നെ. ഏതായാലും ഞങ്ങൾ എങ്ങോട്ടും പോകാതെ ആ ഹോട്ടൽ മുറിയിലിരിക്കാൻ തന്നെ തീരുമാനിച്ചു.

സംസാരത്തിനിടയിൽ ഞങ്ങൾ സീരിയസായ പല കാര്യങ്ങളെക്കുറിച്ചും സംസാരിച്ചു. എപ്പോഴാണ് ഞങ്ങളുടെ പാരന്റ്സ് പരസ്പരം കാണുന്നത്. വിവാഹത്തിന് യോജിച്ച ദിവസം, കല്യാണശേഷം എവിടെയാ താമസിക്കേണ്ടത് എന്ന് തുടങ്ങി പലതും.

എവിടെയാ താമസിക്കേണ്ടത് എന്ന ചോദ്യത്തിന് അവൾ പെട്ടെന്നു തന്നെ ഉത്തരം പറഞ്ഞു. "അത് ഡൽഹിയിൽതന്നെ മതി."

"അപ്പോ എന്താ ഭുവനേശ്വറിലായാൽ..." ഞാൻ കുനുഷ്ടോടെ ചോദിച്ചു.

"എനിക്ക് എന്റെ അമ്മയെ പിരിഞ്ഞിരിക്കാനാവില്ല. അതോണ്ടാ..."

അവളുടെ നെറ്റിയിൽ ഒരു തട്ട് തട്ടി ഞാൻ പറഞ്ഞു. "പേടിക്കേണ്ട. നിന്റെ അമ്മയെ സ്ത്രീധനമായി നമുക്കൊപ്പം കൊണ്ടുപോകാം."

അത് കേട്ട് അവളും ഞാനും ചിരിച്ചു.

സംസാരിക്കുന്നതിനിടയിൽ ഞങ്ങളുടെ കുട്ടിക്കാലംവരെയുള്ളത് ഞങ്ങൾ സംസാരിച്ചു. കോളേജ്, ഫ്രണ്ട്സ്, സ്കൂൾ, കുടുംബം അങ്ങനെ ഒരുപാട് ഒരുപാട് കാര്യങ്ങൾ. സന്തോഷസന്താപങ്ങൾ, എന്നെന്നും ഓർമ്മയിൽ നിൽക്കുന്ന കാര്യങ്ങൾ. ഞങ്ങളുടെ മനസ്സിന്റെ ഉള്ളിൽ ആരോടും പറയാതെ അതീവരഹസ്യമായി കാത്തുസൂക്ഷിച്ചിരുന്ന കാര്യങ്ങൾപോലും ഞാൻ അവളോടും, അവൾ എന്നോടും പറഞ്ഞു. സങ്കടക്കടലായി മനസ്സിൽ ഒളിപ്പിച്ചിരുന്ന ചില കാര്യങ്ങൾ എന്നോട് പറയുമ്പോൾ അവൾ കരയുന്നുണ്ടായിരുന്നു. സ്നേഹം... അതൊരു അദ്ഭുതലോകം തന്നെയായിരുന്നു. ആരോടും പറയാതെ മനസ്സിൽ മാത്രമായി സൂക്ഷിച്ചുവെച്ച കാര്യങ്ങൾ ഇന്നലെ കണ്ട എന്നോടവൾ തുറന്ന് പറയുന്നു. യാതൊരു ഭയവുമില്ലാതെ. എന്നെ അവൾ വിശ്വസിക്കുന്നു. അവളെ അവൾ വിശ്വസിക്കുന്നതുപോലെ തന്നെ... സ്നേഹം... വിശ്വാസം... അതല്ലേ എല്ലാം.

ഞാനവളെ എന്നിലേക്ക് ചേർത്ത് പിടിച്ചു. അവൾ എന്റെ തോളിലേക്ക് ചാഞ്ഞു. കണ്ണീർ എന്റെ ഷർട്ട് നനച്ചു. അത് അവിടെ കിടന്ന് ഉണങ്ങി. കുറെ കാര്യങ്ങൾ പറഞ്ഞതോടെ അവളുടെ മനസ്സിലെ ഭാരമൊന്ന് കുറഞ്ഞ് കിട്ടി. ആശ്വാസം തോന്നിയത് കൊണ്ടാവും കുറച്ച് നേരം അവൾ എന്റെ തോളിൽത്തന്നെ കിടന്നു. അവളുടെ മുഖം എന്റെ കൈയിലെടുത്ത് ഞാൻ ഒഴുകുന്ന കണ്ണീർ തുടച്ചു. അവളൊന്ന് പുഞ്ചിരിക്കാൻ ശ്രമിച്ചു.

അന്തരീക്ഷത്തിന്റെ പിരിമുറുക്കം ഒന്ന് ഇല്ലാതാക്കാൻ ഞാൻ പല തമാശകളും പൊട്ടിച്ചു. അതും അവളെ സന്തോഷിപ്പിക്കാനായി മാത്രം. അവളുടെ മുഖത്ത് ചിരി ചെറുതായി തിരിച്ചുവന്നു.

"കെ...കെ... നോക്ക്. ഞാനെന്താ എന്റെ സുന്ദരിക്ക് യു.എസ്സിൽനിന്ന് കൊണ്ടുവന്നിരിക്കുന്നത് എന്നു നോക്ക്."

"സത്യായിട്ടും..."

"ഹു... ഹും... ഹും..." ഞാൻ ബെഡിൽനിന്ന് ചാടി എഴുന്നേറ്റ് ബാഗ് തുറന്നു. അവളും എന്റെ കൂടെ എണീറ്റിരുന്നു. ബാഗ് ഞാൻ തുറക്കുമ്പോൾ അവൾ എന്റെ തൊട്ട് പിറകിലായി എന്റെ തോളിന് മുകളിലൂടെ അതിലേക്ക് നോക്കിനിൽക്കുന്നുണ്ടായിരുന്നു. അപ്പോഴാണ് എനിക്ക് ഓർമ്മ വന്നത്. ഞാൻ തിരിഞ്ഞുനിന്ന് അവളോട് പറഞ്ഞു. "ആൺകുട്ടികളുടെ ബാഗിലേക്ക് ഇങ്ങനെ തുറിച്ചുനോക്കുന്നത് പെൺകുട്ടികൾക്ക് യോജിച്ചതല്ല..."

അവൾ ചിരിച്ചു. എന്നോട് തല്ലുകൂടി അവിടെത്തന്നെ നിന്നു. ഞാൻ ബാഗിൽനിന്നും വലിയൊരു പോളിത്തീൻ കവർ പുറത്തെടുത്തു. അത്

കണ്ടതോടെ അവളുടെ മുഖം ഒന്നുകൂടെ വിടർന്നു. അവളത് എടുക്കാനായി കൈ നീട്ടിയപ്പോൾ ഞാൻ പിന്നോട്ട് വലിച്ചു.

“ആ... ആ... അത് പറ്റില്ല. ഞാൻ തുറന്ന് കാണിക്കും. അപ്പോ കണ്ടാ മതി.”

“ഓകെ...”

ഞാൻ പതുക്കെ അതിൽനിന്നും പർപ്പിൾ കളറുള്ള ഒരു ടോപ്പും അതിനോട് മാച്ചായ സ്കർട്ടും പുറത്ത് എടുത്തു.

“അയ്യടാ...” അവളതിന്റെ ഭംഗി കണ്ട് വാ പൊളിച്ചുനിന്നു. കുറച്ചു നേരം അതുതന്നെ നോക്കിനിന്നു. “അടിപൊളിയാണല്ലോ...”

“ഇത് അടിപൊളിയാകണേൽ നീ ഇത് ധരിക്കണം. എനിക്ക് നിന്നെ ഈ ഡ്രസ്സിൽ കാണേം വേണം.. ഇത് പിടിക്ക്. എന്നിട്ട് ആ റൂമിൽ പോയി ചെയ്ഞ്ച് ചെയ്തിട്ട് വാ. ” നറുപുഞ്ചിരിയുമായി അവൾ അതെടുത്ത് ഞാൻ കാണിച്ച് കൊടുത്ത റൂമിലേക്ക് പോയി.

ഞാൻ ബെഡിൽ അവളേയും കാത്ത് ഇരുന്നു. എന്റെ ജീവിതത്തിൽ ഇന്നേവരെ ഞാൻ ഒരു പെണ്ണിനും ഡ്രസ്സ് വാങ്ങി കൊടുത്തിട്ടില്ല. എനിക്ക് സിസ്റ്ററും ഇല്ലല്ലോ. ഇതുവരെ ഗേൾഫ്രണ്ടുമില്ലായിരുന്നല്ലോ... കുറച്ച് കഴിഞ്ഞ് റൂമിന്റെ സാക്ഷ തുറക്കുന്ന ശബ്ദം ഞാൻ കേട്ടു. അവൾ പുറത്തേക്ക് തലയിട്ട് ചോദിച്ചു. “എനിക്ക് വരാവൊ....”

“പ്ലീസ്... വാ... വാ...”

“1.... 2... 3....” അവൾ മത്സരത്തിനെന്നപോലെ പറഞ്ഞ് എന്റെ മുന്നിലേക്ക് ഇറങ്ങിവന്നു.

സൗന്ദര്യദേവത എന്റെ മുന്നിൽ അവതരിച്ചതുപോലെ... ഞാനാ ഭംഗി കണ്ട് വാ പൊളിച്ച് നിന്നുപോയി.

“ബ്യൂ...ട്ടി...ഫുൾ...”

എന്റെ കണ്ണ് തട്ടണ്ടാ എന്ന് കരുതി ഞാൻ എന്റെ മുഖം തിരിച്ചു. അതിനേക്കാൾ വേഗത്തിൽ അവളിലേക്ക് തന്നെ എന്റെ കണ്ണ് ചെന്നു. എനിക്കവളെ കാണാതിരിക്കാനാകുന്നില്ല. അത്രയ്ക്ക് സുന്ദരിയായിരുന്നു അവൾ. പിന്നെയും പിന്നെയും ഞാനവളെത്തന്നെ നോക്കിനിന്നു. സത്യം പറഞ്ഞാൽ എനിക്ക് എന്നെത്തന്നെ നിയന്ത്രിക്കാൻ സാധിക്കാതെയായിരുന്നു. എന്നിട്ടും എങ്ങനെയൊക്കെയോ ഞാൻ പിടിച്ച് നിന്നു.

ആ ടോപ്പും സ്കർട്ടും അവൾക്ക് നല്ലോണം ഇണങ്ങുന്നുണ്ടായിരുന്നു. അത് കണ്ടാൽ അവൾക്ക് വേണ്ടിയാണ് അത് തയ്പ്പിച്ചത് എന്ന് തോന്നിപ്പോകുമായിരുന്നു. എനിക്ക് ചെറുതായിട്ട് ഒരഭിമാനം തോന്നി. അവളുടെ സൈസ് പോലും അറിയാതെ അവൾക്ക് അത്രയ്ക്ക് മാച്ചാകുന്ന ഒരു ഡ്രസ്സ് തന്നെ സെലക്റ്റ് ചെയ്തല്ലോ... എനിക്ക് തന്നെ ശരിക്കും പറഞ്ഞാൽ

ഒരു അദ്ഭുതമായിരുന്നു അത്. അവൾക്കും അതൊരു അത്ഭുതം തന്നെയായിരുന്നു. അവൾ പറയേം ചെയ്തു.

"നിനക്ക് എന്നെ ഇത്രയ്ക്ക് മനസ്സിലായിട്ടുണ്ട് എന്ന് എനിക്ക് അറിയില്ലായിരുന്നൂട്ടോ..."

ആ ഡ്രസ്സ്.... അത് ധരിച്ചിരിക്കുന്നവൾ രണ്ടും ഒന്നിനൊന്ന് മെച്ചം. റൂമിലെ കണ്ണാടിക്ക് മുമ്പിൽനിന്ന് അവൾ സ്വന്തം ഭംഗി ആസ്വദിച്ചു. "ഈ ഡ്രസ്സിൽ ഞാൻ ഒന്നുകൂടി സുന്ദരിയായതുപോലെ... എന്റെ വാർഡ്റോബിൽ ഇതിനേക്കാൾ നല്ലതൊന്ന് ഇല്ലാട്ടോ..."

"അങ്ങനെയാണേൽ എനിക്കൊരു വാക്ക് തരണം..."

"എന്ത്..."

"ഈ ഡ്രസ്സ് അത് നീ മാത്രമേ ധരിക്കാവൂ... മറ്റാർക്കും ഇത് കൊടുക്കരുത്. നിന്റെ പുന്നാര പെങ്ങൾക്കുപോലും... ഇത് നീ ധരിച്ച് മാത്രം കണ്ടാ മതി.."

"കെ... കെ... ഞാൻ വാക്ക് തരുന്നു. ഇത് മറ്റാരും എടുക്കില്ല."

അവൾക്ക് പോകാനുള്ള സമയമായിരിക്കുന്നു. അതേ കവറിൽത്തന്നെ പാക്ക് ചെയ്യാൻ ഞാനവളെ സഹായിച്ചു. പോകുന്നതിന് മുമ്പായി അവളെന്നെ ആലിംഗനം ചെയ്ത് പറഞ്ഞു.. "ഒരുപാട് കാലത്തിന് ശേഷം നിനക്കൊപ്പം കുറച്ച് സമയം ചിലവഴിക്കാൻ ഭാഗ്യം ലഭിച്ചതിൽ ഞാൻ വളരെ ഹാപ്പിയാണ്... മനസ്സ് നിറഞ്ഞ് അങ്ങനെ നിൽക്കാ..."

"എനിക്കും..."

ഡോറിന്റരികിൽ വെച്ച് അവൾ വീട്ടിലേക്കുള്ള വഴി പറഞ്ഞ് തന്നു. ഞാൻ വീണ്ടും അവളുടെ വീട് സന്ദർശിക്കാൻ പോകുന്നു.

"വൈകരുത്ട്ടോ..."

അവൾ ബൈ പറഞ്ഞ് റൂമിൽ നിന്നിറങ്ങി നടന്നു.

വൈകുന്നേരം... ഞാൻ അവളുടെ വീട്ടിലേക്ക് പോകുകയായിരുന്നു. അവളുടെ വീടിന്റെ തൊട്ടപ്പുറത്തുവെച്ച് രണ്ടുപേർ എനിക്കെതിരായി വരുന്നതു കണ്ടു. മൂന്നുവയസ്സായ ഒരു കുട്ടിയും അവന്റെ കൈപിടിച്ച് ഏകദേശം അറുപത് വയസ്സ് തോന്നിപ്പിക്കുന്ന ഒരാളും. അവരെ കണ്ടപ്പോൾ എന്തോ മുൻപരിചയമുള്ളതുപോലെയൊരു തോന്നൽ...

എന്നെ കണ്ട് അയാളും നിന്നു.

കുട്ടി അയാളെ പിടിച്ചുവലിക്കുന്നുണ്ട്. "വാ... വാ... ഐസ്ക്രീം..." അവൻ ഒച്ചവെക്കുന്നുണ്ട്. കുട്ടി എത്ര വലിച്ചിട്ടും അയാൾ നിൽക്കുന്നിടത്ത് നിന്ന് അനങ്ങുന്നതുപോലുമുണ്ടായിരുന്നില്ല.

ഞാൻ അയാളെത്തന്നെ നോക്കിനിന്നു. അയാൾ എന്നെയും. നെറ്റിയിൽ ചുളിവുകൾ വീണു. ഞാനാണോ അവരുടെ ഇന്നത്തെ അതിഥി എന്നൊരു തോന്നൽ അദ്ദേഹത്തിനുള്ളതുപോലെ.

അദ്ദേഹം എന്തെങ്കിലും പറയുംമുമ്പേ ഞാൻ ചോദിച്ചു. “നിങ്ങളുടെ വീട്ടിലേക്കാണ് ഞാൻ വരുന്നത് എന്നു തോന്നുന്നു.”

“രവീൺ...”

“ആ... അതെ....” ഞാൻ പുഞ്ചിരിച്ച് കൊണ്ട് അദ്ദേഹത്തിന്റെ കാൽ തൊട്ട് വന്ദിച്ചു. അത് കുശിയുടെ അച്ഛനായിരുന്നു. ചെറിയ കുട്ടി ഡാനും. അവൻ മുത്തച്ഛനെ ഐസ്ക്രീം പാർലറിലേക്ക് വലിച്ചുകൊണ്ട് പോകുകയായിരുന്നു.

എന്റെ പേര് കേട്ടതോടെ മുത്തച്ഛന്റെ കൈ വിട്ട് അവൻ എന്റെ കൈപിടിച്ച് ചോദിച്ചു.

“നിങ്ങൾ കുശി മാസിയുടെ ഫ്രണ്ടാണോ... അത് ശരി... അത് നിങ്ങളാണല്ലേ...”

ഞാൻ കുനിഞ്ഞ് അവന്റെ കുഞ്ഞിളം കവിളിൽ മുത്തം കൊടുത്തോണ്ട് പറഞ്ഞു... “ആ... ഹും...”

അതോടെ അവൻ ഐസ്ക്രീം മറന്നു. എന്റെ കൈക്ക് പിടിച്ച് വീട്ടിലേക്ക് വലിക്കാൻ തുടങ്ങി. വലിക്കുന്നതിനിടയിൽ അവൻ പറയുന്നുണ്ടായിരുന്നു. “മാസി നിങ്ങളെ കാത്തിരിക്കാ... വാ... വാ...”

വീട്ടിലെത്തുന്നതുവരെ അവൻ എന്നെ വലിച്ച് കൊണ്ടുപോയി. അത് കണ്ട് അമ്മയും നീറുവും മിഷാ ദീദിയും ചിരിച്ചുകൊണ്ട് എന്റെ അടുക്കലേക്ക് വന്നു. ഡാനിന്റെ കൈയിൽനിന്ന് എന്റെ വിരൽ ഊരിയെടുത്ത് ഞാൻ എല്ലാവർക്കും നമസ്കാരം പറഞ്ഞു.

എല്ലാവരും ഡ്രോയിംഗ് റൂമിൽ ഒരുമിച്ചു. കുശിയുടെ അച്ഛനും ഞങ്ങൾക്കൊപ്പം ചേർന്നു. യാത്രയെക്കുറിച്ചുള്ള ചോദ്യങ്ങൾ തുടങ്ങി.

മടുപ്പൻ ചോദ്യങ്ങളായിരുന്നെങ്കിലും എല്ലാത്തിനും മറുപടി പറഞ്ഞ് അവരുടെയൊക്കെ മനസ്സിൽ സ്ഥാനം നേടിയെടുക്കാൻ ഞാൻ ശ്രമിച്ചു.

അതിനിടയിൽ കുശിയും വന്നു.

കഴിഞ്ഞ തവണത്തെപോലെ തന്നെ തീറ്റപരിപാടിക്കും തുടക്കമായി. അന്ന് ഞാൻ കൂടുതലും സംസാരിച്ചത് അവളുടെ അച്ഛനോടായിരുന്നു. സോഫ്റ്റ്‌വെയർ എഞ്ചിനീയറായിട്ട് ഞാൻ എന്താണ് ചെയ്യുന്നത് എന്നറിയാൻ അദ്ദേഹം ശ്രമിച്ചുകൊണ്ടിരുന്നു. ഇന്ത്യൻ എയർഫോസിൽ എഞ്ചിനീയറായിരിക്കേ അദ്ദേഹം എന്താണ് ചെയ്തിരുന്നത് എന്ന് എന്നോടും വിശദീകരിച്ചു. സംസാരത്തിനിടയിൽ വിവാഹക്കാര്യവും സംസാരിച്ചു. മിശി ദീദിയുടേയും അമിദീദിയുടെയും കല്യാണത്തെക്കുറിച്ചും സംസാരിച്ചു. മരുമക്കളുടെ കുടുംബത്തെക്കുറിച്ചും അവരുടെ ജോലികളെക്കുറിച്ചും അച്ഛൻ പറയാൻ തുടങ്ങി. (അതെല്ലാം വിശദമായി അറിയാമായിരുന്നെങ്കിലും ഞാൻ എല്ലാം താത്പര്യത്തോടെ തന്നെ കേട്ടിരുന്നു.)

അവളുടെ അച്ഛനും ഉത്തരവാദിത്വബോധമുള്ള, ആത്മാർത്ഥതയുള്ള

ഒരു കുടുംബനാഥൻ തന്നെയാണെന്ന് ഞാൻ സംസാരത്തിൽനിന്ന് മനസ്സിലാക്കി. അദ്ദേഹത്തെ എനിക്ക് നന്നെ ബോധിച്ചു.

ഞങ്ങൾ ദീപുവിനെ (കുശിയുടെ അനിയൻ) കാത്തിരിക്കയായിരുന്നു. അവൻ ജോലിസ്ഥലത്തുനിന്ന് വന്നുകൊണ്ടിരിക്കുകയാണ്. അമ്മയ്ക്ക് അവന്റെ വിവരമറിയാഞ്ഞിട്ട് ഒരു സമാധാനവുമില്ലായിരുന്നു. അവൻ എവിടെ എത്തി എന്നറിയാൻ ഇടയ്ക്കിടെ കാൾ ചെയ്ത് നോക്കുന്നുണ്ടായിരുന്നു.

കൊച്ചു ഡാൻ അവന്റേതായ കളികൾകൊണ്ട് ഞങ്ങളെ ഒന്നാകെ ചിരിപ്പിക്കുന്നുണ്ടായിരുന്നു. പുറത്ത് കാറിന്റെ ഹോൺ കേട്ടതോടെ അവൻ എന്റെ മടിയിൽനിന്ന് ചാടി എഴുന്നേറ്റ് അങ്ങോട്ട് ഓടി. കുറച്ച് കഴിഞ്ഞ് ദീപുവിനെയും പിടിച്ചുകൊണ്ട് അവൻ തിരിച്ച് വന്നു. ഞാൻ എഴുന്നേറ്റ് ദീപുവിന് കൈ കൊടുത്തു. അവനും ഞങ്ങൾക്കൊപ്പം ചേർന്നു.

ആ ഫാമിലിയിൽ കുറച്ച് തടിയുണ്ടായിരുന്നത് അവന് മാത്രമായിരുന്നു. ഒന്നാന്തരം ബോഡി തന്നെയായിരുന്നു അവന്റേത്. ആസാമിലെ ഏതോ ഓയിൽ കമ്പനിയിലാണ് അവന്റെ ജോലി. അന്ന് ലീവ് ഡേ ആയിരുന്നു. അവന്റെ ജോലിയെക്കുറിച്ചുള്ള വിശദീകരണം തുടങ്ങി.

ഒരുപാട് സമയം ഞങ്ങൾ ഡ്രോയിംഗ് റൂമിലിരുന്ന് സംസാരിച്ചു. ഏകദേശം 8.30 ആയിക്കാണും ഡിന്നർ കഴിക്കുമ്പോൾ.

ഭക്ഷണം കഴിച്ചശേഷം കുശി എന്നെ വീടിന്റെ അങ്ങേ അറ്റത്തുള്ള പൂന്തോട്ടം കാണിക്കാൻ കൊണ്ടുപോയി. അവൾ ഇടയ്ക്കിടെ കയറാറുള്ള ചാമ്പയ്ക്കയുടേയും നെല്ലിക്കയുടേയും മരങ്ങൾ കാണിച്ച് തന്നു. അവിടെ അല്പനേരത്തേക്ക് ഞങ്ങൾക്ക് പ്രൈവസി കിട്ടി. കുറച്ച് കഴിഞ്ഞപ്പോഴേക്കും അമ്മയും നീറുവും അങ്ങോട്ട് വന്നു.

ആ സുന്ദരമായ ദിവസം അങ്ങനെത്തന്നെ അവസാനിച്ചു. കഴിഞ്ഞ പ്രാവശ്യം കാണാത്ത പലരേയും ഞാനന്ന് കണ്ടു. അവളുടെ അച്ഛൻ, ദീപു, മിശാ ദീദി, ഡാൻ. ആ ഫാമിലിയുടെ ഭാഗമാകുന്നതിൽ എനിക്കെന്തോ ഭയങ്കര സന്തോഷം തോന്നി.

സമയം 9.30.

ഞാൻ ഹോട്ടലിലേക്ക് തന്നെ തിരിക്കാൻ അവിടെ നിന്നും ഇറങ്ങി. "സമയം കുറച്ചായി. ഇനിയും വൈകിയാ ബുദ്ധിമുട്ടാകും. എന്നാ ഞാനിറങ്ങാ..." എല്ലാവരോടുമായി ഞാൻ പറഞ്ഞു.

"ആ... അത് ശരിയാ... പുതിയ സ്ഥലമാണ്... പരിചയക്കുറവും കാണും. അതോണ്ട് നേരത്തെതന്നെ ഹോട്ടലിൽ എത്തുന്നതാ നല്ലത്. ദീപു ഡ്രോപ് ചെയ്തോളും." അച്ഛൻ ദീപുവിനെ നോക്കി പറഞ്ഞു. ഡാനും ദീപുവും നല്ല ഗുസ്തി കളിയിലായിരുന്നു.

ദീപു കാർ സ്റ്റാർട്ട് ചെയ്തു. ഡാൻ കൂടെ പോരാൻ വേണ്ടി കരയുന്നുണ്ടായിരുന്നു. കൂടുതൽ കലാപം ഉണ്ടാക്കുന്നതിന് മുമ്പേ മിശാദീദി

അവനെ കാറിൽ കയറ്റി ഇരുത്തി. ഇതിനിടയിൽ ഞാൻ കുശിയെ നോക്കി. 'നീയും വാ' എന്നായിരുന്നു അതിന്റെ അർത്ഥം. എന്റെ നോട്ടം കണ്ടിട്ടാവും അമ്മ പറഞ്ഞു. "കുശി നീയും പൊയ്ക്കോ.." അച്ഛൻ എന്തോ മുടക്ക് പറയാൻ നിൽക്കായിരുന്നു. ഞാൻ എന്തോ പറഞ്ഞ് വിഷയം മാറ്റി. അമ്മയുടെ സമ്മതം കിട്ടിയതോടെ അവൾ എന്റെ കൂടെ കാറിൽ കയറി. ഡാൻ ഞങ്ങൾക്കിടയിലിരുന്ന് കലാപം ഉണ്ടാക്കുന്നുണ്ടായിരുന്നു. ദീപു ഉണ്ടായതുകൊണ്ട് തന്നെ ഞങ്ങൾ ഒന്നും മിണ്ടിയില്ല. കൈ ചേർത്ത് പിടിച്ചങ്ങനെ ഇരുന്നു. ഇനിയെന്ന് കാണുമെന്നറിയാതെ വീണ്ടും ഒരു വേർപാട് കൂടി വരാൻ പോകുന്നു.

ഞങ്ങൾ മാഗ്പിയിലെത്തി. ദീപു ഡാനിനെ പുറത്തിറക്കി. ഞാൻ ഡാനിന് ഷേക്ഹാൻഡ് നൽകി. അടുത്തതവണ വരുമ്പോൾ ചോക്ലേറ്റ് കൊണ്ടുവരാൻ അവൻ എന്നെ പ്രത്യേകം ഓർമിപ്പിച്ചു. കുശി കാറിനരുകിൽ തന്നെ നിൽക്കുകയായിരുന്നു. ഞാനവളുടെ കണ്ണിലേക്ക് നോക്കി. രണ്ട് പേരുടെയും കണ്ണിലെ ഫീലിംഗ് ഒന്നുതന്നെയായിരുന്നു. വേർപാടിന്റെ വേദന. അവൾ എന്റെ അരികിലേക്ക് വന്നു. എനിക്ക് പറയാൻ വാക്കുകൾ കിട്ടിയില്ല. ഞാനങ്ങനെ നിന്നു. ആ നിമിഷം ഞങ്ങൾ ദീപുവിനെ മറന്നു.

ഹോട്ടലിലാണെന്ന് മറന്നു. അവൾ എന്റെ കണ്ണിലേക്കുതന്നെ നോക്കി നിന്നു. ഡാനിനെ കാറിൽ ഇരുത്തി ദീപു റിവേഴ്സ് എടുത്ത് അവളെ ഓർമിപ്പിക്കാനായി ഹോൺ അടിച്ചു.

അതും അവൾ അവഗണിച്ച് എന്നോട് കൂടുതൽ അടുത്തു. "എനിക്ക് നിന്റേതായി തീരണം... നിന്റേതു മാത്രം... അന്ത്യംവരേക്കും..."

"നീ എന്റേത് തന്നെയാ... മരിക്കുവോളമല്ല. മരണത്തിന്നപ്പുറമുള്ള ലോകത്തും നീ എന്റേത് തന്നെയാ... എന്റേത് മാത്രം."

ഞങ്ങൾ ഈ ലോകം മറന്നു. ഞങ്ങൾ പരസ്പരം കെട്ടിപ്പിടിച്ചു. കുറച്ചു സമയത്തേക്ക് അങ്ങനെ നിന്നു. അവൾ തിരിഞ്ഞ് കാറിൽ കയറി. കാറ് സ്റ്റാർട്ട് ചെയ്ത് ഹോട്ടൽ കോമ്പോണ്ട് വിട്ട് പുറത്തേക്കിറങ്ങി. പിറകെ ഞാനും. അകലെ ടേണിംഗിൽ തിരിയുന്നതുവരെ ഞാനവരെ നോക്കിനിന്നു.

ഭുവനേശ്വറിൽ...

ജീവിതം സാധാരണ നിലയിൽ തന്നെ... പുലരുന്നു... രാത്രിയാകുന്നു... പിന്നെയും പിന്നെയും... ഓഫീസ്, കുശിക്കുള്ള കാളുകൾ, ജിം, കാളിനുള്ള തയ്യാറെടുപ്പ്, കാളുകൾ. ഒരു മാറ്റം മാത്രം എന്റെ എല്ലാ കാര്യങ്ങളും അവൾക്കനുസരിച്ച് മാറിത്തുടങ്ങിയിരിക്കുന്നു. ദിനങ്ങൾ കൂടിക്കൂടി വരുന്നു. പരസ്പരം കാണാനുള്ള ഞങ്ങളുടെ മോഹങ്ങളും...

അന്നൊരു ദീപാവലി ദിവസമായിരുന്നു. വീടാകെ പടക്കങ്ങളും മെഴുകുതിരിയും നിറഞ്ഞ് നിൽക്കുന്നു. എങ്ങും ആഘോഷമായിരുന്നു. ഒരു കൈയിൽ ക്യാമറ പിടിച്ച് ഒരോ രംഗങ്ങളും ഷൂട്ട് ചെയ്യുന്നു. മറ്റെ കൈയിൽ

അവളോട് സംസാരിക്കുന്ന മൊബൈൽ ഫോണും. രണ്ട് പേരും തങ്ങളുടെ വീട്ടിലെ ആഘോഷങ്ങൾ വിശദീകരിക്കുന്നുണ്ടായിരുന്നു. രണ്ട് ഭാഗത്ത് നിന്നും ഫോൺ ഇടയ്ക്കിടെ കൈമാറിക്കൊണ്ടിരുന്നു. ആദ്യം ഞാൻ അവളോട് സംസാരിച്ചു, പിന്നെ അമ്മയോട്, പിന്നെ എന്റെ അമ്മ അവളോടും അവളുടെ അമ്മയോടും സംസാരിച്ചു. ഞങ്ങൾ പിന്നെ നീറുവിന് കൈമാറി... അങ്ങനെ ഞാൻ... അവൾ... ഞാൻ... അവൾ... അങ്ങനെ എല്ലാവരും എല്ലാവരോടും...

സംസാരത്തിനിടയിൽ എല്ലാവരും പറഞ്ഞത് അടുത്ത ദീപാവലിക്ക് അവൾ ഇവിടെയായിരിക്കുമെന്ന്...

ഏതാനും ദിവസംകൂടി ഞങ്ങളുടെ ജീവിതത്തിൽനിന്ന് കടന്നുപോയി.

വാരാന്ത്യ അവധി ദിനങ്ങളല്ലാതെ രാത്രി പത്തു മണിക്ക് ശേഷം ഫോൺ വിളിക്കാൻ പാടില്ല എന്ന ഞങ്ങളുടെ നിയമത്തിന്റെ കാലാവധി തീർന്നു. തീരാൻ കാരണം ഒന്നുമല്ല. ക്യാറ്റ് എക്സാം കഴിഞ്ഞു. രണ്ടാൾക്കും ഈസിയായിരുന്നു. അല്ലെങ്കിലും എല്ലാ എക്സാമും റിസൾട്ട് വരണത് വരെ എളുപ്പമാകാറാണല്ലോ പതിവ്. സത്യം പറയാലോ എക്സാം കഴിഞ്ഞതോടെയാണ് ഞങ്ങളുടെ പ്രണയത്തിന്റെ ഏറ്റവും വിലപ്പെട്ട സമയങ്ങളുണ്ടായത്... അതും നിശ്ശബ്ദമായ രാത്രികളിൽ... അതും ഡിസംബർ ജനുവരി തണുപ്പ് കാലങ്ങളിൽ... ബ്ലാങ്കറ്റ്സ്... ആ തണുത്ത രാത്രികളിലും ഇളംചൂട് നൽകുന്ന ബ്ലാങ്കറ്റിന് കീഴെ കിടന്ന് മൊബൈൽ ഫോണിൽ സല്ലപിച്ച എത്രയെത്ര രാത്രികൾ, എത്ര മണിക്കൂറുകൾ. തണുപ്പുകാലവും മഴക്കാലവും തന്നെയാണ് പ്രണയിക്കാൻ ഏറ്റവും നല്ല കാലം. പിന്നെ വേനൽക്കാലവും. പ്രണയം അത് മനസ്സാണ്. അത് തോന്നിക്കഴിഞ്ഞാൽ ഏത് കാലവും ഏത് സാഹചര്യവും ആനന്ദദായകമായിത്തീരും.

ഒരു ദിവസം രാത്രി... സമയം 12.10. 2006 കഴിഞ്ഞ് 2007ലേക്ക് എത്തിയിട്ട് പത്ത് മിനുട്ട്. പുതുവത്സര കോലാഹലങ്ങൾക്കിടയിൽ ഫോൺ കണക്റ്റ് ചെയ്യപ്പെട്ട അനേകം ഭാഗ്യവാന്മാരിൽ ഒന്നായിരുന്നു ഞങ്ങളും. ഈ കണക്ഷൻ തന്നെ ഒന്ന് കിട്ടാൻ ഞങ്ങൾ പെട്ട പെടാപാട് അത് ഞങ്ങൾക്കേ അറിയൂ.. ഒരു നൂറ് തവണയെങ്കിലും വിളിച്ച് കാണും.

അവളാണ് ആദ്യം എന്നെ വിളിച്ചത്. എന്നെ ലൈനിൽ കിട്ടിയപ്പോൾ ആദ്യം പറഞ്ഞത് എന്താണെന്ന് അറിയുമോ നിങ്ങൾക്ക്. നിങ്ങൾ കരുതിക്കാണും ഹാപ്പി ന്യൂ ഇയർ പറയാനായിരിക്കും എന്ന്. അല്ലേ. അല്ല. അവൾ ആർത്ത് വിളിച്ച് പറഞ്ഞത്.

“ഷോണാ... നമ്മൾ ഇക്കൊല്ലം വിവാഹിതരാകാൻ പോകുന്നു... 2007 വന്നെത്തിയേ...”

ഒരുപാട് ദിനങ്ങൾ കടന്നുപോയിരിക്കുന്നു. ഓരോ നിമിഷവും ഞാനവളെ ഓർത്തുകൊണ്ടേയിരുന്നു. ഇനിയും അവളില്ലാതെ മുന്നോട്ടു പോകാൻ കഴിയില്ല എന്ന് എനിക്കു തോന്നിത്തുടങ്ങി. അവൾക്കും...

“യെസ്... യെസ്... വി ആർ ഗോയിംങ്ങ് ടു മാരി ദിസ് ഇയർ... യെസ് വീ ആർ... ഈ വർഷം നമ്മൾ ഒന്നിക്കാൻ പോകാ... എനിവേ ഹാപ്പി ന്യൂ ഈയർ...”

“എ വെരി വെരി... ഹാപ്പി ന്യൂ ഇയർ... ടു യൂ ഡിയർ...”

നെറ്റ്‌വർക് പ്രോബ്ലംകൊണ്ട് ഞങ്ങൾക്ക് കൂടുതലൊന്നും സംസാരിക്കാനായില്ല. എന്നാലും കുറച്ചെങ്കിലും സംസാരിക്കാൻ കഴിഞ്ഞതിൽ ഞങ്ങൾ സന്തുഷ്ടരായിരുന്നു. എത്ര കാമുകീകാമുകന്മാരുണ്ടാകും ഒരു വാക്ക് പോലും മിണ്ടാനാവാതെ വിഷമിക്കുന്നത്. എത്രപേർ ഇനിയും കാത്തിരിക്കുന്നുണ്ടാകും. അതിൽ എത്രപേർ ഈ വർഷം വിവാഹിതരാകും.

എന്റെ പ്രണയസല്ലാപത്തിനിടയിൽ പ്രിയ ഫ്രണ്ട്സിനോട് അകൽച്ച വന്നിരുന്നു. അവരോട് സംസാരിച്ചിട്ട് ഒത്തിരി ദിവസമായിരിക്കുന്നു.

പക്ഷേ, പ്രശ്നം മറ്റൊന്നായിരുന്നു. അമർ ദീപ് ഹാപ്പിക്കും എം.പി.ക്കും എനിക്കും ഒരു മെയിൽ അയച്ചിരുന്നു. ആ മെയിലിൽ ഞാനും എംപിയും ഷാദി.കോമിൽ ഉണ്ടാക്കിയ അക്കൗണ്ടിനെക്കുറിച്ചുള്ള സകല ഡീറ്റയിൽസും ഉണ്ടായിരുന്നു. അന്ന് കൽക്കത്തയിലെ ചർച്ചയ്ക്കിടയിൽ അതിനെ നിസ്സാരമാക്കിയതും എന്നിട്ട് ഞങ്ങൾ തന്നെ ആദ്യം അത് ഉണ്ടാക്കിയതിന് അവന്റെ വക നല്ല പരിഹാസമുണ്ടായിരുന്നു. ഏതായാലും പ്രൊഫൈൽ കൊണ്ട് വല്ല ഉപകാരവും ഉണ്ടായോ എന്നവൻ അന്വേഷിച്ചിരുന്നു.

മെയിൽ കിട്ടിയതോടെ അന്നു വൈകിട്ട് ഞങ്ങളെല്ലാവരും ഗ്രൂപ്പ് ചാറ്റിംഗിലായിരുന്നു.

ഹാപ്പി: ‘രാംജി... ഏതായാലും നീ തന്നെ ഇതൊക്കെ ചെയ്തല്ലോ... അതേതായാലും നന്നായി...’

അമർദീപ്: ‘എടാ... ഇവന്മാര് നമ്മെ അറിയിക്കാതെ പല പരിപാടികളും നടത്തിക്കൊണ്ടിരിക്കാണല്ലോ... അവന്മാരൊക്കെ...’

അമർദീപ്: ‘ഇനി ഒന്നും ഒളിച്ചുവെക്കാൻ നിക്കണ്ട... ഉണ്ടായ കാര്യങ്ങളൊക്കെ പറഞ്ഞേ... പറഞ്ഞേ... രണ്ടും പറ... എന്താ ഉണ്ടായത്... പിന്നെ...’

രവീൺ: ‘ഞങ്ങളുടെ പ്രൊഫൈൽ കണ്ടിട്ടുണ്ടെങ്കി നിങ്ങളും ഉണ്ടാക്കികാണുമല്ലോ ഒരു പ്രൊഫൈൽ....”

അമർദീപ്: ‘ഞാനങ്ങനെ വല്ലതും ഉണ്ടാക്കിയിരുന്നേൽ നിങ്ങൾ മറച്ചുവെച്ച പോലെ മറച്ചുവെക്കില്ലട്ടോ... ആ... ആ... ഇനി വിഷയം മാറ്റണ്ട... എം.പി. നീ പറ... വല്ലതും ക്ലിക്കായോ...’

ഹാപ്പി: ‘എം.പി. പറ... പറ... എന്തെങ്കിലും ഒത്തോ. ഇതുവരെ എത്ര കണക്ഷൻ ഒത്തു.’

എം.പി: ‘അരേ യാർ, കാര്യമായിട്ട് ഒന്നുമില്ല. ഉണ്ടായതുതന്നെ കുറെ മുമ്പാ. ഇപ്പോ ഒന്നുമില്ല. എന്നും നോക്കുന്നുണ്ട്. പക്ഷേ...’

അമർദീപ്: 'ആഹാ... അതോണ്ടാകും നിന്റെ പ്രൊഫൈൽ ആക്റ്റിവിറ്റി 98% കാണിക്കുന്നത് അല്ലേ...'

രവീൺ: 'പെട്ടല്ലോ... ഹ...ഹ...ഹ...ഹ...ഹ...'

അമർദീപ്: 'നീ എന്തിനാ ഇളിക്കണത്... രവീൺ.. നീ പറ... നിനക്ക് വല്ലതും ഒത്തുകിട്ടിയോ...?'

രവീൺ: 'ഹും... വെൽ... വെൽ... എനിക്ക് കിട്ടി.'

എം.പി.: 'കിട്ടിയെന്നോ... ആരെ... എന്ത്?'

രവീൺ: 'അവളെ...'

ഹാപ്പി: 'ആരെ...??'

രവീൺ: 'പേര് കുശി...'

അമർദീപ്: 'ആർ യു സീരിയസ്...?'

രവീൺ: 'യെസ്... യാർ... റിയലി... റിയലി... ഐ ഹാവ്...'

ഹാപ്പി: അയ്യടാ... അയ്യടാ... ഹൂൂൂൂയ്.... ബെസ്റ്റ് കണ്ണാ... ബെസ്റ്റ്... എല്ലാരും ടെക്സ്റ്റ് ഒഴിവാക്കി സ്പീക്കറും ഹെഡ്ഫോണും എടുക്കൂ... നമുക്ക് അവന്റെ കഥയൊന്ന് കേൾക്കണം.'

അടുത്ത അര മണിക്കൂർ ഞാനെന്റെ കുശിയുമായുള്ള എല്ലാ കഥകളും വിസ്തരിച്ച് തന്നെ പറഞ്ഞു. വലിയൊരു ആഹ്ലാദാരവത്തോടെയാണ് ഞങ്ങളുടെ സംസാരം കേട്ടത്. അതിനിടയിൽ എല്ലാവർക്കും അവളോട് സംസാരിക്കാൻ സാഹചര്യമൊരുക്കിത്തരാൻ എന്നെക്കൊണ്ട് സമ്മതിപ്പിച്ചു.

ജനുവരി 8, 2007.

എന്റെ വീട് കാണാൻ അത്രയ്ക്ക് ഭംഗിയൊന്നുമുണ്ടായിരുന്നില്ലെങ്കിലും അന്ന് എന്തോ പ്രത്യേകത ഉള്ളത് പോലെയൊരു തോന്നൽ എനിക്കുണ്ടായി. എങ്ങനെ തോന്നാതിരിക്കും. ആ വീട്ടിലെ ആദ്യമകന്റെ ബന്ധുക്കൾ വീട് കാണാൻ വരുന്ന ദിവസമാണ്. കുശിയുടെ അമ്മയും അച്ഛനും. എന്റെ അമ്മയ്ക്ക് ആസ്ത്മയുണ്ടായതുകൊണ്ട് യാത്രയ്ക്ക് ബുദ്ധിമുട്ടായതിനാൽ അവർ ഇങ്ങോട്ട് വരാൻ തയ്യാറാകുകയായിരുന്നു.

ഞാൻ അവരെ സ്വീകരിക്കാനായി സമ്പൽപൂർ റെയിൽവെ സ്റ്റേഷനിലേക്ക് ചെന്നു. ട്രെയിൻ സമയത്ത് തന്നെ എത്തി. ആൾക്കൂട്ടത്തിനിടയിലും ഞാനവരെ പെട്ടെന്ന് തന്നെ കണ്ടെത്തി. ഞാനവരുടെ കാൽ തൊട്ട് വന്ദിച്ചു. അവരെ എന്റെ നഗരിയിലേക്ക് ക്ഷണിച്ചു. അവരുടെ ബാഗുകളും മറ്റും എടുത്ത് ഞാൻ മുമ്പിൽ തന്നെ നടന്നു.

വീട്ടിലേക്ക് പോകുന്നതിനിടയിൽ നഗരത്തിലെ പ്രധാന സ്ഥലങ്ങൾ കാണിച്ച് കൊടുക്കുകയും ആവശ്യമായതിന് വിശദീകരണവും നൽകി. മഹാനദിക്ക് മുകളിൽ പണിത ഇന്ത്യയിലെ ഏറ്റവും നീളം കൂടിയ ഡാമായ

ഹിരാകുഡും അകലെ നിന്ന് കാണിച്ച് കൊടുത്തു. 4.8കിമീ. ഉണ്ടെന്ന് പറഞ്ഞപ്പോൾ അവളുടെ അമ്മ അദ്ഭുതപ്പെട്ടു.

ഉച്ചക്ക് 12.30ന് ഞങ്ങൾ എന്റെ വീട്ടിലെത്തി. എന്റെ വീട്ടുകാർ അവരെ സ്വീകരിച്ചു. രണ്ട് കൂട്ടർക്കും അങ്ങോട്ടും ഇങ്ങോട്ടും കാണാനായതിൽ വളരെ സന്തുഷ്ടരായിരുന്നു. ചെക്കനും പെണ്ണും കാണുന്ന പെണ്ണ് കാണൽ ചടങ്ങ് തന്നെയാണ് അക്കാര്യത്തിൽ പ്രഥമം. എങ്കിലും അതിലും ഒരു പടി മുന്നിൽ തന്നെയാണ് രണ്ട് ഫാമിലി മെമ്പർമാരും നിറഞ്ഞ പുഞ്ചിരിയോടെ ഒരേ സദസ്സിൽ ഒരുമിച്ചിരിക്കുക എന്നത്.

സത്യത്തിൽ കല്യാണം തുടങ്ങുന്നത് ചെക്കനും പെണ്ണുമാണെങ്കിലും അത് നടത്തുന്നതും ഭംഗിയായി അവസാനിപ്പിക്കുന്നതും ഈ കുടുംബ ങ്ങളാണ്. അവരില്ലേൽ എന്ത് കല്ല്യാണം... എന്ത് ആഘോഷം.

അമ്മ തയ്യാറാക്കിയ നാരങ്ങ സ്ക്വാഷ് കുടിക്കുന്നതിനിടയിൽ എല്ലാ വരും കുറച്ച് നേരം തമാശകളും പഴങ്കഥകളും പറഞ്ഞിരുന്നു. ടിങ്കുവിനെ യല്ലാത്ത എല്ലാവരേയും അവർ കണ്ടു. ടിങ്കു അന്ന് വീട്ടിൽ വന്നിട്ടില്ലായി രുന്നു.

അവർക്കായി തയ്യാറാക്കിയിരുന്ന റൂമിലേക്ക് അവർ പോയി. റൂം അവർക്ക് ഇഷ്ടമായി. പുറത്ത് മുറ്റത്തുള്ള നെല്ലിമരം അവർ പ്രത്യേകം ശ്രദ്ധിച്ചു. അത് കണ്ട് ഞാനവരോട് പറഞ്ഞു. നിങ്ങളുടെ വീട്ടിലുള്ളതി നേക്കാൾ ഞങ്ങളുടേതാ വലുത്. അത് കേട്ട് എല്ലാവരും ചിരിച്ചു.

അതിനിടയിൽ അമ്മ അടുക്കളയിലേക്ക് വലിഞ്ഞു. അതിഥികൾക്ക് ഭക്ഷണം ഒരുക്കുന്ന തിരക്കിലായിരുന്നു അമ്മ. ഞാനും അങ്ങോട്ട് ചെന്നു. അതിഥികൾ ഒന്ന് വിശ്രമിക്കട്ടെ എന്ന് കരുതി കുറച്ച് നേരത്തേക്ക് ഞങ്ങൾ അവരെ തനിച്ച് വിടുകയും ചെയ്തു.

പിന്നെ ഞങ്ങളെല്ലാവരും ഒരുമിച്ച് കണ്ടത് ഉച്ചയൂണിന്റെ സമയ ത്തായിരുന്നു. അത് ഒരു സുന്ദരകാഴ്ച തന്നെയായിരുന്നു. എന്റെ വീട്ടിൽ നിന്ന് ഞാൻ കഴിച്ച ഭക്ഷണത്തിൽ വെച്ച് ഏറ്റവും മികച്ചതായി രുന്നു അന്നത്തെ ഭക്ഷണം. ഭക്ഷണം കഴിച്ച് കൊണ്ടിരിക്കുമ്പഴാണ് അവരുടെ കാലത്തെ കല്യാണ രീതികളും ആചാരങ്ങളും പറയാൻ തുടങ്ങിയത്. ആ കാലത്തെ ഇക്കാലവുമായി താരതമ്യം ചെയ്യാനും ശ്രമിക്കുന്നുണ്ടായിരുന്നു. ആ സമയത്ത് ഞാൻ ആലോചിച്ചത് ഒരു നാല്പത് കൊല്ലക്കാലം കഴിഞ്ഞാ ഞാനും ഇങ്ങനെയൊക്കെ പറയുമല്ലോ എന്നായിരുന്നു. പക്ഷേ, അക്കാലത്ത് കല്യാണം തന്നെ ഉണ്ടാകുമോ... ആർക്കറിയാം...

അവരുടെ സംസാരത്തിൽ പല കാര്യങ്ങളും കയറിവരുന്നുണ്ടായി രുന്നു. ഇന്നത്തെ സമൂഹം, ചിന്തകൾ, ജനറേഷൻ ഗ്യാപ്പ് അങ്ങനെ പലതും. ആ സമയത്ത് അവർ വാദിക്കുന്ന എല്ലാ കാര്യങ്ങളും എനിക്ക് അംഗീകരിക്കുകയല്ലാതെ വഴിയുണ്ടായിരുന്നില്ല. അവർ പറയുന്ന പല കാര്യ ങ്ങളോടും എനിക്ക് വ്യക്തമായ എതിർപ്പുണ്ടായിരുന്നു. പക്ഷേ, എന്ത്

ചെയ്യാൻ... എല്ലാം കേട്ട് മിണ്ടാതിരിക്കാനേ നിവൃത്തിയുള്ളൂ. കാരണം ഞാൻ കല്യാണം കഴിക്കാൻ പോകുന്ന പെണ്ണ് അവരുടെ മകളായി പ്പോയില്ലേ. പല കാര്യങ്ങളിലും ന്യൂ ജനറേഷൻ പരാജയമാണെന്ന് പറ ഞ്ഞെങ്കിലും അവർ ഈ നാടിന്റെ ഭാവി വാഗ്ദാനങ്ങളാണെന്ന് പറഞ്ഞത് എനിക്ക് ഇഷ്ടപ്പെട്ടു.

അവരുടെ സംസാരങ്ങൾക്ക് തടസ്സമുണ്ടാക്കാതെ ഞാൻ അവിടെനിന്ന് പതിയെ എഴുന്നേറ്റ് പോന്നു. ഞാൻ പുറത്ത് വരാന്തയിൽ വന്ന് കുശിക്ക് വിളിച്ചു...

"ഹലോ..."

"ഹാ....യ്..."

"എന്തായി... അവിടെ..."

"ആകാശം..." ഞാൻ പറഞ്ഞു.

"ഷട്ടപ്പ്...!! പറയൂ... എന്തായി... എന്റെ അമ്മയ്ക്ക് സുഖമല്ലേ...?"

"ഇതാപ്പോ ആദ്യം ചോദിക്കണ്ത്. എന്നെ പറ്റിയല്ല... അമ്മയെ ക്കുറിച്ചാ... ലേ... ആദ്യം എന്റേത് ചോദിക്ക്..."

"നിനക്ക് ഒരു കുഴപ്പവുമുണ്ടാകില്ല. എപ്പോഴും സൗഖ്യമായിരിക്കും... ഞാനല്ലേ കൂടെയുള്ളത്..." അവൾ കൊഞ്ചിക്കുഴഞ്ഞുകൊണ്ട് പറഞ്ഞു.

"ഹും... ഏതായാലും നിന്റമ്മയ്ക്ക് ഒരു കുഴപ്പവും ഇല്ല. എല്ലാരും സുഖമായിട്ടിരിക്കുന്നു. അച്ഛനും." അടുത്തതായി അച്ഛനെക്കുറിച്ചവൾ ചോദിക്കുമെന്ന് എനിക്കറിയാമായിരുന്നു. അവൾ അമ്മക്കുട്ടിയായിരുന്നു. അമ്മയുടെ തങ്കക്കുടം.

അന്ന് അവിടെ ഉണ്ടായ എല്ലാ കാര്യങ്ങളും ഞാനവൾക്ക് പറഞ്ഞു കൊടുത്തു. അന്ന് വൈകുന്നേരം ഞങ്ങൾ പോകുന്ന സ്ഥലത്തെക്കുറിച്ചു മൊക്കെ പറഞ്ഞുകൊടുത്തു. ഉള്ളിൽ നിന്ന് ഭയങ്കര പൊട്ടിച്ചിരി കേട്ടു. അത് കേട്ട് മൊബൈൽ ഓഫാക്കി ഞാൻ ഉള്ളിലേക്ക് തന്നെ പോയി.

ഞങ്ങളുടെ കല്യാണത്തെക്കുറിച്ച് സംസാരിച്ചോട്ടെ എന്ന് കരുതി യാണ് ഞാൻ പുറത്തേക്കു പോയത്. എന്നിട്ടിപ്പോ അവർ വളിഞ്ഞ തമാശയും പറഞ്ഞോണ്ടിരിക്കുന്നു. അതും ഞാൻ കുട്ടിക്കാലത്ത് ചെയ്തുകൂട്ടിയ ചില മണ്ടത്തരങ്ങൾ പറഞ്ഞും... ദൈവമേ... എന്തിനാണീ പാരന്റ്സ് ഇതൊക്കെ മറ്റുള്ളവരോട് പറയുന്നത്. ഈ ലോകത്ത് ഞാൻ മാത്രമല്ലല്ലോ കുഞ്ഞിളം പ്രായത്തിൽ ഉറങ്ങുമ്പോൾ വിരൽ കടിക്കുന്ന വൻ. ഇതാപ്പോ നല്ല കൂത്ത്...

എന്തായാലും...

വൈകുന്നേരം ഞങ്ങൾ ഹിരാകുഡ് ഡാം കാണാൻ പോകാൻ തീരു മാനിച്ചിരുന്നു. അസുഖമുണ്ടായതുകൊണ്ട് അമ്മ ഞങ്ങളുടെ കൂടെ വന്നില്ല. മാത്രമല്ല, രാത്രി ഭക്ഷണം ഉണ്ടാക്കാനും അമ്മയ്ക്ക് വീട്ടിൽത്തന്നെ

നിൽക്കണമായിരുന്നു. അമ്മയെ സഹായിക്കാനായി ഞാനും അവിടെ നിൽക്കാൻ തീരുമാനിച്ചെങ്കിലും അമ്മ അര മണിക്കൂർ കൊണ്ട് തിരിച്ചു വരാമല്ലോ എന്ന് പറഞ്ഞ് എന്നെ നിർബന്ധിച്ച് അവരുടെ കൂടെ അയച്ചു.

വൈകുന്നേരം ചായ കഴിഞ്ഞ് ഞങ്ങൾ ഡാം കാണാൻ പോയി. വീട്ടിൽ നിന്ന് 3 കി.മീ. മാത്രമേ അങ്ങോട്ടുണ്ടായിരുന്നുള്ളൂ... പത്ത് മിനുട്ട് കൊണ്ട് ഞങ്ങൾ അവിടെ എത്തി.

കാർ പാർക്ക് ചെയ്ത് ഞങ്ങൾ ജവഹർ മിനാർ ടവറിൽ കയറി. അതായിരുന്നു അവിടെയുണ്ടായിരുന്ന ഏറ്റവും വലിയ ബിൽഡിംഗ്. അത് ഉയരത്തിൽ നിന്ന് ഡാം കാണാനായി തന്നെ നിർമിച്ചതായിരുന്നു. ഏകദേശം നൂറ്റമ്പത് അടി ഉയരമാണ് അതിനുണ്ടായത്. അവിടെ നിന്നുള്ള ഡാമിന്റെ കാഴ്ച വളരെ സുന്ദരമായിരുന്നു. ഞങ്ങൾ നിന്ന സ്ഥലത്താണ് ഡാമിന് ഏറ്റവും കൂടുതൽ ഉയരമുണ്ടായിരുന്നത്. താഴെ എവിടെയോ ഡിവൈഡർ തിരിയുന്ന ശബ്ദം കേൾക്കുന്നുണ്ടായിരുന്നു. വെള്ളത്തിന്റെ ഉയരുന്ന ശബ്ദം. അവിടെ നിന്ന് ഒഴുകുന്ന വെള്ളമാണ് താഴെ കൃഷിയിടങ്ങളിലേക്ക് ഒഴുകിപ്പോകുന്നത്. മറുഭാഗത്തെ കാഴ്ച അതിലും സുന്ദരമായിരുന്നു. അസ്തമയസൂര്യൻ താഴ്ന്നിറങ്ങുമ്പോഴുള്ള ഡാമും അതിലെ വെള്ളവും തിളങ്ങി നിൽക്കുന്നത് കാണാൻ അതിസുന്ദരമായിരുന്നു.

ഞങ്ങളുടെ നിഴലും ടവറിന്റെ നിഴലും ഒന്നായിക്കഴിഞ്ഞിരിക്കുന്നു. സൂര്യൻ അസ്തമിക്കാനായിരിക്കുന്നു. പരന്നുകിടക്കുന്ന വെള്ളത്തിൽ രാത്രികാലജീവികൾ ഇറങ്ങിത്തുടങ്ങിയിരിക്കുന്നു. പക്ഷികൾ കൂട്ടിലേക്ക് മടങ്ങുന്നു. ആ ഉയരത്തിൽനിന്ന് ഞങ്ങൾ രാത്രിയായിക്കൊണ്ടിരിക്കുന്ന നഗരത്തെ കുറച്ചുനേരം നോക്കിനിന്നു. ആ കാഴ്ച എല്ലാവർക്കും വളരെ ഇഷ്ടമായി.

കുശിയുടെ അമ്മയേയും അച്ഛനേയും ഇവിടെ കൊണ്ടുവരാൻ കഴിഞ്ഞതിൽ എനിക്ക് വളരെ സന്തോഷം തോന്നി. അതൊക്കെ കണ്ടിട്ട് അവളുടെ അമ്മ പറഞ്ഞു. "കുശി വരുമ്പോ ഇങ്ങോട്ട് കൊണ്ടുവരണം. അവൾക്ക് പ്രകൃതി കാണാൻ ഭയങ്കര ഇഷ്ടമാ...."

അവളുടെ അച്ഛൻ പറഞ്ഞു: "ഈ പ്രകൃതിഭംഗി കാണുമ്പോ എനിക്ക് ഓർമ്മ വരുന്നത് പൂണെ-മുംബൈ എക്സ്പ്രസ് വേയാണ്. ഓരോ തവണ അതിലൂടെ കടന്നുപോകുമ്പോഴും എന്നിലെ കവി ഉണരാറുണ്ടായിരുന്നു. ഇതൊക്കെ കാണുമ്പോ പിന്നെയും കവിത ജനിക്കുകയാ എന്റെ മനസ്സിൽ..."

തിരിച്ചുപോരുമ്പോൾ എല്ലാവരും നല്ല സന്തോഷത്തിലായിരുന്നു. ഒരിക്കലും ബർലയ്ക്ക് ഇത്രയ്ക്ക് സൗന്ദര്യമുള്ളത് അറിയില്ലായിരുന്നു. അവർക്ക് ഞങ്ങളുടെ നാട് അത്രയ്ക്ക് ഇഷ്ടപ്പെട്ടിരുന്നു.

ഏകദേശം എട്ട് മണിയായപ്പോഴേക്കും ഞങ്ങൾ തിരിച്ചെത്തി. ഡിന്നർ കഴിഞ്ഞുള്ള സമയത്തായിരുന്നു കുശിയുടെ മാതാപിതാക്കൾ എന്റെ വീട്ടിലേക്ക് വന്നതിന്റെ പ്രധാന ലക്ഷ്യത്തെക്കുറിച്ച് സംസാരിക്കാൻ പറ്റിയ

ഏറ്റവും നല്ല സമയം. നല്ലൊരു കാമുകനായിത്തന്നെ ഇവിടെ നടന്നു കൊണ്ടിരിക്കുന്ന എല്ലാ കാര്യങ്ങളും ഞാനവളെ വിളിച്ചറിയിക്കുന്നുണ്ടാ യിരുന്നു. സജീവമായി ഞാനും അവരുടെ ചർച്ചയിൽ പങ്കെടുത്തു. ചർച്ച ചെയ്ത് എല്ലാവരും ഒരു തീരുമാനത്തിലെത്തി.

മോതിര കൈമാറ്റ ചടങ്ങ് 2007 ഫെബ്രുവരി 14-ന് ഫരീദാബാദിൽ വെച്ച് നടത്താം.

കുശിയും ഞാനും ഈ ദിവസം ഒരുപാട് നേരത്തെ തീരുമാനിച്ചതാ യിരുന്നു. വരാനിരിക്കുന്ന വാലന്റൈൻസ് ഡേ അവൾ തന്റെ പ്രതിശ്രു തവരനൊപ്പം ആഘോഷിക്കും. ഞാൻ എന്റെ സ്വന്തം കാമുകിക്കൊപ്പവും ആഘോഷിക്കണം. അതുകൊണ്ടാണ് മോതിര കൈമാറ്റ ചടങ്ങിന് ഫെബ്രുവരി 14 തിരഞ്ഞെടുത്തത്. ആ ദിവസം ആദ്യ പകുതി അവൾ എന്റെ കാമുകിയായിരിക്കും. അടുത്ത പാതിയിൽ ഞാനവളുടെ പ്രതിശ്രുത വരനുമാകും. അത് അങ്ങനെ തീരുമാനമായി. ഫെബ്രുവരി 14 മോതിര കൈമാറ്റ ചടങ്ങ്, ഞങ്ങളുടെ എൻഗേജ്മെന്റ്. അങ്ങ് ഫരീദാബാദിൽ...

കാര്യമാത്രമായ പ്രസക്തമായ തീരുമാനത്തിനുശേഷം അവളുടെ പാരന്റ്സ് അവരുടെ റൂമിലേക്കു പോയി. എന്റെ പാരന്റ്സ് അടുത്ത മാസം നടക്കാനിരിക്കുന്ന എൻഗേജ്മെന്റിനെക്കുറിച്ച് കാര്യമായ എന്തോ സംസാ രിച്ച് അവിടെത്തന്നെ കുറച്ചുനേരം ഇരുന്നു. കുറച്ച് കഴിഞ്ഞ് അവരും ഉറ ങ്ങാനായിപ്പോയി.

അന്ന് എന്തോ അവൾ ഭയങ്കര ഹാപ്പിയിലായിരുന്നു. അവൾക്ക് എന്തോ സീരിയസായി എന്നോട് പറയാനുണ്ടായിരുന്നു. എനിക്കങ്ങനെ തോന്നി. ഞാൻ ചോദിക്കുകയും ചെയ്തു. "എന്താടാ കാര്യം..."

അവൾ ഒന്നും മിണ്ടിയില്ല. ന്യൂസ് പേപ്പർ വായിച്ചിരിക്കാണെന്ന് തോന്നുന്നു. പേജുകൾ മറിക്കുന്ന ശബ്ദം ഫോണിലൂടെ കേൾക്കുന്നു ണ്ടായിരുന്നു. കുറച്ചുകഴിഞ്ഞ് അവൾ പറഞ്ഞു.

"ഷോണാ... മുത്തേ..."

ഏതാനും നിമിഷത്തെ നിശ്ശബ്ദതയ്ക്ക് ശേഷം അവൾ തുടർന്നു...

"മദ്യപിക്കില്ല എന്ന് എനിക്ക് നീ വാക്ക് തന്നിരുന്നില്ലേ?"

"അതെ... തന്നിരുന്നു.. എന്തേ?"

"എനിക്കായി നീ ചെയ്ത വാക്ക് തിരിച്ചെടുക്കാവുന്നതാണ്... നിനക്ക് ഇഷ്ടമുള്ളത് ചെയ്യാം."

"എന്ത്? വാട്ട്...?" കുറച്ചു സമയത്തേക്ക് എനിക്ക് ഒന്നും പറയാൻ കഴി ഞ്ഞില്ല. എന്നാലും എന്റെ മനസ്സ് സന്തോഷംകൊണ്ട് നിറയുന്നത് ഞാന റിയുന്നുണ്ടായിരുന്നു.

പിന്നെയും ന്യൂസ് പേപ്പർ മറിയുന്നത് കേട്ടു.

"കഴിഞ്ഞ ഏഴ് മാസം നീ അത് കാത്തുസൂക്ഷിച്ചു. ഇപ്പോ എനിക്ക് ഉറപ്പുണ്ട് നിന്നെ ഒരിക്കലും മദ്യം കീഴടക്കില്ലെന്ന്..."

അത് മാത്രമാകില്ല പെട്ടെന്നുള്ള ഈ ഭാവമാറ്റത്തിന് കാരണം എന്ന് എനിക്ക് തോന്നി. ഞാൻ ചോദിച്ചു.

"നീ സീരിയസായി പറഞ്ഞതാണോ... ആ കാരണംകൊണ്ട് തന്നെയാണോ നീ അംഗീകരിക്കുന്നത്..."

അവൾ എല്ലാ കാര്യങ്ങളും തുറന്ന് പറഞ്ഞു. പത്രത്തിൽ ചെറിയ തോതിലുള്ള മദ്യപാനത്തിന്റെ ഗുണങ്ങൾ വിശദീകരിച്ചുകൊണ്ടുള്ള ഒരു ലേഖനം അവൾ വായിച്ചു. ഒരു ഗ്ലാസ് ഷാംപയിൻ കൊണ്ട് പ്രണയവർണങ്ങൾ പിന്നെയും വരച്ച് കൂട്ടാമെന്ന് അതിലുണ്ടായിരുന്നു.

ഞാനത് കേട്ട് ഒന്ന് മനസ്സറിഞ്ഞ് ചിരിച്ചു. അവൾ കേൾക്കാതെ...

"എന്റെ അനുമതി കിട്ടുന്നതുവരെ നീ നൽകിയ വാക്ക് കാത്തുസൂക്ഷിച്ചതിന് ഒരുപാട് നന്ദി... അക്കാര്യത്തിൽ നിന്നെ ഞാൻ അംഗീകരിക്കുന്നു."

അതിനും ഞാൻ ഒന്നും പറഞ്ഞില്ല. പിന്നെയും പുഞ്ചിരിച്ചു. എനിക്ക് അവളുടെ ആ വാക്കുകളും തീരുമാനങ്ങളും വളരെ ഇഷ്ടപ്പെട്ടു.

"ഒരുപാട് കാലമായില്ലേ നീ ഒഴിവാക്കിയിട്ട്... എന്റെ അനുമതി കിട്ടിയതുകൊണ്ട് ഫ്രണ്ട്സിനൊപ്പം ഒന്ന് കൂടാൻ ആഗ്രഹമുണ്ടോ നിനക്ക്?"

"ഇല്ല..."

"എന്തേ...?!!"

"ഹ... ഹ... ഹ... ഇപ്രാവശ്യം ഞാൻ ഉറക്കെ തന്നെ ചിരിച്ചുപോയി. ഏതായാലും ഇന്ന് ഇല്ല. അതിൽ നിന്ന് നീ തന്നെ എന്നെ ഒഴിവാക്കിത്തന്നതിൽ ഹാപ്പിയാണ്. അതിലും വലിയ ഹാപ്പി ഞാൻ നിനക്ക് നൽകിയ വാക്ക് പാലിക്കാൻ എനിക്കായല്ലോ എന്നോർത്താണ്... അല്ലെങ്കിലും ഞാൻ ഫ്രണ്ട്സിന് കമ്പനി കൊടുക്കേണ്ടി വരുമ്പോൾ മാത്രമാണ് കഴിക്കാറുള്ളത്. അതും സ്വല്പം മാത്രം. അതുപോലെ എല്ലാരും ഒരുമിക്കാണേൽ അന്ന് ഒരു കൈ നോക്കാം. ഞാൻ അതിന്റെ അഡിക്റ്റൊന്നുമല്ല."

വെള്ളിയാഴ്ച.

സാധാരണത്തെപോലെ തന്നെ ഉച്ചയ്ക്ക് ലഞ്ചിന് തൊട്ട് മുമ്പായി ഞാൻ അവളെ വിളിച്ചു. അവളുടെ വീട്ടിലേക്ക് വരാനുള്ള വണ്ടി ബുക്ക് ചെയ്ത വിവരം അവളെ അറിയിക്കാനായിരുന്നു വിളിച്ചത്. അതിന്റെ പ്ലാനിങ്ങും മറ്റുമൊക്കെ ഞാനവളിൽ നിന്ന് മറച്ചുവെച്ചിരുന്നു. അതൊരു വാശിപ്പുറത്തായിരുന്നു. അവസാനം മാത്രമേ അവൾ അറിയാൻ പാടുള്ളൂ എന്നായിരുന്നു എനിക്കുണ്ടായിരുന്ന വാശി.

ഏതായാലും എൻഗേജ്മെന്റ് ഉറപ്പിച്ചതോടെ ഞങ്ങളുടെ സംസാരവും അതിനെ ചുറ്റിപ്പറ്റി തന്നെയായിരുന്നു. ഏത് കാമുകീകാമുകന്മാർക്കും അങ്ങനെതന്നെയാകുമല്ലോ...

"ഹായ്... ഹലോ..."

"ഹലോ..."

"എന്റെ വർക്കുകളൊക്കെ കഴിഞ്ഞു. ഇനി നമുക്ക്..."

"അരേ... നിൽക്ക്... നിൽക്ക്. ഞാൻ ആദ്യം എന്റെ വർക്കിനെക്കുറിച്ച് പറയട്ടെ..." അവൾ എന്റെ സംസാരം തടസ്സപ്പെടുത്തിക്കൊണ്ട് പറഞ്ഞു. അവളാകെ വെപ്രാളത്തിലായിരുന്നു. ഞാൻ പറയാൻ പോകുന്ന കാര്യം എന്താണെന്ന് പോലും കേൾക്കാൻ അവൾ തയ്യാറായില്ല. അവൾ നല്ല ഹാപ്പി മൂഡിൽ തന്നെയായിരുന്നു. അന്ന് പ്രത്യേകിച്ചും. അവൾ ബെഡ്ഡിൽ നിന്ന് താഴേക്ക് ചാടുന്ന ശബ്ദം ഞാൻ ഫോണിലൂടെ കേട്ടു.

"വൺ സെക്കന്റ്..." അതും പറഞ്ഞ് അവൾ പാട്ട് തുടങ്ങി. "ലാ... ലാ.. ലാല... ലാ... ലാലാലാ..."

'തുടങ്ങിയോ...' എന്ന് ആലോചിച്ചെങ്കിലും ഞാനവളെ കാത്തുനിന്നു.

"ഓ.കെ... നിനക്കറിയോ എനിക്കിപ്പോ എന്തായിരുന്നു പണി എന്ന്..."

"ഇല്ല... നീ പറ... എന്തായിരുന്നു..."

"ഞാനിപ്പോ ഫ്ളവർവേഴ്സുകൾക്കും വിളക്കുകൾക്കും കളർ കൊടുക്കാ..."

"തന്നെ... പക്ഷേ, എന്തിനാണത്... അതും ഇപ്പോ..."

"ഇതൊക്കെയും നമ്മുടെ എൻഗേജ്മെന്റ് ഡേക്ക് അവിടെ വെക്കും. അതിന് ഒരു ഒറിജിനാലിറ്റി തോന്നിക്കാൻ തന്നെ..."

"അരേ യാർ... അടിപൊളിയാകുമല്ലോ... നീ എന്തിനുള്ള പുറപ്പാടാ..."

അവളുടെ മറുപടി ഒന്നും വന്നില്ല. വീണ്ടും തിരക്കിലായിക്കഴിഞ്ഞിരിക്കും.

"കെ.കെ. പിന്നെ... ഞാൻ എല്ലാം ബുക്ക് ചെയ്ത് കഴിഞ്ഞു ട്ടോ... റിസർവേഷൻ എല്ലാം കഴിഞ്ഞു." ഞാൻ പിന്നെയും പറയാൻ ശ്രമിച്ചു.

"അരേ... നോക്ക്... നിനക്കറിയോ... ഞാൻ വളരെ നന്നായിട്ടാ കളറിംഗ് ചെയ്യണത്... കാണാൻ നല്ല രസമുണ്ട്... നീ ഇതൊന്ന് കാണണം. എന്തൊരു ഭംഗി..."

അവൾക്ക് എന്താ പറ്റിയിരിക്കുന്നത് എന്ന് എനിക്ക് ഒരു പിടിയും കിട്ടിയില്ല. അവൾ എന്നെ പൂർണമായും അവഗണിക്കുന്നു. ഞാൻ പറയുന്നത് കേൾക്കാൻ പോലും തയ്യാറാകുന്നില്ല. അവളുടെ മനസ്സിൽ അന്ന് നടക്കേണ്ട ചടങ്ങ് മാത്രമേയുള്ളൂ. ആ പണി നടത്തുമ്പോഴും അവൾ പാട്ട് പാടുന്നുണ്ടായിരുന്നു. തമാശിക്കുന്നു. പൊട്ടിച്ചിരിക്കുന്നു. അത്ര സന്തോഷത്തോടെ അവൾ ചിരിക്കുന്നത് ഇന്നേ വരെ കണ്ടിട്ടില്ല. അവളുടെ കണ്ണിൽ കാണുന്ന എല്ലാം അവൾക്ക് സുന്ദരമായി തോന്നി. കാരണം മനസ്സ് സുന്ദരമായി കഴിഞ്ഞാൽ നമ്മുടെ കണ്ണിൽ എല്ലാം സുന്ദരമായി തോന്നും.

"ല... ലാ... ലാ... ല... ലലലാ..."

“പിന്നെ വാങ്ങിക്കാനുള്ള സാധനങ്ങളൊക്കെയും വാങ്ങിക്കഴിഞ്ഞു... ചെറിയ സാധനങ്ങളല്ലാത്ത എല്ലാം...ബാക്കി നാളെ വാങ്ങിക്കണം..” അവൾ വാങ്ങിക്കഴിഞ്ഞതും വാങ്ങാനുള്ളതുമായ സാധനങ്ങളുടെ ലിസ്റ്റ് വായിക്കാൻ തുടങ്ങി. ഒരു നീണ്ട ലിസ്റ്റ് തന്നെ.

“നോക്കിക്കോ ഇത് നിങ്ങൾ കണ്ടാൽ ഒറ്റ കാഴ്ചയിൽതന്നെ ഇതിന്റെ ഭംഗിയിൽ വീഴും.” അവൾ തുള്ളിച്ചാടാനും വീണ്ടും പാട്ട് പാടാനും തുടങ്ങി. ഇത്തവണ അത് ഒന്നുകൂടെ ഉച്ചത്തിലായിരുന്നു എന്നു മാത്രം.

“സത്യം പറഞ്ഞേ... എന്താ നിനക്ക് പറ്റിയേക്കണേ...” അപ്പുറത്തു നിന്ന് അവളുടെ അമ്മ ചോദിക്കുന്നതു കേട്ടു.

“അവൾക്ക് ഭ്രാന്താ...” നീറുവിന്റെ ശബ്ദവും കേട്ടു.

കുശി അപ്പഴും തുള്ളിച്ചാടുന്നുണ്ടായിരുന്നു. നല്ല പാട്ടും.

“അമ്മച്ചീ... അയാം ഗോയിങ്ങ് ക്രേസി... കാരണം... കാരണം... മൂന്നു ദിവസം കൂടി കഴിഞ്ഞാ എന്റെ എൻഗേജ്മെന്റാണല്ലോ...”

“ലാ... ലാ... ലാ... ലാല... ല...”

അവൾ അമ്മച്ചിയെ പിടിച്ച് തനിക്കൊപ്പം ഡാൻസ് ചെയ്യിപ്പിക്കാൻ ശ്രമിക്കുന്നുണ്ടായിരുന്നു. അവൾക്ക് എന്ത് പറ്റിയാവോ... പ്രണയത്തിന്റെ ഭ്രാന്ത് അല്ലാതെ എന്ത്. ഓരോ ദിവസവും അവൾ ഏറ്റവും കാത്തിരിക്കുന്ന വിശിഷ്ട ദിനം അടുത്ത് അടുത്ത് വരുകയായിരുന്നു. അവൾ സ്വർഗ്ഗലോകത്തേക്ക് കയറിക്കൊണ്ടിരിക്കായിരുന്നു.

അമ്മച്ചി ഫോൺ വാങ്ങി സംസാരിക്കാൻ തുടങ്ങി.

“ന്റെ പെണ്ണിന് ഭ്രാന്ത് പിടിച്ചിരിക്കാ മോനേ... ഇന്നു രാവിലെ മുതൽ തുടങ്ങിയതാ... ഈ ചിരിയും പാട്ടും ഡാൻസുമൊക്കെ. അവൾ അത്രയ്ക്ക് ഹാപ്പിയാ മോനേ... എനിക്കാകെ പേടിയാവാ... നീ എന്തെങ്കിലുമൊന്ന് പറഞ്ഞ് അവളെയൊന്ന് നിലത്ത് നിർത്തിക്കേ...”

“ഒരുപാട് മോഹിക്കുന്ന ഒരു കല്യാണം വരാണെങ്കി നിങ്ങൾക്കും ഉണ്ടാകും ഇതൊക്കെ...” അകലെ നിന്ന് കുശി വിളിച്ചുപറയുന്നത് ഞാൻ കേട്ടു.

“മോനേ നീ കേട്ടോ അവൾ പറയണത്...” ആശങ്കയോടെ അവളുടെ അമ്മ ചോദിച്ചു.

“കേൾക്കണുണ്ട് അമ്മേ... അവൾ ഇന്ന് വളരെ വളരെ സന്തോഷത്തിലാണ്.... വിഷമിക്കണ്ടാ... അവൾ ആഘോഷിക്കട്ടെ... അവൾ ഹാപ്പിയായിട്ട് തന്നെയിരിക്കട്ടെ...”

അവളുടെ അമ്മ പറഞ്ഞാണ് അറിഞ്ഞത്.. അവൾ അന്ന് രാവിലെ മുതൽക്കേ എൻഗേജുമെന്റിനുള്ള ഡ്രസ്സും വളകളും കോസ്റ്റ്യൂംസുമൊക്കെ തയ്യാറാക്കുന്ന തിരക്കിലായിരുന്നു. അതിനിടയിൽ ബ്രേക്ക്ഫാസ്റ്റ് കഴിക്കാൻ പോലും അവൾ മറന്നിരുന്നു. അത് കഴിഞ്ഞ് പെയ്ന്റ് പാത്രത്തിൽ കൈ മുക്കി നടക്കാണെന്ന്.

"നിനക്ക് രവീണിനോട് സംസാരിക്കണോ..." അമ്മ അവളോട് ചോദിച്ചു.

അകലെ നിന്ന് അവളുടെ മങ്ങിയ ശബ്ദം കേട്ടു... "അമ്മേ, അവനോട് പറഞ്ഞേക്ക് ഞാൻ എന്റെ എൻഗേജ്മെന്റിന് വേണ്ടി ഒരുങ്ങിക്കൊണ്ടിരിക്കാണ് എന്ന്. അതോണ്ട് ശല്യം ചെയ്യണ്ടാ എന്ന്..."

എൻഗേജ്മെന്റ് മാനിയ പിടിപെട്ട് ആരോടാണ് അവൾ സംസാരിക്കുന്നതെന്നും ആരോടൊപ്പമാണ് എൻഗേജ്മെന്റ് നടത്താൻ പോകുന്നതെന്നും അവൾ മറന്നിരുന്നു.

ഞാനെന്റെ രാജകുമാരിയെ അവളുടെ ഇഷ്ടത്തിന് വിട്ടു. കാൾ അവസാനിപ്പിക്കും മുമ്പ് തന്നെ അമ്മയോട് ടിക്കറ്റ് ബുക്ക് ചെയ്തതും ഫരീദാബാദിൽ ഞങ്ങൾ എത്തുന്ന ദിവസവും പറഞ്ഞു കൊടുത്തിരുന്നു. കുശി അപ്പഴും പാട്ട് പാടിക്കൊണ്ടിരിക്കായിരുന്നു.

എനിക്കും അദ്ഭുതമായിരുന്നു. ഒരു ഭാഗത്ത് ഞാൻ ആ ദിവസമാകുമ്പോഴേക്ക് ചെയ്തുതീർക്കേണ്ട കാര്യങ്ങൾക്കായി ഓടിനടക്കുന്നു. എനിക്കാകെ തിരക്കായിരുന്നു. ക്ഷണം, ടിക്കറ്റ് ബുക്കിംഗ്, പ്ലാനിംഗ്, ആവശ്യമായ ഡ്രസ്സുകളും ആഭരണങ്ങളും വാങ്ങൽ, അല്ലറ ചില്ലറ സാധനങ്ങൾ വാങ്ങിക്കൽ. അങ്ങനെ ഒരുപാട്. എനിക്ക് ഒന്നിനും സമയം തികയുന്നുണ്ടായിരുന്നില്ല. എന്നാൽ അവിടെ കുശിയോ? അവൾക്ക് എല്ലാം സിംപിൾ. ചിരിച്ച് കളിച്ച് പെയ്ന്റിംഗ് ഡാൻസിംഗ്.

അന്നേക്ക് ചെയ്യേണ്ടതൊക്കെയും അവൾ ചെയ്ത് കഴിഞ്ഞു. ഡ്രസ്സ്, ആഭരണങ്ങൾ ഷോപ്പിംഗ് എല്ലാം അവളുടേത് കഴിഞ്ഞിരിക്കുന്നു. ഈ തിരക്കിനിടയിൽ ഇതൊക്കെ എങ്ങനെ ചെയ്തുതീർക്കാൻ അവൾക്കാകുന്നു. അതാണ് എന്നെ അദ്ഭുതപ്പെടുത്തിയത്.

ഭക്ഷണം കഴിച്ച് തീരുന്നതുവരെ അവളുടെ ആ കാട്ടിക്കൂട്ടലുകൾ എന്നെ ചിരിപ്പിച്ചുകൊണ്ടിരുന്നു. അവൾ എന്റെ അടുക്കലേക്ക് തന്നെയാണല്ലോ വരുന്നത് എന്നോർത്ത് പിന്നെയും എന്താണെന്നറിയാത്ത ഒരു ഇഷ്ടം തോന്നി എനിക്ക്.

കുശിയുടെ ലൈഫ് മോട്ടോ സിംപിളായിരുന്നു. ഈ ലോകത്തെ ജീവിതം എത്രയോ ചെറുത്. അതിലെ ഓരോ നിമിഷവും ആഘോഷിക്കണം. അവൾ എപ്പോഴും പറയുമായിരുന്നു. മഴയത്ത് നിന്ന് ഡാൻസ് ചെയ്യാൻ നിനക്ക് തോന്നിയാൽ പിന്നെ മറ്റുള്ളവർ നിന്നെക്കുറിച്ച് എന്ത് ചിന്തിക്കുമെന്ന് കരുതരുത്, അത് ചെയ്യുക പിന്നെ ചിന്തിക്കുക. ആ നിമിഷം നിന്റേതാണ് നിനക്കുള്ളതാണ്. നിനക്ക് സന്തോഷിക്കാനുള്ളതാണ്.... അവൾ പറയുന്ന കാര്യങ്ങൾ പലപ്പോഴും ഒരു തത്ത്വചിന്തക്ക് വഴി മാറാറുണ്ടായിരുന്നു.

'പ്രണയം, എൻഗേജ്മെന്റ്, വിവാഹം ഇതൊക്കെ മനസ്സറിഞ്ഞ് ഒരിക്കൽ മാത്രമേ ജീവിതത്തിലുണ്ടാകൂ... അത് ആഘോഷിക്കണം... മനസ്സ്

നിറഞ്ഞ് തന്നെ ആഘോഷിക്കണം... അതിന്റെ പേരിൽ കൂടുതൽ മാന സിക തളർച്ച നേരിട്ട് അതിന്റെ സന്തോഷം താറുമാറാക്കാൻ പാടില്ല. എന്നെന്നും ഓർമിക്കുന്ന ആഘോഷമാക്കി നമ്മളതിനെ മാറ്റണം...'

അവൾ പറഞ്ഞു, ഞാൻ ചിന്തിച്ചു... എനിക്കും വാശിയായി... യെസ്... ഇത് എന്റെ എൻഗേജ്മെന്റാണ്... ഇത് എനിക്കും ആഘോഷിക്കണം.. ജീവനുള്ള കാലത്തോളം മറക്കാത്ത അനുഭവങ്ങളുള്ള ആഘോഷമായി തന്നെ... ഭക്ഷണം കഴിച്ച് കുപ്പിയിൽ നിന്ന് അവസാന തുള്ളി വെള്ളവും കുടിക്കുമ്പോൾ ഞാൻ തീർച്ചപ്പെടുത്തി. ഞാൻ കൈ കഴുകി അവസാന മായി ചെയ്തുതീർക്കാനുള്ള വർക്കിനായി ഓഫീസ് കാബിനിലേക്ക് നടന്നു.

കമ്പ്യൂട്ടറിൽ അടുത്ത രണ്ടാഴ്ചക്കുള്ള ലീവ് ലെറ്റർ ടൈപ്പ് ചെയ്തു. ലീവാകാനുള്ള കാരണം എഴുതാനുള്ള കോളത്തിൽ ഞാൻ എഴുതി... 'എന്റെ എൻഗേജ്മെന്റ്... ബിസിനസ് കാര്യങ്ങൾക്കായി എന്റെ ഫോൺ ഇന്നു മുതൽ ലഭ്യമാകുന്നതല്ല. വിഷുകൾ മാത്രമേ ഇനി സ്വീകരിക്കുക യുള്ളൂ."

അന്ന് രാത്രി...

എനിക്ക് കിടന്നിട്ട് ഉറക്കം വരുന്നുണ്ടായിരുന്നില്ല. ഞാനിതാ വിവാഹി തനാകാൻ പോകുന്നു. ഞാനിതാ വരനെന്ന് വിളിക്കപ്പെടാൻ പോകുന്നു. എന്റെ സ്വതന്ത്ര ലോകം ഇതാ അവസാനിക്കാൻ പോകുന്നു. സുന്ദരികളിൽ നിന്ന് ഇങ്ങോട്ടും അങ്ങോട്ടുമുള്ള പ്രണയാർദ്രമാം നോട്ടങ്ങൾ അവസാ നിക്കാൻ പോകുന്നു. ഒരു മോതിരം.... അത് എന്റെ ഈ വിരലിൽ വന്ന് വീഴുന്നതോടെ ഒരുപാട് സുന്ദരികളുടെ മോഹങ്ങളും വീണുടയാൻ പോകുന്നു.

ഇത്രയുംകാലം ആസ്വദിച്ചത് പോലെ ഇനിയും എനിക്ക് ആസ്വദിക്കാ നാകുമോ... എനിക്കറിയില്ല... പക്ഷേ, എനിക്ക് എന്റെ ഈ വിരലിൽ അവൾ ആ മോതിരം അണിയിച്ച് തരണം... ഭാവിയെന്തായാലും വേണ്ടില്ല. എനിക്ക് അവളെ വേണം. ഈ സമയം അവൾ ഇവിടെ ഉണ്ടാകണം എന്ന് ഞാൻ ആഗ്രഹിച്ചു. കൂടെ ഇരിക്കണം ആ മുഖത്തേക്ക് നോക്കിയിരിക്കണം... അവളെ ചുംബനം കൊണ്ട് മൂടണം.

ഒരുപാട് ഒരുപാട്... എനിക്കവളെ സ്നേഹിക്കണം... അവൾക്കായി പ്രണയത്തിന്റെ സംഗീതം എന്റെ ഹൃദയതന്ത്രികളിൽ മീട്ടുന്നുണ്ടായി രുന്നു.

എനിക്ക് എന്നെത്തന്നെ നിയന്ത്രിക്കാനായില്ല. പ്രണയം തലയ്ക്ക് പിടിച്ചാ ആർക്കാ സ്വയം നിയന്ത്രിക്കാനാവുക... ഞാനവൾക്ക് വിളിച്ചു. അറ്റൻഡ് ചെയ്ത ഉടൻ ഞാൻ പറഞ്ഞു... "എനിക്ക് നിന്നോട് കൊഞ്ചണം."

"ഇപ്പോ?!! ആയിക്കോട്ടെ. പക്ഷേ, ഒരു പ്രശ്നമുണ്ടല്ലോ... ഞാനിപ്പോ ഓഫീസിലാ... ഇപ്പോ നിന്റെ കൊഞ്ചൽ നടക്കില്ല..." അവൾ ഉറക്കെത്തന്നെ ചിരിച്ചു.

ഏതാനും ആഴ്ചകളായി അവൾ യു.എസ് ഓഫീസ് ഡ്യൂട്ടിയിലേക്ക് മാറിയിട്ട്. അപ്പോൾ എന്നും രാത്രി ഓഫീസിലായിരിക്കും. അത് എനിക്ക് നേരത്തേ അറിയാമായിരുന്നു. മനസ്സ് തുറന്ന് ഒന്ന് സംസാരിക്കാൻ പോലും രണ്ട് പേർക്കും പറ്റുന്നില്ല. എല്ലാം കൂടി ആലോചിച്ച് എനിക്ക് നിയന്ത്രണം കിട്ടിയില്ല. എനിക്ക് സുബോധം നഷ്ടപ്പെട്ടിരുന്നു. ഞാൻ കുറുകുന്ന ശബ്ദത്തിൽ പറഞ്ഞു... "നിന്റെ മുഖം ഞാൻ കാണുന്നു... എന്റെ വിരലുകൾ നിന്റെ മുഖത്തിലൂടെ അങ്ങനെ അങ്ങനെ അരിച്ച്... അരിച്ച്.... അരിച്ച്..."

"ഹേയ്... ഷോണാ... വേണ്ടാട്ടോ... നോക്ക്..." അവളപ്പോഴും ചിരിക്കുന്നുണ്ടായിരുന്നു. എന്നെ തടയാൻ ശ്രമിച്ചു.

"...എന്റെ വിരലുകൾ അങ്ങനെ അങ്ങനെ..."

"...എടാ... നോക്ക്... പ്ലീസ്... നോക്ക്... നിന്റെ അവസ്ഥ എനിക്ക് മനസ്സിലാകണുണ്ട്... പക്ഷേ... ഞാനിപ്പോ നല്ല തിരക്കിലാ..." എന്നെ വിഷമിപ്പിക്കാതെ അവൾ പറഞ്ഞു.

"എല്ലാം നിർത്ത്... എല്ലാ കാര്യങ്ങളും തീർക്ക്... എന്നിട്ട് വാ... എന്റെ അടുക്കലേക്ക്... എന്റെ പൊന്നേ..."

"ഐ ലവ് യു ഡിയർ... നിനക്കറിയാലോ... ഇന്നാണ് എന്റെ ഓഫീസിലെ ലാസ്റ്റ് ഡേ... ഞാൻ നാളെ മുതൽ ലീവാ... പോകുന്നതിനു മുമ്പ് ചെയ്തുതീർക്കേണ്ട ചില അത്യാവശ്യ വർക്കുകളുണ്ട്. അതൊന്ന് തീർക്കട്ടെ... എന്നിട്ട് വേണം എനിക്ക് എന്റെ എൻഗേജ്മെന്റ് അടിച്ച് പൊളിക്കാൻ."

ആ പറഞ്ഞത് എന്നെ തിരിച്ചുകൊണ്ടുവന്നു.

"ഹും... എന്നാലും..." എല്ലാം അറിയാമായിരുന്നിട്ടും എന്റെ നീരസം ബാക്കിയായിരുന്നു.

അത് മനസ്സിലാക്കിയിട്ടാകും...

"നോക്ക്.... ഞാൻ വാക്ക് തരാം... നാളെ രാവിലെ അഞ്ചുമണിക്ക് തന്നെ നിന്നെ ഞാൻ വിളിച്ചുണർത്തിക്കോളാം.. വീട്ടിലെത്തിയ ഉടനെ തന്നെ..." എന്നെ സന്തോഷിപ്പിക്കാനായി അവൾ പറഞ്ഞു.

"അഞ്ച് മണിക്ക് എന്നെ വിളിച്ചുണർത്തേ... എന്തിന്?"

"ഹും... എനിക്ക് നിന്റെ ആ വിരലുകൾ എന്റെ മുഖത്ത് ഇങ്ങനെ ഇങ്ങനെ... എനിക്കത് ആ സമയത്ത് വേണം..."

"അയ്യോടാ... ഹും... എന്നാ നടക്കട്ടെ. നിന്റെ ജോലിയൊക്കെ പെട്ടെന്ന് തീർക്ക്..."

"വരാനിരിക്കുന്ന പ്രണയാർദ്രമായ ഒരു സമ്മോഹന പ്രഭാതത്തിന് കാത്തിരിക്കുക. അതിന് മുമ്പ് സുഖമായിട്ട് ഒന്ന് ഉറങ്ങിക്കോ... അപ്പോ രാവിലെ അഞ്ച് മണി..."

അവൾ എനിക്ക് മുത്തം നൽകി ഫോൺ വെച്ചു.

പാതി ഉറക്കത്തിലായിരുന്ന എന്റെ കൈകൾ തലയിണയ്ക്ക് താഴേക്ക് നീണ്ടു, ഫോണെടുക്കാൻ. ജനാല കർട്ടനിലൂടെ വരുന്ന പ്രകാശം നേരം പുലർന്നിരിക്കുന്നു എന്ന് തോന്നിപ്പിച്ചു. ഫോണിന്റെ സ്ക്രീനിൽ ഞാൻ സമയം നോക്കി. സമയം 6.30.

കുശി എന്നെ വിളിക്കാമെന്ന് പറഞ്ഞിട്ട് ഇതുവരെ വിളിച്ചില്ലല്ലോ... അവളും ഉറങ്ങിപ്പോയോ... അത് പതിവില്ലല്ലോ.. വിളിക്കാമെന്ന് ഏറ്റാൽ അവൾ വിളിക്കാറുണ്ടല്ലോ...കഴിഞ്ഞ രാത്രി മുടങ്ങിപ്പോയ പ്രണയസല്ലാപം തുടരാനായി ഞാൻ അപ്പോൾ തന്നെ അവളെ വിളിച്ചു. ഫോൺ ബെല്ലടി ക്കുന്നതിനിടയിൽ ഞാൻ പിന്നെയും ബ്ലാങ്കറ്റിന്റെ ഉള്ളിലേക്ക് ചുരുണ്ടു. പ്രണയ സല്ലാപത്തിന് ഏറ്റവും യോജിച്ച സമയവും ഏറ്റവും നല്ല ബ്ലാങ്കറ്റും... പ്രണയ നഗരിയിലേക്കുള്ള ഡോർ ബെല്ലുമടിച്ച് ഞാൻ എന്റെ മുത്തിനെ കാത്ത് നിന്നു.

ബെല്ലടിക്കുന്നുണ്ട്. എടുക്കുന്നില്ല.

നിന്നെ ഞാൻ അങ്ങനെ ഉറങ്ങാൻ സമ്മതിക്കില്ല. അതും മനസ്സിൽ കരുതി ഞാൻ പിന്നെയും ഡയൽ ചെയ്തു.

"ഹലോ..."

ഒരു പുരുഷ ശബ്ദം. ഞാൻ അത്ഭുതപ്പെട്ടു.

"ഹലോ..." അയാൾ ശക്തമായി കിതയ്ക്കുന്നുണ്ടായിരുന്നു.

"ആരാണത്.." ഞാൻ എന്റെ കിടക്കയിൽ എഴുന്നേറ്റ് ഇരുന്ന് ചോദിച്ചു.

'ഗിരീഷ്...!!"

അവൻ ഭയങ്കര തിരക്കിലാണെന്ന് എനിക്ക് മനസ്സിലായി. അവിടെ നിന്ന് നല്ല ശബ്ദകോലാഹലങ്ങളും കേൾക്കുന്നുണ്ടായിരുന്നു.

"നിനക്ക് എവിടെ നിന്നാ കുശിയുടെ ഫോൺ കിട്ടിയത്..."

അവനൊന്നും മിണ്ടാതെ ഫോൺ മറ്റാർക്കോ കൈമാറി.

"ഹലോ..." മറ്റൊരു പുരുഷ ശബ്ദം.

"പുഷ്കർ...??!!"

"യെസ്..!! രവീൺ..."

"എന്ത് പറ്റിയെടാ... എന്താ നിങ്ങളെല്ലാവരും... കുശി എവിടെ..." ഞാൻ ആധിയോടെ ബ്ലാങ്കറ്റ് വലിച്ചെറിഞ്ഞോണ്ട് ചോദിച്ചു.

ആകസ്മികം

"വാ...ട്ട്...."

കേട്ട വാർത്ത എനിക്ക് വിശ്വസിക്കാനായില്ല. അത് എന്റെ നെഞ്ചകം പിളർത്തി. ഞാൻ ബെഡിൽ നിന്ന് എണീറ്റ് പോയി. "ആക്സിഡന്റ്..." വിശ്വസിക്കാനാകാതെ ഞാൻ പിന്നെയും ചോദിച്ചു.

"രാത്രി ഷിഫ്റ്റ് കഴിഞ്ഞ് വീട്ടിലേക്ക് മടങ്ങുമ്പോ അവൾ സഞ്ചരിച്ചിരുന്ന കാർ ആക്സിഡന്റിൽപെട്ടു..."

എന്റെ ഹൃദയമിടിപ്പ് കൂടി. പുഷ്കർ ആരേയോ കാണാനായി തിരക്കിട്ട് ഓടുന്ന ശബ്ദം കേട്ടു. ഡോക്ടറെയാകും. ഫോൺ ഗിരീഷിന് തന്നെ നൽകി.

"ഗിരീഷ് സത്യം പറ... എന്താടാ അവൾക്ക് പറ്റിയേക്കണത്... അവൾക്ക് കുഴപ്പം ഒന്നുമില്ലല്ലോ..."

അവൻ ഒന്നും മിണ്ടിയില്ല.

"എന്തെങ്കിലും ഒന്ന് പറയടാ എന്താ പറ്റിയേക്കണത്... ഒന്നും മിണ്ടാതെ ഇങ്ങനെ നിൽക്കല്ലേ... പ്ലീസ്...അവൾക്ക് കുഴപ്പം ഒന്നുമില്ലല്ലോ..." എന്റെ ശബ്ദം ഉയർന്നു.. എന്റെ കാൽ വിറയ്ക്കുന്നു. എന്റെ കൈ വിറയ്ക്കുന്നു. ഞാനാകെ വിറയ്ക്കുന്നു. കാൽ നിലത്തുറയ്ക്കുന്നില്ല. ഒരു സമാധാനവുമില്ലാതെ ഞാൻ അങ്ങോട്ടുമിങ്ങോട്ടും ഓടാൻ തുടങ്ങി.

"എനിക്കറിയില്ല രവീൺ..."

"എന്താ നീ പറയണത് നിനക്ക് ഒന്നുമറിയില്ല എന്നോ...? എന്താ അതിനർത്ഥം...?"

അവൻ പതിയെ പറഞ്ഞു... "ഒരു ട്രക്കുമായാ അവളുടെ ടാക്സി കൂട്ടിയിടിച്ചത്... ഡ്രൈവർ... ഡ്രൈവർ... അയാൾ...."

"അയാൾക്ക് എന്തുപറ്റി...?!"

"അയാൾ സ്പോട്ടിൽ വെച്ച് തന്നെ മരിച്ചു."

"എന്റെ ദൈവമേ..." അതെന്നെ കൂടുതൽ ഭയപ്പെടുത്തി. "ഗിരീഷ്

ദൈവത്തെയോർത്ത് കുശിക്ക് എന്താ പറ്റിയത് എന്ന് ഒന്ന് പറഞ്ഞുതാ... പ്ലീസ് ഗിരീഷ്..."

"കുശി ഐ.സി.യുവിലാണ്... ഇതുവരെ ഡോക്ടർമാർ ഒന്നും പറഞ്ഞിട്ടില്ല. ബ്ലഡ് ഒരുപാട് ലോസ്റ്റായിട്ടുണ്ട് അവൾക്ക്..."

എനിക്ക് കരച്ചിൽ വന്നു... ഞാൻ കരഞ്ഞു...

"മറ്റാരെങ്കിലും ആ കാറിലുണ്ടായിരുന്നോ?" ഞാൻ കരയുന്നതിനിടയിലും ചോദിച്ചു.

"യെസ്... മറ്റൊരാൾ കൂടെയുണ്ടായിരുന്നു. അയാൾ ഡ്രൈവർക്കൊപ്പം മുന്നിലാണ് ഇരുന്നിരുന്നത്. അവന് കാര്യമായ കുഴപ്പമൊന്നുമില്ല. ചെറിയ മുറിവുകൾ മാത്രമേ ഉള്ളൂ... കാറിന്റെ റൈറ്റ് സൈഡിലാ വന്നിടിച്ചത്. ഡ്രൈവർക്ക് നല്ല മുറിവേറ്റിട്ടുണ്ട്. അയാളുടെ തൊട്ട് പിറകിലാ കുശി ഇരുന്നിരുന്നത്."

അല്പം കഴിഞ്ഞ് പുഷ്കർ എന്നെ വിളിച്ച് സമാധാനിപ്പിച്ചു. ഡോക്ടേഴ്സ് ശ്രമിച്ചുകൊണ്ടിരിക്കുന്നുണ്ടെന്നും ഹോപ്പ് ഉണ്ടെന്ന് അവർ പറഞ്ഞതായും അവൻ എന്നോട് പറഞ്ഞു.

"ഞങ്ങൾ എല്ലാവരും ഇവിടെ ഉണ്ട് രവീൺ... വിഷമിക്കണ്ട... എല്ലാം ശരിയാകും. ഡോക്ടേഴ്സ് പോസിറ്റീവാണ്. ഞാനിപ്പോ അവരോട് സംസാരിച്ചതേയുള്ളൂ..."

"യെസ്, പുഷ്കർ, അവൾക്ക് സുഖമാകും. എനിക്ക് ഉറപ്പുണ്ട് അവൾക്ക് സുഖമാകും. സുഖമാകാതിരിക്കാൻ പറ്റില്ലല്ലോ..." ഞാൻ പറഞ്ഞു. എന്റെ വാക്കുകൾ ശരിയായി മാറണേ എന്നായിരുന്നു എന്റെ പ്രാർത്ഥന.

"നോക്ക്... എന്തെങ്കിലും മാറ്റമുണ്ടായാൽ ഞാൻ വിളിക്കാം. ഞാൻ വെക്കട്ടെ. അവൾടെ എന്തോ കാര്യം നോക്കാനുണ്ട്."

"യാ... യാ... യാ... കെ. പുഷ്കർ... എന്തുണ്ടായാലും വിളിക്കൂ. ഞാൻ..."

എന്റെ റൂമിൽ ഞാനപ്പോഴും ഷോക്കിൽ തന്നെയായിരുന്നു. അപ്പോഴും കേട്ടത് വിശ്വസിക്കാൻ കഴിയുന്നില്ല. ഇതൊക്കെ സത്യമോ അതോ ഒരു ദുഃസ്വപ്നമോ.. ഞാൻ കരുതി... ഞാൻ അപ്പോഴും ഉറങ്ങുകയാണ്. കേട്ടതൊക്കെ വെറും സ്വപ്നം മാത്രം. അതിൽ നിന്ന് ഉണരുമ്പോൾ അതൊന്നും ഉണ്ടാകില്ല.

ഞാനാകെ തകർന്നു. എനിക്ക് ശ്വാസം വിങ്ങി. റൂമിൽ അടച്ചിട്ടിരുന്ന എല്ലാ ജനാലകളും തുറന്നു. അല്പം വായുവിന് വേണ്ടി. പുറംലോകം! അത് കാണണം എനിക്ക്. വീട്ടിൽ ഞാൻ ഒറ്റയ്ക്ക്. ആ വാർത്തയുണ്ടാക്കിയ വേദന അത് താങ്ങാവുന്നതിനും അപ്പുറത്തായിരുന്നു.

ഞാൻ എന്റെ പാരന്റ്സിനെ വിളിച്ച് വിവരം അറിയിക്കാൻ തീരുമാനിച്ചു. പക്ഷേ, അവർ എടുക്കും മുമ്പേ ഞാൻ ഇവിടെ ഡിസ്കണക്റ്റ്

ചെയ്തു... എന്താ അവരോട് പറയേണ്ടൂ എന്നായിരുന്നു ഞാൻ ആലോചിച്ചത്. അവർ വല്ലതും ചോദിച്ചാൽ എനിക്ക് പിടിച്ച് നിൽക്കാനാകണം. എനിക്കാകെ പേടിയാകാൻ തുടങ്ങി. എങ്ങനെ പറയും എന്ത് പറയും... ഞാനാകെ പതറി. റൂമിലൂടെ അങ്ങോട്ടുമിങ്ങോട്ടും ഓടാൻ തുടങ്ങി. ദൈവത്തോട് കൈ കൂപ്പിക്കൊണ്ടുതന്നെ പ്രാർത്ഥിച്ചു. "ദൈവമേ... കേട്ടത് വെറും പാഴ്ക്കിനാവാക്കി മാറ്റണേ. ദൈവമേ ഒരിക്കലും അവൾക്ക് അങ്ങനെ നീ വരുത്തല്ലേ..."

കുറച്ച് കഴിഞ്ഞ് ഞാൻ തന്നെ വീട്ടിലേക്ക് വിളിച്ച് വിവരം അവരെ അറിയിച്ചു. ആദ്യം അവരും കേട്ടത് വിശ്വസിക്കാൻ തയ്യാറായില്ല. യാഥാർത്ഥ്യമാണെന്ന് മനസ്സിലായപ്പോൾ 'എല്ലാം ശരിയാകും' എന്ന് പറഞ്ഞ് എന്നെ ആശ്വസിപ്പിക്കാൻ ശ്രമിച്ചു. ആദ്യം കിട്ടിയ ഫ്ളൈറ്റിന് തന്നെ ഞാൻ അങ്ങോട്ട് പോകുകയാണെന്ന് അവരോട് പറഞ്ഞു. എനിക്ക് ഒരു സമാധാനവുമില്ലായിരുന്നു. ഞാൻ ഇടയ്ക്കിടെ അവരെ വിളിച്ചുകൊണ്ടിരുന്നു.

അന്ന് പകൽ അവസാനിക്കുംമുമ്പ് എല്ലാ ഫ്രണ്ട്സിനും ഞാൻ മെസേജ് അയച്ചു.

'ഫ്രണ്ട്സ്, ഒരു ദുഃഖവാർത്ത.

കുശിക്ക് ഒരു ആക്സിഡന്റ്. എല്ലാ പ്രോഗ്രാമും മാറ്റിവെച്ചിരിക്കുന്നു.'

പിറ്റേന്നു രാവിലെ 6.30ന് തന്നെ ഞാൻ എണീറ്റു. അഞ്ച് മണിക്ക് തന്നെ എണീറ്റിരുന്നുവെങ്കിലും ഇന്നലെയുണ്ടായ ദുരന്തം മനസ്സിലുണ്ടായിരുന്നത് കൊണ്ട് എണീക്കാൻ കഴിഞ്ഞില്ല. എന്റെ വീട്ടിലുണ്ടായിരുന്ന ഗുരുനാനാക്കിന്റെ ഫോട്ടോക്ക് മുന്നിൽ പോയി ഞാൻ കൈകൂപ്പി ഹൃദയത്തിൽ തട്ടി തന്നെ പ്രാർത്ഥിച്ചു... " ദൈവമേ... അവളുടെ മുറിവുകൾ ഉണക്കി എത്രയും പെട്ടെന്ന് സുഖം നൽകണേ... പ്ലീസ്... എനിക്കറിയാം നിനക്കത് ചെയ്യാൻ കഴിയുമെന്ന്..."

പ്രാർത്ഥനാ മനസ്സുമായി കണ്ണടച്ച് കുറച്ച് കൂടുതൽ സമയം തന്നെ ഞാൻ അവിടെ നിന്നു. കണ്ണ് തുറന്ന് പുറത്തേക്ക് നടന്നു. ബാത്റൂമിലേക്ക് പോകും വഴിക്ക് എന്റെ കമ്പ്യൂട്ടറിന്റെ അരികിലായി വെച്ച കണ്ണാടിയിൽ എന്നെ കണ്ട് അവിടെ നിന്നു. ഞാനാകെ വിളറി വെളുത്തിരിക്കുന്നു. വലത് കണ്ണിൽ അപ്പോഴും കണ്ണീർതുള്ളി തങ്ങിനിൽക്കുന്നുണ്ടായിരുന്നു. ഞാനത് കൈയിന്റെ പുറം കൊണ്ട് തുടച്ചു. ഒരു ദീർഘനിശ്വാസമെടുത്തു. ഒന്ന് പുഞ്ചിരിക്കാൻ ശ്രമിച്ചു. പക്ഷേ, ദയനീയമായി പരാജയപ്പെട്ടു.

കണ്ണാടിയിൽ കാണുന്ന പ്രതിബിംബത്തോട് ഞാൻ പറഞ്ഞു... "നിന്റെ പൊന്നിന് ഒന്നും പറ്റില്ല... ഒന്നും... പെട്ടെന്നുതന്നെ സുഖമാകും... അത്രയ്ക്ക് നല്ല ഒരു മനസ്സുള്ളവളോട് ദൈവത്തിന് എങ്ങനെ ക്രൂരത കാണിക്കാനാകും..." സമയം നോക്കി. ഫ്ളൈറ്റിന് സമയമായിരിക്കുന്നു.

ഞാൻ ബാത്റൂമിലേക്കോടി. എന്ത് കാര്യം ചെയ്യുമ്പോഴും എന്റെ മനസ്സിലുണ്ടായിരുന്നത് ഒരേ ഒരു പേര് മാത്രമായിരുന്നു. 'കുശി... കുശി..."

ഞാൻ പിന്നെയും പ്രാർത്ഥനാ ഹാളിലേക്ക് വന്നു. വിശുദ്ധ ഗ്രന്ഥമെടുത്ത് വായിക്കാൻ തുടങ്ങി. പത്ത് മിനുട്ടോളം ഞാൻ ആത്മാർത്ഥമായി തന്നെ പ്രാർത്ഥിച്ചു. എങ്ങും നിശ്ശബ്ദത. പ്രാർത്ഥനയിൽ ഞാൻ കുശിയെ രക്ഷിക്കാനായി പിന്നെയും ദൈവത്തോട് യാചിച്ചുകൊണ്ടിരുന്നു. പ്രാർത്ഥന കഴിഞ്ഞ് ഗ്രന്ഥം ആദരവോടെ ബാഗിൽ വെച്ച് പൊതിഞ്ഞ് ഷെൽഫിൽ തന്നെ വെച്ചു. കോളേജ് പഠനകാലം മുതൽക്കേ ഞാൻ എന്നും കാലത്ത് പ്രാർത്ഥിക്കാറുണ്ടായിരുന്നു. ഇന്ന് ഏതായാലും എന്റെ പ്രാർത്ഥനയുടെ ഫലം കാണുമെന്ന് ഞാൻ ഉറച്ച് വിശ്വസിച്ചു.

എനിക്ക് ബ്രേക്ക് ഫാസ്റ്റ് കഴിക്കാൻ തോന്നിയില്ല. എങ്ങനെ കഴിയും... എന്റെ പ്രിയപ്പെട്ടവൾ അങ്ങ് ആശുപത്രിയിൽ, ഐ.സി.യുവിൽ... ഞാൻ എയർപോർട്ടിലേക്ക് ഓടി.

ഭുവനേശ്വറിൽ സൂര്യൻ ഉദിച്ച് ഉയരുന്നുണ്ടായിരുന്നു. അന്നും എന്നത്തെയുംപോലെ സുന്ദരം തന്നെയായിരുന്നു. പക്ഷേ, ആ ഭംഗി ആസ്വദിക്കാൻ പറ്റിയ മാനസികാവസ്ഥയിലായിരുന്നില്ല. അപ്പോഴും എന്റെ മനസ്സിൽ കുശിയായിരുന്നു. അവളെക്കുറിച്ച് നല്ല വാർത്ത തന്നെ എനിക്ക് കേൾക്കാനാകുമെന്ന് ഞാൻ ആശിച്ചു. ഇടയ്ക്കിടെ ഞാൻ എന്റെ ഫോണിൽ നോക്കുന്നുണ്ടായിരുന്നു. വല്ല മിസ്കോളോ മെസേജോ വന്നിട്ടുണ്ടോ എന്ന്.

ഞായറാഴ്ചയായതുകൊണ്ടാകും റോഡിൽ കൂടുതൽ തിരക്കുണ്ടായിരുന്നില്ല. ഞാൻ ഓട്ടോറിക്ഷയ്ക്ക് കൈ കാണിച്ചു. തർക്കിക്കാൻ നിൽക്കാതെ ഞാൻ എന്റെ ബാഗ് വണ്ടിയിലേക്ക് എടുത്ത് വെച്ചു.എന്റെ ജീവിതത്തിൽ അത് ആദ്യത്തെ അനുഭവമായിരുന്നു, ചെറുതായി തർക്കിക്കാൻ പോലും നിൽക്കാതെ ഒരു റിക്ഷയിൽ കയറുന്നത്.

"എങ്ങോട്ടാണ്?"

"എയർപോർട്ട്."

'9.30ന് തന്നെ ഞാൻ എയർപോർട്ടിലെത്തി. ബാഗ് ചെക്കിംഗ് ചെയ്തു. വിമാനം പുറപ്പെടാൻ ഇരുപത് മിനുട്ട് കൂടെയുണ്ടായിരുന്നു. കുശിയെ കുറിച്ച് ഒന്നുമറിയാത്തതോണ്ട് എനിക്ക് യാതൊരു സമാധാനവുമില്ലായിരുന്നു. ഞാൻ ഫരീദാബാദിലേക്ക് വിളിച്ചു. ആരോ എടുത്തു.

"ഹലോ..." ഒരു പെൺശബ്ദം.

"ഹായ്... മിശാ ദീദി..." ആ വീട്ടിലെ എല്ലാവരുടേയും ശബ്ദം എനിക്ക് തിരിച്ചറിയാൻ കഴിയുമായിരുന്നു.

"ഹായ്... രവീൺ... ഹൗ ആർ യു..."

"ഐ ഓ.കെ. ദീദി... ഹൗ ആർ യു... ഹോസ്പിറ്റലിൽ നിന്ന് എന്തെങ്കിലും വിവരം കിട്ടിയോ..."

“രാവിലെയല്ലെ, ഇതുവരെ ഡോക്ടർമാർ വന്നിട്ടില്ല. പതിനൊന്ന് ആകുമ്പഴേക്ക് എത്തുമായിരിക്കും.”

കുശിയുടെ കണ്ടീഷൻ അറിയാഞ്ഞിട്ട് എനിക്ക് ഒരു സമാധാനവും ഇല്ലായിരുന്നു.

മിഷാ ദീദി ചോദിച്ചു. “എപ്പോഴാ നീ എത്താ?”

“വരുന്ന വഴിക്കാ. ഞാനിപ്പോ എയർപോർട്ടിലാ... വിമാനം ടേക്ക് ഓഫിന് സമയമായിട്ടുണ്ട്. ഉച്ചയ്ക്ക് ഒരു മണിയാകുമ്പഴേക്ക് എത്തുമായിരിക്കും... സെക്യൂരിറ്റി ചെക്കിംഗ് തുടങ്ങിയെന്നു തോന്നുന്നു. ഞാൻ ഓഫാക്കാണ്. അവിടെ എത്തിയിട്ട് കാണാം.”

“യെസ്... യെസ്... വന്നിട്ട് കാണാം. ബൈ...”

“ബൈ...” ഞാൻ സെക്യൂരിറ്റി ചെക്കിംഗിനായി നീങ്ങി.

കുറച്ചുകഴിഞ്ഞ് ഇന്നും ഇന്നലെയുമായി ഉണ്ടായ കാര്യങ്ങളുമായി പൊരുത്തപ്പെടാൻ ശ്രമിക്കുകയായിരുന്നു. വിൻഡോ സീറ്റ് തന്നെ എനിക്ക് കിട്ടി. സുന്ദരമായ ഒരു കൈ മിഠായിയുമായി എനിക്ക് നേരെ വന്നപ്പോഴും ഞാൻ ഏതോ ലോകത്തായിരുന്നു.

“സാർ... സ്വീറ്റ്സ്...” എയർഹോസ്റ്റസ് ചോദിച്ചു.

“നോ താങ്ക്സ്...”

സുന്ദരമായ ഒരു മുഖത്ത് നോക്കി ഞാൻ വേണ്ടാ എന്നുതന്നെ പറഞ്ഞു. എന്റെ കുശിയേക്കാളും സുന്ദരിയല്ലാത്തതുകൊണ്ടാകും എനിക്ക് വാങ്ങാൻ തോന്നിയില്ല. ഒരാളെ പ്രണയിച്ച് തുടങ്ങിയാൽ ആ സൗന്ദര്യത്തിന് മുന്നിൽ മറ്റെല്ലാ സൗന്ദര്യവും ഒന്നുമല്ലാതായി തീരും.

ആ ചിന്ത എന്നെ അദ്ഭുതപ്പെടുത്തി. ദൈവമേ ഇതിനെയാണോ പ്രണയം എന്ന് പറയുന്നത്. പ്രണയത്തിന് അടിമപ്പെടുക എന്ന് പറയുന്നത്. കാണുന്ന ഒന്നിനും സൗന്ദര്യമില്ല, എല്ലാ സൗന്ദര്യവും ഒരാൾക്ക് മാത്രം.

എന്തായാലും ഒരു കാര്യം എനിക്ക് ഉറപ്പുണ്ടായിരുന്നു. ആ സമയത്ത് എനിക്ക് എന്നെത്തന്നെ തീരെ ഇഷ്ടമില്ലായിരുന്നു. ഇന്നലെവരെ എൻഗേജ്മെന്റിനുള്ള ഷർവാനി, അവളുടെ റിംഗ്, സാരി... ഇതൊക്കെയായിരുന്നു എന്റെ മനസ്സിലുണ്ടായിരുന്ന ആഗ്രഹങ്ങൾ. അതൊക്കെ കാണാനും വളരെ കൊതിയായിരുന്നു. ഞാൻ എന്നെത്തന്നെ നോക്കി പറഞ്ഞു...

“ഹേയ് രവീൺ... നീ ഇങ്ങനെ മൂഡ്ഔട്ട് ആയി ഇരിക്കല്ലേ... ഒന്ന് ഉഷാറാകാൻ നോക്ക്... ഇത് നീയേ അല്ല...”

ഇപ്പോൾ വിമാനം, യാത്രക്കാർ, സുന്ദരികളായ എയർഹോസ്റ്റസ്മാർ എല്ലാവരും എയറിലാണ്. ഞാൻ വിൻഡോവിലൂടെ പുറത്തേക്കു നോക്കി. വെളുവെളുത്ത് മേഘങ്ങൾക്കിടയിലൂടെയാണ് വിമാനം കടന്നുപോകുന്നത്. അകലെ പക്ഷികൾ പറന്നുപോകുന്നുണ്ട്. ഞാൻ ഒരു പക്ഷിയായി സങ്കൽപിച്ച് ഓരോ വാരാന്ത്യങ്ങളിലും കുശിയുടെ അടുക്കലേക്ക് അങ്ങനെ

പറന്നു പോകുന്നത് സ്വപ്നം കണ്ടോണ്ടിരിക്കുമ്പോഴാണ് അടുത്തിരുന്ന തടിച്ച ഒരു സ്ത്രീ വെയിൽ തട്ടാതിരിക്കാൻ വിൻഡോ താഴ്ത്താൻ പറഞ്ഞത്. ആ വിൻഡോവിലൂടെ വരുന്ന സൂര്യപ്രകാശം അവരുടെ തൊലി കറുപ്പിക്കും എന്ന് എനിക്ക് തോന്നിയില്ല. ഏതായാലും തർക്കിക്കാൻ നിന്നില്ല. അതിന് പറ്റിയ മാനസികാവസ്ഥയിലായിരുന്നില്ല ഞാൻ. അവർ ആവശ്യപ്പെട്ടത് പ്രകാരം ഞാനത് അടച്ചു.

ലഞ്ച് സമയമായിരിക്കുന്നു. ട്രോളിയിൽ ഭക്ഷണം വരുന്നത് കണ്ടപ്പോഴാണ് അത് മനസ്സിലായത്. യാതൊരു വിശപ്പും തോന്നിയില്ല. എനിക്ക് ദുഃഖം നിയന്ത്രിക്കാൻ കഴിഞ്ഞില്ല. ദൈവമേ, എന്തൊരു ദിവസമാണിന്ന്. ആ സങ്കടം മനസ്സിലുണ്ടാകുമ്പോ എനിക്ക് എങ്ങനെ സമാധാനിക്കാനാകും. ഏതായാലും സുഖയാത്രയാകില്ലല്ലോ... ഒരു സാൻഡ്‌വിച്ച് കഴിച്ചിട്ടെങ്കിലും അല്പനേരത്തേക്ക് ആ ചിന്തയിൽ നിന്ന് മോചിതനാകാൻ ഞാൻ ആഗ്രഹിച്ചു. സുന്ദരമായ മറ്റെന്തെങ്കിലും ആലോചിക്കണം. എൻഗേജ്മെന്റ് രാത്രിയിൽ ഒരു ഭാംഗ്ര നൃത്തം തന്നെ നടത്തിയാൽ എങ്ങനെയുണ്ടാകും. ഇന്ന് നടത്തേണ്ട ചടങ്ങ് ഒരു മാസം കഴിഞ്ഞ് ഏതായാലും നടത്തണമല്ലോ. തൽക്കാലം നീട്ടിവെച്ചു അത്ര തന്നെ...

“എക്സ്യൂസ്മി സാർ, വാട്ട് യു വാണ്ട് ഫോർ ലഞ്ച്...” എയർഹോസ്റ്റസ് ചോദിച്ചു.

“യു ആർ... എക്സ്യൂസ് ബേബി...” എന്റെ മൂഡൊന്ന് മാറ്റാനായി സൗണ്ട് മാറ്റി ഞാൻ പറഞ്ഞു...

“ഒരു സാൻഡ്‌വിച്ചും കോക്കും...”

“ലഞ്ചായി ഒന്നും വേണ്ടേ സർ...” അവൾ അദ്ഭുതപ്പെട്ട് ചോദിച്ചു.

“അതുതന്നെയാ ഇന്നത്തെ എന്റെ ലഞ്ച്..”

“ഓകെ സർ, വെജ് ഓർ നോൺ വെജ്...” അവൾ പുഞ്ചിരിച്ചുകൊണ്ട് ചോദിച്ചു.

ഹോ... ആ സുന്ദരമായ ചിരി കണ്ടപ്പോ എനിക്ക് എന്തോ ഒരു സമാധാനം തോന്നി.

“നീ എനിക്ക് രണ്ടും നൽകില്ലേ...” ഞാനും ചിരിച്ചുകൊണ്ട് ചോദിച്ചു.

ആകെ അമ്പരന്ന് അവൾ ട്രോളിയിലേക്കുതന്നെ നോക്കിക്കൊണ്ട് എന്തോ തിരയുന്നതുപോലെ കാണിച്ചു.

“ഹോയ്... ഞാൻ വെറുതെ തമാശ പറഞ്ഞതാണടേ... ഒരു വെജ് സാൻഡ്‌വിച്ച് താടോ...”

അവൾ സമാധാനച്ചിരി ചിരിച്ചുകൊണ്ട് സാൻഡ്‌വിച്ചും കോക്കും എനിക്ക് നൽകി. ഞാനും ഒന്ന് ചിരിച്ച് രക്ഷപ്പെടാൻ ശ്രമിച്ചു.

അവളുടെ ചിരി എനിക്ക് അത്യാവശ്യമായിരുന്നു. തൊട്ടടുത്ത നിമിഷം എനിക്കവളുടെ നെയിം പ്ലേറ്റ് നോക്കാൻ തോന്നി. എന്താണെന്നറിയില്ല.

അവളൊരു പഞ്ചാബിയാണെന്ന് എനിക്കൊരു തോന്നൽ. പക്ഷേ എനിക്കത് വായിച്ചെടുക്കാനാകുംമുമ്പേ അവൾ ട്രോളിയുമായി അടുത്ത സീറ്റിലേക്ക് പോയിക്കഴിഞ്ഞിരുന്നു. എഴുന്നേറ്റ് തിരിഞ്ഞുനോക്കാൻ കരുതിയെങ്കിലും ആ തടിച്ചി എന്നെത്തന്നെ നോക്കിനിൽക്കുകയായിരുന്നു. അതും ഏതോ ഒരുത്തൻ അവരുടെ മകളെ ലൈനടിക്കുകയെന്നതുപോലെ...

"നിങ്ങൾ പുരുഷവർഗമത്രയും നായകളാ..." കുശി പലപ്പഴും പറഞ്ഞ കാര്യമായിരുന്നു അത്... "അതിൽ ഒരു നായയേയാണ് നീ കല്യാണം കഴിക്കാൻ പോകുന്നതും..." അതായിരുന്നു എന്റെ മറുപടിയും.

ചെറുതല്ലാത്ത നീരസത്തോടെ എന്റെ സീറ്റിലിരുന്ന് സാൻഡ്‌വിച്ച് കഴിക്കാൻ തുടങ്ങി.

അനൗൺസ്‌മെന്റ് കേട്ട് ഉണർന്നപ്പഴാണ് ഉറങ്ങുകയായിരുന്നു എന്ന് മനസ്സിലായത്. "ലേഡീസ് ആൻഡ് ജന്റിൽമാൻ... ഏതാനും നിമിഷങ്ങൾക്കുള്ളിൽ നാം ഡൽഹി എയർപോർട്ടിൽ ലാൻഡ് ചെയ്യാൻ പോകുന്നു..."

എനിക്ക് പിന്നെയും ആധി കയറി. എന്തിനാണ് ഞാനിപ്പോ ഇങ്ങോട്ട് പോന്നിരിക്കുന്നത്. ഏതാനും സമയം കഴിഞ്ഞാ ഐ.സി.യുവിൽ കിടക്കുന്ന എന്റെ കുശിയെ ഞാൻ കാണും... ഞാൻ വിൻഡോസിന്റെ ഷട്ടർ പൊക്കി വീണ്ടും പുറംകാഴ്ചകളിലേക്ക് നോക്കിക്കൊണ്ടിരുന്നു. ചെറുതായി മഴ പെയ്യുന്നുണ്ടായിരുന്നു. എനിക്ക് പെട്ടെന്ന് തണുപ്പ് തോന്നി. കാലാവസ്ഥ കൊണ്ടല്ല. അവളുടെ ആരോഗ്യത്തെക്കുറിച്ചുള്ള ആധിയിലും ടെൻഷനിലുമായിരുന്നു അത്.

കാലാവസ്ഥ മോശമായതിനാൽ 1.45-ന് നാല്പത്തഞ്ച് മിനുട്ട് വൈകിയാണ് വിമാനം ലാന്റ് ചെയ്തത്. പതിനഞ്ച് മിനുട്ടിനുള്ളിൽ ലഗേജ് എടുത്ത് പുറത്ത് കടന്നു. ആൾക്കൂട്ടത്തിനിടയിൽ ദീപുവും ജീജുവും എനിക്ക് നേരെ കൈകാണിച്ച് നിൽക്കുന്നത് കണ്ടു. ഞാൻ തിരിച്ചും കൈകാണിച്ച് അവർക്കരികിലേക്ക് ചെന്നു.

ഫോൺ സ്വിച്ച് ഓൺ ചെയ്തപ്പോൾ ദീപുവിന്റെ ഏതാനും മിസ് കാൾ കണ്ടു.

"ഹൗ ആർ യു..." ദീപു ചോദിച്ചു.

"അയാം ഫൈൻ... ഹൗ ആർ.യു.. കുശിക്ക് എന്തെങ്കിലും മാറ്റമുണ്ടോ?"

അവർ എന്തൊക്കെയോ മെഡിക്കൽ വേർഡുകൾ പറഞ്ഞു. എനിക്കൊന്നും മനസ്സിലായില്ല. അതുകൊണ്ടൊന്നും എനിക്ക് ഒരു സമാധാനവുമില്ലായിരുന്നു. തലേദിവസത്തേക്കാളും സുഖമായിരിക്കുന്നോ എന്നാണ് എനിക്ക് അറിയേണ്ടിയിരുന്നത്.

"ഉം..." അവൻ പരുങ്ങുന്നതു കണ്ടതോടെ എനിക്ക് കാര്യം മനസ്സിലായി. ഞാൻ അപ്പോഴാണ് അവന്റെ അരികിൽ നിൽക്കുന്ന ജീജുവിനെ കണ്ടത്. ജീജുവിനെ ഞാൻ ആദ്യമായിട്ടാണ് കാണുന്നത്.

"ഇത് ഞങ്ങളുടെ ആദ്യ ജീജു, അളിയൻ." ദീപു എനിക്ക് പരിചയപ്പെടുത്തി.

"നസ്രകാൽ, നമസ്കാരം." ഞാൻ ജീജുവിന് ഷേക്ക് ഹാൻഡ് നൽകി.

"വിമാനം കുറച്ച് വൈകിയല്ലേ?" ജീജു ചോദിച്ചു.

"കാലാവസ്ഥ അത്ര ശരിയല്ലല്ലോ. ആകാശത്ത് ചുറ്റിയടിച്ച് ഞങ്ങൾക്ക് ഡൽഹിയുടെ സൗന്ദര്യം കാണിച്ച് തരുകയായിരുന്നു..." ഞാൻ ആകാശത്തേക്ക് വിരൽചൂണ്ടി പറഞ്ഞത് എല്ലാവർക്കും റിലാക്സേഷൻ നൽകി.

ഞങ്ങൾ കാറിൽ കയറി. ഡൽഹി മഴ പെയ്ത് തണുത്ത് വിറങ്ങലിച്ച് നിൽക്കുകയായിരുന്നു. എന്തോ ആ തണുപ്പ് ഏല്ക്കാനും എനിക്ക് കൊതി തോന്നി. ഞാനെന്റെ ഓവർകോട്ട് അഴിച്ച് വെച്ചു. ഫരീദാബാദിലെ ഹോസ്പിറ്റലിൽ എത്താൻ ഒരു മണിക്കൂറിലധികം എടുത്തു. എൻട്രൻസ് ഗേറ്റിൽ ഞങ്ങളെ ഇറക്കി ഡ്രൈവർ പാർക്ക് ചെയ്യാനായി പോയി.

എലവേറ്ററിലൂടെ രണ്ടാംനിലയിലെത്തി. അവളോട് അടുക്കുന്തോറും എന്റെ ഹൃദയമിടിപ്പ് കൂടി. ഭയം അരിച്ചിറങ്ങാൻ തുടങ്ങി. എനിക്കാകെ വിറയ്ക്കാൻ തുടങ്ങി. എലവേറ്ററിന്റെ വാതിൽ ഓപ്പണായി.

പുറത്തേക്കിറങ്ങിയപ്പോൾ പുഷ്കർ ഞങ്ങൾക്ക് നേരെ വരുന്നത് കണ്ടു. ഞാനവനെ ആലിംഗനം ചെയ്തു. അവൻ എന്തെങ്കിലും ചോദിക്കും മുമ്പേ ഞാനവനോട് കുശിയെ കുറിച്ച് ചോദിച്ചു.

"ഡോക്ടർ ഇപ്പോ അപ്ഡേറ്റ് ചെയ്തതേയുള്ളൂ." ഞങ്ങളെ എല്ലാവരേയും നോക്കി അവൻ പറഞ്ഞു.

"എന്താ പറഞ്ഞേ?" ഞാൻ ചോദിച്ചു.

"അവളിപ്പഴും കോമയിൽ തന്നെയാ... രാവിലെ മുതൽ ചെറിയ മാറ്റം കാണുന്നുണ്ട്. എന്നാലും അപകടനില തരണം ചെയ്തു എന്ന് പറയാറായിട്ടില്ല. ഒന്ന് രണ്ട് ദിവസത്തിനുള്ളിൽ ഇടുപ്പ് ശസ്ത്രക്രിയ ചെയ്യാൻ സാധിച്ചേക്കുമെന്നാ പറഞ്ഞത്. തലയിൽ ചെറിയ തോതിൽ രക്തം കട്ട പിടിച്ചിട്ടുണ്ടെന്നാ പറഞ്ഞേ. അത് അത്രയ്ക്ക് സീരിയസ് ഒന്നുമല്ല. മരുന്നുകൊണ്ട് തന്നെ മാറുമെന്നാ പറഞ്ഞത്."

കുറച്ച് സുഖമുണ്ട് എന്നത് ഞങ്ങൾക്കെല്ലാവർക്കും ഒരു സമാധാനം നൽകി. എന്നാലും കാര്യങ്ങൾ കരയ്ക്കടിയാത്തതുകൊണ്ട് സമാധാനക്കേടുമുണ്ടായിരുന്നു.

ഡോക്ടേഴ്സ് പുഷ്കറിനോട് പറഞ്ഞത് മുഴുവൻ ഞങ്ങളോടും പറഞ്ഞു. എന്നിട്ടും ഞങ്ങൾ പലതും ചോദിച്ചു. ഒരു പോസിറ്റീവ് മറുപടിക്കായിത്തന്നെ.

കുറച്ചുകഴിഞ്ഞ് എല്ലാവരോടും ഐ.സി.യുവിന്റെ മുന്നിൽനിന്ന് താഴോട്ട് പോകാൻ നിർദ്ദേശിക്കുന്ന അനൗൺസ്മെന്റ് വന്നു. 5.30നും 6.30നും ഇടയ്ക്കേ സന്ദർശകർക്ക് അനുമതിയുണ്ടായിരുന്നുള്ളൂ. എവിടെ നിന്നാണ് ആ അനൗൺസ്മെന്റ് വരുന്നത് എന്നറിയാൻ ഞാൻ നാല് ഭാഗത്തേക്കും നോക്കി.

അപ്പോഴാണ് ഐ.സി.യു എന്ന് എഴുതിയ ഡോർ ഞാൻ കണ്ടത്. ഇന്റൻസീവ് കെയർ യൂണിറ്റ്. ആ വാക്യങ്ങൾ എന്നിൽ പിന്നെയും വിറയലുണ്ടാക്കി. ഒരു ഉൾഭയം എന്റെ നെഞ്ചികനത്ത് മൂളിക്കൊണ്ടിരുന്നു. എന്റെ ജീവിതത്തിൽ ആദ്യമായിട്ടായിരുന്നു ഒരു ഐ.സി.യുവിന്റെ മുന്നിൽ പോയി നിൽക്കുന്നത്. അതും എന്റേത് എന്റേത് മാത്രമായ ഒരാൾക്ക് വേണ്ടിയും.

“ദൈവമേ... പ്ലീസ്...” ഞാൻ ആ അക്ഷരങ്ങളിലേക്ക് തുറിച്ചുനോക്കിക്കൊണ്ടിരുന്നു. അതിന്റെ അരികിലേക്ക് ചെന്ന് ഗ്ലാസിന്റെ ഉള്ളിലൂടെ ഉള്ളിലേക്കു നോക്കി.

“വലതുഭാഗത്ത് കാണുന്ന ആ വഴി അവളുടെ ബെഡ്ഡിലേക്കുള്ളതാണ്... ബെഡ് നമ്പർ മൂന്ന്...” ആരോ പിറകിൽനിന്ന് പറഞ്ഞു.

ഞാൻ തിരിഞ്ഞ് നോക്കി.

“ഇത് സുഷാന്ത്...” ദീപു അവനെ എനിക്ക് പരിചയപ്പെടുത്തിത്തന്നു.

“ഓ... യെസ്... കുശി പറഞ്ഞിട്ടുണ്ട് നിങ്ങളെക്കുറിച്ച്...”

കുശിയും സുഷാന്തും ഓരേ കോളേജിലായിരുന്നു. അവൻ അവളെ സ്വന്തം സിസ്റ്ററെ പോലെയാ കണ്ടിരുന്നത്.

ഞങ്ങൾ സംസാരിക്കുന്നതിനടയിൽ ഐ.സി.യു ഫ്ളോർ വിട്ട് പോകാനുള്ള രണ്ടാമത്തെയും അനൗൺസ്മെന്റ് വന്നു. സുഷാന്ത് അവിടെ നിൽക്കാനും മറ്റുള്ളവരൊക്കെയും വീട്ടിൽ പോകാനും തീരുമാനിച്ചു. രാത്രി കുറച്ച് കഴിഞ്ഞ് ആരെങ്കിലും വരും. അപ്പോൾ സുഷാന്തിന് പോകാം.

6.15ന് ഞങ്ങൾ വീട്ടിലെത്തി. ഡോർ തുറന്ന് ഞാനാണ് എന്റെ ബാഗും തൂക്കിപ്പിടിച്ച് ആദ്യം അകത്ത് കയറിയത്. ഡ്രോയിങ്ങ് റൂമിലേക്ക് കയറിയപ്പോഴാണ് അമ്മയെ കണ്ടത്. അവരാകെ അസ്വസ്ഥയായിരുന്നു. പ്രിയപ്പെട്ട മോൾ ഹോസ്പിറ്റലിൽ മരണത്തിനും ജീവിതത്തിനും ഇടയിൽ തൂങ്ങിനിൽക്കുമ്പോ ഏത് അമ്മയ്ക്കാണ് സമാധാനിക്കാൻ കഴിയുക? ബാഗ് നിലത്ത് വെച്ച് ഞാനവരുടെ കാൽ തൊട്ട് വന്ദിച്ചു. അവരെന്നെ സ്വന്തം മോനെപ്പോലെ ആലിംഗനം ചെയ്തു.

“എല്ലാം ശരിയാകും അമ്മേ... എല്ലാം ശരിയാകും...” ഞാനവരോട് പറഞ്ഞു.

“യെസ്... നീ ഇങ്ങ് എത്തിയല്ലോ... ഇനി എല്ലാം ശരിയാകും.” അവർ എന്റെ പുറത്ത് തലോടിക്കൊണ്ടിരുന്നു.

മിശാ ദീദിയേയും അമി ദീദിയേയും ഞാൻ കണ്ടു. യാത്രയെക്കുറിച്ച് അവർ ചോദിച്ചതിന് ഞാൻ മറുപടി കൊടുത്തു. ഞങ്ങൾ ഡ്രോയിംഗ് റൂമിലെ കസേരയിലും സോഫയിലുമായി ഇരുന്നു. അടുത്ത റൂമിൽ നിന്ന് അച്ഛൻ കയറി വന്നു. അദ്ദേഹവും എന്റെ യാത്രയെക്കുറിച്ച് ചോദിച്ചു.

കഴിഞ്ഞ രണ്ട് ദിവസത്തിനുള്ളിൽ സംഭവിച്ച കാര്യങ്ങളെക്കുറിച്ച് ഞങ്ങൾ സംസാരിച്ചു. എങ്ങനെയാണ് ആക്സിഡന്റ് സംഭവിച്ചത് എന്നവർ വിശദീകരിച്ചു. അതിനെക്കുറിച്ച് പറയുമ്പോൾ പലരുടേയും ശബ്ദം ഇടറുന്നുണ്ടായിരുന്നു.

ഒരു ട്രേയിൽ നീറു വെള്ളവും ചായയുമായി അടുക്കളയിൽ നിന്ന് വന്നു. ഇന്നലെ വരെ പുഞ്ചിരി നിറഞ്ഞാടിയ ആ മുഖത്ത് ദുഃഖം തളം കെട്ടി നിൽക്കുന്നു. കപ്പ് മുമ്പിൽ വെച്ച് പോകാനായി അവൾ തിരിഞ്ഞു.

"ഹായ് നീറു."

"ഹല്ലോ... ഹൗ ആർ യൂ?"

"അയാം ഫൈൻ... ആൻഡ് ഹൗ എബൗട്ട് യു..."

"അയാം ഫൈൻ റ്റൂ..."

ഒഴിഞ്ഞ ഗ്ലാസ് എടുത്ത് അവൾ തിരിഞ്ഞുനടന്നു.

"അവൾക്കാ കൂടുതൽ സങ്കടം..." അമ്മ പറഞ്ഞു.

"അറിയാം..."

ഞങ്ങൾ കുറച്ച് നേരം കൂടി സംസാരിച്ചിരുന്നു. കൊച്ച് ഡാനല്ലാത്ത ഓരോരുത്തരും ഓരോ തിരക്കിലായി. അവൻ ടോയ്സുമായി വരുന്നത് കണ്ടു. അവൻ എന്നെ കണ്ട് തിരിച്ചറിഞ്ഞു. എന്റെ അടുക്കലേക്ക് അവൻ വന്നു.

"അങ്കിൾ പിന്നെയും വന്നോ?"

"യെസ്... വന്നു... നിന്നെ കാണാനാ വന്നത്..." അവനെ എടുത്ത് ഉയർത്തുന്നതിനിടയിൽ ഞാൻ പറഞ്ഞു.

"എനിക്കെന്താ കൊണ്ടുവന്നിരിക്കുന്നത്?" ഞാൻ ആ ചോദ്യം പ്രതീക്ഷിച്ചതായിരുന്നു.

"ചോക്ളേറ്റ് കൊണ്ടുവന്നിട്ടുണ്ട് ട്ടോ... പക്ഷേ, ഞാനത് തരണമെങ്കി എനിക്ക് പത്ത് മുത്തം തരണം..."

അവൻ ഒന്നും മിണ്ടാതെ എനിക്ക് മുത്തം നൽകാൻ തുടങ്ങി. ഞാനവന് ചോക്ലേറ്റ് കൊടുത്തു. അവനത് വാങ്ങി അമ്മയെ കാണിക്കാനായി ഓടി.

"ഇനി വരുമ്പോ ഡാനിന് ചോക്ലേറ്റ് കൊണ്ടുവരാൻ ഒരിക്കലും മറക്കരുത്..." കുശിയുടെ സുന്ദരകല്പനയായിരുന്നു അത്. അതുപോലുള്ള വളരെ ചെറിയ കാര്യംപോലും അവൾ എനിക്ക് പഠിപ്പിച്ച് തന്നിരുന്നു.

ഒമ്പത് മണിക്ക് ഞങ്ങൾ ഡിന്നർ കഴിച്ചു. രാത്രി ഹോസ്പിറ്റലിൽ നിൽക്കാൻ രണ്ട് പേർ പോകാൻ തീരുമാനിച്ചു. ആണുങ്ങൾ എല്ലാവരും

അങ്ങോട്ട് പോകാൻ സന്നദ്ധരായിരുന്നു, ഞാനും ആ ഫാമിലിയിൽ ഒരാളാണല്ലോ.

"ഇത്രേം ദൂരം യാത്ര ചെയ്ത് വന്നതല്ലേ... ക്ഷീണം കാണും നിനക്ക്... ഇന്ന് ഏതായാലും ഒന്ന് റെസ്റ്റ് എടുക്ക്." അച്ഛൻ എന്നോടായി പറഞ്ഞു.

"ഇല്ല... ഇല്ല... എനിക്ക് കുഴപ്പമൊന്നുമില്ല. പറയാൻ മാത്രം ക്ഷീണമൊന്നുമില്ലല്ലന്നേ... യാത്ര വെറും മൂന്ന് മണിക്കൂറല്ലേ ഉണ്ടായിരുന്നുള്ളൂ."

എനിക്ക് ഹോസ്പിറ്റലിൽ പോകാൻ അതിയായ ആഗ്രഹമുണ്ടായിരുന്നു. സാധിക്കുവോളം അവളുടെ അരികിൽ തന്നെ നിൽക്കാനും ഞാൻ കൊതിച്ചു. പക്ഷേ, അച്ഛൻ ദീപുവിനോടും ജീജുവിനോടും പോകാൻ പറഞ്ഞു. എന്നോട് അന്ന് വീട്ടിൽ കിടന്ന് വിശ്രമിക്കാനും പറഞ്ഞു. പുഷ്കറിന് ഓഫീസിൽ കാര്യമായിട്ടെന്തോ ചെയ്തുതീർക്കാനുണ്ടായിരുന്നു.

ഞാനാകെ നിരാശനായി. ആ സമയം എനിക്ക് അവളെ കാണാൻ അത്രയ്ക്ക് ആഗ്രഹമുണ്ടായിരുന്നു. അവളെ കാണാനാവാതെ ഉറക്കമില്ലാത്ത ഒരു രാത്രികൂടി.

ഏകദേശം 11.30 ആയിക്കാണും. ഞാൻ ബെഡിൽ കിടക്കുകയായിരുന്നു. കുശിയുടെ റൂമിൽ. തനിച്ച് ആ റൂമിൽ ഞാൻ അങ്ങോട്ടുമിങ്ങോട്ടും നോക്കി. ഞങ്ങളുടെ സംസാരത്തിനിടയ്ക്ക് പറഞ്ഞിരുന്ന വല്ല കാര്യവും കാണുന്നുണ്ടോ എന്ന് നോക്കുകയായിരുന്നു ഞാൻ. എന്റെ വലത് ഭാഗത്ത് കമ്പ്യൂട്ടർ, ഇടത് വാർഡ് റോബ്, അലമാര, അത് നിറയെ പുസ്തകങ്ങൾ. ഹോസ്പിറ്റലിൽ പോകാൻ കഴിയാത്തതിന്റെ വിഷമം അവളുടെ റൂമിൽ അവളുടെ ബെഡിൽ കിടന്നപ്പോൾ ചെറുതായി മാറി.

അതൊക്കെ ചിന്തിച്ച് എപ്പോഴാണ് ഉറങ്ങിയത് എന്ന് എനിക്ക് ഓർമയില്ല. ഏതാനും മണിക്കൂർ മാത്രമേ ഉറങ്ങിയുള്ളൂ. എപ്പോഴോ ഉണർന്നപ്പോൾ ബാത്റൂമിൽ വെള്ളം വീഴുന്ന ശബ്ദം കേട്ടു. റൂമിലെ ലൈറ്റ് ഓഫാക്കിയിട്ടുണ്ട്. എന്റെ കഴുത്ത് വരെ ബ്ലാങ്കറ്റ് കൊണ്ട് മൂടിയിട്ടുണ്ട്. ഞാൻ ഫോണിൽ നോക്കി. സമയം അഞ്ച് മണി. ആരോ ബാത്റൂമിൽ ലൈറ്റിട്ടു.

ആ... ഇതാണല്ലോ അവൾ എപ്പോഴും മോണിംഗ് കാളിന് ഇടയിൽ പറയാറുള്ള ശല്യം. അവൾ അന്നൊക്കെ പറഞ്ഞിരുന്നത് ഓർത്ത് എന്നിൽ അറിയാതെ ചിരി വന്നു. അവളത് വിശദീകരിച്ചിരുന്നതും ഉറങ്ങാൻ കൊതിക്കുന്ന മറ്റൊരാളെ ശല്യപ്പെടുത്താതെയായിരുന്നു. അവൾ പറഞ്ഞിരുന്നതിന്റെ യാഥാർത്ഥ്യം അറിയാൻ എനിക്ക് കഴിഞ്ഞു.

ദൈവമേ, അവളെങ്ങനെയാണ് എല്ലാ ദിവസവും ഇത് സഹിച്ചിരുന്നത് എന്ന് ആലോചിച്ചുകൊണ്ട് ഞാൻ ബ്ലാങ്കറ്റ് തലയിലൂടെ മൂടി ഒന്നുകൂടെ ചുരുണ്ട് കൂടി.

രാവിലെ എട്ട് മണിക്ക് തന്നെ ഞാൻ എഴുന്നേറ്റു. അമ്മ ഓരോ പത്ത് മിനുട്ടിലും വന്ന് അപ്പുറത്തെ റൂമിൽ കിടക്കുന്ന പെൺമക്കളെ വിളിക്കുന്നു. അവരുണ്ടോ എഴുന്നേൽക്കുന്നു.

ഞാൻ അമ്മയുടെ അടുക്കലേക്ക് ചെന്നു.

"ഗുഡ് മോർണിംഗ് അമ്മാ..."

"ഗുഡ്മോണിംഗ് ബേട്ടാ... ഇത് നോക്ക് തനി കുഴിമടിച്ചികൾ..." പരിഭവ സ്വരത്തിൽ ചെറിയൊരു പുഞ്ചിരിയോടെ പറഞ്ഞു.

അമ്മ ചൂണ്ടിക്കാണിച്ചിടത്തേക്ക് ഞാൻ നോക്കി. അമിയും മിഷയും ഉറക്കത്തിനിടയിൽ ഒരു പുതപ്പിന് വേണ്ടി തല്ല് കൂടുന്നുണ്ടായിരുന്നു. അങ്ങോട്ടുമിങ്ങോട്ടും വലിക്കപ്പെടുന്ന ആ പുതപ്പിനെ ഓർത്ത് എനിക്ക് സങ്കടമായി. അവരുടെ ആ തല്ലിനിടയിലും നീറു സുഖമായി ഉറങ്ങുന്നു ണ്ടായിരുന്നു. അവിടെ നടക്കുന്നതൊന്നും അവൾ അറിയുന്നേ ഉണ്ടായി രുന്നില്ല. അമ്മച്ചി വിളിക്കുന്നതും അവൾ കേൾക്കുന്നുണ്ടായിരുന്നില്ല. അവരെ അങ്ങനെ വിട്ടിട്ട് ബാത്റൂമിലേക്ക് പോകാനായി തിരിഞ്ഞപ്പോൾ നീറുവിന്റെ മുടിക്കുള്ളിലൂടെ ഒരു കുഞ്ഞ് കൈ പുറത്തേക്ക് വരുന്നത് കണ്ടു.

"ഏയ്... ആരാത്......" ഞാൻ കുഞ്ഞമ്മമാർക്കിടയിൽ പെട്ട ഡാനിനെ പുറത്തേക്ക് എടുത്ത് ചോദിച്ചു. ആ ഉറക്കത്തിനിടയിലും അവൻ എന്നെ നോക്കി. ഞാനവന് മുത്തം കൊടുത്തു. ഗുഡ് മോർണിംഗ് പറഞ്ഞു. നാല് പേരും ഒരേ ബെഡിൽ... എനിക്കെന്തോ നല്ല രസം തോന്നി. അവരെ അങ്ങനെ നോക്കി നിന്നപ്പോ ആ കുടുംബത്തിന്റെ സ്നേഹത്തെക്കുറിച്ച് എനിക്ക് വല്ലാത്ത സന്തോഷം തോന്നി. എല്ലാവരും കൂടി ചേർന്ന് ഈ വീട്ടിൽ ഉറങ്ങി എഴുന്നേൽക്കുന്നത് പോലും രസകരമായ കാഴ്ചയാണ്. ഇനി ഇതിലേക്ക് കുശിയും എത്തിയാൽ എല്ലാം ശരിയായി. അവളും കൂടി വരട്ടെ എത്രയും പെട്ടന്നുതന്നെ.

9.20ന് ഞാൻ റെഡിയായി. പ്രാർത്ഥന നടത്തി. റൂമിൽ നിന്ന് പുറത്ത് വരുമ്പോൾ അടുക്കളയിലായി നീറുവിനേയും അമ്മയേയും കണ്ടു. രാവിലെ കണ്ടതോർത്ത് ഒന്ന് കളിയാക്കണമെന്ന് തോന്നിയെങ്കിലും കുശിയുടെ അവസ്ഥയോർത്ത് എല്ലാവരും ദുഃഖിതരായിരിക്കുന്ന സമയത്ത് അത് വേണമോ എന്ന് ഞാൻ ഒരു വേള ചിന്തിച്ചു. മാത്രമല്ല, അച്ഛൻ ഡൈനിംഗ് ടേബിളിൽ ഇരിക്കുന്നുമുണ്ട്.

"ഹോസ്പിറ്റലിൽ പോകാൻ സമയം വൈകി. ഇപ്പോഴും ബ്രേക്ക് ഫാസ്റ്റ് റെഡിയായിട്ടില്ലേ." അടുക്കള വാതിൽക്കലേക്ക് നോക്കിക്കൊണ്ട് അച്ഛൻ ചോദിച്ചു.

"ഞങ്ങൾക്ക് അങ്ങ് എത്തിയിട്ട് വേണം അവിടെ നിൽക്കുന്നവർക്ക് ഇങ്ങുപോരാൻ..."

അമ്മ പറഞ്ഞു: "ദാ... കഴിഞ്ഞു... ഇപ്പോ കൊണ്ടുവരാം..."

കുറച്ച് കഴിഞ്ഞ് ബ്രേക്ക്ഫാസ്റ്റ് തയ്യാറായി ടേബിളിൽ എത്തി. ഇരു പതു മിനുട്ടിനുള്ളിൽ എല്ലാവരും കഴിച്ചെന്ന് വരുത്തി എഴുന്നേറ്റു. പത്ത് മണിക്കു തന്നെ ഹോസ്പിറ്റലിലേക്കു പോയി. അങ്ങോട്ട് പോകുമ്പോൾ

തലേദിവസത്തേക്കാൾ കൂടുതലായി ഐ.സി.യുവിൽ കയറി അവളെ കാണാൻ വല്ലാത്ത കൊതി തോന്നി.

ഞങ്ങൾ ഹോസ്പിറ്റലിൽ എത്തി. ഐ.സി.യുവിന്റെ മുമ്പിലെ കസേരയിൽ പാതിമയക്കത്തിലിരിക്കുന്ന ദീപുവിനെ കണ്ടു. ഞാനും അച്ഛനും അങ്ങോട്ട് ചെന്നു.

"ദീപൂ..." തോളിൽ തട്ടി ഞാൻ വിളിച്ചു.

അവൻ ഞെട്ടി ഉണർന്ന് ഞങ്ങളെ നോക്കി. അവനാകെ ക്ഷീണിച്ചിരുന്നു. കണ്ണുകളിൽ ഉറക്കം കാണുന്നുണ്ടായിരുന്നു.

"ഹായ്..." അവൻ സീറ്റിൽ നിന്ന് എഴുന്നേറ്റു.

"രാവിലെ ഡോക്ടർമാർ ആരെങ്കിലും വന്നിരുന്നോ..." അച്ഛൻ ചോദിച്ചു.

"ആ... വന്നിരുന്നു. കുറച്ചു മുമ്പ്... ഉച്ചയ്ക്ക് മുമ്പായി സി.ടി. സ്കാൻ എടുക്കാൻ പറഞ്ഞു. ചേച്ചിയുടെ തലച്ചോറിൽ ബ്ലഡ് കോട്ടിംഗ് ഉണ്ടോ എന്ന് നോക്കാനാണത്രേ..."

ഞങ്ങളെ കണ്ടതോടെ ജീജുവും അങ്ങോട്ട് വന്നു. കാന്റീനിലേക്ക് വെള്ളംകുപ്പി വാങ്ങാൻ പോയതായിരുന്നു. അവനോടും ഡോക്ടർമാർ പറഞ്ഞത് പറഞ്ഞു. അവരോട് രണ്ട് പേരോടും വീട്ടിൽ പോയി റെസ്റ്റ് എടുക്കാൻ ഞങ്ങൾ പറഞ്ഞു. ജീജു അല്പനേരം കൂടി ഞങ്ങളുടെ കൂടെ നിന്നു. ഏതായാലും സ്കാനിംഗിനായി അവളെ കൊണ്ടുപോകും. അപ്പോൾ അവളെ കാണാനാകുമെന്നാണ് അവൻ കരുതിയിരുന്നത്. ദീപു കാറെടുത്ത് വീട്ടിൽ പോയി. വീട്ടിലെത്തിയാലും ദീപുവിന് റെസ്റ്റ് എടുക്കാൻ കഴിയില്ല. എന്തോ കാര്യമായി ചെയ്തുതീർക്കാനുണ്ടായിരുന്നു അവന്.

ഐ.സി.യുവിന്റെ മുന്നിൽ ഒഴിഞ്ഞ് കിടക്കുന്ന കസേരകളിലായി ഞങ്ങൾ ഇരുന്നു. ഞാൻ ചുറ്റിലും ഇരിക്കുന്ന ആളുകളെ നോക്കി. ചിലർ ഉറങ്ങുന്നുണ്ട്, ചിലർ ഫോണിൽ സംസാരിക്കുന്നുണ്ട്, ചിലർ പ്രാർത്ഥിക്കുന്നു. മറ്റു ചിലർ കണ്ണീർ തുടയ്ക്കുന്നു. അവരുടെ കണ്ണുകളിൽ ഒരു ഭീതി തളം കെട്ടി നിൽക്കുന്നുണ്ടായിരുന്നു. ആശുപത്രിയുടെ ഗന്ധം അത് വല്ലാത്ത ഒന്ന് തന്നെയാണ്. മുന്നിൽ തന്നെയുള്ള ഐ.സി.യു എന്ന ബോർഡ് എന്നെ ശരിക്കും ഭയപ്പെടുത്തിയിരുന്നു.

വലത് ഭാഗത്ത് മുകളിലായി ഒരു ടി.വി സ്ഥാപിച്ചിട്ടുണ്ടായിരുന്നു. അതിൽ ഇന്ത്യാ-ശ്രീലങ്ക കളിയാണ് ഓടിക്കൊണ്ടിരിക്കുന്നത്. ശബ്ദം തീരെയില്ല. ഏതാനും ചെറുപ്പക്കാർ അത് കണ്ടിരിക്കുന്നുണ്ടായിരുന്നു. അതിനിടയിൽ ഒരു സ്ത്രീ കഴിഞ്ഞ ദിവസം തനിക്ക് നഷ്ടപ്പെട്ട 'സാസ് ബഹു' സീരിയൽ കാണണമെന്ന് വാശി പിടിക്കുന്നുണ്ടായിരുന്നു. എന്റെ അടുത്തിരിക്കുന്ന ആരോ ആണ് എനിക്ക് കാര്യം പറഞ്ഞുതന്നത്. അവളുടെ അമ്മോശനെ ഏതാനും മണിക്കൂറിനുള്ളിൽ ഡിസ്ചാർജ്

ആക്കും. അത് ഒന്ന് ആഘോഷിക്കാൻ തന്നെയാണ് അവൾ കരുതിയിട്ടു ണ്ടാകുക.

എന്തെല്ലാം കാര്യങ്ങളാണ് എനിക്ക് ചുറ്റും നടക്കുന്നത്. ഓരോ അഞ്ച് മിനുട്ടിലും എലവേറ്ററിന്റെ വാതിൽ തുറന്ന് പുതിയ പുതിയ ആളുകൾ വരുന്നു... നേരത്തെ അവിടെ ഉണ്ടായിരുന്നവർ പോകുന്നു... നഴ്സുമാരും വാർഡ്ബോയ്മാരും രോഗികളെ ഐ.സി.യുവിന്റെ അരികിലെ റൂമിലേക്കു കൊണ്ടുപോകുന്നു... ഇടയ്ക്കിടെ ഡോക്ടർമാരെ ചെന്ന് കാണാനുള്ള അനൗൺസ്മെന്റ് വരുന്നു... രോഗികളുടെ ബന്ധുക്കൾ ഏറെ പ്രതീക്ഷ യോടെയും ഭയത്തോടെയും അങ്ങോട്ട് പോകുന്നു.

എനിക്കിത് ആദ്യ അനുഭവമായിരുന്നു. എല്ലാവർക്കും ഐ.സി.യുവിന്റെ വാതിലിന്റെ അപ്പുറത്തിരിക്കുന്ന ഡോക്ടർമാർ ദൈവങ്ങളെ പോലെ. സെക്യൂരിറ്റിക്കാർ ആ ദൈവത്തിന്റെ സന്ദേശവാഹകരും. എല്ലാവരും അമ്പലത്തിലെന്ന പോലെ ചെരുപ്പുകൾ അഴിച്ച് വെക്കുന്നു. അതേ സമയം അപ്പുറത്തുള്ള വാതിൽ തുറക്കുന്നു. ചില മുഖങ്ങൾ ചിരിയോടെയും ചിലർ വിതുമ്പലോടെയും കരഞ്ഞ് കലങ്ങിയ കണ്ണുമായും ഇറങ്ങിവരുന്നു.

അവസാനം അനൗൺസർ ഞങ്ങളേയും വിളിച്ചു. "ബെഡ് നമ്പർ 3. കുശിയുടെ കൂടെയുള്ളവർ അകത്തേക്ക് വരണം."

അത് ധാരാളമായിരുന്നു എന്റെ ഹൃദയമിടിപ്പ് കൂട്ടാൻ. ആ കൊടും ചൂടിൽ വിയർത്തൊലിച്ചപ്പോഴും എന്റെ ഉള്ളിലൂടെ ഒരു തണുപ്പ് കടന്നു പോയി. എനിക്ക് ശ്വാസം വിലങ്ങി. എന്റെ ബോധം ഇല്ലാതാക്കാൻ പോകുന്ന കാര്യം കാണാനാണ് ഞാൻ പോകുന്നതെന്ന് എന്റെ ഉള്ളം മന്ത്രിക്കാൻ തുടങ്ങി. ഞാൻ അച്ഛനേയും ജീജുവിനേയും നോക്കി. ഞങ്ങൾ മൂന്ന് പേരും ഉള്ളിലേക്ക് തിരക്കിട്ട് ചെന്നു. അവളെ കാണുംമുമ്പേ ഞാൻ വിറയ്ക്കാൻ തുടങ്ങി. ജീജു എന്റെ തോളിൽ തട്ടി ആശ്വസിപ്പിക്കാൻ ശ്രമി ക്കുന്നുണ്ടായിരുന്നു.

"ആ... ഞങ്ങളാണ്..." അച്ഛൻ സെക്യൂരിറ്റിയോട് പറഞ്ഞു.

"ഗ്രൗണ്ട് ഫ്ളോറിലെ സി.ടി.സ്കാനിംഗിന്റെ അങ്ങോട്ട് പോകണം. നേഴ്സ് പേഷ്യന്റിനെ അങ്ങോട്ട് കൊണ്ടുവരും." അയാൾ പറഞ്ഞു.

ഞങ്ങൾ എലവേറ്ററിന്റെ അരികിലേക്കു നടന്നു. ഡോർ അടയുംമുമ്പേ ഞങ്ങൾ അകത്തു കയറി. ഗ്രൗണ്ട് ഫ്ളോറിൽ ഇറങ്ങി ഗാർഡിനോട് സി.ടി സ്കാൻ റൂമിലേക്കുള്ള വഴി ചോദിച്ചു. ഫോണിൽ സംസാരിച്ചുകൊണ്ട് തന്നെ അയാൾ വഴി കാണിച്ചു. ഞാൻ ഓടുകയായിരുന്നു. അച്ഛനും ജീജുവും എന്റെ പിറകിലും. ഞാൻ ഒരുപാട് റൂം കടന്ന് പോയി. അവ സാനം അകലെ നിന്ന് തന്നെ ഒരിടത്ത് സി.ടി സ്കാൻ എന്ന് എഴുതിയത് കണ്ടു. അവിടേക്ക് കയറുന്നിടത്ത് ഒരു ഗ്രില്ലുണ്ടായിരുന്നു, അതിനപ്പുറത്ത് ഒരു റിസപ്ഷനും.

"എന്ത് വേണം..." റിസപ്ഷനിലുണ്ടായിരുന്ന ലേഡി ചോദിച്ചു.

“കുശി എന്നു പേരുള്ള ഒരു പേഷ്യന്റിന്റെ സി.ടി. സ്കാനിംഗ് തുടങ്ങിയോ...” ഓടുന്നതിനിടയിൽ അഴിഞ്ഞുപോയ ഷൂ കെട്ടുമ്പോൾ ഞാൻ ചോദിച്ചു.

അവൾ റെജിസ്റ്ററിൽ നോക്കി. ഞാൻ തിരിഞ്ഞ് അച്ഛനേയും ജീജുവിനേയും നോക്കി. അവർ അപ്പോഴും നാല് റൂം പിറകിലായിരുന്നു.

“ആ ഗ്രീൻ കർട്ടൻ കണ്ടില്ലേ. അതിന്റെ അരികിലുള്ള ആ സ്ട്രക്ചർ കണ്ടോ? അതാ നിങ്ങളുടെ പേഷ്യന്റ്. സ്കാനിംഗ് ഇപ്പോ തുടങ്ങും...” അവൾ സി.ടി. സ്കാൻ റൂമിലേക്ക് ചൂണ്ടിക്കൊണ്ട് പറഞ്ഞു.

“ആൻഡ് നിങ്ങൾ ആരാണ്... എന്തി...” അവൾ എന്തോ എന്നോട് ചോദിക്കാൻ ശ്രമിച്ചു. അവൾക്കത് മുഴുമിക്കാനാകും മുമ്പേ എന്റെ കാൽ ആ സ്ട്രക്ചറിന്റെ അരികിലേക്ക് ഓടിക്കഴിഞ്ഞിരുന്നു.

പെട്ടെന്ന് ഞാൻ ശാന്തനായി, ഒന്ന് നിന്നു. എന്റെ ചുറ്റുവട്ടം മുഴുക്കെയും തണുത്തുറയുന്നതു പോലൊരു തോന്നൽ. എന്റെ കാതിൽ മറ്റു ശബ്ദങ്ങൾ കുറഞ്ഞ് വരാൻ തുടങ്ങി. എല്ലാവരേയും കാണുന്നുണ്ട്, പക്ഷേ, ആരേയും തിരിച്ചറിയുന്നില്ല. അവർ എന്തൊക്കെയോ പറയുന്നുണ്ട് എനിക്ക് ഒന്നും കേൾക്കാനാകുന്നില്ല. അവർ എന്നെ അങ്ങോട്ട് കയറാതിരിക്കാൻ പറയുന്നുണ്ട് എന്ന് തോന്നുന്നു. ഒന്നും എന്റെ ഓർമയിൽ വരുന്നില്ല. കണ്ണ് പോലും ചിമ്മാതെ ഞാൻ ആ കട്ടിലിന്റെ അരികിലേക്ക് ചെന്നു. എന്റെ ശ്രദ്ധ മുഴുവനായും അതിലായിരുന്നു.

വാതിൽക്കൽ വെച്ച് അറ്റൻഡർ തടഞ്ഞു, റിസപ്ഷനിലെ ലേഡിയുടെ ശബ്ദം കേട്ടിട്ടാവണം. അവന്റെ മുഖം എനിക്കോർമയില്ല. അവന് പിന്നെ എന്ത് സംഭവിച്ചെന്നും. എന്തോ സംഭവിച്ചു. അത് എനിക്ക് ഉറപ്പാണ്. എന്നെ തടഞ്ഞ് വെച്ച കൈ അവൻ എടുത്തു. ഒരുപക്ഷേ എന്റെ കണ്ണീർ വീഴുന്നത് കണ്ടാകും.

ഞാൻ അവളുടെ അരികിൽ നിൽക്കുകയാണ്...

അവളെ കണ്ടതോടെ എന്റെ ഹൃദയം ഉരുകിയൊലിച്ചു. എന്റെ ദുഃസ്വപ്നത്തിൽ പോലും അവൾക്ക് ഇങ്ങനെ വരുമെന്ന് ഞാൻ കരുതിയിരുന്നില്ല. എന്റെ പൊന്ന്... എന്റെ കുശി... എന്റെ മുന്നിലുണ്ട്... എന്നോട് ഒരു വാക്കും മിണ്ടാതെ കിടക്കുന്നു.

അവളുടെ ബോഡി തന്നെ നമുക്ക് പറഞ്ഞുതരും ആ ആക്സിഡന്റിന്റെ തീക്ഷ്ണത. ആ പരിക്കുകൾ നമ്മെ കാണിച്ച് തരുന്നുണ്ട് അവൾ അനുഭവിച്ചതും അനുഭവിക്കുന്നതും. കഴുത്ത് വരെ ബെഡ്ഷീറ്റ് കൊണ്ട് മൂടിയിരിക്കുന്നു. ആ സുന്ദരമായ മുഖത്ത് പോലുമുണ്ട് ചെറുതും വലുതുമായ ഒത്തിരി മുറിവുകൾ.

വിങ്ങി വീർത്ത് നിൽക്കുന്ന ഇടത് കണ്ണിന് മുകളിൽ ചോര ഉണങ്ങി പറ്റിപ്പിടിച്ചിരിക്കുന്നു. ഒരു കട്ടിയുള്ള വെന്റിലേറ്റർ ട്യൂബുണ്ട് മൂക്കിൽ.

ഒടിഞ്ഞ കൈ താൽക്കാലികമായി ബാൻഡേജിട്ടിട്ടുണ്ട്. വെളുത്ത് തുടുത്ത് ആ വലത് കൈ സൂചി കുത്തി നീലച്ചിരിക്കുന്നു.

ശരീരത്തിന്റെ പല ഭാഗത്തും ട്യൂബ് വെച്ച് പിടിപ്പിച്ചിരിക്കുന്നു. ബെഡിന്റെ ചുറ്റിലും നിറയെ ഉപകരണങ്ങൾ ഘടിപ്പിച്ചിരിക്കുന്നു. വെന്റിലേറ്റർ, മോണിറ്റർ, ഓക്സിജൻ സിലിണ്ടർ. മരുന്നുകളുടെ ഒരു ബാഗ്. വെന്റിലേറ്ററിൽ നിന്ന് തുടർച്ചയായി ബീപ് ശബ്ദം കേൾക്കുന്നുണ്ടായിരുന്നു.

ഞാൻ നിൽക്കുന്ന ഭാഗത്തായി അവളുടെ കൈ പുറത്തേക്ക് തള്ളി നിൽക്കുന്നത് ഞാൻ കണ്ടു. ഞാൻ അവളുടെ ചെറുവിരലിൽ പതിയെ തൊട്ടു. ആ സുന്ദരമായ കൈകൾ എന്റെ മേനിയിലൂടെ അരിച്ചു നടക്കുന്നതുപോലെ എനിക്ക് തോന്നിയതോടെ സ്വയം നിയന്ത്രിക്കാനായില്ല. ഞാനാ കൈ പിടിച്ച് കരയാൻ തുടങ്ങി. എന്റെ പൊന്ന് ഒറ്റയ്ക്ക് അനുഭവിക്കുന്ന വേദനയോർത്ത് എനിക്ക് സങ്കടം ഒതുക്കാനായില്ല.

എന്റെ ചുമലിൽ ആരോ കൈ വെച്ചത് പോലെ തോന്നി. ബോധം വീണ്ടെടുത്ത് ഞാൻ തിരിഞ്ഞ് നോക്കി. എന്റെ തൊട്ട് പിറകിലിരുന്ന് ജീജു അവളെത്തന്നെ നോക്കിനിൽക്കുന്നുണ്ടായിരുന്നു. മറുഭാഗത്ത് കൂടെ അച്ഛനും വന്നു. ഹൃദയവേദനയോടെ അവളെത്തന്നെ അദ്ദേഹം നോക്കി നിന്നു.

ഞാനപ്പോഴും അവളുടെ കൈക്ക് പിടിച്ച് നിൽക്കുകയായിരുന്നു. ഞങ്ങൾ മൂന്നുപേരുടേയും മനസ്സ് അവൾക്കുവേണ്ടി പ്രാർത്ഥിക്കുകയായിരുന്നു.

“ഞങ്ങൾക്ക് സ്കാനിംഗിന് കൊണ്ടുപോകണം...” ഒരു പെൺശബ്ദം ആ റൂമിലെ നിശ്ശബ്ദത ഭഞ്ജിച്ചു. ഇൻചാർജുണ്ടായിരുന്ന നേഴ്സായിരുന്നു. സ്കാനിംഗ് മെഷീൻ തയ്യാറായിക്കഴിഞ്ഞിരുന്നു.

അവൾ സഹായത്തിനായി വാർഡ് ബോയിയെ വിളിച്ചു. സ്ട്രെച്ചർ സ്കാനറുടെ അടുക്കലേക്കു നീക്കി. ഞാൻ അന്നു വരെ കാണാത്ത വെളുത്ത ഭീമാകാരമായ ഒരു മെഷീനായിരുന്നു അത്. സിനിമയിൽ മാത്രമേ അങ്ങനെയുള്ള മെഷീൻ കണ്ടിരുന്നുള്ളൂ..

“സ്കാനറിലേക്ക് എടുത്തുവെക്കാൻ ഒന്ന് സഹായിക്കണം...”

വെന്റിലേറ്റർ ശരിയാക്കുമ്പോൾ അവൾ വിളിച്ചു പറഞ്ഞു.

ഞങ്ങൾ എല്ലാവരും അവളെ സ്ട്രെച്ചറിലേക്ക് എടുത്തുവെക്കാൻ സഹായിച്ചു. ഞാൻ നഴ്സിനൊപ്പം ഇടതു ഭാഗത്ത് നിൽക്കുകയായിരുന്നു. അച്ഛനും ജീജുവും മറുഭാഗത്തും. വാർഡ് ബോയിയും അവരെ സഹായിക്കാനായി വന്നു. എല്ലാവരും ഉണ്ടെങ്കിലും ഈ ഉപകരണങ്ങളെല്ലാം ഉണ്ടാകുമ്പോൾ എങ്ങനെ പൊക്കും എന്നതിനെക്കുറിച്ച് എനിക്ക് സംശയം ഉണ്ടാകാതിരുന്നില്ല. എല്ലാവരും നാല് ഭാഗത്തുമായി പിടിച്ചു.

“നൗ...” അവൾ എല്ലാവരോടുമായി പറഞ്ഞു.

എല്ലാവരും കൂടി പൊക്കി. ഞാനും ജീജുവും അച്ഛനും വളരെ ശ്രദ്ധയോടെയാണ് അവളെ പൊക്കിയത്. പക്ഷേ, നഴ്സിന് അത്രയ്ക്ക് ശ്രദ്ധയുള്ളതു പോലെ തോന്നിയില്ല. തലയ്ക്ക് യാതൊരു താങ്ങും കൊടുക്കാതെയാണ് അവൾ പൊക്കുന്നത്. അവളുടെ കൈയിൽ നിന്ന് ഒന്ന് വഴുതേം ചെയ്തു.

“ആ ട്യൂബ് ഊരിപ്പോയിട്ടുണ്ട്...” വാർഡ് ബോയ് പറഞ്ഞു.

ഞാൻ പെട്ടെന്ന് അതിന്റെ അരികിലേക്ക് ചാടി. എടുത്ത് നഴ്സിന് കൊടുത്തത് സമയം കളയാതെ അത് ഫിറ്റ് ചെയ്യാൻ തന്നെയായിരുന്നു. പക്ഷേ, നഴ്സിന് അത്രയ്ക്ക് ശുഷ്കാന്തിയുള്ളതുപോലെ തോന്നിയില്ല.

“പ്ലീസ്... അതൊന്ന് ശരിയാക്ക്. പെട്ടെന്ന്...” ഞാനവളോട് പറഞ്ഞു.

“റിലാക്സ്..., സാർ. ദിവസോം ഒരുപാട് രോഗികളെ കാണുന്നതാ. പേടിക്കണ്ടാ...”

“ആ... അതുകൊണ്ട് തന്നെയാണ് നിനക്ക് ഇത്ര അഹങ്കാരവും...” ഞാൻ പതിയെ മന്ത്രിച്ചു.

കുശിയുടെ കൈ ചെറുതായി അനങ്ങി. വേദന കൊണ്ടായിരിക്കും. അവളുടെ കൈ വല്ലാതെ വിറയ്ക്കുന്നുണ്ടായിരുന്നു. കൈയിൽ കുത്തിവെച്ച സൂചിയുടെ വേദനകൊണ്ടാകും. അത് കണ്ട് നിൽക്കാനാകാതെ എന്തെങ്കിലും ചെയ്യാൻ നഴ്സിനോട് ഞാൻ പറഞ്ഞു.

“അവളിപ്പോ അർദ്ധബോധാവസ്ഥയിലാ... എല്ലാവരും ഇങ്ങനെയൊക്കെ കാണിക്കും... എല്ലാവരും. ഇത് അത്ര വലിയ കാര്യമൊന്നുമല്ല...” എന്റെ വേദന അവൾ പരിപൂർണമായും തള്ളിക്കളഞ്ഞു.

അവൾക്ക് ഇതൊന്നും പുതുമയാകില്ല. എനിക്കിത് പുതുമ തന്നെയാണ്. എന്റെ മുത്തിനെ ആ രീതിയിൽ കാണാൻ എനിക്കു കഴിയില്ല. നഴ്സിന്റെ പെരുമാറ്റത്തിൽ ഞാൻ അത്രയ്ക്ക് തൃപ്തനായിരുന്നില്ല. പക്ഷേ, എനിക്ക് ഒന്നും പറയാനും ചെയ്യാനും കഴിയുമായിരുന്നില്ല. അതിന് പറ്റിയ സാഹചര്യത്തിലല്ലല്ലോ ഞാൻ. അവൾ പറഞ്ഞത് കേട്ട് മിണ്ടാതെ നിൽക്കുകയല്ലാതെ എന്ത് ചെയ്യാനാ. ഞാൻ കുശിയുടെ കൈ പിടിച്ച് ഇരുന്നു.

“നിങ്ങളല്ലാത്ത എല്ലാവരും പുറത്തുപോകണം.” എന്നെ ചൂണ്ടിക്കൊണ്ട് അവൾ പറഞ്ഞു.

“എന്തേ...” ഞാനവളോട് ചോദിച്ചു.

“നമ്മൾ സ്കാനിംഗ് തുടങ്ങാൻ പോകാണ്... അറ്റൻഡർമാരെ മാത്രമേ ആ സമയത്ത് അവിടെ നിർത്താറുള്ളൂ. അതും ആവശ്യമുണ്ടെങ്കിൽ മാത്രം. സ്കാനിംഗ് സമയത്ത് അവൾ ട്യൂബ് വലിച്ചെടുക്കാതിരിക്കാൻ നിങ്ങളും ഇവിടെയുണ്ടാകണം.”

അച്ഛനും ജീജുവും വാർഡനും പുറത്തേക്കു പോയി. നഴ്സ് റൂം ഉള്ളിൽ നിന്ന് ലോക്ക് ചെയ്തു. മെഷീനിൽ നിന്ന് വരാവുന്ന റേസിനെ ബ്ലോക്

ചെയ്യാനായി അവൾ എനിക്ക് ഒരു ഓവർ കോട്ട് തന്ന് ഓപ്പറേറ്റ് ചെയ്യാനായി അവൾ മറ്റൊരു റൂമിലേക്ക് പോയി. ഞാൻ എന്റെ പ്രിയപ്പെട്ടവളുടെ മുഖത്തേക്ക് നോക്കി അങ്ങനെ നിന്നു. ആ സമയം എന്റെ ഹൃദയം ദൈവത്തോട് പ്രാർത്ഥിക്കുകയായിരുന്നു... "ദൈവമേ. എന്ത് വേണമെങ്കിലും എടുത്തോളൂ. ഇവളെ എനിക്ക് തിരിച്ച് തരണം...."

അവളുടെ കൈക്ക് ശക്തി കൂടുന്നതും ചലനം കൂടുന്നതും ഞാനറിഞ്ഞു. അവളെ വേദനിപ്പിക്കാതെ ആ കൈകൾ പിടിച്ച് നിൽക്കുക എന്നത് അല്പം ബുദ്ധിമുട്ട് തന്നെയായിരുന്നു. ആരും ഞങ്ങളുടെ അടുത്ത് പോലുമില്ല. ഞാനവളെ മുറുകെ പിടിച്ചു. അവളുടെ മുഖത്തേക്ക് നോക്കി ഞാൻ പറയാൻ തുടങ്ങി...

'മുത്തേ... സോറി. എനിക്കറിയാം നിനക്ക് വേദനിക്കുന്നുണ്ടാകും. എനിക്കറിയാം... എങ്കിലും അത് നിനക്കുവേണ്ടി തന്നെയാ... നിനക്ക് എത്രയും പെട്ടെന്ന് സുഖമാകാൻ വേണ്ടിയാ... നീ എന്റെ ജീവനായതുകൊണ്ടാ ഞാനിതൊക്കെ ചെയ്യുന്നത്. നീ എന്നെ വിട്ട് പോകണത് ആലോചിക്കാൻ പോലും വയ്യ. നീയില്ലാതെ എനിക്ക് ജീവിക്കാനാകില്ല. തിരിച്ച് വാടാ... പ്ലീസ്... നോക്ക്... കണ്ണ് തുറന്ന് എന്നെ ഒന്ന് നോക്ക്... ഡാ... നിന്റെ ഷോണയിതാ നിന്റെ മുന്നിൽ...'

അവളുടെ കൈ ചേർത്ത് പിടിച്ച് ഞാൻ കുനിഞ്ഞ് കാതിൽ മന്ത്രിച്ചു. "തോറ്റ് കൊടുക്കല്ലേ...എനിക്ക് വേണ്ടി പോരാട്... അല്ല നമുക്ക് വേണ്ടി പോരാട്... നിനക്ക് ഏറ്റവും നല്ല ചികിത്സ തന്നെ ഞാൻ നൽകും. ഉറപ്പായിട്ടും.. നല്ല ഡോക്ടർമാരും നല്ല മരുന്നും എല്ലാം നല്ലത് തന്നെ ഞാൻ തരും. നിന്നെ രക്ഷപ്പെടുത്താൻ ഞാനെന്തും ചെയ്യും."

അത് പറഞ്ഞു കഴിഞ്ഞതോടെ ഞാൻ ആ മുഖത്തേക്കുതന്നെ നോക്കിയിരുന്നു അല്പനേരം.

ആ സമയം കൺട്രൂൾ റൂമിൽ നിന്ന് നഴ്സ് പുറത്തേക്ക് വന്നു. സ്കാനിംഗ് കഴിഞ്ഞിരിക്കുന്നു. മെഷീനിൽ നിന്ന് ഒരു ശബ്ദവും വന്നില്ലല്ലോ എന്നാണ് ഞാൻ ആലോചിച്ചത്. അവൾ ചെന്ന് വാതിൽ തുറന്നു. പുറത്ത് അച്ഛനും ജീജുവും എന്നെത്തന്നെ നോക്കി നിൽക്കുന്നത് കണ്ടു.

വാർഡറുടെ സഹായത്തോടെ അവളെ സ്ട്രെച്ചറിലേക്ക് തന്നെ ഇറക്കി കിടത്തി. ഈ സമയം ഓക്സിജൻ ട്യൂബും യൂറിൻ ട്യൂബും വെന്റിലേറ്ററും ശ്രദ്ധയോടെ ഞാൻ തന്നെ ഇറക്കി വെച്ചു. ഇപ്രാവശ്യം ആർക്കും തെറ്റ് പറ്റരുത് എന്ന് എനിക്ക് നിർബന്ധമുണ്ടായിരുന്നു. വാർഡൻ സ്ട്രെച്ചർ പുറത്തേക്ക് തള്ളിക്കൊണ്ട് പോയി. ഞങ്ങളും കൂടെ പുറത്തേക്കു നടന്നു.

വാതിൽക്കലിൽ ഞാൻ ആ റിസപ്ഷൻ ലേഡിയെ കണ്ടു. "അയാം സോറി" എന്നും പറഞ്ഞ് ഞാനവളെ കടന്ന് പോയി. ഐ.സി.യുവിലേക്ക് തിരിച്ച് കൊണ്ട് പോയത് മറ്റൊരു വഴിക്കാണ്. നേരിട്ട് ഐ.സി.യുവിൽ എത്തിക്കുന്ന എലവേറ്റർ വഴി. ഞങ്ങൾക്ക് അതിൽ കയറാൻ പറ്റില്ലായിരുന്നു. അവൾ ഉയർന്ന് പോകുന്നതും നോക്കി ഞങ്ങൾ നിന്നു.

ഞാൻ എന്റെ കൈ ചേർത്തു പിടിച്ച് ദൈവത്തോട് പ്രാർത്ഥിച്ചു. “ദൈവമേ... അവളെ എത്രയും പെട്ടെന്ന് സുഖപ്പെടുത്തണേ...” ഞങ്ങൾ ഐ.സി.യുവിന്റെ മുന്നിലെ കസേരകളിലേക്കുതന്നെ മടങ്ങി. അതേ ആൾക്കൂട്ടം, അതേ അനൗൺസ്മെന്റ്...

കുറച്ച് സമയംകൂടി കഴിഞ്ഞപ്പോൾ അച്ഛൻ ജീജുവിനോട് വീട്ടിൽ പോകാൻ പറഞ്ഞു. വല്ലാതെ നിർബന്ധിച്ചപ്പോൾ അവൻ പോയി. ഞാനും അച്ഛനും ആ കസേരകളിൽ പ്രാർത്ഥിച്ചും പ്രതീക്ഷിച്ചും ഇരുന്നു. നല്ല വാർത്തകൾക്കായി. നല്ലത് മാത്രം...

കഴിഞ്ഞ ഏതാനും മണിക്കൂറുകളിൽ ഞാൻ അനുഭവിച്ച കാര്യങ്ങൾ എന്റെ ഓർമയിലൂടെ കടന്നുപോയി. അവളുടെ മുഖം... ആ കൈകൾ... അവളോടുള്ള സംഭാഷണങ്ങൾ... എല്ലാം...

എന്റെ വാക്കുകൾ അവൾ തിരിച്ചറിഞ്ഞ് മനസ്സിലാക്കിക്കാണുമോ... ഞാൻ പറഞ്ഞതൊക്കെ കേട്ടിരിക്കുമോ...അവൾക്ക് എന്നോട് എന്തെങ്കിലും പറയാനുണ്ടായിരുന്നോ... ഈ വക ചോദ്യങ്ങൾ ഞാൻ പലതവണ എന്നോട് തന്നെ ചോദിച്ചു. മണിക്കൂറുകളോളം ആ ചിന്തകളുമായി ഞാൻ പ്രാർത്ഥനാ മനസ്സുമായി അവിടെ ഇരുന്നു.

ലഞ്ച് ബോക്സുമായി പുഷ്കർ ഹോസ്പിറ്റലിലെത്തുമ്പോൾ സമയം മൂന്ന് കഴിഞ്ഞിരുന്നു. റെസ്റ്റ്റൂമിൽ നിന്ന് പുറത്തേക്കു വരുമ്പോഴാണ് അവനെ കണ്ടത്. അവനോട് സി.ടി സ്കാൻ ചെയ്ത വിവരം പറഞ്ഞു.

“എന്നിട്ട് ഡോക്ടർമാർ വല്ലതും പറഞ്ഞോ...” അവൻ ചോദിച്ചു.

“ഇതുവരെ ഒന്നും പറഞ്ഞിട്ടില്ല. വൈകിട്ടത്തെ റൗണ്ട്സിൽ പറയുമായിരിക്കും.”

“ഹും... അപ്പോ പറയുമായിരിക്കും. ആ ഞാൻ ഊണ് കൊണ്ടുവന്നിട്ടുണ്ട്... നിനക്കും അച്ഛനും...”

“അച്ഛനോട് വീട്ടിൽ പോകാൻ പറയാ നല്ലത്. അച്ഛൻ വീട്ടിൽ ചെന്ന് കഴിച്ചാ മതി. ഒന്ന് റെസ്റ്റ് എടുക്കേം ചെയ്തോട്ടെ... അച്ഛൻ വല്ലാതെ ക്ഷീണിച്ചിരിക്കാ...”

“അതാ നല്ലത്... ഞാനിവിടെ നിനക്കൊപ്പം നിന്നോളാം.”

ഞങ്ങൾ അങ്ങോട്ട് ചെന്നു.

അച്ഛൻ എതിർത്തിരുന്നെങ്കിലും ഞങ്ങളുടെ നിർബന്ധത്തിന് വഴങ്ങി വീട്ടിലേക്ക് പോയി. ഞാൻ എന്റെ ലഞ്ച് കഴിച്ചു. അത് കഴിഞ്ഞ് ഞാനും പുഷ്കറും ഞങ്ങളുടെ ഓഫീസ് കാര്യങ്ങളും ഫാമിലിയെക്കുറിച്ചും ഫ്രണ്ട്സിനെക്കുറിച്ചും സംസാരിച്ചിരുന്നു. ഞങ്ങളുടെ കുശിയെക്കുറിച്ചും...

5.30-ന് ദീപു എലവേറ്ററിൽ നിന്ന് ഇറങ്ങി വരുന്നത് കണ്ടു. വിസിറ്റേഴ്സ് സമയം തുടങ്ങിയിട്ടുണ്ടായിരുന്നു. അവന്റെ കാറ് കേട് വന്നുവെന്നും അത് ഗാരേജിൽ കൊടുത്തതിനെക്കുറിച്ചും ദീപു പറഞ്ഞു. അച്ഛൻ

നേരത്തെ തന്നെ സ്കാനിംഗിന്റെ കാര്യം അവനോട് പറഞ്ഞിട്ടുണ്ടായിരുന്നു.

ഞങ്ങളുടെ പേർ വിളിച്ചപ്പോൾ അവനോട് ഐ.സി.യുവിലേക്ക് ചെല്ലാൻ പറഞ്ഞു. പുറത്ത് ഞാനും പുഷ്കറും സ്കാനിംഗ് റിപ്പോർട്ട് പേടിച്ചിരിക്കയായിരുന്നു. ഞങ്ങളുടെ കണ്ണുകൾ അതിന്റെ വാതിൽക്കലായിരുന്നു. ഡോക്ടർമാർ അവനോട് റിപ്പോർട്ടിനെ കുറിച്ച് പറഞ്ഞ് കാണുമെന്നാണ് ഞാൻ കരുതിയിരുന്നത്. പതിനഞ്ച് മിനുട്ട് കഴിഞ്ഞ് അവൻ പുറത്തേക്കു വന്നു. ഞങ്ങൾ സീറ്റിൽ നിന്ന് എഴുന്നേറ്റ് അവന്റെ അരികിലേക്ക് ഓടി.

"ദീദിയുടെ തലച്ചോറിൽ രക്തം കട്ടപിടിച്ചിരിക്കുന്നുണ്ട് എന്നാണ് ഡോക്ടർമാർ പറഞ്ഞത്. അത്രയ്ക്ക് സീരിയസല്ല എന്നും പറഞ്ഞു." ഞങ്ങൾ എന്തെങ്കിലും ചോദിക്കുംമുമ്പ് അവൻ ഇങ്ങോട്ട് പറഞ്ഞു.

"മറ്റെന്തെങ്കിലും പറഞ്ഞോ...?" ഞാൻ ചോദിച്ചു.

"അങ്ങനെ കാര്യമായിട്ടൊന്നും പറഞ്ഞില്ല. അവൾ അബോധാവസ്ഥയിലും കൈകാലുകൾ ഇളക്കുന്നുണ്ടായിരുന്നു..."

സീറ്റിലേക്ക് മടങ്ങുംമുമ്പ് ഞങ്ങളെല്ലാവരും ഐ.സി.യുവിന്റെ വാതിൽക്കൽ കുറച്ച് നേരം ഒന്നും മിണ്ടാനാകാതെ നിന്നു. ഒരു മണിക്കൂർ കൂടി ഞങ്ങൾ അവിടെ ഇരുന്നുകാണും. അച്ഛൻ ദീപുവിനെ വിളിച്ചു. എന്നോട് വീട്ടിലേക്ക് ചെല്ലാനായി പറഞ്ഞു. അവിടം വിട്ട് പോകാൻ എനിക്കു തോന്നിയില്ല.

ഐ.സി.യുവിന്റെ മുന്നിൽ കൂടുതൽ ആളുകൾ ഇല്ലാതിരിക്കാൻ അനൗൺസ്മെന്റ് ഇടയ്ക്കിടെ വരുന്നുണ്ടായിരുന്നു. സന്ദർശക സമയം കഴിഞ്ഞാൽ പാസുള്ളവർക്ക് മാത്രമെ നിൽക്കാൻ അനുവാദമുണ്ടാകുകയുള്ളൂ. ഒരു രോഗിയുടെ കൂടെ രണ്ടുപേർക്ക് നിൽക്കാനുള്ള പാസ് മാത്രമേ ലഭിക്കൂ. ചെക്കിംഗ് തുടങ്ങാറായിട്ടുണ്ട്. ഞങ്ങളുടെ കൂട്ടത്തിൽ നിന്ന് ആരെങ്കിലും ഒരാൾ പോകൽ നിർബന്ധമായിരുന്നു. ദീപുവിനോടും പുഷ്കറോടും പോകാൻ പറയാൻ എനിക്കാകുമായിരുന്നില്ല. അവസാനം എനിക്ക് തന്നെ പോകേണ്ടി വന്നു.

"ഞാൻ വീട്ടിലാക്കിത്തരാം..." ദീപു പറഞ്ഞു.

"ഓകെ..." പുഷ്കറിനേയും അവനേയും നോക്കിക്കൊണ്ട് ഞാൻ പറഞ്ഞു.

"വീട്ടിൽ പോയി ഒരു ചായയൊക്കെ കഴിച്ച് ഒന്ന് ഫ്രഷ് ആക്. രാവിലെ മുതൽ ഇവിടെത്തന്നെ നിൽക്കണതല്ലേ..." പുഷ്കർ എന്റെ തോളിൽ തട്ടി കൊണ്ട് പറഞ്ഞു.

"ഹും... വരാം..."

"കെ. പോയി വാ..."

എലവേറ്ററിൽ താഴോട്ട് പോകുമ്പോ എന്റെ മനസ്സിൽ "ദൈവമേ... അവൾ എപ്പോഴാ ആ കണ്ണ് തുറന്ന് എന്നെയൊന്ന് നോക്കുക. എന്നോട് ഒന്ന് സംസാരിക്കാ. എപ്പഴാ ഡോക്ടേഴ്സ് അവൾ അപകടനില തരണം ചെയ്തിട്ടുണ്ട് എന്ന് പറയുക." എന്റെ എല്ലാ ചോദ്യത്തിനും ദൈവം മറുപടി നൽകണമെന്ന് ഞാൻ വല്ലാതെ കൊതിച്ചുപോയി.

ഗ്രൗണ്ട് ഫ്ളോറിലൂടെ ഞങ്ങൾ പുറത്തിറങ്ങി. പുറത്ത് നല്ല തണുപ്പായിരുന്നു. ദീപു എന്തോ എന്നോടായി പറഞ്ഞു. ദൈവത്തോടുള്ള സംസാരത്തിനിടയിൽ ഞാനത് ശ്രദ്ധിച്ചില്ല. താഴേക്ക് റോഡിലേക്കു തന്നെ നോക്കിക്കൊണ്ട് ഒരു മന്ദനെ പോലെ ഞാനവന്റെ പുറകിൽ നടന്നു.

"അതാ... അവിടെ നമ്മുടെ കാർ." ദീപു ചൂണ്ടിക്കാണിച്ചു.

ഞാനൊന്നും മിണ്ടാതെ കാറിൽ കയറി. ഞാൻ നിശ്ശബ്ദനായിരുന്നു. അല്ല എന്റെ നിശ്ശബ്ദത സംസാരിച്ചുകൊണ്ടിരിക്കുകയായിരുന്നു. ആ സമയം എന്റെ ഉപബോധമനസ്സിനെ ഉണർത്തുംവിധം ഉണ്ടായ ആ കാര്യം എനിക്ക് തെല്ലൊരു സമാധാനം നൽകി. എഞ്ചിൻ സ്റ്റാർട്ട് ആക്കിയപ്പോൾ പൗസായി കിടന്നിരുന്ന ടേപ്പ് പാടാൻ തുടങ്ങി.

"അയാം ഗോണാ വെയ്ക്ക് അപ്പ്... ഇറ്റ് ഈസ് നോട്ട് മൈ ടൈം ടു ഗോ... ഐ ഗസ് ഐ വിൽ ഡൈ അനദർ ഡേ..."

"എഴുന്നേൽക്കട്ടെ ഞാൻ... എൻ യാത്രാ സമയമായില്ല പോലും... എൻ മരണമിനിയുമകലെയകലെ..."

കാറിന്റെ പ്ലെയറിൽ നിന്ന് വരുന്ന ആ പാട്ട് ഞാൻ ശരിക്കും കേട്ടു. തെല്ലൊരു സമാധാനത്തോടെ ഞാൻ സീറ്റിലേക്ക് ചാരിയിരുന്നു. എന്റെ പ്രാർത്ഥന കേട്ട് ദൈവം എനിക്ക് മറുപടി നൽകുകയാണോ അതോ കുശി ആ സമയം നാവ് കൊണ്ട് പറയാനാകാത്തത് എനിക്കായി പറയുകയാണോ എന്ന് എനിക്ക് തോന്നി. അത് എങ്ങനെയുള്ള പാട്ടാണ് എന്ന് എനിക്ക് അറിയില്ല. അത് വെറും വരിയായി മാറ്റിവെക്കാൻ എനിക്കാകില്ല. മനസ്സുഖമുള്ളത് മാത്രം തിരഞ്ഞെടുക്കാനുള്ള മനുഷ്യന്റെ ഒടുങ്ങാത്ത ആഗ്രഹത്തിന്റെ മറുഭാഗവുമാകാം. എനിക്ക് അങ്ങനെ ചിന്തിക്കാനാണ് തോന്നിയത്.

"ആമേൻ..." ഞാൻ സമാധാനത്തോട് കൂടെ അവനോട് സംസാരിക്കാൻ തുടങ്ങി. എന്തോ ഒരു സമാധാനം ഒരു ശാന്തി.

ഞങ്ങൾ വീട്ടിലെത്തി. കുറച്ച് കഴിഞ്ഞ് ദീപു തിരിച്ച് പോകാനായി ഇറങ്ങി. അച്ഛൻ അവനോട് ഡിന്നർ കൂടി കഴിച്ച് പോകാൻ പറഞ്ഞു. കഴിച്ച് പോയാ പിന്നെ രാത്രി ഇങ്ങോട്ട് തന്നെ വരേണ്ടതില്ലല്ലോ. ലിവിംഗ് റൂമിൽ ജീജുവും ഡാനും കളിക്കുന്നുണ്ടായിരുന്നു.

എന്നെ കണ്ടപ്പോൾ നീറു എനിക്കും ജീജുവിനും ചായ ഉണ്ടാക്കി കൊണ്ടുവന്നു. അടുത്ത് അര മണിക്കൂർ എല്ലാവരും ലിവിംഗ് റൂമിലിരുന്ന് സംസാരിച്ചുകൊണ്ടിരുന്നു. രാത്രി ഒമ്പതിന് എല്ലാവരും ഡിന്നർ കഴിച്ചു.

ദീപു നേരത്തെ പോയിരുന്നു. അവന്റെ കൂടെ എനിക്കും പോകണമെന്നു ണ്ടായിരുന്നു. പക്ഷേ, ഇന്ന് രാത്രി സുഷാന്ത് അവിടെ ഉണ്ടാകുമെന്നാ പറഞ്ഞിരുന്നത്. അവന് രണ്ട് ദിവസത്തിനുള്ളിൽ എന്തോ ബിസിനസ് ആവശ്യത്തിനായി ചണ്ഡിഗഡിൽ പോകേണ്ടതുണ്ട്. ആ ദിവസങ്ങളിൽ ഹോസ്പിറ്റലിൽ നിൽക്കാൻ ആരുമുണ്ടാകില്ല. അന്ന് എനിക്ക് നിൽക്കാം.

ആ രാത്രിയും അവളുടെ റൂമിൽ ഞാൻ ഒറ്റയ്ക്ക്. കണ്ണടക്കും മുമ്പ് ഞങ്ങളുടെ അതിസുന്ദര ദൃശ്യങ്ങൾ എന്റെ മനക്കണ്ണിലൂടെ കടന്നുപോയി. ദൈവമേ... അവളെ എത്രയും പെട്ടെന്ന് സുഖപ്പെടുത്തണേ... നിറഞ്ഞ പ്രാർത്ഥനകളുടേയും പ്രതീക്ഷകളുടെയും ആധിയുടെയും ഒരു ദിവസം കൂടി കഴിഞ്ഞുപോയി.

തലേദിവസത്തെപോലെതന്നെ അന്നും കാര്യമായ മാറ്റമൊന്നുമുണ്ടായില്ല. ഡാഡിയും ഞാനും ജീജുവും പത്തു മണിക്ക് തന്നെ ഹോസ്പിറ്റലിൽ എത്തി. അന്ന് ഇടുപ്പും താടിയും ഓപ്പറേഷൻ ചെയ്യേണ്ടി വരുമെന്ന് ഡോക്ടർമാർ പറഞ്ഞതായി ദീപു ഞങ്ങളോട് പറഞ്ഞു. ചെറിയ തോതിൽ ഇംപ്രൂവ്മെന്റ് ഉണ്ടായതുകൊണ്ടാണ് ഇന്നുതന്നെ ഓപ്പറേഷൻ നടത്തേ ണ്ടത് എന്നാണ് ഡോക്ടർമാർ പറഞ്ഞതെന്ന് അവൻ അറിയിച്ചു. ഡോക് ടേഴ്സ് ഞങ്ങളോട് സമ്മതം ചോദിച്ചിരുന്നു. ഏതായാലും ഓപ്പറേഷന് മുമ്പായി നാല് യൂനിറ്റ് രക്തം വേണ്ടിവരുമെന്ന് അവർ അറിയിച്ചു. അത് തയ്യാറാക്കാനായി അവർ പറഞ്ഞു.

ബ്ലഡ് ട്രാൻസ്പ്ലാൻസിംഗ് എന്താണ് എന്ന് അത് വരെ എനിക്ക് അറിയില്ലായിരുന്നു. അച്ഛനാണ് അത് എന്താണെന്ന് എനിക്ക് പറഞ്ഞ് തന്നത്. "ഓപ്പറേഷൻ സമയത്ത് ധാരാളം രക്തം ആവശ്യമായി വരും, രോഗിയുടെ രക്ത ഗ്രൂപ്പ് അനുസരിച്ച് രോഗാണുമുക്തമായ രക്തം മറ്റാ രിൽ നിന്നെങ്കിലും എടുക്കും. പെട്ടെന്ന് അത്യാവശ്യമായാൽ ഹോസ്പി റ്റലുകളിൽ തന്നെയുള്ള ബ്ലഡ് ബാങ്കുകളിൽ നിന്ന് തൽക്കാലം എടുക്കും. ഇരുപത്തിനാല് മണിക്കൂറിനുള്ളിൽ പകരം രക്തം ബാങ്കിലേക്ക് കൊടു ക്കണം."

"അഥവാ നമ്മളിപ്പോൾ A+ ആയ ഒരു രക്തദായകനെ കണ്ടെത്തി കൊണ്ടുവരണം അല്ലേ... അതും ഇരുപത്തിനാല് മണിക്കൂറിനുള്ളിൽ..." ഞാൻ അച്ഛനോട് ചോദിച്ചു. അച്ഛന് മാത്രമേ A+ രക്തമുള്ളൂ. മറ്റുള്ള വർക്കൊക്കെ O+ രക്തമണുള്ളത്.

"അല്ല... പകരം ബാങ്കിലേക്ക് കൊടുക്കുമ്പോ ഏത് ഗ്രൂപ്പിലുള്ളതും കൊടുക്കാം. അതിൽ നിന്ന് എടുത്ത് അതേ അളവിൽ തിരിച്ച് കൊടുക്കണം എന്ന് മാത്രം. അതൊക്കെ അറേഞ്ച് ചെയ്തു കഴിഞ്ഞു... "ദീപു വ്യക്ത മാക്കി.

"ആരാ തന്നത്..." ഞാൻ ചോദിച്ചു.

"സുഷാന്തിന്റെ രണ്ട് ഫ്രണ്ട്സ്. കുശിയുടെ കമ്പനിയിലെ ഒരാളും പിന്നെ ഞാനും..."

"എനിക്കും നൽകാമായിരുന്നല്ലോ... സുഷാന്തിന്റെ ഒരു ഫ്രണ്ടിനോട് വേണ്ടാ എന്ന് പറഞ്ഞാലോ..." ഞാൻ ചോദിച്ചു.

"ഇപ്പോ ഇവിടെ എല്ലാവരും ഉണ്ട്. നമ്മുടെ ഫാമിലിയിലെ എല്ലാവരും. ആവശ്യം വരുമ്പോ ആർക്കും അങ്ങോട്ടുമിങ്ങോട്ടും കൊടുക്കാമല്ലോ... ഇങ്ങനെ ആളില്ലാതെ വരുമ്പഴാ പ്രശ്നം. ഇപ്പോ നീ ഡോണേറ്റ് ചെയ്താ പിന്നെ അടുത്ത മാസത്തേക്ക് കൊടുക്കാൻ പറ്റില്ല..." അവൻ പറഞ്ഞു.

അങ്ങനെ ഒരു പ്രശ്നമുണ്ടെങ്കിൽ തൽക്കാലം മാറ്റിവെക്കാൻ ഞാനും തീരുമാനിച്ചു.

"ഞാനിപ്പോ സുഷാന്തിന്റെ ഫ്രണ്ട്സിനൊപ്പം ബ്ലഡ് ബേങ്കിലേക്ക് പോകാണ്. അത് കഴിഞ്ഞാ ഞാൻ നേരെ വീട്ടിലേക്ക് പോകും. വല്ലതും കഴിക്കണം.." അതും പറഞ്ഞ് അവൻ പോയി.

എന്റെ ഫോൺ റിംഗ് ചെയ്തു. പോക്കറ്റിൽ നിന്ന് ഫോൺ എടുക്കുന്നതിനിടയിൽ സമയം നോക്കി. പതിനൊന്ന് മണി. അത് അമ്മയായിരിക്കും. ഒരു ദിവസം രണ്ട് പ്രാവശ്യമെങ്കിലും അമ്മ വിളിച്ച് അവളെക്കുറിച്ച് ചോദിക്കുന്നുണ്ട്.

"അമ്മാ... നമസ്കാൽ..." ഞാൻ തിരക്കിൽ നിന്ന് ഒന്ന് മാറിനിന്നു.

"നമസ്കാൽ ബേട്ടാ... ഹൗ ആർ യു..."

"അയാം ഫൈൻ... പുറംവേദന എങ്ങനെയുണ്ട് അമ്മേ... സമാധാനമുണ്ടോ?"

"അത് നേരത്തെപോലെ തന്നെ. ബട്ട് അയാം ഫൈൻ... കുശിയെ കുറിച്ച് പുതിയ എന്തെങ്കിലും പറഞ്ഞോ ഡോക്ടേഴ്സ്..."

കുശിക്ക് ഇന്ന് ഓപ്പറേഷൻ ഉള്ള കാര്യം ഞാൻ അമ്മയോട് പറഞ്ഞു. ഓപ്പറേഷൻ എന്ന് കേട്ടതോടെ അമ്മക്ക് പേടിയായി. കുശിക്ക് ഇന്ന് കുറച്ച് ആശ്വാസം തോന്നിയതോണ്ടാണ് ഡോക്ടർമാർ ഓപ്പറേഷൻ നടത്തണമെന്ന് പറയുന്നത് എന്നൊക്കെ പറഞ്ഞ് ഞാൻ അമ്മയെ ആശ്വസിപ്പിക്കാൻ ശ്രമിച്ചു. സാധാരണ പോലെ അവർ കുശിയുടെ ഫാമിലിയെക്കുറിച്ച് ചോദിച്ചു. ഫോൺ ഓഫാക്കുന്നതിന് മുമ്പായി അവർ എന്നെ ആശ്വസിപ്പിച്ചു.

"എല്ലാവർക്കും മുകളിൽ എല്ലാം കണ്ട് ഒരാൾ ഇരിക്കുന്നുണ്ട്... അവൻ സംരക്ഷിക്കും നമ്മെയെല്ലാവരേയും അവളേയും..."

"ഹും... സുഖമാകും... എല്ലാം അവൻ കാണുന്നുണ്ടല്ലോ... ഞാൻ വെയ്ക്കാ... വൈകിട്ട് വിളിക്കാം..." ഞാൻ അച്ഛന്റേയും ജീജുവിന്റേയും അരികിലേക്കുതന്നെ മടങ്ങി.

"ഓപ്പറേഷൻ 1.30-ന് തുടങ്ങും." അച്ഛൻ പറഞ്ഞു.

ഓപ്പറേഷൻ സമയത്ത് തന്നെ തുടങ്ങി. അത് കഴിയാൻ ഏകദേശം മൂന്ന് മണിക്കൂർ എടുക്കുമെന്ന് ആരോ പറഞ്ഞു. ഞങ്ങൾ എല്ലാവരും ഫസ്റ്റ് ഫ്ളോറിലെ ഒഴിഞ്ഞ കസേരകളിലായി ഇരുന്നു. മുന്നിൽ ഒ.ടി. എന്ന് എഴുതിയ ചുവന്ന അക്ഷരം ബൾബ് വെളിച്ചത്തിൽ തിളങ്ങി നിൽക്കുന്നുണ്ടായിരുന്നു.

പിന്നെയും എനിക്ക് വിറയ്ക്കാൻ തുടങ്ങി. ഞങ്ങൾക്ക് എല്ലാവർക്കുമുണ്ടായിരുന്നു ആ വിറയൽ. ഞങ്ങൾ വളരെ കുറച്ചേ സംസാരിച്ചുള്ളൂ. ആശയും ആശങ്കയും കാരണം എല്ലാവരും ഒന്നും മിണ്ടാതെ പ്രാർത്ഥനയോടെ താഴേക്ക് നോക്കിയിരിക്കുകയായിരുന്നു. സമയം കടന്നുപോകുന്നു. സെക്കൻഡുകൾ, മിനുട്ടുകൾ, മണിക്കൂറുകൾ. എല്ലാം മാറിമറിയുന്നു. ആർക്കും ഒരു സമാധാനവും ഉണ്ടായിരുന്നില്ല.

പുറത്ത് റോഡിലെ തിരക്ക് കണ്ട് ഞാൻ അത് നോക്കി നിന്നു. കാലാവസ്ഥ മാറുന്നു. ആകെ ഇരുട്ട് പരക്കാൻ തുടങ്ങി. ഫരീദാബാദിന്റെ ആകാശത്ത് കറുത്ത മഴമേഘം നിറഞ്ഞ് നിൽക്കുന്നു. നല്ല മഴയ്ക്കുള്ള സാധ്യതയുണ്ട്. ജനൽ വഴി പുറംകാഴ്ചകൾ കണ്ടിരിക്കുമ്പോൾ എന്റെ ഫോൺ റിംഗ് ചെയ്തു. ഹാപ്പിയായിരുന്നു. ഞാൻ ഫോൺ എടുത്തു.

"ഹലോ... ഹാപ്പീ..."

"ഹലോ... ബ്രദർ എന്ത് പറയുന്നു. ബാബിക്ക് എങ്ങനെയുണ്ട്?"

"ഓപ്പറേഷൻ നടന്നുകൊണ്ടിരിക്കാ... തുടയിലും താടിക്കും. കുറച്ച് നേരമായി തുടങ്ങിയിട്ട്. രണ്ട് മണിക്കൂർ കൂടിയുണ്ടാകും."

"ഇന്നലെ വിളിച്ചപ്പോ ഓപ്പറേഷൻ ഒന്നുമുണ്ടാകില്ല എന്നല്ലേ നീ പറഞ്ഞത്. എന്നിട്ടിപ്പോ എന്തുപറ്റി?"

"യാ... ബട്ട് ഇന്ന് രാവിലെ കുറച്ച് സുഖം തോന്നി. അപ്പോ ഡോക്ടേഴ്സ് തീരുമാനിച്ചതാ."

"അപ്പോ സുഖമാകുന്നുണ്ട് അല്ലേ?"

"അങ്ങനെ കരുതുന്നുണ്ട്. ഒന്ന് സുഖമായി കിട്ടിയാ മതിയായിരുന്നു."

"ഹും... പോട്ടെ ടാ... അതൊക്കെ ശരിയാകും. അതൊക്കെ സുഖമാകും. ഒരു കുഴപ്പവും ഉണ്ടാകില്ല. നോക്ക്... ഇപ്പോ ഏതായാലും ചെറിയ പ്രോഗ്രസ് കാണിക്കുന്നുണ്ടല്ലോ... അതാണല്ലോ ഡോക്ടേഴ്സ് ഓപ്പറേഷൻ ചെയ്യാൻ തീരുമാനിച്ചത്. അതൊക്കെ ശരിയാകും... ഇത് ഒരു ശനിദശയായി കണ്ടാ മതി. നമ്മളെല്ലാവരും ചേർന്ന് നിങ്ങളുടെ എൻഗേജ്മെന്റിന് ഭംഗ്ര ഡാൻസ് തന്നെ ചെയ്യുമെടാ... എന്തേ..."

അവൻ എന്നെ ആശ്വസിപ്പിക്കാനായി പറഞ്ഞു.

"ഹും... എനിക്കവളെ വേണമെടാ... എനിക്കവളെ വേണം... അവളെ കുറിച്ച് ഓർക്കുമ്പോ എന്റെ ഉള്ളിലങ്ങനെ തികട്ടി വരുകയാ...

നിനക്കറിയാലോ എനിക്ക് അവളെ എത്ര ഇഷ്ടമാണെന്ന്... ഈ ആൾക്കൂട്ടത്തിലും ഞാനാകെ ഒറ്റപ്പെട്ടതുപോലെ തോന്ന്വാ എനിക്ക്... അവളോട് ഒരു വാക്ക് പോലും മിണ്ടാനാകാതെ... ഞാൻ..."

"അറിയാമെടാ... എനിക്ക് നിന്നേം അവളേം ശരിക്ക്... ഇതൊരു വെല്ലുവിളിയായിട്ട് എടുക്ക് ഇപ്പോ... ഇതൊരു പരീക്ഷണമാ... അതൊക്കെ ശരിയാകും... നീ ധൈര്യമായിട്ട് ഇരി. ഞങ്ങളൊക്കെയില്ലേ കൂടെ... ഈ പരീക്ഷണ ഘട്ടത്തിന് ശേഷം നല്ലൊരു കാലം എല്ലാവർക്കും വരുമെടാ... അവൾ കണ്ണ് തുറക്കും, നിന്നെ കാണും, കൺനിറയെ സംസാരിക്കും."

അവൻ പറഞ്ഞതൊക്കെയും സത്യമായെങ്കിൽ എന്ന് ഞാൻ ആഗ്രഹിച്ചു. ഞാൻ എന്തോ അവനോട് ചോദിക്കാൻ നിന്നപ്പോൾ സൗണ്ട് ഡോട്ട് വരാൻ തുടങ്ങി. ജനാലച്ചില്ലിൽ മഴത്തുള്ളി വന്ന് പതിക്കുന്നത് കണ്ടു. അതും എന്റെ തൊട്ട് മുന്നിൽ ജനാലക്കപ്പുറത്ത്... തൊട്ടടുത്ത നിമിഷം മഴ പെയ്യാൻ തുടങ്ങി. ശക്തമായ മഴ... "എടാ എനിക്കൊന്നും ശരിക്ക് കേൾക്കുന്നില്ല. ഒന്നും... നല്ല മഴ തുടങ്ങിയിട്ടുണ്ട്... " ഫോൺ കട്ടാക്കുന്നതിന്റെ മുമ്പ് ഞാൻ പറഞ്ഞു.

മഴ തുടങ്ങിയതോടെ ആളുകൾ ഒരു ഷെൽട്ടറിനായി അങ്ങോട്ടുമിങ്ങോട്ടും ഓടാൻ തുടങ്ങി. അവരേയും നോക്കി ഞാൻ ആ ജനാലയ്ക്ക് അരികിൽ നിന്നു. ചിലർ ഹോസ്പിറ്റൽ വരാന്തയിലേക്കും മറ്റു ചിലർ റിക്ഷകളിലേക്കും ഓടിക്കയറുന്നുണ്ടായിരുന്നു. ആ മഴ കണ്ടപ്പോൾ അവളുടെ ശബ്ദമൊന്ന് കേൾക്കാൻ എനിക്ക് വല്ലാത്ത കൊതി തോന്നി. മഴ പെയ്യുമ്പൊ എന്നോട് സംസാരിക്കാൻ അവൾക്ക് വല്ലാത്ത ആഗ്രഹമായിരുന്നല്ലോ... അപ്പോഴാണ് ഞാൻ ഓർത്തത് ഒത്തിരി ദിവസമായല്ലോ എന്റെ മുത്തിന്റെ ശബ്ദം കേട്ടിട്ട്. എനിക്കാ ശബ്ദമൊന്ന് കേൾക്കാൻ വല്ലാത്ത കൊതി തോന്നി... പിന്നെയും...

ആ ശക്തമായ മഴയത്തും ഞാൻ പുറത്തേക്ക് ഓടി. തൊട്ടടുത്തുള്ള നെറ്റ് കഫെയിൽ കയറി ഞാൻ അമേരിക്കയിലായിരുന്നപ്പോൾ അവൾ എനിക്ക് അയച്ച് തന്നിരുന്ന വോയ്സ് മെസേജ് തുറന്നു. മഴയത്ത് ഓടിയത് കൊണ്ട് ഞാനാകെ നനഞ്ഞ് ഒലിക്കുന്നുണ്ടായിരുന്നു. എന്റെ പുറം മഴ കൊണ്ടും ഉള്ളം അവളെ കേട്ടും തണുക്കാൻ തുടങ്ങി.

ഒരു ദിവസം വൈകുന്നേരം, ഞാൻ ഫ്രണ്ട്സിനൊപ്പം സ്നൂക്കർ കളിച്ചുകൊണ്ടിരിക്കായിരുന്നു. കുശി മിസ് അടിച്ചു. വിളിക്കാനുള്ള ബാലൻസ് അവളുടെ ഫോണിൽ ഉണ്ടാകില്ലായിരിക്കും. ഞാൻ അത് കണ്ടു. പക്ഷേ, തിരിച്ച് വിളിച്ചില്ല. ഞാൻ കളി തിരക്കിലായിരുന്നു. ഏതാനും മാസം കഴിഞ്ഞ് ഭുവനേശ്വറിലെ ഇൻഫോസിസിൽ ഒരു സ്നൂക്കർ മാച്ച് വരുന്നുണ്ട്. ഞാൻ അതിൽ പങ്കെടുക്കുന്നുമുണ്ട്. അതിനായി നല്ല പ്രാക്ടീസ് ചെയ്യുന്ന സമയത്താണ് അവൾ വിളിച്ചത്.

മൂന്നാംതവണയും അവൾ വിളിച്ചു. ഞാൻ കട്ടാക്കി. പിന്നെയും വിളിച്ചു. ഇപ്രാവശ്യം ഞാൻ ഫോൺ എടുത്തു.

"എന്തേ...?"

"എന്താ ഫോൺ എടുക്കാത്തത്...?"

"ഞാൻ പ്രാക്ടീസിലാണ്. കളി നടന്നോണ്ടിരിക്കാ ഇപ്പഴും... ഈ സമയം അതിനുള്ളതാണ് എന്ന് നിനക്കും അറിയാവുന്നതല്ലേ...?"

"എന്നോട് സംസാരിക്കാൻപോലും നിനക്ക് സമയമില്ല അല്ലേ.... ഒരു അഞ്ച് മിനുട്ട് പോലും..."

"കുശി... പ്ലീസ്... നമുക്ക് പിന്നെ സംസാരിക്കാം... എല്ലാവരും എന്നെ കാത്ത് നിൽക്കാ ഇവിടെ..."

"ഓ.കെ. ബൈ..."

ഫോൺ കട്ടായി. ഞാൻ അതിലേക്ക് ഒന്ന് നോക്കി. എന്നിട്ടത് അവിടെ ടേബിളിന്റെ അരികിലായി വെച്ച് ഷോട്ടിനായി തിരിഞ്ഞു. ഒരു മണിക്കൂറോളം പിന്നെയും കളി നീണ്ടു. അവസാന ഗെയിമും ജയിച്ച് ഞാൻ കളി മതിയാക്കി എന്റെ ഫോൺ എടുത്ത് നോക്കി. അതിൽ കുശിയുടെ ഒരു മെസേജ് ഉണ്ടായിരുന്നു.

'യു മൈറ്റ് ഹാപ്പി ടു വിൻ ദ ടൂർണമെന്റ്
ബട്ട് സം ഡേ യു മൈറ്റ് ബി സാഡ്,
വെൻ യു മൈറ്റ് വിഷ് ടു ടാക് മി ബട്ട്
ഐ മൈറ്റ് നോട്ട് ബി ആബിൾ ടു ഡു സോ...'
'നിനക്ക് ഇന്ന് ടൂർണമെന്റ് ജയിക്കണതാ ഏറ്റം വലുത്.
ഒരു ദിവസം നീ സങ്കടപ്പെടും
എന്നോട് സംസാരിക്കാൻ വല്ലാതെ കൊതിക്കും,
പക്ഷേ, നിനക്കതിന് കഴിയില്ല.'

ഒരു മാറ്റവുമില്ല. നാല് ദിവസമായി. അവളിപ്പോഴും കോമാ സ്റ്റേജിൽ തന്നെയാണ്. ഇപ്പോഴും ഡോക്ടർമാർക്ക് ഒന്നും തീർത്ത് പറയാനാകുന്നില്ല. ഞങ്ങൾക്ക് പേടി കയറാൻ തുടങ്ങി. പ്രാർത്ഥനയും കണ്ണീരും കൂടിക്കൂടി വരാൻ തുടങ്ങി.

മറ്റെന്തെങ്കിലും ചികിത്സ നടത്താനുണ്ടോ എന്ന് പോലും ഞങ്ങൾ ഡോക്ടർമാരോട് ചോദിച്ചു. ആദ്യം തന്നെ ഏതെങ്കിലും നല്ല ഹോസ്പിറ്റലിലേക്ക് കൊണ്ട് പോയാൽ മതിയായിരുന്നു. ഇനിയിപ്പോൾ എന്ത് ചെയ്യാനാ. ഇനി അത് കൊണ്ടും കാര്യമുണ്ടാകുമെന്ന് തോന്നുന്നില്ല. ഇവിടെയുള്ള ഡോക്ടർമാർക്ക് യാതൊരു ആത്മാർത്ഥതയുമില്ല. ഓരോ ദിവസം കൂടുന്തോറും അവളുടെ ജീവിതവും മരണവുമായുള്ള സംഘട്ടനം കൂടിക്കൂടി വന്നു.

ഒരുപാട് സമയം വെന്റിലേറ്ററിൽ കിടന്നതുകൊണ്ട് തന്നെ ശ്വാസ കോശ ന്യൂമോണിയയും പിടിപെട്ടു. ഉള്ളിൽ എവിടെയോ രക്തപ്രവാഹ സാധ്യതയും തള്ളിക്കളയാനാകില്ല. ഇപ്പോൾതന്നെ പത്ത് ബോട്ടിൽ രക്തം കയറ്റിക്കഴിഞ്ഞിട്ടുണ്ടായിരുന്നു. എന്നിട്ടും ബ്ലഡ് പ്രഷർ കുറഞ്ഞുകൊണ്ടേ യിരുന്നു.

ഞാനാകെ മാറി. ഏറ്റവും കൂടുതൽ മാറ്റവും എനിക്ക് തന്നെയായി രുന്നു. എല്ലാ സൂപ്പർസിഷനുകളിലും ഞാൻ വിശ്വസിക്കാൻ തുടങ്ങി. ആരെങ്കിലും എന്നോട് ആ റോഡിൽ കിടക്കുന്ന കല്ല് എടുത്ത് കഴിച്ചാ അസുഖം മാറുമെന്ന് പറഞ്ഞാൽ ഞാനതും ചെയ്യാൻ തയ്യാറാകുമായി രുന്നു. അവൾക്ക് ഭേദമാകാഞ്ഞിട്ട് എനിക്ക് ഒരു സമാധാനവുമുണ്ടായി രുന്നില്ല. അവളുടെ രോഗശമനത്തിനായി എന്ത് ചെയ്യാനും ഞാൻ ഒരുക്ക മായിരുന്നു. എന്തും..

ഞങ്ങൾ പുറത്ത് നിൽക്കുന്നവർ അനുഭവിക്കുന്ന മനോവേദന അത് പറഞ്ഞറിയിക്കാനാകുമായിരുന്നില്ല. അതുവരെ കേൾക്കാതിരുന്ന ഒരു ശുഭ വാർത്തക്കായി ഞങ്ങൾ ഓരോരുത്തരും കാത്തിരുന്നു. എന്നിട്ടും ഞങ്ങൾ അശുഭ വാർത്തകൾ മാത്രം കേട്ടുകൊണ്ടിരുന്നു. എന്റെ നിസ്സഹയാവ സ്ഥയും ആധിയും മനോനില തന്നെ തെറ്റിക്കുമെന്ന് ഞാൻ തീർച്ചയായും ഭയപ്പെട്ടു. എല്ലാം ശരിയാകുമെന്ന കാര്യം അംഗീകരിക്കാനും ബുദ്ധി മുട്ടായിത്തുടങ്ങിയിരിക്കുന്നു. എന്റെ ക്ഷമ നെല്ലിപ്പടി കയറി മറിയാൻ തുടങ്ങിയിരിക്കുന്നു.

അന്ന് വൈകിട്ട് ഡോക്ടേഴ്സ് ആവശ്യമെങ്കിൽ മറ്റേതെങ്കിലും സ്ഥലത്ത് കൊണ്ടുപോയി ചികിത്സിക്കാനുള്ള അനുവാദം നൽകി. ഇനി അവർക്ക് കൂടുതലായി ഒന്നും ചെയ്യാനില്ല എന്നർത്ഥം. അവളുടെ ആരോഗ്യം ഓരോ നിമിഷത്തിലും കൂടുതൽ വഷളായിക്കൊണ്ടിരുന്നു. ഞങ്ങളെല്ലാവരും ഉണർന്നു. ഇനി ആകെ പ്രതീക്ഷ അപ്പോളോ ഹോസ്പി റ്റൽ മാത്രമാണ്.

ഒരു ഹോസ്പിറ്റലിൽ നിന്ന് മറ്റൊന്നിലേക്ക് രോഗിയെ മാറ്റുക എന്നത് വളരെ റിസ്കി തന്നെയാണ്. ഒന്നാമത്തെ പ്രശ്നം സുരക്ഷിതമായ ഐ.സി.യു അന്തരീക്ഷത്തിൽ നിന്ന് രോഗാണുക്കൾ തിങ്ങിവിങ്ങി നിൽ ക്കുന്ന പുറംലോകത്തൂടെ വേണം കൊണ്ടുപോകാൻ. ഫരീദാബാദിൽ നിന്ന് ആംബുലൻസ് മാർഗ്ഗമേ കൊണ്ടുപോകാനാകൂ. അതും തിരക്കേറിയ ട്രാഫിക് റോഡിലൂടെ... ഇതൊക്കെ പ്രശ്നം സങ്കീർണമാക്കി. ആ ഒരു ചിന്ത തന്നെ എന്നെയാകെ വിറപ്പിച്ചു. ചെറിയ ഒരു തെറ്റ് മതി. എല്ലാം തീരു മാനിക്കാൻ.. പക്ഷേ ഞങ്ങൾക്ക് അതല്ലാതെ മാർഗ്ഗമുണ്ടായിരുന്നില്ല.

തൊട്ടടുത്ത ദിവസം ഞങ്ങൾ ഒരുങ്ങി ഇറങ്ങി. അന്ന് മഹാവീർ ജയന്തി ദിനം കൂടിയായിരുന്നു. ആ വിശേഷദിനത്തിൽത്തന്നെ എല്ലാം ശരിയാകു മെന്ന് എന്റെ മനസ്സ് മന്ത്രിച്ചു.

പക്ഷേ, വിധിയുടെ വിളയാട്ടം അവസാനിച്ചിട്ടില്ലായിരുന്നു. അവളെ ഹോസ്പിറ്റലിൽ നിന്ന് പുറത്തെടുക്കാൻ നേരത്ത് പിന്നെയും തടസ്സങ്ങളുണ്ടായി. ആശുപത്രി അധികൃതർ അച്ഛനോട് എന്തൊക്കെയോ പറഞ്ഞു. ഏതാനും ഡോക്യുമെന്റ്സ് ഒപ്പിട്ട് നൽകാനായിരുന്നു അത്. അതിലെ അവസാന വാചകം...

'രോഗിയുടെ നില ഗുരുതരമാണ്. ഈ ട്രാൻസ്ഫർ രോഗിയുടെ ബന്ധുക്കളുടെ നിർബന്ധം കാരണമാണ്. ഇതുമൂലം രോഗിയെ മരണത്തിലേക്ക് നയിക്കുന്ന എന്തുണ്ടായാലും ഈ ആശുപത്രിക്ക് യാതൊരു ഉത്തരവാദിത്വമോ ബാധ്യതയോ ഉണ്ടായിരിക്കുന്നതല്ല.'

അച്ഛൻ ഒപ്പിട്ട് നൽകി. കൗണ്ടറിൽ ബാലൻസുള്ള എല്ലാ കാശും പേ ചെയ്ത് ഞങ്ങൾ പുറത്തേക്കിറങ്ങി.

അടുത്ത അരമണിക്കൂറിനുള്ളിൽ ഞങ്ങൾ റോഡിലെത്തിയിരുന്നു. ഓരോ മിനുട്ടും ഞങ്ങളിൽ ആധി കൂട്ടിക്കൊണ്ടിരുന്നു. ആ സമയം മുഴുവൻ എന്റെ മനസ്സ് ദൈവത്തോട് പ്രാർത്ഥിക്കായിരുന്നു. എന്റെ ജീവിതത്തിൽ ആദ്യമായിട്ടാണ് ഞാൻ ഒരു ആംബുലൻസിന്റെ ഉള്ളിൽ ഇരിക്കുന്നത്. അതിന്റെ അകത്തിരിക്കുന്നതും അത് പുറമേ നിന്ന് നോക്കിക്കാണുന്നതും തികച്ചും വ്യത്യസ്തമായിരുന്നു. ഇത്രക്ക് പേടിപ്പെടുത്തുന്ന ഒന്നാണ് അത് എന്ന് ഞാൻ ഇതുവരെ കരുതിയിരുന്നില്ല. അതിന്റെ സൈറൺ എന്നിൽ അസ്വസ്ഥതയുണ്ടാക്കി. ഇടയ്ക്കിടെ ഞാൻ കൂടെയുണ്ടായിരുന്ന ഡോക്ടറോട് കുഴപ്പമൊന്നുമില്ലല്ലോ എന്ന് ചോദിക്കുന്നുണ്ടായിരുന്നു. ഓരോ ചോദ്യത്തിനും ഡോക്ടർ പോസിറ്റീവ് മറുപടിയും നൽകിക്കൊണ്ടിരുന്നു.

എവിടേയും നിർത്താതെയുള്ള നാല്പത്തഞ്ച് മിനുട്ട് റണ്ണിംഗിന്റെ അവസാനം ഞങ്ങൾ അപ്പോളോ ഹോസ്പിറ്റലിൽ എത്തി. അവർ അവളെ ഐ.സി.യുവിലേക്ക് മാറ്റി. ഞങ്ങളോട് മറ്റു ഫോർമാലിറ്റി പൂർത്തിയാക്കാനും പറഞ്ഞു. പിന്നെ ഞങ്ങൾക്കവളെ ഒന്നു കാണാൻ ഒരു മണിക്കൂർ എടുത്തു.

ഞാൻ ഏറ്റവും അവസാനമാണ് ഐ.സി.യുവിലേക്ക് കയറിയത്. അവളുടെ കേസ് അറ്റൻഡ് ചെയ്യുന്ന ഡോക്ടറുടെ മുന്നിൽ ഞാൻ നിന്നു. അവിടെയുണ്ടായിരുന്നവരിൽ ഏറ്റവും സീനിയറായിരുന്നു അദ്ദേഹം. അദ്ദേഹം തിരക്കിട്ട് എക്സ്റേയും എം.ആർ.ഐ സാകാനിംഗും നോക്കി. എനിക്ക് അദ്ദേഹത്തോട് ഒന്ന് സംസാരിക്കാൻ തോന്നി. മുമ്പിലെത്തിയപ്പോൾ ഒന്നും പറയാനും കഴിഞ്ഞില്ല.

"എന്താ പറ്റിയേ..." ഡോക്ടർ എന്റെ തോളിൽ കൈ വെച്ച് ചോദിച്ചു.

"....."

"യെസ്... പറയൂ... എന്താ പറ്റിയേ?"

എന്തെങ്കിലും പറയാനായി ഞാൻ താഴേക്ക് നോക്കിനിന്നു. "മോനേ, എന്താ പറ്റിയത്?" ഡോക്ടർ എന്റെ താടി പിടിച്ചുയർത്തി.

"എനിക്കുവേണ്ടി അവളെ രക്ഷിക്കോ?" മുഖത്തൂടെ കണ്ണീർ വീഴുന്നതിനു മുമ്പ് എനിക്കതേ ചോദിക്കാനായുള്ളൂ.

"അതുതന്നെയാണല്ലോ ഞങ്ങൾ ശ്രമിക്കുന്നത്. വിഷമിക്കേണ്ട. എല്ലാം ശരിയാവും. നീ റെസ്റ്റെടുക്ക്. നമുക്ക് അവളെ സുഖപ്പെടുത്താം. എന്തേ?"

ആരോ ഡോക്ടറെ വിളിച്ചു. അദ്ദേഹം അവളുടെ റിപ്പോർട്ട് വായിച്ച് തിരക്കിലാവുകയും ചെയ്തു.

ഞാൻ ഐ.സി.യുവിന്റെ പുറത്ത് കടന്നു. ആ ദിവസത്തെ ഏറ്റവും ശ്രമകരമായ കാര്യം തീർന്നുകിട്ടി. കാര്യമായ കുഴപ്പമൊന്നുമില്ലാതെ തന്നെ അവളെ പുതിയ ആശുപത്രിയിലെത്തിക്കാനായി. അതോടെ ഞങ്ങളുടെ ഹൃദയത്തിൽ ആശ്വാസത്തിന്റേയും ആശയുടേയും പുതിയ മാനങ്ങൾ തുറക്കുകയും ചെയ്തിരുന്നു.

രാത്രി അവളുടെ അമ്മയ്ക്ക് വിളിക്കുമ്പോൾ അച്ഛൻ പറഞ്ഞു, "അവളിപ്പോ സുരക്ഷിത കൈകളിലാണ്. എല്ലാം ശര്യാവും."

അവൾക്ക് ആസ്കിഡന്റ് ആയതിനു ശേഷം അന്നാണ് ഞാൻ ആദ്യമായി ചെറിയ സമാധാനത്തോടെ ഒന്നുറങ്ങിയത്.

തൊട്ടടുത്ത വൈകുന്നേരം.

"അപ്പോ നിങ്ങളല്ലേ പറഞ്ഞ് അവൾക്ക് സുഖാവ്ണ്ട്ന്ന്?"

"നോക്ക്, ശാന്തത കൈവെടിയല്ലേ. മാനത്തെ ചന്ദ്രനെ തന്നെ കൊണ്ടത്തരാൻ ഞങ്ങൾക്കാവില്ല. ഞങ്ങൾ കഴിവിന്റെ പരമാവധി ശ്രമിക്കും"

ഞാൻ ഡോക്ടർമാരോട് സംസാരിക്കുകയായിരുന്നു. രക്തത്തിലെ പ്ലേറ്റ്ലെറ്റ് എണ്ണം കുറവാകുന്നതിനാൽ കണ്ടീഷൻ മോശാണെന്നാ ഡോക്ടർമാർ പറഞ്ഞത്. ഞങ്ങളുടെ പ്രതീക്ഷയും ആശയും ആഗ്രഹവുമൊക്കെ ആകെ തകിടം മറിഞ്ഞു.

അർധരാത്രിയിൽ അലാറമടിച്ചു. ചെന്നപ്പോൾ ഡോക്ടർമാർ പറഞ്ഞു, "അവൾക്ക് രക്തം വേണം."

"രക്തം? പിന്നെയും?" ഞാൻ ചോദിച്ചു.

"ഇപ്പോ അവളുടെ ശരീരത്തിലേക്ക് പ്ലേറ്റ്ലെറ്റ് ഇഞ്ചക്ട് ചെയ്യണം. നമ്മൾ കരുതിയതിനേക്കാൾ കുറവായിരിക്കാ ഇപ്പോ."

"രക്തബാങ്കിൽനിന്ന് എടുത്തൂടെ നമുക്ക്?" അച്ഛൻ ചോദിച്ചു.

"ഈ സെല്ലുകൾ 4–6 മണിക്കൂർ മാത്രമേ നിലനിൽക്കൂ. അതോണ്ട് ബാങ്കിൽ ഇത് സൂക്ഷിക്കാറില്ല. പ്ലാസ്മാ സെല്ല് ദാനം ചെയ്യാൻ പറ്റുന്നവരെ എത്രയും പെട്ടെന്ന് കണ്ടെത്തണം."

"ഞാൻ നൽകിയാ പോരേ?" ഞാൻ ചോദിച്ചു.

അവളുടെ ബ്ലഡ് ഗ്രൂപ്പുമായും സെൽ ടെസ്റ്റിൽ മാച്ച് ആകുന്നവരും മാത്രമേ പറ്റൂ.

"എത്ര സമയമുണ്ട് നമുക്ക്?"

"എത്രയും നേരത്തെ പറ്റോ അത്രയും നേരത്തെ വേണം." അതും പറഞ്ഞ് അവർ തിരക്കിലായി.

കാര്യം പിന്നെയും വഷളായിരിക്കുന്നു. ഡാഡിക്കല്ലാതെ ആർക്കും ആ കുടുംബത്തിൽ A+ ഗ്രൂപ്പ് രക്തമില്ല. വൃദ്ധനായിപ്പോയതുകൊണ്ട് ബ്ലഡ് ദാനം ചെയ്യാൻ അദ്ദേഹത്തിന് പറ്റുകയുമില്ല. ആ അർദ്ധരാത്രിയിൽ ഞാനും ദീപുവും അച്ഛനും പുതിയ ഒരു പ്രശ്നത്തെ അഭിമുഖീകരിക്കുകയായിരുന്നു. ദീപു കഴിവിന്റെ പരമാവധി ബന്ധങ്ങൾ ഉപയോഗിച്ചുനോക്കുന്നുണ്ട്. അവന്റെ ഓഫീസിലെ ഒരാളുടെ ഗ്രൂപ്പ് തുല്യമാണ്. അവർ നൽകാൻ തയ്യാറുമാണ്.

നിർഭാഗ്യം വീണ്ടും കയറിവരുന്നു. അവൻ അന്നു വൈകീട്ട് ഒരു പാർട്ടിയിൽ വെച്ച് മദ്യം സേവിച്ചിട്ടുണ്ടായിരുന്നു. രക്തത്തിൽ ആൽക്കഹോൾ കലർന്നിട്ടുണ്ട്. ടെസ്റ്റ് ഫലം 'നെഗറ്റീവ്.'

ഒരു മണിക്കൂർ കഴിഞ്ഞ് ദീപു നല്ല വാർത്ത കൊണ്ടുവന്നു. അടുത്തുള്ള ആരോ നൽകാൻ തയ്യാറായിട്ടുണ്ടത്രേ. അയാൾ വന്ന ഉടനെ ലാബിലേക്ക് കൊണ്ടുപോയി ടെസ്റ്റ് ചെയ്തു. ടെസ്റ്റ് ഫലം പോസിറ്റീവ്. അയാളുടെ രക്തം എടുക്കാവുന്നതാണ്. വെയ്റ്റിംഗ് റൂമിൽ ഞങ്ങൾക്ക് തെല്ലൊരു ആശ്വാസം തോന്നി.

രക്തദാനം ചെയ്തശേഷം ആ ദൈവദൂതനോട് ഞാൻ സംസാരിച്ചു നിൽക്കുകയായിരുന്നു. "എനിക്ക് നിങ്ങളെ അറിയില്ല. എങ്ങനെ നന്ദി പറയണമെന്നും അറിയില്ല."

"ഞാനല്ലേൽ മറ്റൊരാളുണ്ടാവുമല്ലോ." ഹോസ്പിറ്റലിൽനിന്ന് നൽകിയ ജ്യൂസ് കുടിക്കുന്നതിനിടയിൽ അയാൾ പറഞ്ഞു. അയാളെ തിരിച്ച് വീട്ടിലെത്തിക്കാൻ ഞങ്ങൾ ഒരു ടാക്സി ശരിയാക്കി.

"അവൾ നല്ല കുട്ടിയാ. എനിക്കറിയാം അവളെ. വിഷമിക്കേണ്ട. എല്ലാം സുഖാവും."

കാറിൽ കയറിയിരുന്ന് എന്റെ കൈ കുലുക്കിക്കൊണ്ട് അയാൾ പറഞ്ഞു. അയാളോട് എന്താ പറയേണ്ടത് എന്ന് എനിക്കറിയില്ലായിരുന്നു. അയാൾ നൽകിയ ഉപകാരത്തിന് നന്ദി മതിയാകില്ലായിരുന്നു.

രാവിലെ മൂന്നു മണിയായപ്പോൾ ദീപുവിന്റെ കസിൻ വന്നു. അവൻ ഇവിടെ നിൽക്കാൻ വന്നതായിരുന്നു. ഞങ്ങൾക്ക് വീട്ടിൽ പോയി ഒന്ന് വിശ്രമിക്കാനായി. പക്ഷേ, എന്തോ ഒരു അറിയാത്ത പേടി എന്റെ ഉള്ളിലൂടെ വന്യമായി മുരണ്ടു നടക്കുന്നുണ്ടായിരുന്നു.

അടുത്ത പത്തു മണിക്കൂറിൽ അവളുടെ കണ്ടീഷൻ പുരോഗതി ഉള്ളതു പോലെ തന്നെ തോന്നിച്ചു. രക്തത്തിലെ പ്ലാസ്മ കൗണ്ടും ശരിയായിട്ടുണ്ട്. പക്ഷേ, അവൾക്കിനി കുഴപ്പമൊന്നുമില്ല എന്ന് ഡോക്ടർമാർ പറയാൻ മാത്രം മെച്ചമായിട്ടുമുണ്ടായിരുന്നില്ല. അവർക്ക് ഒരു പോസിറ്റീവ് മറുപടി നൽകാൻ സാധിച്ചില്ലെങ്കിലും ഞങ്ങൾക്ക് ഇടയ്ക്ക് ആശയ്ക്കുള്ള വക നൽകിയിരുന്നു.

എന്റെ വീട്ടിലാണേൽ എല്ലാർക്കും എന്നെ ഓർത്താണ് സങ്കടം. ഒരാഴ്ച യായി ഞാൻ അവരെ പിരിഞ്ഞു പോന്നിട്ട്. ആദ്യം അമ്മയ്ക്ക് കുശിയെ ഓർത്തായിരുന്നു ഉത്കണ്ഠ. അത് പിന്നെ എന്നിലേക്കായി. ഈ കലുഷിത മായ നേരത്ത് എന്റെ ചിന്തയിലൂടെ കടന്നുപോകുന്ന കാര്യങ്ങൾ ഓർത്താ യിരുന്നു അവർക്ക് സങ്കടം. എനിക്കത്ര സുഖമല്ലെന്ന് അവർ മനസ്സിലാക്കി ക്കഴിഞ്ഞിരുന്നു.

അമ്മയ്ക്കും എനിക്കൊപ്പം നില്ക്കാൻ തോന്നുണ്ടെന്ന് പറഞ്ഞു. എനിക്ക് അവരുടെ ആവശ്യമുണ്ടെന്ന് അവർക്കും തോന്നിക്കാണും. എനിക്കും അത് തോന്നിത്തുടങ്ങിയിരുന്നു. രണ്ട് ദിവസമായിട്ട് അമ്മയ്ക്ക് ഒരു സ്വസ്ഥതയുമില്ലെന്നാണ് കഴിഞ്ഞ തവണ വിളിച്ചപ്പോൾ അച്ഛൻ പറ ഞ്ഞത്. അവർക്കും കുശിയെ കാണാൻ ആഗ്രഹമുണ്ടായിരുന്നു.

വിളിച്ചപ്പോൾ അമ്മ വീട്ടിലേക്ക് ചെല്ലാൻ പറഞ്ഞു. തിരിച്ചു പോരു മ്പോൾ രണ്ടുപേർക്കും കൂടി ഫരീദാബാദിലേക്ക് പോകാമെന്നു പറഞ്ഞു. എന്താ ചെയ്യേണ്ടത് എന്നതിനെക്കുറിച്ച് എനിക്ക് യാതൊരു ബോധവു മുണ്ടായിരുന്നില്ല. അമ്മ കൂടെയുണ്ടാകണമെന്ന് എനിക്കും തോന്നി.

അപ്പോഴാണ് എനിക്ക് മറ്റൊരു കാര്യം ഓർമ വന്നത്. ഞാൻ തന്നെ താമസിക്കുന്നത് കുശിയുടെ വീട്ടിലാണ്. അവിടേക്ക് ഞാൻ എങ്ങനെ മറ്റു ള്ളവരെ വിളിച്ചുകൊണ്ടുവരും. അങ്ങനെ കൊണ്ടുവന്നാൽ തന്നെ കുശി യുടെ വീട്ടുകാർ എന്നെപ്പറ്റി എന്തു കരുതും. ഞാൻ താമസിക്കുന്നത് തന്നെ പുറത്തറിഞ്ഞാൽ മറ്റുള്ളവർ എന്താ പറയാ. “ദേ, അവൻ നിങ്ങളുടെ വീട്ടിലാണോ താമസിക്കുന്നത്? അതും ഒരു ആഴ്ചയായിട്ട്?” ഇതുപോലത്തെ ചോദ്യം വന്നാ പിന്നെ എന്നെ എന്തിനു കൊള്ളും. അല്ലെങ്കിത്തന്നെ ഇപ്പോൾ ഞാനവരെ ബുദ്ധിമുട്ടിക്കാണ്. എന്നെക്കുറിച്ച് എനിക്ക് ഒരു പേടി യുമില്ല. പക്ഷേ, അവളുടെ ഫാമിലിയെക്കുറിച്ച് ആരും ഒരു അപവാദവും പറഞ്ഞൂടാ. അതെനിക്ക് നിർബന്ധമായിരുന്നു.

അടുത്ത ഇരുപത്തിനാല് മണിക്കൂറിൽ ഏതാനും കുപ്പി രക്തം കൂടി അവൾക്ക് നൽകേണ്ടി വന്നു. അവളുടെ ഓഫീസിലെ എല്ലാവരും വന്നി രുന്നു. എല്ലാവരെയും ഞങ്ങൾ പരിഗണിച്ചു. എച്ച്.ആർ ഡിപ്പാർട്ട്മെന്റ് സഹായവും നൽകി.

കാര്യങ്ങളൊക്കെ ശരിയാകുന്നതുപോലെ തോന്നി. ഞങ്ങളുടെ

അശ്രാന്ത പരിശ്രമം ഫലം കണ്ടുതുടങ്ങിയതുപോലെ. അവളുടെ രക്തത്തിലെ പ്ലേറ്റ്ലെറ്റുകൾ നോർമലായിരുന്നു.

വൈകിട്ട് അച്ഛൻ പറഞ്ഞു: "നിന്റെ അമ്മയ്ക്ക് ആകെ ടെൻഷനായിട്ടുണ്ട്. നിന്നെ കാണണമെന്നുണ്ട്. ഇങ്ങോട്ട് വരാനും ആഗ്രഹമുണ്ട്. നിനക്ക് കഴിയുമെങ്കിൽ വീട്ടിൽ പോയി അമ്മയേയും കൂട്ടി പോരെ".

"ഹും, എനിക്കറിയാം അവർക്കും കാണും ആഗ്രഹം. പക്ഷേ, കുശിയെ ഈ അവസ്ഥയിൽ ഇവിടെ ഇട്ട് ഞാൻ എങ്ങട്ടും പോകുന്നില്ല."

"ഇപ്പോ അവളെ നോക്കാനും ശ്രദ്ധിക്കാനും ഞങ്ങളൊക്കെയുണ്ടല്ലോ. അല്ല ശരിക്കൊന്ന് ആലോചിച്ച് നോക്ക്. അതല്ലേ നല്ലത്. ഏതായാലും ഒരു തീരുമാനമെടുക്കേണ്ടത് നീയാണ്."

"ഞാൻ ഡോക്ടർമാരോടൊന്ന് സംസാരിക്കട്ടെ. എന്നിട്ട് തീരുമാനിക്കാം."

ഞാൻ ഡോക്ടറുടെ കാബിനിലേക്ക് പോയി. അവിടെ ഇടയ്ക്ക് കുശിയെ ചികിത്സിച്ചിരുന്ന ലേഡി ഡോക്ടറെ കണ്ടു. അവളുടെ കേസ് നോക്കുന്ന ഡോക്ടർ സംഘത്തിലുള്ളവരാണ്.

"മാം, എനിക്ക് കുറച്ച് സംസാരിക്കാനുണ്ടായിരുന്നു."

"യെസ്..." ഞാൻ അവരുടെ മേശക്കരികിലേക്ക് എത്തുംമുമ്പേ അവർ ചോദിച്ചു, "ബെഡ്റൂം 305-ലെ രോഗിയുടെ ആളല്ലേ?"

"ഹും... യെസ്, മാം."

"പറഞ്ഞോളൂ."

"വീട്ടിലെ ചില പ്രശ്നങ്ങളാൽ എനിക്ക് തിരിച്ചു പോകണമായിരുന്നു. വീട്ടിൽ പോയി അമ്മയെ ഇങ്ങോട്ട് കൊണ്ടുവരണമായിരുന്നു. പക്ഷേ, എനിക്കൊരു തീരുമാനത്തിലെത്താൻ കഴിയുന്നില്ല. എന്താ ഞാൻ ചെയ്യണ്ടേ, അത് ചോദിക്കാനാ വന്നത്." അല്പനേരം മിണ്ടാതിരുന്നു ഞാൻ പിന്നേയും ചോദിച്ചു, "ഞാൻ പറഞ്ഞത് മാഡത്തിന് മനസ്സിലായിക്കാണും?"

"ഹും മനസ്സിലായി... പക്ഷേ, രോഗിയുമയി നിങ്ങളുടെ ബന്ധം?"

"എന്റെ പ്രതിശ്രുത വധുവാണ് അവൾ."

"ഞാൻ കരുതി ഫാമിലിയായി കഴിഞ്ഞിട്ടുണ്ടാകുമെന്ന്."

"ഇപ്പൊ ഞാൻ ആ കുടുംബത്തിലെ ഒരംഗം തന്നെയാ." ഞാൻ വ്യക്തമായി പറഞ്ഞു.

അവർ എന്നെ അല്പനേരം നോക്കി. പിന്നെ എന്റെ കൈയിലേക്കും.

"ഞങ്ങടെ എൻഗേജ്മെന്റിന്റെ രണ്ടു ദിവസം മുമ്പാ അവൾക്ക് ആക്സിഡന്റ് ഉണ്ടായേ. ഒരു മോതിരമിടൽ ചടങ്ങ് മാത്രമേ ബാക്കിയുണ്ടായിരുന്നുള്ളൂ. അല്ലെങ്കിലും അവളെന്റെ പെണ്ണാ." എന്റെ കൈവിരലിലെ

മോതിരമാണ് അവർ തിരയുന്നതെന്ന് മനസ്സിലായപ്പോൾ ഞാൻ പറഞ്ഞു.

അവർ അങ്ങോട്ടുമിങ്ങോട്ടും നോക്കി എന്തോ ആലോചിച്ചിരുന്നു അല്പനേരം. പിന്നെ ചെറുപുഞ്ചിരിയോടെ എന്റെ നേരെ തിരിഞ്ഞ് സ്നേഹത്തോടെ പറഞ്ഞു, "താങ്ക് യൂ."

"സോറി, മനസ്സിലായില്ല?" അവർ എന്താ ഉദ്ദേശിച്ചതെന്ന് എനിക്ക് മനസ്സിലായില്ല.

"നിനക്ക് അറിയാലോ അവളുടെ മുഖം, തലച്ചോർ, ശരീരം മുഴുവനും ആകെ തകർന്നിരിക്കാണെന്ന്..."

"ആ അറിയാം."

"ഞങ്ങൾ കഴിവിന്റെ പരമാവധി ശ്രമിക്കുന്നുണ്ട്. പക്ഷേ, ഒരു ഉറപ്പും നൽകാനാവില്ല. ഇനിയുള്ള കാലവും അവർ ആദ്യത്തെപോലെ തന്നെ അതിസുന്ദരിയാകണമെന്നില്ല... അതൊക്കെ അറിയാലോ?"

"യെസ് അറിയാം."

"അവളുടെ ഒപ്പം നിന്ന് ഇതൊക്കെയും മനസ്സിലാക്കിയതുകൊണ്ടാ എന്നെ താങ്ക്സ് പറയിപ്പിച്ചേ... എന്റെ ഈ ജോലിയിൽ ഞാൻ പലതും കണ്ടതാ. എത്രയെത്ര ഇൻ ലോ ബന്ധങ്ങളാ ഇതുപോലത്തെ ഒരു സംഭവം ഉണ്ടാകുമ്പോഴേക്ക് വലിച്ചെറിഞ്ഞ് പോകുന്നത്. ഒരു പെണ്ണായി പിറന്നതോണ്ട് എനിക്ക് നന്നായിട്ടറിയാം. അവളും ആ ഫാമിലിയും നിന്റെ സപ്പോർട്ട് എത്രയ്ക്ക് ആഗ്രഹിക്കുന്നുണ്ടെന്ന്. അതിനേക്കാളുമേറെ നിനക്ക് അവളെ അത്രയ്ക്ക് ഇഷ്ടാണെന്നും ഞാൻ മനസ്സിലാക്കുന്നു."

ഞാൻ അല്പനേരത്തേക്ക് ഒന്നും പറയാനാവാതെ ഇരുന്നുപോയി. പിന്നെ വിറയ്ക്കുന്ന ശബ്ദത്തോടെ ഞാൻ ചോദിച്ചു, "എനിക്കുവേണ്ടി എന്റെ പ്രണയത്തെ രക്ഷിക്കാനാവുമോ നിങ്ങക്ക്?"

"അവളെ രക്ഷിക്കാൻ ദൈവം നമ്മെ സഹായിക്കും." അവൾ എന്റെ തോളിൽ കൈവെച്ച് എന്നെ ആശ്വസിപ്പിക്കാനും ആശയ്ക്ക് വക നൽകാനും ശ്രമിച്ചു.

ഞാൻ എന്തിനാണോ വന്നത് അത് അവരോട് ചോദിച്ചു. എന്റെ വീട്ടിലെ അവസ്ഥയും അമ്മയെ കൊണ്ടുവരേണ്ടതും അവരോട് ഞാൻ പറഞ്ഞു, "എന്താ ചെയ്യേണ്ടത് എന്നതിന് ഒരു ഉറപ്പും കിട്ടുന്നില്ല. കുശിയെ ഈ അവസ്ഥയിൽ കണ്ടിട്ട് മമ്മയെ കൊണ്ടു വരാൻ എനിക്ക് തോന്നുന്നേയില്ല"

"നോക്ക്, അവൾ കണ്ണു തുറക്കുമ്പഴാ നീ അടുത്തുണ്ടാവേണ്ടത്. പിന്നെ ദൈവസഹായമുണ്ടേൽ എല്ലാം ശരിയാകും. അതിനിപ്പോ നാലോ അഞ്ചോ ദിവസം എടുക്കും."

"നാലോ അഞ്ചോ ദിവസമോ?"

“യെസ്. അതുവരെ അവൾ മയക്കത്തിൽ തന്നെയാകും. ഇപ്പോ ഏറ്റവും നല്ലത് നീ വീട്ടിൽ പോയി അവർക്ക് എന്താണോ വേണ്ടത് അത് ചെയ്യാണ്. അതാണ്... നിനക്കിപ്പോ വീട്ടിൽ പോകാൻ പറ്റിയ ഏറ്റവും നല്ല സമയമാണിത്. നിന്റെ അമ്മയുടെ സ്ഥിതിയും മനസ്സും എനിക്കറിയാം. നീ ഇപ്പോ വീട്ടിപ്പോവണം, അമ്മേ കാണണം. അമ്മയെ ഇങ്ങോട്ട് കൊണ്ടുവരേം വേണം.”

അവർ പറയുന്നത് കേട്ടപ്പോൾ വീട്ടിപ്പോയി ഒരാഴ്ചയ്ക്കുള്ളിൽ ഫരീദാബാദിലേക്ക് മടങ്ങിവരാമെന്ന് ഞാൻ കരുതി.

പിറ്റേന്ന് രാവിലെ ഭുവനേശ്വറിലേക്ക് വിമാനം കയറും മുമ്പ് അവസാനമായി ഞാൻ കുശിയെ ഒരുനോക്ക് കണ്ടു. അവൾ നിശ്ചലയായി അബോധാവസ്ഥയിൽ അങ്ങനെ കിടക്കുകയായിരുന്നു. ഞാനവളുടെ മുഖത്തേക്ക് തന്നെ നോക്കിനിന്നു, കുറച്ചുനേരം. ഉള്ളിൽ ഞാനവളോട് സംസാരിച്ചു. “ഞാൻ തിരിച്ചുവരും, നീ കണ്ണു തുറക്കുമ്പോൾ നിന്നെ കാണാനായി മാത്രം. കാണാം മുത്തേ.”

ഞാനവളുടെ കൈ ചുംബിച്ച് പുറത്തിറങ്ങി. എയർപോർട്ടിലേക്ക് പോയി.

തിരികെ വീട്ടിൽ.

അമ്മയുടെ സാന്നിധ്യം എനിക്ക് കുറച്ചെങ്കിലും മനസ്സമാധാനം നൽകി. അച്ഛനും എന്നെ ആശ്വസിപ്പിക്കുന്നുണ്ടായിരുന്നു. ഞങ്ങൾ എല്ലാവരും ജീവിതത്തിലെ അതിമോശമായ ഘട്ടങ്ങളിലൂടെയാണ് കടന്നുപോയിക്കൊണ്ടിരിക്കുന്നത്. എന്നിട്ടും എല്ലാവരും ഒരുമിച്ചാണുള്ളത്. ഞങ്ങളുടെ പ്രാർത്ഥനയൊക്കെയും എല്ലാം ശരിയാകും എന്ന രീതിയിലായിരുന്നു. അവർ ഓരോ നിമിഷത്തിലും എന്റെ കുശിക്ക് വേണ്ടി ദൈവത്തോട് യാചിക്കുന്നത് ഞാൻ കണ്ടു.

മണിക്കൂറുകൾ കൂടുമ്പോൾ ഞാൻ ഫരീദാബാദിലേക്ക് വിളിക്കുന്നുണ്ടായിരുന്നു. ഓരോ തവണ വിളിക്കുമ്പോഴും പോസിറ്റീവായ എന്തെങ്കിലും ഉണ്ടാകണമെന്നായിരിക്കും മനസ്സിലെ ആഗ്രഹം. മൂന്ന് ദിവസം കഴിഞ്ഞപ്പോൾ ചെറുതായി പുരോഗതിയുള്ള വിവരം കിട്ടി. ഡോക്ടർമാർ അവൾ മരുന്നിനോട് പോസിറ്റീവായി പ്രതികരിക്കാൻ തുടങ്ങിയെന്ന ചെറിയ മാറ്റങ്ങൾ കാണുന്നുണ്ടെന്നും പറഞ്ഞു. ബ്ലഡ് പ്രഷർ സാദാനിലയിലാണ്. പ്ലേറ്റ്‌ലെറ്റ് കൗണ്ടും സാധാരണ നിലയിലായിട്ടുണ്ട്. കഴിഞ്ഞ രണ്ടാഴ്ച ഉണ്ടായതിനേക്കാൾ കൂടുതലായി സുഖപ്പെട്ടു വരുന്നുണ്ട്. എങ്കിലും ഇപ്പോഴും ബോധമില്ല.

അന്ന് വെള്ളിയാഴ്ചയായിരുന്നു, രാത്രി.

ഞാൻ ദൈവത്തോട് നന്ദി പറഞ്ഞു. ഞങ്ങളെല്ലാവരും നന്ദി പറഞ്ഞു. ആ വിവരം ദുഃഖാർത്തരായി നിൽക്കുന്ന മുഖങ്ങളിൽ ചെറിയ സന്തോഷം

കൊണ്ടുവന്നു. സംശയത്തോടെ പറഞ്ഞിരുന്ന ഡോക്ടർമാരും ആശാവഹമായ ഉത്തരങ്ങൾ നൽകാൻ തുടങ്ങി. പക്ഷേ, ഓരോ തവണയും അവർ അവസാനിപ്പിച്ചിരുന്നത്, "ഞങ്ങൾ വിശ്വസിക്കുന്നത് അവൾക്ക് എല്ലാം ശരിയായി വരുന്നുണ്ട് എന്നാണ്. പക്ഷേ, പൂർണമായും ഉറപ്പ് കിട്ടണമെങ്കിൽ അവളുടെ ബോധം തിരിച്ചുകിട്ടുക തന്നെ വേണം."

ഞങ്ങൾ ഓരോരുത്തരും അവൾ കണ്ണുതുറക്കുന്നതും കാത്തിരുന്നു. വിവരം കിട്ടിയ ഉടനെ ഞാൻ ഭുവനേശ്വറിലേക്കു പോയി. എന്റെ കുടുംബത്തിലെ എല്ലാവർക്കും ഫരീദാബാദിലേക്കുള്ള ടിക്കറ്റ് ബുക്ക് ചെയ്യാനായിരുന്നു. അതിനിടയിൽ ഞാൻ ഡിന്നർ കഴിക്കാൻ പോലും മറന്നിരുന്നു.

ഞാൻ ബസ്സിലെ മൂന്നാമത്തെ വരിയിൽ വലത്തേയറ്റത്തെ സീറ്റിൽ ഇരിക്കുകയായിരുന്നു. ഉള്ളിൽ ലൈറ്റ് ഓഫാക്കിയിട്ടുണ്ട്. തെട്ടടുത്ത വിൻഡോ തുറന്നിട്ടുണ്ട്. അതിലൂടെ ആകാശത്തെ ചന്ദ്രനേയും നക്ഷത്രങ്ങളേയും കണ്ടു. ഞാൻ വളരെ സന്തോഷത്തിലായിരുന്നു. ഒരുപാട് നേരം ആകാശത്തേക്ക് നോക്കിയിരുന്നു. ക്ഷീണം തോന്നിയപ്പോൾ ഒന്ന് ഉറങ്ങാൻ തോന്നി. എന്റെ കണ്ണുകൾക്ക് ബലം വെക്കുന്നത് ഞാനറിഞ്ഞു. ഞാൻ തല ജനലിലേക്ക് ചാരിവെച്ചു. ചെറുതായി ഒന്ന് മയങ്ങി.

ഏതാനും മിനുട്ട് കഴിഞ്ഞപ്പോൾ ഒരു വിചിത്രമായ അനുഭവമുണ്ടായി. വിശ്വസിക്കാനാവാത്ത ചില കാര്യങ്ങൾ. ഉറക്കത്തിനിടയിൽ ഞാൻ ഇടത്തേക്ക് തിരിഞ്ഞു കിടന്നു. കണ്ണ് തുറന്ന് നോക്കുമ്പോൾ ഞാനാകെ സ്തബ്ധനായിപ്പോയി. അവളുണ്ട് എന്റെ തൊട്ടരികിൽ ഇരിക്കുന്നു.

കുശി എന്റെ അരികിൽ ഇരിക്കുന്നു!!!!!

ഞാനാകെ ഷോക്കായി!! അവളെന്നെ തന്നെ നോക്കിയിരിക്കുന്നു. ഞാൻ സംസാരിക്കാൻ ശ്രമിച്ചു. പക്ഷേ, കഴിഞ്ഞില്ല. ആ ഒരൊറ്റ നിമിഷത്തിൽ ഒരായിരം ചോദ്യങ്ങൾ എന്റെ മനസ്സിലൂടെ കടന്നുപോയി. എന്താണ് എനിക്ക് ആദ്യം ഷോക്ക് നൽകിയത് എന്ന് പറയാനാവില്ല. ഞാൻ ചുറ്റുപാടും നോക്കി. ആ ഇരുട്ടിൽ മറ്റു എല്ലാ യാത്രക്കാരും ഉറക്കത്തിലാണ്.

അവളൊന്ന് വശ്യമായി പുഞ്ചിരിച്ചു. ആ ആക്സിഡന്റ് അവളുടെ മുഖത്തോ ശരീരത്തിലോ യാതൊരു പോറലും ഏല്പിച്ചിട്ടില്ല. അവൾ അതിസുന്ദരിയായിത്തന്നെ തോന്നിച്ചു. എന്നത്തേയും പോലെ അതിസുന്ദരിയായിത്തന്നെ. അവൾ എൻഗേജ്മെന്റ് സാരിയാണ് അണിഞ്ഞിരിക്കുന്നത്.

ഇത് എങ്ങനെ നടക്കും എന്നാണ് ഞാൻ അപ്പഴും ചിന്തിച്ചത്.

നിഷ്കളങ്കയായി അവളുടെ കൈ എന്റെ നെറ്റിയിൽ വെച്ചു. അത്

പതിയെ എന്റെ കവിളിൽ കൊണ്ടുവന്ന് വെച്ചു. എന്നിട്ടവൾ ചോദിച്ചു, "എന്തൊക്കെയുണ്ട് മുത്തേ വിശേഷങ്ങൾ?"

ഞാൻ മറുപടി പറയാൻ കൊതിച്ചു. പക്ഷേ, എന്റെ തൊണ്ട വരണ്ടിരുന്നു. ഞാൻ വെള്ളമിറക്കി. "എനിക്കിത് വിശ്വസിക്കാനാകുന്നില്ല. നീ... എങ്ങനെ?" ആ ചോദ്യങ്ങളത്രയും പൂർത്തിയാകാതെ തന്നെ നിന്നു.

"എനിക്കറിയാം നീ എന്തിനാ ഇങ്ങനെ അദ്ഭുതപ്പെടുന്നത് എന്ന്. പക്ഷേ, ഞാനിപ്പം നിന്റെ കൂടെ ഇതാ ഇവിടെയുണ്ട്. നിനക്കു വേണ്ടി മാത്രം."

"നീ ദൂരെ അങ്ങ് അപ്പോളയിലായിരുന്നല്ലോ... അബോധാവസ്ഥയിൽ..." ഞാൻ കണ്ടത് വിശ്വസിക്കാൻ ശ്രമിക്കുകയായിരുന്നു ഞാൻ.

പതിയെ അവൾ എന്റെ എല്ലാ ചോദ്യങ്ങൾക്കും മറുപടി തരാൻ തുടങ്ങി. "മുത്തേ, എനിക്ക് നിന്നെ പിരിഞ്ഞിരിക്കാൻ കഴിയില്ല. ഞാൻ എപ്പോഴും ഇവിടെത്തന്നെ ഉണ്ടായിരുന്നു. ഇവിടെത്തന്നെ ഉണ്ടാകേം ചെയ്യും. അതും നിന്റെ ഒപ്പം തന്നെ. അവസാനം വരേക്കും."

എന്നോടുള്ള ആ ഇഷ്ടം ആ കണ്ണുകളിൽ കാണാമായിരുന്നു. സംഭവിക്കുന്നതൊക്കെയും സത്യമാണെന്ന് ഞാൻ വിശ്വസിക്കാൻ ശ്രമിച്ചു. എനിക്ക് കുറച്ച് സമാധാനം തോന്നി, അല്പം ആശ്വാസവും.

അല്പനേരം മിണ്ടാതിരുന്ന് ഞാൻ പറഞ്ഞുതുടങ്ങി, "കുശി! ഐ മിസ്ഡ് യു സോ മച്ച്... കഴിഞ്ഞ രണ്ടാഴ്ചയായിട്ട് എനിക്ക് നിന്നോട് ഒന്ന് സംസാരിക്കാൻ പോലും കഴിഞ്ഞിരുന്നില്ല. നീയാണേൽ..."

"ശ്ശ്ശ്..." അവളുടെ വിരലുകൾ എന്റെ ചുണ്ടിൽ. പിന്നെ ഒന്നും പറയാൻ എന്നെ അനുവദിച്ചില്ല.

"എനിക്കറിയാം നിനക്കെന്നെ മിസ് ചെയ്യുന്നുണ്ട് എന്ന്. സോറി ടാ മുത്തേ. അതോണ്ടല്ലേ എല്ലാ തടസ്സങ്ങളും പ്രയാസങ്ങളും തട്ടിമാറ്റി ഞാനിപ്പോ നിന്റെ അടുക്കലേക്ക് വന്നത്. ഞാനിപ്പോ വന്നല്ലോ. എന്റെ ആത്മാവിന്റെ ആത്മാവായ നിന്നിലേക്ക്." അവൾ എന്നെ ചുംബിച്ചു.

അത് കഴിഞ്ഞപ്പോഴാണ് അവളുടെ കൈയിലുള്ള ആ ചെറിയ ബോക്സ് ഞാൻ കണ്ടത്. അവൾ അത് എന്റെ മുമ്പിൽ വെച്ചുതന്നെ തുറന്നു അത്! എൻഗേജ്മെന്റ് മോതിരം. എനിക്കായി കൊണ്ടുവന്നിരിക്കയാണ്. ആ സുന്ദരമായ ചിരിയോടെ അവൾ മോതിരം പുറത്തെടുത്തു. എന്നെ നോക്കിക്കൊണ്ട് എന്റെ കൈപിടിച്ചു.

"പക്ഷേ, ഇത് എല്ലാവരുടേം മുമ്പിൽ വെച്ചല്ലേ ചെയ്യേണ്ടത്, ടാ ല്ലേ?" ഞാൻ അവളോട് ചോദിച്ചു.

"അല്ല, അതുവരെ കാത്തിരിക്കാൻ നിക്ക് വയ്യാത്തോണ്ടാ."

"എന്ത്യേ?"

"നിക്ക് കൂടുതൽ സമയമില്ല. അതോണ്ടാന്നേ."

"എന്തിന് സമയമില്ലെന്ന്?"

"ശ്ശ്ശ്... ആവശ്യമില്ലാത്ത ചോദ്യങ്ങളാ നീ ചോദിക്കുന്നത്" എന്റെ മൂക്ക് പീച്ചിക്കൊണ്ടവൾ, എന്റെ കണ്ണിലേക്ക് തന്നെ നോക്കിക്കൊണ്ടവൾ പറഞ്ഞു, "കാരണം ഏതാനും മണിക്കൂറിനുള്ളിൽ ഞാൻ മരിക്കാൻ പോവ്വാ... ഹേയ് സുന്ദരക്കുട്ടാ! വിൽ യു മാരി മി....?"

ആ സുന്ദരനിമിഷത്തിൽ എനിക്കൊന്നും പറയാനായില്ല. ഞാൻ തല യാട്ടുക മാത്രം ചെയ്തു.

അവളാ മോതിരം എന്റെ നടുവിരലിൽ ഇട്ടുതന്നു. ഞാൻ പിന്നെയും അദ്ഭുതപ്പെട്ടു. അവൾക്കായി ഞാൻ വാങ്ങിയ മോതിരമുണ്ട് അവളുടെ നടുവിരലിൽ കിടക്കുന്നു.

ഞാൻ അവളെ കെട്ടിപ്പിടിച്ചു. അവളുടെ നെറ്റിയിലും ചുണ്ടിലും ചുംബിച്ചു. കൈകൾ ചേർത്തുപിടിച്ചു.

ഏതാനും നിമിഷത്തെ നിശ്ശബ്ദതക്ക് ശേഷം അവൾ പെട്ടെന്ന് എന്തോ ഓർത്തതു പോലെ ഞെട്ടി മാറി. "എന്തേ നീ ഡിന്നർ കഴിക്കാത്തത്? വിശക്കണില്ലേ നിനക്ക്?"

"ഇല്ല, എനിക്ക് വിശക്കണില്ല", ഞാൻ അങ്ങനെ പറഞ്ഞെങ്കിലും അവളത് വിശ്വസിച്ചില്ല. ബാഗ് തുറന്ന് അവൾ മറ്റൊരു ബോക്സ് എടുത്തു. അത് അവൾ സാധാരണ ഓഫീസിലേക്ക് കൊണ്ടുപോകാറുള്ള ടിഫിൻ ബോക്സാണ്.

"നോക്ക്! ഞാൻ എന്താ നിനക്ക് ഉണ്ടാക്കിക്കൊണ്ടുവന്നിരിക്കണത്?"

"ഹായ് രജ്മാ ചാവൽ!" ഞാൻ സന്തോഷത്തോടെ ഉറങ്ങിക്കൊണ്ടിരിക്കുന്ന മറ്റു യാത്രക്കാരെ ശല്യം ചെയ്യുംവിധം ഒച്ചവെച്ചു.

അവളുടെ കൈകൊണ്ടു തന്നെ എന്നെ ഊട്ടി. ഞങ്ങൾ സംസാരിച്ചു കൊണ്ടേയിരുന്നു. എന്നേക്കാളും അവളാണ് കൂടുതലും സംസാരിച്ചത്. അവസാനത്തെ ഉരുളയും കഴിച്ചു കഴിഞ്ഞപ്പോൾ അവൾ എന്നോട് പറഞ്ഞു, "ഭക്ഷണം ഒഴിവാക്കരുത്, ട്ടോ. ശരീരവും ആരോഗ്യവും നന്നായി നോക്കണം."

ഞാനൊന്നും മറുപടി പറഞ്ഞില്ല. ഞാനവളുടെ വിരലുകളെ എന്റെ കൈയിലെടുത്ത് താലോലിക്കുകയായിരുന്നു.

"എനിക്ക് വാക്ക് താ." അവൾ പറഞ്ഞു.

എന്റെ വിരലുകൾകൊണ്ട് അവളുടെ കൈയിൽ പല ചിത്രങ്ങൾ വരയ്ക്കുന്നതിന്റേയും മോതിരംകൊണ്ട് കളിക്കുന്നതിന്റേയും ഇടയിൽ ഞാൻ ചോദിച്ചു.

"നിക്ക് വാക്ക് താ, എപ്പഴും നീ നിന്റെ ആരോഗ്യം സൂക്ഷിക്കുമെന്ന്."

"എന്തിന്?"

നിഗൂഢതയോടെ അവൾ പറഞ്ഞു. "കാരണം എപ്പോഴും എനിക്ക് രജ്മ ചാവൽ കൊണ്ടുത്തരാൻ കഴിയില്ല. അതന്നെ." അവൾ ചിരിച്ചു. അവൾ ഒന്നുകൂടെ സൗന്ദര്യവതിയായിരിക്കുന്നു. അവൾ എന്റെ നെറ്റിയിൽ ഒന്നുകൂടെ കിസ് ചെയ്തു. എന്റെ കണ്ണിലേക്ക് തന്നെ നോക്കിയിരിക്കാൻ തുടങ്ങി. ആ ചുംബനത്തിലും നോട്ടത്തിലും മറ്റെന്തോ അർത്ഥമുള്ളതു പോലെ.

പെട്ടെന്ന് കൊച്ചുകുട്ടിയെപ്പോലെ അവൾ പറഞ്ഞു, "നോക്ക്, എനിക്ക് ന്റെ തലയൊന്ന് നിന്റെ ചുമലിൽ വെക്കാൻ തോന്നാ. വെച്ചോട്ടെ?"

അതും പറഞ്ഞ് അവൾ തല എന്റെ തോളിൽ ചായ്ച്ചു. ഞങ്ങളുടെ കൈകൾ ഇപ്പഴും ഒന്നിച്ചു തന്നെയായിരുന്നു. നിശ്ശബ്ദമായ ഏതാനും നിമിഷം കൂടി. അവളിൽ നിന്ന് എന്റെ കൈ എടുക്കും മുമ്പ് അവൾ ഉറങ്ങിയോ എന്ന് ഞാൻ നോക്കി. ഇല്ല അവൾ ഉറങ്ങിയിട്ടില്ല. അവളിൽ നിന്ന് കൈ എടുക്കാൻ അവൾ സമ്മതിച്ചില്ല. അവളത് മുറുകെ പിടിച്ചു.

ഞാനവളെ കൂട്ടിപ്പിടിച്ചപ്പോൾ അവൾ പറഞ്ഞു, "മുത്തേ, എന്റെ ജീവനോളം സ്നേഹം തന്നതിനു നന്ദി."

ഞാനൊന്നും പറയാതെ അവളുടെ മുടിയിൽ ചുംബിച്ചു. പിന്നെ ഞങ്ങൾ കൂടുതലായൊന്നും സംസാരിച്ചില്ല. അവൾ റസ്റ്റ് എടുത്തോട്ടെ. ഒരുപാട് കാലത്തിനു ശേഷമാണ് ഞങ്ങൾ രണ്ടാളും ഇങ്ങനെ ഒരുമിച്ച്. കുറച്ചുകൂടെ സമയം കഴിഞ്ഞു. എത്ര സമയം കഴിഞ്ഞുവെന്ന് എനിക്കറിയില്ല. പെട്ടെന്ന് എന്റെ നെറ്റിയിൽ എന്തോ വന്നിടിച്ചു.

എന്താണത്? എനിക്കൊന്നും മനസ്സിലായില്ല. എന്തോ കേൾക്കുന്നുണ്ട്. എന്തോ ശബ്ദം, വൈബ്രേഷൻ എന്നെ ആകെ ശല്യം ചെയ്യുന്ന രീതിയിൽ. ഏതാനും നിമിഷത്തിന് എന്താണത് എന്നെനിക്ക് മനസ്സിലായില്ല. ഞാനെന്റെ കണ്ണു തുറക്കാൻ കിണഞ്ഞു ശ്രമിച്ചു.

എന്റെ അരികിലുള്ള ജനാല തുറന്നുതന്നെ കിടക്കുന്നുണ്ട്. എന്റെ തല അതിലേക്ക് ചാരി വെച്ചുമാണ് കിടക്കുന്നത്. ഉറക്കത്തിൽ ഞാനതിൽ ചെന്നിടിച്ചു കാണും. എനിക്ക് ബോധം തിരിച്ചുകിട്ടി. എന്റെ പോക്കറ്റിലെ ഫോൺ ബെല്ലടിക്കുന്നുണ്ട്.

ബസിനുള്ളിൽ നല്ല ഇരുട്ടായിരുന്നു. ഒരു ഇളം കാറ്റ് എന്റെ ഉറക്കം മുഴുവൻ ഇല്ലാതാക്കി. പുറത്ത് ആകാശം ശാന്തമായിരുന്നു. ചന്ദ്രന് അതിന്റെ ശോഭ നഷ്ടമായിക്കൊണ്ടിരിക്കുന്നു. നക്ഷത്രം അപ്രത്യക്ഷമായിക്കൊണ്ടിരിക്കുന്നു. സമയം പുലരാറായിരിക്കുന്നു.

ഫോൺ ബെൽ കട്ടായിരിക്കുന്നു.

ഞാൻ പെട്ടെന്ന് തിരിഞ്ഞ് കുശിയെ നോക്കി. അവൾ അവിടെ ഉണ്ടായിരുന്നില്ല. ഞാനാകെ പേടിച്ചു. ഞാൻ എഴുന്നേറ്റ് അവിടേയും

ഇവിടേയുമൊക്കെ നോക്കി. എവിടേയും ഞാൻ അവളെ കണ്ടില്ല. അവൾ അപ്രത്യക്ഷയായിരിക്കുന്നു എങ്ങോട്ടാണെന്നറിയാതെ...

പോക്കറ്റിൽ ഫോൺ ബെല്ലടിക്കാൻ തുടങ്ങി. ഞാൻ പെട്ടെന്ന് ഫോൺ എടുത്തു.

"കുശി വിളിക്കുന്നു." ഡിസ്പ്ലേയിൽ തെളിഞ്ഞു.

ഞാൻ എന്റെ റിസ്റ്റ് വാച്ച് നോക്കി. സമയം 4 AM

വിളിക്കേണ്ട സമയമല്ലല്ലോ! അത്യാവശ്യമാകും, അങ്ങനെ ചിന്തിച്ച് ഞാൻ ഫോണെടുത്തു.

"ഹലോ!"

കുറച്ചു നേരത്തേക്ക് മറുഭാഗത്ത് നിന്ന് ഒരു മറുപടിയും വന്നില്ല. ശ്വാസോച്ഛ്വാസത്തിന്റെ ശബ്ദം കേൾക്കുന്നുണ്ടായിരുന്നു.

"അച്ഛാ?"

"മോനേ..."

എനിക്ക് തോന്നിയത് ശരിയായിരുന്നു. കുശിയുടെ അച്ഛനായിരുന്നു.

"യെസ്, ഡാഡ്?"

ഒരു നീണ്ട നിശ്ശബ്ദതയ്ക്കു ശേഷം അച്ഛൻ പറഞ്ഞു, "മോനേ... ഒരു ദുഃഖവാർത്തയുണ്ട്. നമ്മുടെ കുശി... മരിച്ചു... കുറച്ച് മുമ്പ് അവൾ നമ്മെ വിട്ടുപിരിഞ്ഞു."

"പക്ഷേ, കുറച്ചുമുമ്പ് അവൾ എന്റെ ഒപ്പമുണ്ടായിരുന്നല്ലോ..." എന്റെ ഉള്ളിൽ നിന്ന് ആരോ അലറിപ്പായുന്നത് പോലെ എനിക്കു തോന്നി. പക്ഷേ, ഒരു ശബ്ദവും പുറത്ത് വന്നില്ല.

എന്റെ നെഞ്ചിലൊരു പാറക്കല്ലു വന്നു വീണതുപോലെ. പേടിയാൽ എന്റെ കണ്ണുകൾ വിടർന്നു. ഞാനാകെ തരിച്ചിരുന്നു. എനിക്കാകെ വിറയലും കുളിരും തോന്നി. പേശികൾ നിശ്ചലമായി. ഹൃദയം നിലച്ചതുപോലെ. തലച്ചോറ് ശൂന്യമായിരിക്കുന്നു. എനിക്ക് എന്നെത്തന്നെ നിയന്ത്രിക്കാനായില്ല. ആ ശബ്ദം എന്റെ കാതിൽ അലച്ചുകൊണ്ടേയിരുന്നു. എനിക്കൊന്നും ഓർമയില്ല. ഒന്നും ഓർത്തെടുക്കാൻ കഴിയുന്നില്ല.

"വഹേ ഗുരു... വഹേഗുരു... വഹേ ഗുരു...", എന്ന പ്രാർത്ഥന മാത്രമേ എന്നിൽനിന്നും വന്നുള്ളൂ. ഫോൺ എന്റെ കൈയിൽനിന്നും വീണുപോയിരുന്നു.

ഞാൻ ശൂന്യനായിരുന്നു. ആകെ എന്റെ മനസ്സിലുണ്ടായിരുന്നത് ഒരു കാര്യം മാത്രമായിരുന്നു. എനിക്ക് വീട്ടിൽ പോകണം. അച്ഛനേയും അമ്മയേയും കാണണം. ഇടയ്ക്ക് വെച്ച് ഞാൻ ബസ്സിൽ നിന്നിറങ്ങി. തിരിച്ച് ബർലയിലേക്കു തന്നെയുള്ള മറ്റൊരു ബസ്സിൽ കയറി. വർണിക്കാൻ

കഴിയാത്ത കൊല്ലുന്ന ശാന്തതയായിരുന്നു എന്റെയുള്ളിൽ. എനിക്ക് കരയാനും കഴിയുന്നുണ്ടായിരുന്നില്ല.

മണിക്കൂറുകൾക്കുശേഷം എന്റെ വീടിന്റെ വാതിൽക്കൽ. ഡോർ തുറന്ന അച്ഛനും അമ്മയും അദ്ഭുതത്തോടെ എന്നെ തുറിച്ചുനോക്കി. ടിക്കറ്റിന് പോയ ഞാനെങ്ങനെ ഈ നേരത്ത്? ഞാൻ അവരെയും തുറിച്ചു നോക്കിക്കൊണ്ടിരുന്നു.

ഞാൻ ശാന്തനായിരുന്നു. എല്ലാ ധൈര്യവും സംഭരിച്ച് ഞാൻ കാര്യങ്ങളെല്ലാം (എന്റെ ജീവിതത്തിലെ ഏറ്റവും കയ്പേറിയ കാര്യം) അവരോട് പറഞ്ഞു.

കാര്യം കേട്ടയുടൻ അമ്മ എന്റെ കൈക്ക് പിടിച്ച് ചുമരിൽ തൂക്കിയിട്ടിരുന്ന ദൈവത്തിന്റെയും ദൂതന്മാരുടെയും ചിത്രങ്ങളിലേക്ക് നോക്കി നിന്നു അല്പനേരം. അമ്മ കരഞ്ഞു. അച്ഛനും കരഞ്ഞു. രണ്ടുപേരുടെയും കരച്ചിൽ ആ മുറിയിൽ അലയടിച്ചു. ഞാനപ്പഴും ശാന്തനായിരുന്നു. ഞാനാകെ മരവിച്ചിരുന്നു. ഒന്നും എന്റെ മനസ്സിൽ അറിയുന്നുണ്ടായിരുന്നില്ല. ഞാനല്പനേരം അവരെ നോക്കിനിന്നു. പിന്നെ അവരെ അങ്ങനെ വിട്ട് എന്റെ റൂമിലേക്ക് നടന്നു.

ഞാൻ ബെഡിൽ കിടന്നു. ബ്ലാങ്കറ്റ് മുഴുവൻ തലയ്ക്ക് മുകളിലൂടെ വലിച്ചിട്ടു. തുടയിലേക്ക് കൈവെച്ച് ചുരുണ്ടുകൂടിത്തന്നെ കിടന്നു. ഞാനും കരഞ്ഞു.

അവളില്ലാതെ

"കഴിഞ്ഞ ഏതാനും മണിക്കൂറിൽ ചെറിയ രീതിയിൽ പുരോഗതി കാണുന്നുണ്ടായിരുന്നു. പെട്ടെന്നാ ബ്ലഡ് പ്രഷർ വല്ലാണ്ടെ കുറഞ്ഞു പോയത്. അത് അവളുടെ ഹൃദയത്തെ പ്രവർത്തനരഹിതമാക്കേം ചെയ്തു." ഡോക്ടർ പറഞ്ഞു.

കുടുംബാംഗങ്ങൾക്ക് അവളെ കാണണമായിരുന്നു.

ഡോക്ടർമാർ ബോഡി കുടുംബത്തിന് നൽകാൻ പറ്റില്ലെന്നു പറഞ്ഞു.

(നിങ്ങൾ ശ്രദ്ധിച്ചോ? ബോഡി! അതാണ് അവർ പറഞ്ഞത്. ഇനി അവൾക്കൊരു പേരില്ല. അവൾ വെറുമൊരു ശരീരം. ശവശരീരം.)

അതൊരു ആക്സിഡന്റ് കേസാണ്. പോലീസുകാർ ഇടപെടേണ്ട തുണ്ട്. ചില ഫോർമാലിറ്റികൾ തീർക്കണം. അത് കഴിഞ്ഞ് പോസ്റ്റു മോർട്ടവും കഴിയണം. കുടുംബം അവളെ വെട്ടിപ്പൊളിക്കാതിരിക്കാൻ യാചിച്ചു നോക്കിയെങ്കിലും നടന്നില്ല. മറ്റു ശവങ്ങളുടെ കൂട്ടത്തിലേക്ക് അവളേം തള്ളിവിട്ടു.

ഏതാനും കിലോമീറ്ററുകൾക്കപ്പുറത്ത് ഇതൊക്കെ സംഭവിക്കുമ്പോ ഞാൻ ഷോക്കിലായിരുന്നു. സ്വീകരിക്കാനാവാത്ത അറിയാത്ത യാഥാർ ത്ഥ്യത്തിനു മുമ്പിൽ പകച്ചുപോയിരുന്നു. ഇനിയെന്താ എന്നെനിക്കറിയില്ല. പക്ഷേ, ഇപ്പോൾ അവളുടെ വീട്ടിൽ നടന്നുകൊണ്ടിരിക്കുന്നത് എനിക്ക് സങ്കല്പിക്കാനാകുമായിരുന്നു.... ആ വേദനാജനകമായ നിലവിളികൾ ഞാൻ കേട്ടു. ഞാനവളുടെ വിരൽ കണ്ടു. ആ മോതിരം എടുത്ത് കീശ യിലിട്ടു. വെള്ള പുതച്ച് കിടക്കുന്ന അവളെ ഞാൻ കണ്ടു. വർണാഭമായ ആ സാരിയെടുത്ത് ഞാനെന്റെ ഹൃദയത്തോട് ചേർത്തു. അവളുടെ അന്ത്യനിമിഷത്തിലും അവിടെ ഞാനില്ല എന്നോർത്ത് ഞാൻ വീണ്ടും മര വിച്ചു.

നിമിഷങ്ങൾക്കു ശേഷം പലതും ഇതാ കത്തിത്തീരാൻ പോകുന്നു. നാമാവശേഷമാകാൻ പോകുന്നു. ആ മരവിച്ച കൈയിൽ ഒന്ന് ചുംബന മർപ്പിക്കാൻ പോലും എനിക്കു യോഗമില്ല.

കൊല്ലുന്ന ശാന്തതയായിരുന്നു എന്റെ വീട്ടിൽ. എനിക്ക് ശക്തി തരേണ്ട അച്ഛനും അമ്മയും ഒറ്റയ്ക്ക് അവരുടെ റൂമിലിരുന്ന് കരഞ്ഞു. അവർ തങ്ങളുടെ മോൻ കല്യാണം കഴിക്കാൻ ഇഷ്ടപ്പെട്ട പെണ്ണിനെ കാണുകപോലും ചെയ്തിട്ടില്ല.

വൈകീട്ട് അച്ഛൻ ടിക്കറ്റ് ബുക്ക് ചെയ്തു. ഞാനും അച്ഛനും അടുത്ത ദിവസം ഫരീദാബാദിലേക്ക് പറന്നു.

ഒരു ദിവസം കഴിഞ്ഞ് ഞാൻ ആ വീടിന്റെ വാതിൽ തുറന്ന് അകത്തു കയറി. എല്ലാവർക്കുമിടയിൽ നിന്ന് (എല്ലാവരേയും എനിക്കറിയില്ല) ഞാൻ അമ്മയെ കണ്ടു. ഞാൻ ഓടി ചെന്ന് അമ്മയെ കെട്ടിപ്പിടിച്ചു. രണ്ട് പേരുടേയും കണ്ണ് നിറഞ്ഞൊഴുകുന്നുണ്ടായിരുന്നു.

എന്തൊരു വിരോധാഭാസം. മകളുടെ എൻഗേജ്മെന്റ് കൊണ്ട് ആഘോഷഭരിതമാകേണ്ട ഈ വീട് ഒരു മരണവീടായി മാറിയിരിക്കുന്നു. അതും ആരാണോ വധുവാകേണ്ടിയിരുന്നത് അവളുടെ തന്നെ. ഒഴിഞ്ഞ് കിടക്കുന്ന ഡ്രോയിംഗ് റൂമിലെ നിലത്ത് വിരിച്ച പായയിൽ എല്ലാവരും വെള്ള വസ്ത്രം ധരിച്ച് ഇരിക്കുന്നുണ്ട്. പിറുപിറുക്കലുകളും പൊട്ടിക്കരച്ചിലുകളും. കരഞ്ഞ് കരഞ്ഞ് കണ്ണീർ വറ്റിയ കണ്ണുകൾ. എല്ലാവരും ഏതോ ശാപമേറ്റതു പോലെ ഇരിക്കുന്നു.

അവളില്ലാത്ത ആ വീട്ടിൽ ഒരു ദിവസം ഞാൻ തങ്ങി. വൈകുന്നേരമായതോടെ അകലെയുള്ള ബന്ധുക്കളൊക്കെ എത്തിച്ചേർന്നിരിക്കുന്നു. ഒരു തരത്തിൽ ശാന്തമായി കിടന്നിരുന്ന അന്തരീക്ഷം പിന്നെയും കരച്ചിലും പിഴിച്ചിലുമായി തീർന്നു. അതെല്ലാം കണ്ട് അവളുടെ ഓർമകൾ മാത്രമുള്ള റൂമിലേക്ക് ഒന്നുകൂടെ കയറിച്ചെല്ലാൻ തോന്നി.

എല്ലാം പരമയാഥാർത്ഥ്യമായിരുന്നെങ്കിലും വിശ്വസിക്കാൻ കഴിയുമായിരുന്നില്ല.

രാത്രി എട്ടായിക്കാണും.. ഇരുട്ട് കനത്തിട്ടുണ്ട്... എന്റെ മുത്തിന്റെ ഒരു ഫോട്ടോയ്ക്ക് വേണ്ടി സ്റ്റുഡിയോയിൽ വന്നതായിരുന്നു ഞാൻ. അടുത്ത ദിവസം അവൾക്കു വേണ്ടി ഗുരുദ്വാരയിൽ പ്രാർത്ഥനയുണ്ടാകും. ആ സമയത്ത് അവിടെ വെക്കാനുള്ള ഫോട്ടോയ്ക്ക് വേണ്ടിയാണ് ഞാൻ കാത്തു നിൽക്കുന്നത്. ഏത് ഫോട്ടോയാണ് അത് എന്ന് നിങ്ങൾക്ക് ഊഹിച്ചെടുക്കാൻ കഴിയോ?

ഞാൻ അമേരിക്കയിലായിരുന്നപ്പോൾ എന്റെ ഉറക്കം കളഞ്ഞ ആ ഫോട്ടോസിൽ ഒന്ന്.. ഇതുപോലെയുള്ള ഒരു കാര്യത്തിന് അത് ഉപയോഗിക്കേണ്ടി വരുമെന്ന് സ്വപ്നേപി വിചാരിച്ചിട്ടില്ലല്ലോ.

കടക്കാരൻ ഫ്രെയിം ചെയ്ത ഫോട്ടോസ് എനിക്ക് നൽകിയപ്പോൾ അവളുടെ കണ്ണുകളിലേക്ക് അറിയാതെ നോക്കിപ്പോയി. ആ കണ്ണുകൾ അതി സുന്ദരമായിരുന്നു. ഏതാനും നിമിഷങ്ങൾ ഞാനതിലേക്ക് തന്നെ നോക്കി നിന്നു. അമി ചേച്ചിയുടെ കൈകൾ എന്റെ കണ്ണീർ തുടയ്ക്കുന്നത്

ഞാൻ കണ്ടപ്പോഴാണ് കരയുകയാണ് എന്ന് മനസ്സിലായത്. അതിന്റെ കാശ് കൊടുത്ത് ഞങ്ങൾ വീട്ടിലേക്ക് തന്നെ മടങ്ങി.

അടുത്ത ദിവസം ഞങ്ങളെല്ലാവരും ഗുരുദ്വാരയിൽ ഒത്ത് ചേർന്നു. കൂടു വിട്ട് പൊയ്പ്പോയ അവളുടെ ആത്മാവിന് വേണ്ടി പ്രാർത്ഥിക്കാനായി തന്നെ. കയറി ചെന്നപ്പോൾ എന്റെ കണ്ണ് നേരെ പോയത് പുഷ്പാലംകൃതമായ അവളുടെ ആ ഫോട്ടോയിലേക്കായിരുന്നു. തന്റെ പ്രിയപ്പെട്ടവരുടെ ഫോട്ടോ ഇതുപോലെ പുഷ്പാലംകൃതമായി കാണാൻ ഒരാൾക്കും ആഗ്രഹവും ഉണ്ടാകില്ല. അവൾ പോയ്പോയതാണ് എന്ന കാര്യം അംഗീകരിക്കാൻ എന്റെ മനസ്സ് ഒരിക്കലും തയ്യാറാകുന്നില്ല.

അവൾ അപ്പോഴും ആ ഫോട്ടോയിലും അതിസുന്ദരി തന്നെയായിരുന്നു.

അവിടെ കൂടിയിരിക്കുന്നവർ എല്ലാവരും വെള്ള വസ്ത്രമാണ് ധരിച്ചിരിക്കുന്നത്. കുറച്ചാളുകൾ പ്രാർത്ഥിക്കുന്നുണ്ട്. സ്ത്രീകളുടെ നിര കടന്ന് പോയപ്പോൾ ആരോ പറയുന്നത് കേട്ടു... "അവളെ കല്യാണം ചെയ്യാനിരുന്ന ചെക്കനാ ഇത്..."

ഞാനത് കേട്ടെങ്കിലും അത് പൂർണ്ണമായും അവഗണിച്ചു. ഒരു മൂല തേടി ഞാൻ നടന്നു. ഒന്ന് ഒറ്റയ്ക്കിരിക്കണം... എന്നിൽ നിന്ന്. അച്ഛന്മാരിൽ നിന്ന്, അമ്മയിൽ നിന്ന്, ചേച്ചിമാരിൽ നിന്ന് അവിടെ കൂടിയിരിക്കുന്ന എല്ലാ ആളുകളിൽ നിന്നും ഒറ്റപ്പെട്ട്... ഓർമകളുടെ ലോകത്ത്, ഒറ്റയ്ക്ക്... ഒറ്റയ്ക്ക്.....

എന്താ സംഭവിച്ചത് എന്ന് എനിക്ക് അറിയില്ല. ആ നിൽപ് എത്രനേരം നീണ്ടുപോയി എന്നും എനിക്കറിയില്ല. ഞാൻ എന്റെ മുത്തിനൊപ്പം ഞങ്ങളുടെ പ്രണയ ലോകത്തായിരുന്നു. ബോധമില്ലാതെ തന്നെ മറ്റുള്ളവർ ചെയ്യുന്നത് പോലെ ഞാനും ചെയ്യുന്നുണ്ടായിരുന്നു. അവർ എഴുന്നേൽക്കുമ്പോൾ ഞാനും എഴുന്നേൽക്കുന്നു. അവർ കുനിയുമ്പോൾ ഞാനും കുനിയുന്നു..എന്റെ ഓർമയിലെ രാജകുമാരി ഇന്ന് ഇല്ല. അവൾ പോയി. അവൾ എന്നെ വിട്ട് എങ്ങോ പോയ് മറഞ്ഞിരിക്കുന്നു.... എന്റെ വിങ്ങുന്ന ഹൃദയത്തിന്റെ വേദന മാത്രം എങ്ങും പോയില്ല. അത് അവിടെ തന്നെ. അത് അങ്ങനെ കൂടിക്കൂടി വരുന്നുണ്ടായിരുന്നു. വിരഹത്തിന്റെ വേദന... ആരോട് പറയാൻ...? ആരറിയാൻ...?

അന്ന് ഉച്ചയ്ക്ക് അവളുടെ എൻഗേജ്മെന്റ് ആഘോഷിക്കേണ്ടിയിരുന്നവർ ഇതാ സഞ്ചയന ചടങ്ങിൽ.... ഡെലീഷ്യസ് ഫുഡ് ഉണ്ടാക്കാൻ നിർദ്ദേശിക്കപ്പെട്ട പാചകക്കാർ എന്തൊക്കെയോ ഉണ്ടാക്കുന്നു. ഞാനോ....

സങ്കടം നിറഞ്ഞ് നിൽക്കുന്ന ആ സന്ദർഭത്തിൽ ഒരു പരിചയവുമില്ലാത്ത ആർക്കൊക്കെയോ ഫുഡ് വിളമ്പുന്നു.

ആ റൂമിന്റെ മൂലയിലിരുന്ന് എന്നെ നോക്കി ചിരിക്കുന്ന എന്റെ തന്നെ വിധിയെ ഞാൻ കണ്ടു.

ആ പകലും കഴിഞ്ഞു. രാത്രിയെത്തി. അവളുടെ ആത്മാവ് ശാന്തിയടയട്ടെ എന്ന് ഞാൻ പ്രാർത്ഥിക്കുമ്പോഴും എന്റെ മനസ്സ് അശാന്തിയുടെ

തീരത്ത് അലഞ്ഞ് തിരിയുകയായിരുന്നു. ലക്ഷ്യബോധവുമില്ലാത്ത ഒരു യാചകനെ പോലെ തന്നെ. ഉറങ്ങാൻ ശ്രമിച്ചു. ഉറക്കവും എനിക്ക് അന്യമായി തീർന്നിരിക്കുന്നു. അവളോടൊന്നിച്ച് ചിലവിട്ട ആ സുന്ദര നിമിഷങ്ങൾ പിന്നെയും പിന്നെയും ഓർമയുടെ ഓളങ്ങളിൽ തികട്ടി വന്നു. പ്രണയിക്കാൻ മാത്രമല്ല നഷ്ടപ്രണയങ്ങളെ ഓർത്തെടുക്കാനും ഏറ്റവും യോജിച്ച സമയം രാത്രി തന്നെയാ...അവളെ ഓർത്ത് ഓർത്ത് ഞാൻ ഉറക്കത്തിലേക്ക് വീണു പോയി.

"**അ**രേ.... ഹി ഈസ് ബാക്ക്....."

"ഹോ....യ്...... രവീൺ എൻഗേജ്മെന്റ് കഴിഞ്ഞ് വന്നു.."

രണ്ട് ദിവസം കഴിഞ്ഞ് ഞാൻ ഓഫീസിൽ പോയതായിരുന്നു. ഒന്നോ രണ്ടോ ആളുകളല്ലാത്ത ആർക്കും സംഭവങ്ങൾ അറിയില്ലായിരുന്നു.

കാര്യമറിയാത്ത ഫ്രണ്ട്സ് ഞാൻ എലവേറ്ററിൽ നിന്ന് ഇറങ്ങി വന്നപ്പോൾ എന്റെ അരികിലേക്ക് ഓടി വന്നു.എനിക്ക് എന്തെങ്കിലും പറയാനാകും മുമ്പേ എല്ലാവരും എന്റെ ചുറ്റിലും കൂടി കഴിഞ്ഞിരുന്നു. അവർ എന്റെ ചുറ്റും ഡാൻസ് ചെയ്ത് എന്നോട് ട്രീറ്റ് ചോദിക്കുന്നുണ്ടായിരുന്നു.

ഞാൻ ശാന്തനായി ഒന്നും മിണ്ടാതെ അങ്ങനെ നിന്നു.

കൂട്ടത്തിൽ ആരോ വിളിച്ച് ചോദിച്ചു..

"കാണട്ടെ.. എവിടെ... എവിടെ എൻഗേജ് റിംഗ്..."

ആരോ എന്റെ വലത് കൈ ഉയർത്തി മോതിര വിരൽ നോക്കുകയും ചെയ്തു.

അപ്പോഴും ഞാനൊന്നും മിണ്ടിയില്ല. ആ കൂട്ടത്തിലേക്ക് വരാത്തവർ പോലും അത് കണ്ട് നിൽകായിരുന്നു. കുറച്ച് അപ്പുറത്ത് നിന്ന് ആരോ വിളിച്ച് പറഞ്ഞു. "കൺഗ്രാജ്സ്... ബഡി...."

"എന്നിട്ട് മോതിരം എവിടെ... കുളിക്കാൻ കയറിയപ്പോ മറന്ന് വെച്ചോ.... അതോ ഇപ്പോൾ തന്നെ ബാങ്ക് ലോക്കറിൽ കൊണ്ട് പോയി വെച്ചോ..."

"ഹഹഹഹഹഹഹഹ"

"അരേ യാർ പറ പറ.... എന്ത് പറ്റി....പറ."

ഞാൻ ഒന്നും മിണ്ടാതെ താഴേക്ക് തന്നെ നോക്കി നിൽകായിരുന്നു. എനിക്ക് ഒന്നും മിണ്ടാനാകുന്നില്ല. അവർക്ക് മറുപടി കൊടുക്കണം.. അതിനുള്ള ശക്തി ഞാൻ മാനസികമായി സംഭരിച്ചു.

"നീ ആ റിംഗ് ഇട്ടിട്ടില്ല എന്ന് അറിഞ്ഞാൽ അവൾ നിന്നോട് ദേഷ്യപ്പെടില്ലേ." ആരോ തമാശിച്ചു.

ഞാൻ മറുപടി പറയാനായി തല ഉയർത്തി എല്ലാവരേയും നോക്കി. എന്റെ കുഴിഞ്ഞ കണ്ണ് കണ്ട് ചിലർ തമാശ നിർത്തി. അവർക്ക് എന്തോ പന്തികേട് തോന്നിയിട്ടുണ്ടാകും.

“അവൾ ഒരിക്കലും എന്നോട് ദേഷ്യം കാണിക്കില്ല... കെറുവിച്ച് ചാടുകയുമില്ല...” എന്റെ അരികിൽ നിൽക്കുന്നവർക്ക് കേൾക്കാവുന്ന രീതിയിൽ ഞാൻ പറഞ്ഞു. ആ കോലാഹലത്തിനിടയിൽ കുറച്ച് ആളുകൾ കേട്ടു. ചിലർ കേട്ടതുമില്ല.

“എന്ത്യേ... ഇപ്പോ തന്നെ അവളെ പേടിപ്പിക്കാൻ തുടങ്ങിയോ....” എന്റെ പിന്നിൽ നിന്നാരോ ചോദിച്ചു.

“ഹഹഹഹഹഹഹഹഹഹ”

ഞാൻ തിരിഞ്ഞ് എല്ലാവർക്കും അഭിമുഖമായി നിന്നു. എന്റെ കണ്ണ് തന്നെ ദുരന്തങ്ങൾ വിളിച്ച് പറയുന്നുണ്ടായിരുന്നു. എല്ലാവരോടുമായി ഞാൻ എങ്ങനേയോ കാര്യം പറഞ്ഞു...

“ബികോസ് ഷി ഈസ് നോ മോർ.. ”

“കാരണം അവളിപ്പോ ജീവിച്ചിരിപ്പില്ല.”

അവൾ മരിച്ചു... ഞാൻ ബാക്കിയായി....

ഞാൻ ബാക്കിയായതുകൊണ്ട് തന്നെ ഓരോ ദിവസവും മരിക്കേണ്ടിയും വന്നു. ഒറ്റയ്ക്ക് ജീവിക്കണമെന്നാകും എന്റെ തലവിധി. അവൾ മാത്രമേ പോയുള്ളൂ... അവളല്ലാത്ത എല്ലാം അതുപോലെ തന്നെ ഇവിടെയുണ്ടായിരുന്നു. എന്നിട്ടും അവളില്ലാത്തോണ്ട് മാത്രം ഞാൻ ഒറ്റപ്പെട്ടു. അവളില്ലെങ്കിൽ എനിക്കെന്താ ബാക്കിയുള്ളത്.. ഒന്നുമില്ല.. ഒന്നും... മറ്റുള്ളതൊന്നും മറ്റുള്ളവരൊന്നും അവളില്ലാത്ത ലോകത്ത് ഒന്നുമല്ലായിരുന്നു. ഒന്നും ആവുകയുമില്ല.

പകലുകളിൽ ഞാനവളെ മിസ് ചെയ്തു. രാത്രികളിലും എനിക്കവളെ മിസ് ചെയ്തു. ജീവിക്കുന്ന ഓരോ നിമിഷവും ഞാനവളെ മിസ് ചെയ്ത് കൊണ്ടിരുന്നു.

ഏകാന്തത, ഒറ്റപ്പെടുക എന്നാൽ എന്താണെന്ന് അറിയോ? നിങ്ങൾക്ക്.. ഞാൻ പറഞ്ഞ് തരാം... തന്റെ ജീവനേക്കാളും അമിതമായി ഇഷ്ടപ്പെടുന്ന ഒരാൾ എന്നന്നേക്കുമായി യാത്ര പറഞ്ഞ് പോയി കഴിഞ്ഞാലുണ്ടാകുന്ന ശൂന്യതയാണ് ഏകാന്തത.. അത് പറഞ്ഞറിയിക്കാനാകുന്ന ഒന്നല്ല. അനുഭവിച്ച് മാത്രം അറിയാനാകുന്ന ഒന്ന്. അവർ കാണിച്ച തമാശകൾ ഓർക്കുമ്പോൾ തന്നെ നിങ്ങളുടെ കണ്ണുകൾ അറിയാതെ നിറഞ്ഞ് ഒഴുകുന്നുണ്ടാകും.

പ്രണയത്തെ എത്ര അകറ്റാൻ ശ്രമിക്കുന്നുവോ അത് അത്രയ്ക്ക് അടുത്ത് വരും. അത് നിങ്ങളെ ആക്രമിക്കും. നിങ്ങളുടെ ഓർമ്മകളെ കീറിമുറിക്കും... ഏതെങ്കിലും കപ്പിൾ കിസ് ചെയ്യുന്നത് നിങ്ങൾ കണ്ടുപോയാൽ നിങ്ങൾക്ക് പിന്നെയും വേദനിക്കും. പരസ്പരം ആലിംഗനബദ്ധരായ രണ്ടുപേരെ കണ്ടാൽ അപ്പഴും നിങ്ങളുടെ നെഞ്ചകം പിളരും. തോളിൽ തല ചായ്ച്ചിരിക്കുന്ന കമിതാക്കളെ നിങ്ങൾ കാണും.. ആ കാമുകനേയും കാമുകിയേയും നിങ്ങൾ എല്ലായിടത്തും കാണും. ആരുടെയും

ശല്യമുണ്ടാകാതിരിക്കാനായി തീയറ്ററിന്റെ ഇരുള് തേടി പോയാലും അവിടെയും നിങ്ങളവരെ കാണും. ഏതാനും ദിവസങ്ങൾക്ക് മുമ്പ് നിങ്ങൾ ചെയ്തിരുന്ന കാര്യങ്ങൾ അവർ നിങ്ങളുടെ മുമ്പിൽ വെച്ച് ചെയ്യും.

ഓർമകൾ പിന്നെയും പിന്നെയും നിങ്ങളുടെ മുറിവുകളെ പഴുപ്പിച്ച് കൊണ്ടിരിക്കും. നിങ്ങൾക്ക് വേദനിക്കും. ഹൃദയം മുറിഞ്ഞ് ചോരയൊലിക്കും. എന്നിട്ടും നിങ്ങൾ അഭിനയിക്കും. ഒന്നാന്തരം അഭിനയം. എല്ലാം കണ്ടാലും ഒന്നും കാണാത്തവരെ പോലെ നിങ്ങൾ നടന്ന് പോകും..

നിങ്ങളുടെ ഫ്രണ്ട്സ് ആരെങ്കിലും ഒരു സുന്ദരിയെ കാണിച്ച് നിങ്ങളെ ഉണർത്താൻ ശ്രമിക്കും. പക്ഷേ, കാണാൻ കൊള്ളാവുന്ന പെണ്ണുങ്ങൾ പോലും നിങ്ങളുടെ മുന്നിൽ തോൽക്കും. നിങ്ങളുടെ മനസ്സിലെ സുന്ദരിയുടെ സ്ഥാനം ഒരു പെണ്ണിനും കാണില്ല നിങ്ങളുടെ കണ്ണിൽ. നിങ്ങളുടെ ലൈംഗിക ആസക്തി പോലും നിങ്ങൾക്ക് നഷ്ടപ്പെട്ടിരിക്കും. ഒന്നിനോടും താൽപര്യം കാണില്ല. ജിമ്മിൽ പോയി എക്സൈസ് ചെയ്യുകയാണെങ്കിൽ പതിവിൽ കവിഞ്ഞ ഭാരമെടുക്കാൻ തുടങ്ങും. കുളിക്കുമ്പോ ഷവറിന്റെ കീഴിലിരുന്ന് കരയാൻ കൊതിക്കും. നിങ്ങൾ കരയുകയും ചെയ്യും ഒരു പാട് ഒരുപാട്. മനസ്സറിഞ്ഞ് തന്നെ. പക്ഷേ, ആരും കേൾക്കില്ല. ഷവറിൽ നിന്ന് വീഴുന്ന വെള്ളം നിങ്ങളെ തന്നെ മുക്കി കളയും. ദുഃഖസാന്ദ്രമായ ഓർമകളെ മാറ്റിയെടുക്കാനായി നിങ്ങളെന്തിനും തയ്യാറാകും. സത്യം പറഞ്ഞാൽ നിങ്ങളുടെ ജീവിതം മരണത്തേക്കാൾ കഷ്ടമായി തീരും.

എന്റെ ചുണ്ടിൽ ചിരി കൊണ്ട് വന്നിരുന്ന എല്ലാ കാര്യങ്ങളും ഇപ്പൊ എന്നെ കരയിപ്പിക്കുന്നു. ഇടയ്ക്ക് ഇന്റർനെറ്റിൽ സെർച്ച് ചെയ്യുമ്പോ ഷാദി.കോം കാണും. അപ്പോൾ മറക്കാൻ ആഗ്രഹിക്കുന്ന പലതും എന്റെ ഓർമയിൽ തികട്ടി വരും.

ചില സമയങ്ങളിൽ മയക്കുമരുന്നിന് അടിമപ്പെട്ടവനെ പോലെ പെരുമാറാൻ തുടങ്ങി. ഒരു അഡിക്റ്റായവന് മയക്കുമരുന്നെങ്കിലുമുണ്ട്...... എനിക്കോ.... എന്റെ ശ്വാസം നിലയ്ക്കുന്നു. ആരോ എന്റെ ആത്മാവിനെ വലിച്ച് കൊണ്ട് പോകുന്നത് പോലൊരു തോന്നൽ.

എനിക്ക് എല്ലാത്തിനേയും പേടിയായി. അത് എന്തിനാണെന്ന് എനിക്കറിയില്ലായിരുന്നു. ആ ഓർമകൾ തന്നെ എന്നെ ഉറങ്ങാൻ വിട്ടില്ല. ഒരു കൊച്ച്കുഞ്ഞിനെ പോലെ ഞാൻ ഇടയ്ക്ക് ഉറക്കത്തിൽ നിന്ന് ഞെട്ടിയുണർന്ന് നിലവിളിച്ച് അമ്മയുടെ അടുക്കലേക്ക് ഓടി. അവർ എന്റെ നെറ്റി തടവി എന്നെ സമാധാനിപ്പിക്കും. ചിലപ്പോ മണിക്കൂറുകളോളം കറങ്ങി കൊണ്ടിരിക്കുന്ന ഫാനും നോക്കിയിരിക്കും.

ഇന്ന്

20 ജൂലായ് 2007.

ഒരു പ്രത്യേക ദിനം. ആഘോഷത്തിന്റെയും വിലാപത്തിന്റെയും ദിനം.

ഒരു വർഷം മുമ്പ് ഇത് പോലെയുള്ള ഒരു ദിവസം. അതേ പോലുള്ള ഒരു വൈകുന്നേരം. കഴിഞ്ഞ വർഷത്തെ ആ വൈകുന്നേരം ഇന്നത്തെ ദിവസം ഞാൻ ഓർത്തെടുക്കാൻ ശ്രമിച്ചു. അന്നാണ് എന്റെ ഫോണിൽ ആദ്യമായി ആ മെസേജ് വന്നത്. അവൾ എന്നോട് ആദ്യമായി ഫോണിൽ സംസാരിച്ചത്. എന്തിനാണ് ഈ രണ്ട് ദിവസങ്ങളിലും ഞാൻ മാത്രം ബാക്കിയായയത്? ഏതെങ്കിലും ഒരു ദിവസം മാത്രമാണ് ഞാൻ ജീവിച്ചിരുന്നതെങ്കിൽ എന്ത് രസകരമാകുമായിരുന്നു! പരമാനന്ദകരമാകുമായിരുന്നു.

അന്നും മഴ പെയ്തിരുന്നു. ഇന്നും മഴ പെയ്യുന്നുണ്ട്. അന്ന് എനിക്ക് ഒരു പ്രണയമുണ്ടായിരുന്നില്ല. ഇന്ന് എനിക്ക് ഒരു നഷ്ടപ്രണയമുണ്ട്. അന്ന് ആരെങ്കിലും പ്രിയപ്പെട്ടവരായോ ആർക്കെങ്കിലും പ്രിയപ്പെട്ടവനാകാൻ ആശയുണ്ടായിരുന്നില്ല. ഇന്ന് അങ്ങനെ ചിന്തിക്കാൻ പോലുമാകുന്നില്ല.

അന്ന് ആ വൈകുന്നേരം അവൾ എന്നോട് സംസാരിച്ചിരുന്നു. എന്നോട് ചോദ്യങ്ങൾ ഒരുപാട് ചോദിച്ചിരുന്നു. തമാശകൾ കേട്ട് ചിരിച്ചിരുന്നു. ഇന്നോ... അവൾ അതൊന്നും ചെയ്യുന്നില്ല. അന്ന് എനിക്ക് അവളെ അറിയുക പോലുമില്ലായിരുന്നു. വെറും ഫോൺ ശബ്ദം മാത്രമായിരുന്നു. പക്ഷേ, ഇന്ന് എന്റെ ആത്മാവിന്റെ ഭാഗമാണവൾ.

ഓർമകളിലൂടെ തിരിഞ്ഞ് നടന്നപ്പോൾ പലതിനും ഞാൻ ചിരിച്ചു. പലതു കൊണ്ടും ഞാൻ കരഞ്ഞു. ഈ ദിവസം ഞാൻ ആഘോഷിക്കുകയാണോ വേണ്ടത് അതോ ദുഃഖമാചരിക്കുകയാണോ വേണ്ടത്.. എനിക്കറിയില്ലായിരുന്നു. എനിക്ക് എല്ലാം ലഭിച്ചു ഒന്നും ബാക്കിയായില്ല. എല്ലാം നേടി; എല്ലാം നഷ്ടപ്പെട്ടു. മനസ്സുഖം നഷ്ടമായവന് എന്ത് ജീവിതം? എല്ലാം യാന്ത്രികമല്ലേ....

ആത്മാവ് ലോകത്തോട് ഞാൻ സംസാരിക്കുമ്പോൾ പലപ്പോഴും തോന്നിപ്പോകാറുണ്ട്... ഞാൻ ഒരു രാജാവ്... വാൾ കയ്യിലെടുത്ത് ഞാൻ പ്രഖ്യാപിക്കുന്നു....

'ഈ ദിവസം അത് ആഘോഷത്തിന്റെ ദിവസമാകുന്നു. ഇത് രാജ്യമൊട്ടാകെ ആഘോഷിക്കണം. അതിനാൽ ഇന്ന് എല്ലാവർക്കും പൊതു അവധിയാകുന്നു. സ്കൂളുകളും കോളേജുകളും ഓഫീസുകളും ഇന്ന് അവധിയായിരിക്കും. ഇത് പ്രണയിക്കാൻ മാത്രമായുള്ള രണ്ടാമതൊരു വാലന്റൈൻ ഡേ ആകുന്നു. ആഘോഷിക്കൂ.... മതി മറന്ന് ആഘോഷിക്കൂ....'

എന്റെ മണ്ടത്തരം കേട്ടിട്ട് അവൾ പൊട്ടിച്ചിരിക്കുന്നു.

ഞാനൊരു രാജാവല്ലായിരുന്നു. എന്റെ മുന്നിൽ ശ്രോതാക്കളുമുണ്ടായിരുന്നില്ല. അവർ തിരിച്ച് വന്ന് ഇന്ന് ആഘോഷദിനമല്ലേ, ആഘോഷിക്കണ്ടേ എന്ന് ചോദിച്ചാൽ ഞാനെന്ത് മറുപടിയാണ് അവരോട് പറയുക? എനിക്കറിയില്ല. ഞാനെങ്ങനെ അറിയാൻ എന്റെ മനസ്സും പൊയ്പോയിരിക്കുന്നു. എങ്ങോട്ടോ......

ഇന്ന് ഈ നിറഞ്ഞ ആൾക്കൂട്ടത്തിനിടയിലും ഞാൻ ഒറ്റപ്പെട്ടു. എന്റെ ജീവൻ തന്നെയില്ലാത്ത ജീവിതം തള്ളി നീങ്ങുന്നു. നെഞ്ചകം വിങ്ങുന്നു. കണ്ണീർ കവിളിൽ ചാലുകൾ തീർക്കുന്നു. ഞാനിപ്പഴും ജീവിക്കുന്നുണ്ട്. ജീവനില്ലാതെ, ജീവച്ഛവമായി... ആർക്കോ വേണ്ടി...

എന്റെ ഫ്ളോറിൽ ആരുമില്ല എന്ന് ഉറപ്പ് വരുത്തിയതിന് ശേഷം ഞാൻ സിസ്റ്റത്തിൽ സേവ് ചെയ്ത് വെച്ചിരുന്ന അവളുടെ ഫോട്ടോ ഓപ്പൺ ചെയ്തു. ഞാനാ ഫോട്ടോയിൽ നോക്കിയിരുന്നു കുറച്ച് നേരം പിന്നെ കളിയാക്കാൻ തുടങ്ങി, മൂക്ക് പിച്ചി, ആ കണ്ണുകളിലൂടെ എന്റെ വിരലുകൾ ഓടി നടന്നു. ആ സുന്ദരമായ കവിളുകൾ... ആ ചുണ്ടുകൾ.... ആ മുഖം... ഒരുപാട് കാലത്തിനുശേഷം എന്റെ ചുണ്ടുകൾ അവളെ ചുംബിച്ചു. ഹേയ്... കൺഗ്രാജുലേഷൻ.... നമ്മളിപ്പോ നമ്മുടെ പ്രണയത്തിന്റെ ആനിവഴ്സറി ആഘോഷിക്കാ. നിനക്കറിയോ അത്...

എന്നെ തോൽപിച്ച് കൊണ്ട് കണ്ണീർ കവിളിലൂടെ ഒലിക്കാൻ തുടങ്ങി. അത് ആരും കാണാതിരിക്കാൻ ബാത്റൂമിലേക്ക് ഓടി.. ഇന്ന് ഞാൻ കരയില്ല. കരയാനാകില്ല എനിക്ക്. എന്റെ മുത്തിനെ എനിക്ക് കിട്ടിയ ദിവസമാണിന്ന്.. ഇന്ന് എനിക്ക്.....

അർത്ഥമില്ലാത്ത ഒരുപാട് ചിരികൾ. ഞാനും സന്തോഷവാനാണെന്ന് കാണിക്കാനുള്ള പാഴ്ശ്രമം... ആ ദിവസവും കഴിഞ്ഞ് കിട്ടി. അന്ന് രാത്രി, ബെഡിൽ കിടന്ന് ഞാൻ അദ്ഭുതത്തോടെ ഓർത്തു... ഇന്ന് ഞാൻ അവളുടെ സ്ഥാനത്തും അവൾ എന്റെ സ്ഥാനത്തുമായിരുന്നെങ്കിൽ എന്താകുമായിരുന്നു അവളുടെ അവസ്ഥ... ഞാനില്ലാതെ ജീവിക്കാനാകുമോ അവൾക്ക്..?!!!.. ഉള്ള ജീവിതം തള്ളി നീക്കുക മാത്രമാകുമോ

അതോ ആർഭാട ജീവിതമാകുമോ..!!സ്വന്തം കുടുംബത്തെ സന്തോഷിപ്പിക്കാൻ ഞാൻ കാണിക്കുന്നത് പോലെ അവളും കുറെ ചിരിച്ച് അഭിനയിക്കുമോ.?!!.. അതാകുമോ അവളുടെ ജീവിതം.?!!.. എനിക്ക് ആ നഷ്ടത്തോടെ ഇല്ലാതായി പോയ ദൈവ വിശ്വാസം അവളിൽ കാണുമോ..?!!. കുടുംബം എല്ലാം മറക്കാൻ വേണ്ടി അവൾക്ക് വേണ്ടി പുതിയ ഒരാളെ തിരഞ്ഞ് തുടങ്ങി കാണുമോ.?!!.. ഈ യാത്രയ്ക്കിടയിൽ വഴിക്ക് വെച്ച് അവളെന്നെ മറന്ന് പോകുമോ...?!!!

ഒരു വർഷം കഴിഞ്ഞു.....

എന്റെ ചുറ്റുമുള്ള പലതും മാറി കഴിഞ്ഞിരിക്കുന്നു. കുശി എന്റെ ജീവിതത്തിലേക്ക് വരുന്നതിന്റെ രണ്ട് വർഷം മുമ്പത്തെ പോലെ ആയി കഴിഞ്ഞിരിക്കുന്നു. എല്ലാവരും എല്ലാം മറന്നിരിക്കുന്നു. ആർക്കും ഒന്നും ഓർക്കാൻ സമയവും ഇല്ല. എന്റെ മൂവി ഗ്യാലറിയിൽ റൊമാന്റിക് സിനിമകൾക്ക് പകരം ആക്ഷൻ മൂവികൾ തിരിച്ചത്തിയിരിക്കുന്നു. എന്റെ ഉറക്ക സമയം വീണ്ടും പഴയത് പോലെ തന്നെ നേരത്തെ ആയി തുടങ്ങിയിരിക്കുന്നു. രാത്രികാല ഫോൺ കാളുകൾ കാത്തിരിക്കാനില്ലല്ലോ..എന്റെ ഓർക്കൂട്ട് സ്റ്റാറ്റസ് കമ്മിറ്റഡിൽ നിന്ന് സിംഗിൾ എന്നായി വീണ്ടും മാറിക്കഴിഞ്ഞിരിക്കുന്നു. എനിക്കത് മാറ്റാൻ ആഗ്രഹമുണ്ടായിരുന്നില്ല. ഞാനിപ്പോഴും അവളോട് കമ്മിറ്റഡ് തന്നെയാണ്. പക്ഷേ, മറ്റുള്ളവരുടെ കുത്തിക്കുത്തിയുള്ള ചോദ്യശരങ്ങളിൽ നിന്ന് രക്ഷപ്പെടാൻ എനിക്ക് അങ്ങനെ ചെയ്യേണ്ടി വന്നതായിരുന്നു.

അവളോടൊപ്പം എല്ലാ ഭാഗ്യങ്ങളുമാണ് എന്നെ വിട്ട് പോയത്. എന്റെ സ്വപ്നങ്ങൾ, എന്റെ സന്തോഷം, എന്റെ ശോഭനമായ ഭാവി. അങ്ങനെ പലതും എനിക്ക് തീരാസ്വപ്നങ്ങളാകാൻ തുടങ്ങിയിരിക്കുന്നു. മറ്റുള്ളവർ പറയുന്നത് പോലെ ഞാനാകെ മാറിപ്പോയിരിക്കുന്നു. അവരൊക്കെ എന്റെ മുഖത്ത് ഒരു ചിരി കണ്ടിട്ട് ഏകദേശം ഒരു വർഷമായി കാണും. സത്യത്തിൽ മനസ്സറിഞ്ഞ് ഞാൻ ചിരിച്ചിട്ടും.

കപട പുഞ്ചിരി പലപ്പോഴും അണിയേണ്ടിയും വന്നിരുന്നു. എന്റെ വിഷമം കണ്ട് എന്നേക്കാൾ കൂടുതലായി വിഷമിക്കുന്ന എന്റെ അച്ഛനേയും അമ്മയേയും സന്തോഷിപ്പിക്കാനെങ്കിലും ഞാൻ ചിരി അഭിനയിക്കേണ്ടി വന്നു.

എനിക്ക് ചിരിക്കാൻ കഴിയില്ല. സന്തോഷിക്കാനും. എന്നിട്ടും ഞാനത് ചെയ്യേണ്ടി വന്നു. അവർക്ക് വേണ്ടി.. അവർക്കായി മാത്രം.. എന്റെ എല്ലാ സംസാരവും കുറഞ്ഞു.. ഫ്രണ്ട്സിന്റെ ഒപ്പം ഇരിക്കുമ്പോഴും ഒറ്റയ്ക്കിരുക്കാൻ തോന്നും... ഒറ്റക്കിരിക്കുമ്പോൾ ആരെങ്കിലും കമ്പനി വേണമെന്നും തോന്നും. ഒരു സമാധാനവുമില്ല. ഒരു സുഖവും... എല്ലാം യാന്ത്രികത....

പകൽ മാഞ്ഞ് രാത്രി വരുമ്പോൾ ഞാനറിയും വേദനയുടെ ഏകാന്തതയുടെ ഒരു ദിവസം കൂടി കഴിഞ്ഞിരിക്കുന്നു. അവൾ പോയ ലോകത്തേക്ക് ഞാൻ ഒരു പടി കൂടി അടുത്തിരിക്കുന്നു.

എന്റെ ഈ അവസ്ഥ ഒന്ന് മാറിക്കിട്ടാൻ എല്ലാവരും എന്നെ ഒരു പുതിയ കല്യാണത്തിന് നിർബന്ധിക്കാൻ തുടങ്ങി. അവർക്കാർക്കും അക്കാര്യം എന്റെ മുഖത്ത് നോക്കി പറയാൻ ധൈര്യമുണ്ടായിരുന്നില്ല. എല്ലാവരും പല രൂപത്തിൽ വ്യംഗ്യമായി എന്നോട് സൂചിപ്പിക്കുന്നുണ്ടായിരുന്നു. എല്ലാവരേയും പോലെ എന്റെ പാരന്റ്സും എന്നെ സന്തോഷവാനായി കാണാൻ ആഗ്രഹിച്ചു. അവരും കരുതി കാണും മറ്റൊരു പെൺകുട്ടിക്ക് എന്റെ ദുഃഖങ്ങളെ ഇല്ലാതാക്കി എന്റെ ദുരന്തങ്ങളെ മറപ്പിച്ച് എനിക്ക് സൗഖ്യവും സമാധാനവും നൽകാനാകുമെന്ന്.

പക്ഷേ.... മറ്റൊരു പെൺകുട്ടി..... എന്റെ ജീവിതത്തിൽ.....

ഞാനെന്താ അവളോട് പറയാ...???!!! എന്റെ ജീവിതത്തിലെ അതിസുന്ദരമായ നിമിഷങ്ങൾ ഞാൻ ചിലവഴിച്ചത് ഒരു പെൺകുട്ടിക്ക് ഒപ്പമാണ്... പക്ഷേ അത് നീയല്ല എന്നോ..?? ഞാൻ നിന്നെ മാരി ചെയ്തു അത് ശരിയാ. പക്ഷേ, ഞാനിപ്പഴും എന്റെ മനസ്സിന്റെ മണിയറയ്ക്കകത്ത് ഒരു പെൺകുട്ടിയെ സ്വപ്നം കണ്ടോണ്ടിരിക്കാണ്. അത് ഏതായാലും നീയല്ല എന്നോ...???? നീ എനിക്ക് വേണ്ടി എന്ത് ചെയ്താലും ഞാനത് എന്റെ മനസ്സിലിട്ട് അവളുമായി തുലനം ചെയ്യുമെന്നോ..?? നീ എന്ത് ചെയ്താലും അവളുടെ അരികിലെത്താൻ നിനക്കാകില്ല എന്നോ...?? നീ എന്നെ കിസ് ചെയ്താലും എനിക്കവളെ മാത്രമേ ഓർക്കാൻ കഴിയൂ എന്നോ?? വയ്യ... എനിക്ക് വയ്യ... ഒരു പെൺകുട്ടിയുടെ ജീവിതം തകർക്കാൻ... ആ പാവം കുട്ടി, അവളുടെ കുടുംബം, എന്റെ കുടുംബം... എന്റെ തന്നെ ജീവിതം... വയ്യ.. ഇനിയും അതൊക്കെ തകർക്കാൻ എനിക്കാകില്ല. എന്റെ ജീവിതം തീർന്നു.. എന്നാലും... എന്തിന് ഞാൻ ഇനിയും മറ്റൊരു........

ഈ ചോദ്യങ്ങൾ എന്നോട് ചോദിക്കാൻ തുടങ്ങി.. ഇവയ്ക്ക് ഉത്തരം കണ്ടെത്താൻ കഴിയാതെ വരുമ്പോൾ ഞാൻ പുറത്തിറങ്ങി പേകും..

അന്നും ഞാൻ ഇറങ്ങിപ്പോയി... അച്ഛനും അമ്മയും ചോദിച്ചു

“എങ്ങോട്ടാ നീ ഈ പോകുന്നത്...”

“എനിക്കറിയില്ല...”

“മോനേ... എത്ര ദിവസം നീ ഈ ചോദ്യങ്ങളിൽ നിന്ന് ഓടിയൊളിക്കും.. ഏതായാലും ഒരു ദിവസം സെറ്റിലാകണ്ടെ നിനക്ക്...”

“എനിക്ക് അങ്ങനെ സെറ്റിലാകണമെന്നില്ല....” ഞാൻ കുറച്ച് നേരം മിണ്ടാതെ നിന്നു.. അവരും...

“ഓകെ... അയാം ലൈറ്റ്.. ഞാൻ പോകാ... ഒരു ഫ്രണ്ടിനെ കാണാനുണ്ട്..”

“നിൽക്ക്..!! ഞങ്ങൾക്ക് ഒരു മറുപടി തന്നിട്ട് പോ...എന്താ നിനക്ക് മറ്റൊരു കല്യാണത്തെക്കുറിച്ച് ആലോചിച്ചാൽ..എന്താ നിനക്ക് മറ്റൊരു പെൺകുട്ടിയെക്കുറിച്ച് ചിന്തിച്ചാൽ???”

“എനിക്കറിയില്ല.. അച്ഛാ... എനിക്കതിന് ഉത്തരം പറയാൻ കഴിയില്ല...”

“എന്തുകൊണ്ട്....”

“കാരണം......” ഞാനാ സംസാരം പൂർത്തിയാക്കാതെ ഇറങ്ങി നടന്നു.

പുറകിലായി അച്ഛന്റെ ശബ്ദം ഞാൻ കേട്ടു

“പക്ഷേ.. എന്താ കാരണം....”

“കാരണം എന്റെ കുശിയല്ലാത്ത മറ്റൊരു പെൺകുട്ടിയെ കുറിച്ച് ആലോചിക്കുന്നത് തന്നെ എന്നിൽ വിറയലുണ്ടാക്കുന്നു..” എന്റെ ചുറ്റിലുമുള്ള ശൂന്യതയെ നോക്കി ഞാൻ പറഞ്ഞു.

ഞാൻ ഞങ്ങളുടെ വീടിനടുത്തുള്ള പാർക്കിലായിരുന്നു. സമയം പ്രഭാതം... ജോഗിംഗ് കഴിഞ്ഞ് ക്ഷീണിച്ച് ഒരു സിമന്റ് ബെഞ്ചിലിരിക്കായിരുന്നു. എന്റെ അരികിൽ ചെമന്ന ഷാൾ ഉള്ള ഒരു യുവതി ഇരിക്കുന്നുണ്ടായിരുന്നു. അവളുടെ മകളായിരിക്കണം കുറച്ചപ്പുറത്ത് കൂട്ടുകാരിയുമായി കളിച്ച് കൊണ്ടിരിക്കുന്നുണ്ടായിരുന്നു. അവൾക്ക് ഏകദേശം 6 വയസ്സായി കാണും.

പാർക്കിൽ നല്ല തിരക്കായിരുന്നു. ഒരുപാട് കുട്ടികൾ. എല്ലാവരും കളിക്കുന്ന തിരക്കിലായിരുന്നു.

ഞാൻ താടിക്ക് കൈ കൊടുത്ത് സ്വപ്നലോകത്ത് വിരാജിക്കുകയായിരുന്നു. എന്റെ മുന്നിലെ കുട്ടികളുടെ കളി ഞാൻ കാണുന്നുണ്ടായിരുന്നു. അറിയുന്നുണ്ടായിരുന്നില്ല. എന്റെ സ്വപ്ന ലോകത്തെ ശല്യം ചെയ്ത് എന്റെ അരികിലിരിക്കുന്ന യുവതിയുടെ ഒച്ചയെടുത്തു.

അത് വേണ്ടാ ട്ടോ........ നോക്കി ഇരിക്ക്.. ശരിക്ക് പിടിക്ക്... വീഴും..

എന്റെ കണ്ണിൽ പിന്നെയും ആ പെൺകുട്ടിയും അവളുടെ കളിയും തിരിച്ച് വന്നു. കളിയുടെ വേഗത കൂടിയിരിക്കുന്നു.

“അത് വേണ്ടാ... സ്പീഡ് കൂടണ്ടാ... വീഴും... നോ...............!!!!!!!!”

യന്ത്രത്തിന്റെ മറു ഭാഗം ഉയർന്ന് വരുന്നില്ല. അവൾ നിലത്ത് കിടക്കുന്നു. അവൾ അതിൽ നിന്നും വീണിരിക്കുന്നു. എന്താ സംഭവിച്ചത് എന്നറിയാൻ ഞാൻ ശ്രമിച്ചു.

എന്റെ അടുത്തിരിക്കുന്ന ആ യുവതി കുഞ്ഞിന്റെ പേര് വിളിച്ച് കരയുന്നു..

അവളുടെ പേര്.......

ആ പേര് എനിക്കറിയാം...

എനിക്കാകെ വിറച്ചു... പേടി കയറാൻ തുടങ്ങി....ഞാനവളേയും കുഞ്ഞിനേയും മാറി മാറി നോക്കി ചാടി എണീറ്റ് ഓടി, അവളെ സഹായിക്കാനായി.. വീണ് കിടക്കുന്ന കുഞ്ഞിനെ ഉയർത്താനായി ഞാൻ നിലത്ത് മുട്ടു കുത്തി.. അവൾ കരയുന്നില്ല. ചിരിക്കായിരുന്നു. അവളുടെ കാലിലും കഴുത്തിലും മുഖത്തും നോക്ക്. ചെറിയ മുറിവുകൾ മാത്രമേയുള്ളൂ... കുഞ്ഞ് ശബ്ദത്തിൽ അവൾ പറഞ്ഞു.. "അയാം ഫൈൻ..." ഉടുപ്പിലെ പൊടിയും ചളിയും ഞാൻ തട്ടി കളഞ്ഞു..എന്റെ കണ്ണിൽ നീര് നിറഞ്ഞു. ആ കുഞ്ഞ് മുഖം കൈക്ക് പിടിച്ച് ഞാൻ പറഞ്ഞു.. "ഇറ്റ് ഈസ് ഗുഡ്... നൗ യു ആർ ഫൈൻ സ്വീറ്റീ..." ഞാനൊന്ന് പുഞ്ചിരിച്ചു.

വേവലാതിയോടെ അവളുടെ അമ്മ ഞങ്ങളുടെ അരികിലെത്തി. അവൾ കുഞ്ഞിനെ ഉയർത്തി. ആ നെറ്റിയിൽ മുത്തമിട്ടു. ഞാൻ എഴുന്നേറ്റു. അവളുടെ ഷാൾ നിലത്ത് വീണിരുന്നു. അത് എടുത്ത് കൊണ്ട് വന്ന് കൊടുത്തു.

ഞാൻ കേട്ടത് സത്യമായിരുന്നോ അതോ എന്റെ വെറും തോന്നൽ മാത്രമോ..?? സംശയം തീർക്കാനായി ഞാൻ ആ സുന്ദരി മോളോട് ചോദിച്ചു... "മോളൂ, നിന്റെ പേര് എന്താ..?"

കൈ കൊണ്ട് മുടി പിന്നിലേക്ക് മാടിയൊതുക്കി... 'അവൾ' ചെയ്തിരുന്നത് പോലെ തന്നെ.. സുന്ദരമായ കുഞ്ഞ് ശബ്ദത്തിൽ അവൾ പറഞ്ഞു

"മൈ നയിം ഈസ് കുശി..."

ഞാൻ അല്പ നേരം അവളെ തന്നെ നോക്കി നിന്നു.അവളുടെ അമ്മ എന്നേയും...

ഞാനവളോട് പതിയെ പറഞ്ഞു.. "നല്ല പേരാണ് ട്ടോ..."

നിറഞ്ഞ കണ്ണോടെ ഞാൻ തിരിച്ച് എന്റെ വീട്ടിലേക്ക് നടന്നു.

■